सामाजिक न्यायाची संघर्षभूमी

काँग्रेसपुढील आव्हाने आणि भाजपचा उदय

डॉ. प्रकाश पवार

डायमंड पब्लिकेशन्स

काँग्रेसपुढील आव्हाने आणि भाजपचा उदय
डॉ. प्रकाश पवार

Congresspudhil Avhane ani Bhajapacha Uday
Dr. Prakash Pawar

प्रथम आवृत्ती : जानेवारी २०१६

ISBN : 978-81-8483-663-9

मुखपृष्ठ
शाम भालेकर

प्रकाशक
डायमंड पब्लिकेशन्स
२६४/३ शनिवार पेठ, ३०२ अनुग्रह अपार्टमेंट
ओंकारेश्वर मंदिराजवळ, पुणे-४११ ०३०
☎ ०२०-२४४५२३८७, २४४६६६४२
info@diamondbookspune.com

ऑनलाईन पुस्तक खरेदीसाठी भेट द्या
www.diamondbookspune.com

प्रमुख वितरक
डायमंड बुक डेपो
६६१ नारायण पेठ, अप्पा बळवंत चौक
पुणे-४११ ०३० ☎ ०२०-२४४८०६७७

प्रस्तावना

राजकीय संघर्षभूमी

'काँग्रेसपुढील आव्हाने आणि भाजपचा उदय' हा ग्रंथ नव्वदीच्या नंतरच्या राजकारणासंदर्भातील आहे. या ग्रंथाची मध्यवर्ती संकल्पना 'निवडणूक अभ्यास' ही आहे. निवडणुकीच्या अभ्यासात जात, जातसंघटना, आरक्षणाचे राजकीयीकरण, शहरी-ग्रामीण घटक आणि निवडणुका यांच्या सहसंबंधांचा सौक्ष्मिक अभ्यास (Micro) केला आहे. महाराष्ट्रातील निवडणुकांचा अभ्यास सर्वेक्षण पद्धतीने संस्थात्मक पातळीवर (सीएसडीएस, दिल्ली आणि राज्यशास्त्र विभाग-सावित्रीबाई फुले पुणे विद्यापीठ) केला गेला आहे. त्यापेक्षा वेगळा हा अभ्यास आहे; कारण जात, जातसंघटना, आरक्षणाचे राजकीयीकरण, शहरी-ग्रामीण घटक आणि निवडणुका यांच्या सहसंबंधातील तथ्यांचे संकलन शिवसेना, काँग्रेस, राष्ट्रवादी, बहुजन महासंघ, शेकाप, भाकप, माकप व भाजप यांच्या स्थानिक नेत्यांशी चर्चा करून, माहिती मिळाली आहे. प्रमुख पक्षांच्या नेत्यांच्या मुलाखती घेतलेल्या आहेत; त्यामधून देखील माहितीचे संकलन केले गेले आहे. याखेरीज विविध जिल्ह्यांमध्ये फिरून तेथील माहितगार व्यक्तींकडून माहिती गोळा केली आहे. निवडणूक प्रचारासंबंधीचे वृत्त, लेख, पक्षांना व उमेदवारांना दिलेला पाठिंबा यांचे वृत्तपत्रांतून संकलन केले आहे. अशा पद्धतीने माहितीचे संकलन १९९५ ते २०१४या दरम्यान केले गेले. थोडक्यात, जवळजवळ वीस वर्षे सातत्याने हे संकलन केले गेले. ही माहिती विभाग दोन ते चार यांमध्ये मांडलेली आहे. हे तथ्यांचे संकलन लक्षवेधक तर आहेच परंतु त्याखेरीज ती तथ्ये वस्तुनिष्ठ स्वरूपाची आहेत. एव्हाना त्यांचे रूपांतर आकडेवारीमध्ये केले आहे; यामुळे वस्तुस्थितीचे बिनचूक आकलन करण्यास त्यांचा उपयोग झाला आहे. राजकीय प्रक्रिया सामाजिक घटकांच्यामधून घडत गेली, त्यांचे विश्लेषण केले आहे. परंतु, राजकीय प्रक्रिया एका व्यापक चौकटीमध्ये घडते; म्हणून विभाग एकमध्ये राजकीय प्रक्रियेचा अर्थ, पश्चिम भारताची राजकीय प्रक्रिया, त्यांचा निवडणुकीच्या राजकारणावरील परिणाम, निवडणूक अभ्यास, जात आणि राजकीय अर्थकारण यांच्या संदर्भांचे विश्लेषण केले आहे; कारण यामधून राजकारणाच्या अंतर्गत धारा प्रवाहांचे वहन झाले; तसेच त्यामधून

सामाजिक-सांस्कृतिक दुवे जोडले गेले. विशेषत: पश्चिम भारताची राजकीय प्रक्रिया, निवडणूक अभ्यास, जात आणि राजकीय अर्थकारण या प्रकरणांमध्ये अंतर्गत धारा प्रवाहांचे वहन कसे झाले, यांचे तळागाळातील सौक्ष्मिक विवेचन केले आहे. याशिवाय, बहुजनवाद या संकल्पनेतील फेरबदल नोंदविले आहेत.

सकलजनवाद

बहुजनवाद ही संकल्पना सातत्याने बहुसंख्याकवाद या स्वरूपामध्ये मांडली गेली आहे. मात्र, इथे बहुजनवाद ही संकल्पना सकलजनवाद या स्वरूपामध्ये अभिव्यक्त होते, असे विश्लेषण केले आहे. तो काळ सर्वसाधारणपणे साठीचे दशक हा होता (१९६०-१९७०). त्या संकल्पनेचे शिल्पकार यशवंतराव चव्हाण होते. हा मुद्दा विभाग दोनमध्ये बहुविविधता, राजकीय समावेशन आणि सर्वसमावेशकता या कसोट्यांवर आधारित सविस्तरपणे मांडलेला आहे. त्यांचे संबंध राजकीय अर्थकारणाच्या चौकटीमध्ये स्पष्ट केले आहेत. त्या निकषांच्या आधारे नव्वदीच्या दशकातील निवडणुकीचे विश्लेषण केले आहे. हे पुस्तक एकूण चार विभागात विभागले गेले आहे. प्रथम भागात राजकीय प्रक्रियेतील मध्यस्थ घटकांच्या आधारे विवेचन केले आहे. विभाग दोनमध्ये सकलजनवादी राजकारण, विधानसभा निवडणुका, जात संघटना, ग्रामीण-शहरी द्वंद्व, राजकीय पक्ष, आघाड्या, राजकीय प्रक्रियेतील नेतृत्व, उपप्रदेशवाद, सामाजिक सत्तासंघर्ष या घटकांची चर्चा केली आहे.

सामाजिक ध्रुवीकरण

तिसरा विभाग हा लोकसभा निवडणुकांच्या संदर्भातील आहे. १९९६ पासून ते २०१४ पर्यंतच्या निवडणुकांचे विश्लेषण या विभागात केले आहे. जातवास्तव व राजकीय पक्ष यांचे विश्लेषण हा मध्यवर्ती आशय या विभागात मांडला आहे. चौथ्या विभागात सामाजिक न्याय, आरक्षण, नवीन आर्थिक धोरण आणि सत्ता स्पर्धा या घटकांचे विश्लेषण केले आहे. राजकीय मध्यस्थ म्हणून सामाजिक न्याय, आरक्षण व नवीन आर्थिक धोरण हे घटक राजकीय पक्षांनी उपयोगात आणले. यातूनच भारतीय राजकारणाची मर्यादा स्पष्ट झाली. विभाग चार मधून भारतीय राजकीय प्रक्रियेतील महत्त्वाच्या सामाजिक घटकांचे विश्लेषण झाले आहे. याशिवाय, स्थानिक शासन संस्थांच्या निवडणुकांचे विश्लेषण केले आहे. मुख्य राजकीय पक्षांची राज्यपातळीवरील ताकद आणि स्थानिक पातळीवरील ताकद वेगवेगळी आहे. स्थानिक पातळीवरील ताकदीचे रूपांतरण राज्यपातळीवर झाले नाही. मात्र, स्थानिक पातळीवर राजकीय पक्षांना ताकद मिळत होती. महिला, ओबीसी आणि दलित या वर्गांमध्ये शासकवर्ग

स्थानिक पातळीवर तयार होत होता. त्यांच्यामध्ये तीव्र सामाजिक संघर्ष आणि स्पर्धा होती. ही स्पर्धा कोल्हापूर जिल्ह्यातील नगरपालिकांच्या उदाहरणांवरून स्पष्टपणे दिसते. कोल्हापूर जिल्ह्यात एकूण २१ दलित नगराध्यक्ष झाले. त्यांपैकी सहा नवबौद्ध, सहा मातंग, सात चर्मकार, प्रत्येकी एक ढोर व खाटीक असे झाले (पाहा-कुचेकर). दलित या वर्गवारीमध्ये नवबौद्ध, मातंग व चर्मकार या तीन समूहांमध्ये तीव्र राजकीय स्पर्धा आणि सामाजिक संघर्ष दिसतो. त्यांचा परिणाम राजकीय पक्षांवर झाला आहे; तसेच, 'दलित समूहातील सामाजिक आधार एकमुखी मिळत नाही' असे यावरून दिसते. निमशहरी भागाच्या खेरीज ग्रामीण भागात हे चित्र भिन्न दिसते; कारण कोल्हापूर जिल्ह्यातील पंचायत समितीमध्ये १९ सभापती दलित झाले. त्यांपैकी १५ सभापती नवबौद्ध समाजातील झाले होते(पाहा-कुचेकर). अन्य समाजातील केवळ चार सभापती झाले होते (दोन-खाटीक, प्रत्येकी मातंग व चर्मकार एक एक). थोडक्यात, दलित समाजाच्या राजकारणात फेरबदल झाले. दलित समाजाचे राजकारण दलितांच्या अंतर्गत नवबौद्धेतर जातीकडे सरकत गेले. हा बदल १९९५ ते २०१४च्या विधानसभा आणि लोकसभा निवडणुकांमध्ये दिसतो.

भारतीय राजकीय प्रक्रिया ही गतिशील होत आहे, असे दिसून आले. पक्ष, नेतृत्व, जात, धर्म, शहर-ग्रामीण, सामाजिक न्याय, आरक्षण, हे घटक राजकीय प्रक्रिया घडवितात. राजकीय प्रक्रिया सामाजिक वास्तवातून आकार घेते; त्यामुळे भारतीय समाजवास्तवामध्ये भारतीय राजकारण खोलवर गुंतलेले आहे. समाज वास्तवामध्येच वाद-विवाद-संवाद, समझोते, सत्तासंघर्ष, सत्तास्पर्धा, सत्तावाटप यांच्या विचारांची आदान-प्रदान होते. समाज वास्तवाबद्दल मोठा वादंग दिसतो. मा-त्र, राजकीय प्रक्रिया गतिशील करण्यासाठी, वंचितांच्या भागीदारीचा दावा करण्यासाठी, महिलांच्या भागीदारीचा दावा करण्यासाठी सरतेशेवटी समाज वास्तवाच्या चौकटीमध्ये समझोते घडत गेले आहेत, असे या अभ्यासात दिसते. जात या घटकांची चर्चा लोकप्रिय आहे. मात्र, जातवाद अशी चौकट मात्र नीटनेटकेपणे महाराष्ट्र, गुजरात आणि गोवा येथे सत्ताधारी झाली नाही. काँग्रेस चौकट, भाजप चौकट किंवा शिवसेना-भाजप चौकट अशा चौकटींमध्ये सत्ता संघर्षाचे व राजकीय भागीदारीचे दावे पश्चिम भारतामध्ये झाले आहेत. लोकशाही चौकटींमध्ये ही राजकीय प्रक्रिया घडली आहे. लोकशाही चौकटींमध्ये राजकीय प्रक्रिया पूर्ण क्रांतिकारी नव्हती. शोषणमुक्ती, दलितमुक्ती, स्त्रीमुक्ती आणि त्यांच्या राजकीय भागीदारीचा मुद्दा महत्त्वाचा असूनही, संबंध मात्र शोषणाचे आणि आश्रयदाता स्वरूपाचे घडवले गेले होते. 'आमूलाग्र बदल' हा मुद्दा सातत्याने चळवळीच्या स्वरूपात होता. मात्र, त्यास राजकारणात निर्णय निश्चितीचे स्थान मिळाले नाही; त्यामुळे राजकीय प्रक्रिया मंद किंवा रोडावलेली दिसते; तसेच भ्रष्टाचार,

नोकरशाही, वर्चस्वशाली जाती, पैसा, धाकदपटशाही यांनी राजकीय प्रक्रियेमध्ये दबदबा निर्माण केला आहे. नव्याने मीडिया या घटकाने देखील राजकीय प्रक्रियेवर प्रभाव पाडला आहे. महिला, दलित, आदिवासी, ओबीसी हे घटक सत्तावाटपाची प्रक्रिया प्रवाही करण्यासाठी प्रयत्नशील आहेत; मात्र, सत्ता वाटपाची व भागीदारीची प्रक्रिया खुली झाली नाही, हे भारतीय राजकीय प्रक्रियेपुढील एक आव्हान देखील आहे.

राजकीय भागीदारीला कशाची गरज असते. त्यांचे आरंभीचे उत्तर 'साक्षरता' हे होते. भारतामध्ये आदिवासी भागात महिला, सरपंच व सभापती झाले आहेत. त्यांच्यावतीने कारभार करणारी मध्यस्थ यंत्रणा उदयास आली आहे. राजकीय भागीदारीसाठी साक्षरता जेथे आहे, तेथे आश्रयदाता संबंध मोडण्याची गरज आहे. सर्व प्रकारच्या राखीव जागांवरील प्रतिनिधी हे प्रत्यक्षपणे राजकीय भागीदारीचे उदाहरण होत नाही. पक्ष, नेतृत्व, वर्चस्वशाली जात अशा मध्यस्थांच्या मार्फत कारभार चालविला जातो. महाराष्ट्रात नवबौद्ध दलितांना वगळून हिंदू दलितांना राजकीय भागीदारी आश्रयदाता संबंधामुळे मिळते. यामुळे राजकीय प्रक्रिया ही सीमित आहे. एव्हाना, जनप्रतिनिधींच्या निवडीची प्रक्रिया अनिवार्य आहे. परंतु, कोणाची निवड करण्याचे स्वातंत्र्य मध्यस्थ गटाच्या हाती दिसते; त्यामुळे राजकीय भागीदारीची मुळे खोलवर रुजली नाहीत.

सत्तासंघर्ष : काँग्रेसचा ऱ्हास व भाजपचा उदय

१९८६ पर्यंत शरद पवार प्रस्थापित विरोधी शक्तीचे एकत्रीकरण करत होते. १९८६ नंतर शरद पवारांचे नेतृत्व प्रस्थापित या शक्तीमध्ये विलीन झाले. शरद पवार प्रस्थापित आणि प्रस्थापितांच्या विरोधातील ताकद यांच्या समन्वयाचा प्रयत्न करत होते. मात्र, सत्ता स्पर्धा आणि सत्तासंघर्षाने ऐंशीच्या दशकाच्या शेवटी काँग्रेस विरोधी वळण घेतले. प्रस्थापितांच्या विरोधातील ताकद संघटित होत गेली. या प्रक्रियेमधून सरंजामी प्रस्थापित मराठा विरोधी ताकद जास्त कृतिशील झाली. प्रस्थापित विरोधी ताकदीमध्ये उच्च जाती, ओबीसी, दलित, आदिवासी यांच्यामध्ये हळूहळू सरंजामी मराठा विरोधाची सहमती होत गेली. हा मुद्दा मंत्रीमंडळामध्ये सुस्पष्टपणे दिसतो. नव्वदीच्या दशकापासून काँग्रेस पक्षाने सरंजामी मराठा राजकारणाचे समर्थन केले. त्यांचा परिणाम सरंजामी मराठा विरोधी सामाजिक शक्ती काँग्रेसकडून शिवसेना आणि शिवसेनेकडून भाजपकडे वळलेल्या दिसतात. या प्रक्रियेमधून काँग्रेसचा ऱ्हास व भाजपचा उदय झाला. १९६० ते १९७५ या दरम्यानच्या तीन मंत्रीमंडळांमध्ये मराठा मंत्र्यांची संख्या नियंत्रित ठेवलेली दिसते. विशेष म्हणजे यशवंतराव चव्हाणांच्या मंत्रीमंडळामध्ये २६ पैकी ११ मंत्री मराठा-कुणबी जातीगटातील होते; तर मराठेतरांची

संख्या जास्त होती (२६ पैकी १५). १९७७ नंतर मंत्रीमंडळामध्ये मराठा मंत्र्यांची संख्या वाढत गेली. जोशी आणि फडणवीस मंत्रीमंडळामध्ये मराठा मंत्र्यांची संख्या मर्यादित होती. मात्र, एकूण सर्व मंत्रीमंडळांमध्ये ८९७ पैकी ४०० मराठा मंत्र्यांची संख्या होती (४५ टक्के). मात्र, मराठा आणि कुणबी यांचे एकत्र मंत्रीमंडळामध्ये संख्याबळ ५० टक्के होते. मराठा-कुणबी जातीची सरासरी ३० टक्के मानली तर जवळजवळ २० टक्के सत्तास्थाने मराठा-कुणबी जातीला जास्तीची मिळाली आहेत. ओबीसी समूहातील सर्व गटांचे एकत्रित मंत्रीमंडळातील स्थान १५.२७ टक्के होते (८९७ पैकी १३७). म्हणजेच, ओबीसींचा सत्तेमधील वाटा मराठा जातीकडे गेला (१४.७३ टक्के). या मुद्यावर मराठा विरोधी ओबीसी असा सत्तासंघर्ष १९८८ पासून दिसून येतो. अनुसूचित जातींना सत्तेमध्ये ८.३६ टक्के भागीदारी मिळाली आहे (८९७ पैकी ७५). अनुसूचित जमातींना सत्तेमध्ये ६.४६ टक्के भागीदारी मिळाली आहे (८९७ पैकी ५८). अल्पसंख्याकांना सत्तेमध्ये ७ टक्के भागीदारी मिळाली आहे (८९७ पैकी ६३). अमराठी समूहाला सत्तेमध्ये ८.५८ टक्के भागीदारी मिळाली आहे (८९७ पैकी ७७). तर, उच्च जातींना सत्तेमध्ये ४.१२ टक्के भागीदारी मिळाली आहे (८९७ पैकी ३७). मथितार्थ, मराठा वर्चस्व सत्तेच्या संदर्भात विधानसभा पातळीवर सुस्पष्टपणे दिसते. उच्च जातींना सर्वसाधारणपणे त्यांची राजकीय भागीदारी मिळत गेली आहे. मात्र, मराठा आणि ओबीसी यांच्यामध्ये सत्तासंघर्ष दिसतो. हीच महाराष्ट्राच्या राजकारणातील मुख्य संघर्षभूमी १९८८ नंतर राहिली आहे (पहा तक्ता क्र.१).

१९८८ पासून सत्तेचा संघर्ष तीव्र झाला. वसंतदादा पाटील यांनी शरद पवारांना मुख्यमंत्री करण्यासाठी प्रयत्न केले. पाटील व पवार गटांचे एकीकरण झाले (EPW, 4 July 1987 : 1051). राजीव गांधींनी शंकरराव चव्हाणांच्या जागी शरद पवारांना मुख्यमंत्री केले होते (२५ जून १९८८). पवारांच्या मंत्रीमंडळात १७ कॅबिनेट मंत्री होते. १७ पैकी ०८ कॅबिनेट मंत्री मराठा जाती गटामधील होते (शरद पवार, रामराव आदिक, विलासराव देशमुख, शिवाजीराव देशमुख, पद्मसिंह पाटील, अभयसिंह राजे भोसले, विजयसिंह मोहिते पाटील व कमलकिशोर कदम). शरद पवार वगळता उर्वरित मराठा मंत्री सरंजामी मूल्यव्यवस्थेचे पुरस्कर्ते होते. त्यामुळे एकूण मंत्रीमंडळ सरंजामी प्रभावाखालील होते. बिगर सरंजामी मराठ्यांचे प्रतिनिधी मंत्रीमंडळात नव्हते. तर प्रभा राव व दत्ता मेघे हे दोन कुणबी समाजाचे कॅबिनेट मंत्री होते. मराठा-कुणबी अशी एकत्र वर्गवारी धरली तर मराठा-कुणबी वर्चस्व कॅबिनेटमध्ये होते. परंतु, कुणबी अस्मिता मराठ्यांपासून वेगळी झाली होती. त्यामुळे कॅबिनेट मंत्रीमंडळात मराठेतरांची संख्या जास्त होती (१७ पैकी ०९). सुशीलकुमार शिंदे हे नवबौद्धेतर कॅबिनेट मंत्री होते. ते हिंदू दलित आहेत. जवाहरलाल दर्डा व चंदीलाल गुप्ता हे दोन

अमराठी कॅबिनेट मंत्री होते. आगरी आणि बंजारा असे दोन, इतर मागास वर्गातील दोन कॅबिनेट मंत्री होते. प्रत्येकी एक अनुसूचित जमाती व मुस्लीम समाजातील कॅबिनेट मंत्री होते. पवारांच्या मंत्रीमंडळात राज्यमंत्री १९ होते. १९ पैकी १० मराठा आणि ०९ मराठेतर जाती गटातील राज्यमंत्री होते. विशेष कोमटी, तेली, कुणबी, बंजारी व लिंगायत असे इतर मागास जाती गटातील राज्यमंत्री होते. मुस्लीम आणि अनुसूचित जमातींपैकी प्रत्येकी एक राज्यमंत्री होते. विशेष म्हणजे, दलित आणि उच्च जातींमधील कोणाचाही समावेश केला गेला नव्हता. दलित आणि उच्च जातींमध्ये सत्तावाटपाच्या मुद्यावर असंतोष होता. शेतकरी ओबीसींना मंत्रीमंडळामध्ये स्थान दिले गेले होते. बिगर शेतकरी ओबीसींमध्ये सत्तावाटपाच्या मुद्यावर असंतोष होता. बिगर सरंजामी मराठा, बिगर शेतकरी ओबीसी, दलित आणि उच्च जाती या ऐंशीच्या दशकाच्या शेवटी काँग्रेस विरोधी आणि शरद पवार विरोधी जाण्याची राजकीय प्रक्रिया घडत होती.

१९९०मध्ये विधानसभेच्या निवडणुका झाल्या. ४ मार्च १९९० रोजी पुन्हा शरद पवार सरकार सत्तेवर आले. तेव्हा मराठा जातीमधील नेत्यांचा दबाव वाढत गेला. पवारांच्या मंत्रीमंडळात १६ पैकी १० मराठा कॅबिनेट मंत्री मराठा जाती गटामधील होते (रामराव आदिक, विलासराव देशमुख, शिवाजीराव देशमुख, पद्मसिंह पाटील, अभयसिंह राजे भोसले, विजयसिंह मोहिते पाटील, पुष्पाताई हिरे, शंकरराव कोल्हे, भारत बोंद्रे व कमलकिशोर कदम). विशेष म्हणजे या मंत्रीमंडळातून अमराठी समाजाला वगळले गेले; तसेच केवळ वंजारी समाज वगळता ओबीसी वर्गातील कॅबिनेट मंत्री नव्हते. मात्र, रामदास आठवले हे नवबौद्ध आणि सुशीलकुमार शिंदे हे नवबौद्धेतर कॅबिनेट मंत्री होते. नवबौद्ध दलित आणि हिंदू दलित अशा प्रकारचा समतोल राखला गेला होता. प्रत्येकी एक कुणबी, अनुसूचित जमाती व मुस्लीम समाजातील कॅबिनेट मंत्री होते. जयंतराव टिळक यांना विधान परिषद सभापती आणि मधुकरराव चौधरी यांना विधानसभा अध्यक्ष केले होते. मात्र, एकूण मंत्रीमंडळात शरद पवार वगळता उर्वरित मराठा मंत्री सरंजामी मूल्यव्यवस्थेचे पुरस्कर्ते होते. पवारांच्या मंत्रीमंडळात राज्यमंत्र्यांची संख्या घटली होती. ०८ राज्यमंत्र्यांपैकी ०४ राज्यमंत्री मराठा होते. दोन अमराठी, प्रत्येकी एक एक धनगर व मुस्लीम होते (शिवाजीराव शेडगे व सय्यद अहमद). एकूण मंत्रीमंडळाचा समतोल राखला गेला नव्हता. सामाजिकदृष्ट्या सत्तावाटप विषम आहे, अशी जाणीव वाढत होती.

२६ जून १९९१ रोजी सुधाकरराव नाईक मंत्रीमंडळ सत्तेवर आले. नाइकांच्या मंत्रीमंडळात १७ कॅबिनेट मंत्री होते. १७ पैकी ११ कॅबिनेट मंत्री मराठा जाती गटामधील होते (रामराव आदिक, पद्मसिंह पाटील, विलासराव देशमुख, शिवाजीराव

देशमुख, विजयसिंह मोहिते पाटील, अनंतराव थोपटे, पुष्पाताई हिरे, शंकरराव कोल्हे, रोहिदास पाटील व विलासराव पाटील). तर १७ पैकी ०७ बिगर मराठा कॅबिनेट मंत्री होते. विशेष म्हणजे सुधाकरराव नाईक–मुख्यमंत्री व छगन भुजबळ हे दोन ओबीसी कॅबिनेट मंत्री होते. इतर मागास समाजाच्या राजकीय वातावरणानंतर प्रथमच सुधाकरराव नाईक–मुख्यमंत्री व छगन भुजबळ हे दोन ओबीसी कॅबिनेट मंत्री झाले होते. रामदास आठवले हे नवबौद्ध आणि सुशीलकुमार शिंदे हे नवबौद्धेतर कॅबिनेट मंत्री होते. नवबौद्ध दलित आणि हिंदू दलित अशा प्रकारचा समतोल राखला गेला होता. जवाहरलाल दर्डा पुन्हा मंत्रीमंडळात आले होते. विशेष म्हणजे २२ राज्यमंत्री सुधाकरराव नाईक मंत्रीमंडळात होते. २२ पैकी ११ मराठा जातीगटामधील होते; तर ११ मराठेतर होते. मंत्रीमंडळामध्ये मराठा आणि मराठेतर असा तणाव होता. याशिवाय, शरद पवार गट आणि सुधाकरराव नाईक गट असाही तणाव होता.

६ मार्च १९९३ रोजी शरद पवार मंत्रीमंडळ सत्तेवर आले. पवारांच्या मंत्रीमंडळात एकूण १८ कॅबिनेट व २२ राज्यमंत्री असे एकूण ४० मंत्री होते. १८ पैकी १० कॅबिनेट मंत्री व २२ पैकी ११ राज्यमंत्री मराठा जाती गटामधील होते (विलासराव देशमुख, रोहिदास पाटील, रणजित देशमुख, शिवाजीराव देशमुख, अभयसिंह भोसले, विजयसिंह मोहिते पाटील, पतंगराव कदम, विलासराव पाटील, पुष्पाताई हिरे). रामराव आदिक, पद्मसिंह पाटील, अनंतराव थोपटे, शंकरराव कोल्हे हे मराठा मंत्रीमंडळाच्या बाहेर गेले. तर १८ पैकी ०८कॅबिनेट मंत्री व २२ पैकी ११ राज्यमंत्री बिगर मराठा होते. मात्र, अनुसूचित जमातीतील स्वरूपसिंग नाईक व मधुकर पिचड यांचे कॅबिनेट मंत्री म्हणून वरचे स्थान होते. ओबीसी गटामधील छगन भुजबळ आणि बबनराव ढाकणे यांचे महत्त्व वाढले होते. रामदास आठवले पुन्हा कॅबिनेटमंत्रीमंडळात आले होते. राज्यमंत्र्यांपैकी एक तेली समाजातील होते (जयदत्त क्षीरसागर). तर, एकनाथ गायकवाड (नवबौद्ध) आणि लक्ष्मण ढोबळे (मातंग) हे अनुसूचित जातीगटातील दोन मंत्री होते. मथितार्थ, मराठा आणि मराठेतर यांच्यामध्ये सत्तेचा संघर्ष होता. काँग्रेस त्या पार्श्वभूमीवर बहुजनवादाचा दावा करत होती. भाजप, शिवसेना आणि बहुजन महासंघ, बहुजन समाज पक्ष यांनी काँग्रेसचा बहुजन विचार मराठाकेंद्रित असल्याची भूमिका घेतली होती; त्यामुळे 'मराठा विरोधी राजकारण' असे स्वरूप आले होते.

उच्च जातीचा पुढाकार

१९९५ मध्ये सत्तांतर झाले. काँग्रेस पक्षाचा पराभव झाला आणि शिवसेना–भाजप हे दोन पक्ष बहुमताच्या जवळ गेले. संयुक्त महाराष्ट्राच्या स्थापनेनंतर प्रथमच बिगर काँग्रेस पक्षांचे मनोहर जोशी सरकार स्थापन झाले. त्यांच्या मंत्रीमंडळात एकूण

२६ कॅबिनेट व २१ राज्यमंत्री असे ४७ मंत्री होते. शिवसेनेचे २१, भाजपचे २० व अपक्ष ०६ मंत्री होते. यशवंतराव चव्हाण मंत्रीमंडळात दोन, मारुतराव कन्नमवार मंत्रीमंडळात एक, वसंतराव नाईक मंत्रीमंडळात एक, कॅबिनेट मंत्री उच्च जातीचे होते. त्यानंतर शंकरराव चव्हाण मंत्रीमंडळात दोन राज्यमंत्री उच्च जातीचे होते. वसंतदादा पाटील मंत्रीमंडळात एक कॅबिनेट मंत्री व एक राज्यमंत्री उच्च जातीचे होते. १९७७च्या शरद पवार मंत्रीमंडळात एक राज्यमंत्री उच्च जातीचे होते. पुन्हा अंतुले मंत्रीमंडळात एक कॅबिनेट मंत्री व एक राज्यमंत्री उच्च जातीचे होते. बाबासाहेब भोसले (१९८२), वसंतदादा पाटील (१९८३), निलंगेकर (१९८५) मंत्रीमंडळात उच्च जातीचे मंत्री नव्हते. १९८६च्या चव्हाण मंत्रीमंडळात एक राज्यमंत्री उच्च जातीचे होते. १९८८ पासून पुन्हा उच्च जातींना मंत्रीमंडळात स्थान मिळाले नाही. या पार्श्वभूमीवर आधारित १९९५ मध्ये मुख्यमंत्री पदासह पाच कॅबिनेट व एक राज्यमंत्री उच्च जाती गटातील झाले होते. कॅबिनेटमधील २६ पैकी सहा आणि २१ राज्यमंत्र्यांपैकी १० मराठा जातीगटातील होते. थोडक्यात, मराठेतर मंत्री कॅबिनेटमध्ये २० आणि राज्यमंत्री ११ होते. या आकडेवारीवरून मराठा जातीकडून बिगर मराठा जातीकडे सत्तांतर झाले असे दिसते. मराठा नेतृत्वाने बिगर मराठा नेतृत्वाच्या नियंत्रणाखाली पूर्णपणे काम करण्याची नवी परंपरा सुरू झाली. दौलतराव आहेर, नारायण राणे, हरिभाऊ बागडे, शशिकांत सुतार, दिवाकर रावते हे काँग्रेस विरोधी परंपरेतील मराठा मंत्री होते. मात्र, या नव्या सत्ता समीकरणाशी जुळवाजुळव राधाकृष्ण विखे, अशोक पाटील डोणगावकर, बाबासाहेब धाबेकर, हर्षवर्धन पाटील, अनिल देशमुख, सुनील केदार यांनी केली. त्यांचे काँग्रेस परंपरेतील राजकारण हिंदुत्व विचारप्रणालीच्या सरकारला पाठिंबा देण्याकडे सरकले. यामुळे काँग्रेस व्यवस्थेचा ऱ्हास झाला. या बरोबरच मराठा वर्चस्वाचा ऱ्हास झाला. ११ मंत्री ओबीसी समाजातील झाले होते (कुणबी, लेवापाटील, धनगर, वंजारी, आगरी). ११ पैकी सात मंत्री कॅबिनेटमध्ये होते. त्यांचे स्थान मराठ्यांपेक्षा वरचे होते. ओबीसींकडे सत्ता सरकण्याची ही एक मोठी घटना होती. विशेष म्हणजे, गोपीनाथ मुंडे (वंजारी) हे त्यांचे मुख्य सूत्रधार होते. ते जोशी मंत्रीमंडळात उपमुख्यमंत्री होते. मराठ्यांकडून ओबीसी आणि उच्च जातीकडे सत्तांतर यामुळे घडून आले. इथे उच्च जाती, ओबीसी आणि हिंदू दलित असा सामाजिक समझोता झाला होता. त्यांच्याशी मराठा आणि मुस्लीम नेते जुळवून घेत होते. तसेच त्यांच्याशी चर्मकार (बाबनराव घोलप) आणि मातंग नेते (दिलीप कांबळे) जुळवून घेत होते. थोडक्यात, जुळवून घेण्याची प्रक्रिया (Adaptation) मराठा, आणि दलित समाजामध्ये घडली होती. फेब्रुवारी १९९९ मध्ये नारायण राणे हे मराठा समाजातील मुख्यमंत्री शिवसेनेने दिले होते. त्यांचा मुख्य उद्देश मराठा जातीमध्ये शिरकाव करण्याचा होता. राणे

मंत्रीमंडळामध्ये ५० पैकी १७ मंत्री मराठा होते. त्यांपैकी ०५ कॅबिनेट आणि १२ राज्यमंत्री होते; तर ३३ मराठेतर मंत्री होते. मथितार्थ, मुख्यमंत्री मराठा होता. परंतु, त्यांच्यावर नियंत्रण मराठेतरांचे होते. शिवाय, सरंजामदार मराठ्यांना राणे त्यांचे प्रतिनिधी वाटत नव्हते. थोडक्यात, १९९५-१९९९च्या दरम्यान काँग्रेस व्यवस्थेचे सामाजिक आधार मोडले गेले. १९९९मध्ये शरद पवारांनी राष्ट्रवादी काँग्रेस पक्षाची स्थापना केली. त्यामुळे मराठा समाजातील पाठिंबा काँग्रेससह चार पक्षांमध्ये विभागला गेला. त्यामुळे काँग्रेसच्या ऱ्हासची ही मोठी घडामोड ठरली. त्याचबरोबरच मराठा राजकारणाच्या ऱ्हासाचीदेखील ही मोठी घडामोड ठरली.

१८ आक्टोबर १९९९ रोजी विलासराव देशमुख मंत्रीमंडळ सत्तेवर आले. त्या मंत्रीमंडळामध्ये एकूण ६० मंत्री होते. ६० पैकी २५ मंत्री मराठा जाती गटातील होते; तर ३५ मंत्री हे मराठेतर जातीतील होते. याचा अर्थ, शिवसेना, भाजप सरकार नंतर काँग्रेस पक्षाचे सरकार येऊनही मराठेतरांची सत्तेतील भागीदारी मोठी होती. ११ मंत्री ओबीसी होते. त्यांपैकी ६ मंत्री कॅबिनेटमध्ये होते; तर ओबीसींच्या तुलनेत मराठा कॅबिनेट मंत्री तिप्पट होते. मात्र, उपमुख्यमंत्री छगन भुजबळ होते -(माळी). याशिवाय गणपतराव देशमुख, आनंदराव देवकाते, मकरंद पवार, जयदत्त क्षीरसागर, चंद्रकांत शिवरकर, सुनील तटकरे, मोहन पाटील हे देखील ओबीसी मंत्री होते. अनुसूचित जातींचे ६, अनुसूचित जमातींचे ५, मुस्लिमांचे ७ मंत्री होते. दलित या वर्गवारीतील भंगी, चर्मकार, मातंग, नवबौद्ध जातीतील मंत्री होते. थोडक्यात, मंत्रीमंडळ ऐंशीच्या दशकाच्या तुलनेत जास्त सर्वसमावेशक होते. मात्र, ओबीसी आणि दलित यांचा काँग्रेसवरील विश्वास कमी झाला होता. काँग्रेस पक्षाचे लक्ष या मुद्याकडे वेधले गेले होते. त्यामुळे काँग्रेसने २००३ मध्ये मराठेतर मुख्यमंत्री दिला.

एकविसाव्या शतकातील पहिले मंत्रीमंडळ १८ जानेवारी २००३ रोजी सुशीलकुमार शिंदेंचे सत्तेवर आले. सुशीलकुमार शिंदे हे पहिले दलित मुख्यमंत्री झाले. त्यांच्या मंत्रीमंडळामध्ये ६९ मंत्री होते. हे मंत्रीमंडळ सर्वांत मोठे असूनही उच्च जातीचे स्थान दिले गेले नाही. विशेष म्हणजे देशमुख (१९९९) ते चव्हाण (२०१०) पर्यंत उच्च जाती मंत्रीमंडळात नव्हत्या. शिंदेंच्या मंत्रीमंडळात ६९ पैकी ३२ मराठा जातीसमूहातील मंत्री होते. त्यामुळे शिंदेंवर मराठा नेत्यांचे नियंत्रण होते. त्यामुळे बिगर मराठेतरांचा असंतोष वाढत गेला. तरीही शिंदेंच्या मंत्रीमंडळात ११ ओबीसी मंत्री होते. मात्र, मंत्रीमंडळात मराठा-मराठेतर असा राजकीय वाद होता. शिंदेंच्या नेतृत्वाखाली २००४च्या विधानसभा निवडणुका घेण्यात आल्या. मात्र, निवडणुकीच्या नंतर देशमुखांचे सरकार सत्तेवर आले.

एकविसाव्या शतकातील दुसरे मंत्रीमंडळ विलासराव देशमुखांचे होते. देशमुख

मंत्रीमंडळात ४१ मंत्री होते. ४१ पैकी २८ कॅबिनेट मंत्री होते. २८ पैकी १४ कॅबिनेट मंत्री मराठा जातीगटातील आणि १४ मराठेतर होते; तर ५ कॅबिनेट मंत्री ओबीसी होते; म्हणजेच ओबीसींपेक्षा तीन पट जास्त मंत्री मराठा जातीगटातील होते. थोडक्यात, ५० टक्के सत्ता मराठा जातीतील मंत्र्यांकडे होती. शिवाय शिंदेंच्या नेतृत्वाखाली २००४च्या विधानसभा निवडणुका घेण्यात आल्या. मात्र, निवडणुकीच्या नंतर देशमुखांचे सरकार सत्तेवर आले. या कारणामुळे मराठा विरोध ओबीसी, दलित आणि उच्च जातींमध्ये होता. त्यामधून मराठा-मराठेतर वाद वाढत गेला. या मराठा-मराठेतर संघर्षभूमीवर आधारित अशोक चव्हाण मंत्रीमंडळ सत्तेवर आले होते (२००८). अशोक चव्हाण मंत्रीमंडळात ३९ मंत्री होते. ३९ पैकी २६ कॅबिनेट मंत्री होते. २६ पैकी १२ मंत्री मराठा जातीगटातील होते. तसेच निम्मे कॅबिनेटमंत्रीमंडळ मराठेतर होते. यामुळे मराठा-मराठेतर वाद वाढत गेला. याखेरीज काँग्रेस अंतर्गत नारायण राणे, विलासराव देशमुख आणि अशोक चव्हाण असे तीन मराठा गट मंत्रीमंडळामध्ये होते. विलासराव देशमुख आणि नारायण राणे यांनी उघडपणे चव्हाणांना विरोध केला होता. काँग्रेसच्याखेरीज राष्ट्रवादी काँग्रेस पक्षाचा देखील एक मराठा गट होता. त्यामुळे मराठा-मराठेतर आणि मराठा विरोधी मराठा गट अशी राजकीय संघर्षभूमी उदयास आली होती. या पार्श्वभूमीवर आधारित २००९च्या विधानसभा निवडणुका झाल्या होत्या. त्यानंतर पुन्हा मराठा-मराठेतर आणि मराठा विरोधी मराठा गट अशी संघर्षभूमी पुढे चालू राहिली. अशोक चव्हाण मंत्रीमंडळात ३८ मंत्री होते. ३९ पैकी २७ कॅबिनेट मंत्री होते. २७ पैकी १३ मंत्री मराठा जातीगटातील होते; म्हणजेच जवळजवळ निम्मे कॅबिनेट मंत्रीमंडळ मराठा आणि निम्मे कॅबिनेट मंत्रीमंडळ मराठेतर होते.

मराठा वर्चस्व आणि काँग्रेस व्यवस्थेच्या ऱ्हासाच्या पार्श्वभूमीवर पृथ्वीराज चव्हाण मंत्रीमंडळ सत्तेवर आले होते (२०१०). चव्हाण मंत्रीमंडळात ४० मंत्री होते. ४० पैकी ३० कॅबिनेट मंत्री होते. ३० पैकी १४ मंत्री मराठा जातीगटातील होते. मथितार्थ, जवळजवळ निम्मे कॅबिनेट मंत्रीमंडळ मराठा आणि निम्मे कॅबिनेट मंत्रीमंडळ मराठेतर होते. पृथ्वीराज चव्हाण मंत्रीमंडळाला देखील मराठा-मराठेतर आणि मराठा विरोधी मराठा गट अशी राजकीय संघर्षभूमी होती. विशेष म्हणजे, नारायण राणे आणि अजित पवार हे दोन मराठा गट पृथ्वीराज चव्हाण मंत्रीमंडळाला अंतर्गत विरोध करत होते. तर, पृथ्वीराज चव्हाण या दोन्ही मराठा गटांच्या विरोधात ठामपणे होते. पृथ्वीराज चव्हाण निष्ठावंत म्हणून सुपरिचित आहेत. प्रमिला काकी (चव्हाण) आणि आनंदराव चव्हाण हे त्यांचे आई-वडील देखील निष्ठावंत म्हणून सुपरिचित होते; त्यामुळे काँग्रेस अंतर्गत गटबाजी होती. अजित पवार हे छगन भुजबळ यांच्या जागी उपमुख्यमंत्री झाले होते. त्यांच्या मंत्रीमंडळामध्ये छगन भुजबळ केवळ कॅबिनेट मंत्री

होते. या कारणामुळे मराठा-मराठेतर वाद वाढला होता (मराठा ओबीसी). या सर्व आकडेवारीवरून पुढील निष्कर्ष दिसतात-एक, सत्तेच्या संदर्भात मराठा वर्चस्व सुस्पष्टपणे दिसते. दोन, मराठा वर्चस्वाला आव्हान मराठेतरांनी दिले होते, असे देखील दिसते. तीन, मराठा वर्चस्वाचा ऱ्हास दिसतो. चार, मराठा वर्चस्वाच्या ऱ्हासाचे एक कारण मराठा-मराठेतर वाद आणि दुसरे कारण मराठ्यांमधील चार-पाच गटांमधील सत्तास्पर्धा हे देखील होते. पाच, मराठा वर्चस्वाच्या ऱ्हासाची कारणे काँग्रेस वर्चस्वाच्या ऱ्हासाची देखील आहेत.

एकविसाव्या शतकामध्ये पहिले सत्तांतर २०१४मध्ये झाले. देवेंद्र फडणवीस मंत्रीमंडळ सत्तेवर आले होते (२०१४). फडणवीस मंत्रीमंडळात ३० मंत्री होते. ३० पैकी १८ कॅबिनेट मंत्री होते. १८ पैकी ०६ मंत्री मराठा जातीगटातील होते. मथितार्थ, जवळजवळ मराठेतर कॅबिनेट मंत्री तिपटीने जास्त आहेत. शिवाय, या मंत्रीमंडळातील मराठा मंत्री भाजप-शिवसेना पक्षामध्ये घडलेले मंत्री आहेत. त्यांची बांधिलकी हिंदुत्वाशी दिसते. विशेष म्हणजे चार उच्च जातीतील आणि चार ओबीसी असे एकूण आठ कॅबिनेट मंत्री देवेंद्र फडणवीस मंत्रीमंडळात सत्तेवर आले. यामधून राजकारणाचा पोत आणि आशय बदलला. त्यांची वैशिष्ट्ये पुढीलप्रमाणे आहेत- एक, मराठा राजकारणाचा ऱ्हास झाला. दोन, मराठा राजकारण पक्ष आणि गट यांच्यामध्ये विभागले गेले आहे. तीन, अस्थिर मराठा राजकारणाच्या पार्श्वभूमीवर भाजप या पक्षाचा सर्वांत मोठा पक्ष म्हणून उदय झाला आहे. चार, महाराष्ट्राच्या राजकारणाची पुनर्रचना भाजपच्या नेतृत्वाखाली २०१४मध्ये झाली. मात्र, एकूण सामाजिक संघर्षभूमी मात्र बदलली नाही; तिच्यामध्ये सातत्य दिसते.

सामाजिक शक्तीमध्ये फेरबदल

या ग्रंथाच्या विभाग दोन ते चारमध्ये विधानसभा, लोकसभा आणि स्थानिक शासन संस्थांच्या निवडणुकीत सामाजिक शक्ती काँग्रेसकडून शिवसेनेकडे, शिवसेनेकडून राष्ट्रवादीकडे आणि सरतेशेवटी या तीनही पक्षांकडून भाजपकडे वळलेल्या दिसतात. लोकसभा व विधानसभा सदस्यांच्या जातींच्या आधारे हा मुद्दा स्पष्ट केला आहे (पहा तक्ता क्र.२). म्हणजेच सामाजिक शक्ती महाराष्ट्रात गेली दोन दशके स्थिर नव्हत्या. सामाजिक शक्तीमध्ये अस्थिरता होती. त्यांचा परिणाम राजकीय पक्षांच्यावर झाला. नव्वदीपासूनच्या प्रत्येक निवडणुकीत पक्षाच्या ताकदीमध्ये मोठे फेरबदल झाले. एव्हाना, काँग्रेसचा ऱ्हास होतो. तेव्हा शिवसेना पक्षाचा उदय होतो (१९९५ व २०१४); तर, काँग्रेस व शिवसेना पक्षाचा ऱ्हास होऊन राष्ट्रवादीचा उदय होतो (१९९९). शिवसेनेचा ऱ्हास होतो आणि मनसेचा उदय होतो (२००९). काँग्रेस,

तक्ता क्र. १ : मंत्रीमंडळाचे जातीगटानुसार वर्गीकरण (१९६०–२०१४)

मंत्रीमंडळ	उच्च जाती	मराठा	कुणबी	ओबीसी	अ. जाती	अ. जमाती	अल्पसंख्याक	अमराठी	एकूण
चव्हाण (१९६०)	२ (0)	५ (५)	१ (0)	२ (२)	१ (१)	(१)	२ (0)	१ (३)	२६
कन्नमवार (१९६२)	१ (१)	६ (९)	१ (0)	३ (१)	२ (१)	(१)	२ (१)	१ (१)	३१
नाईक (१९६३)	१ (१)	७ (६)	१ (0)	२ (0)	१ (0)	0 (१)	१ (१)	१ (१)	२४
नाईक (१९६७)	१ (0)	७ (४)	0 (१)	१ (१)	२ (0)	0 (१)	१ (१)	0 (0)	२0
नाईक (१९७२)	१ (0)	५ (४)	0 (२)	२ (२)	१ (१)	0 (१)	१ (0)	0 (0)	२0
चव्हाण (१९७५)	१ (२)	६ (७)	२ (0)	३ (0)	१ (३)	0 (१)	१ (२)	0 (२)	३१
पाटील (१९७७)	२ (१)	१0 (४)	१ (0)	५ (२)	१ (२)	0 (२)	१ (२)	१ (३)	४0
पवार (१९७८)	१ (१)	८ (१0)	0 (१)	३ (0)	१ (१)	0 (१)	१ (१)	३ (0)	३५
अंतुले (१९८0)	१ (१)	७ (२)	१ (0)	0 (३)	१ (१)	२ (0)	१ (१)	२ (२)	२५
भोसले (१९८२)	0 (0)	४ (५)	0 (२)	२ (0)	१ (0)	१ (१)	१ (१)	१ (१)	२१
पाटील (१९८३)	0 (0)	४ (७)	0 (१)	१ (३)	२ (0)	१ (१)	0 (१)	२ (२)	२५
निलंगेकर(१९८५)	0 (0)	६ (५)	0 (0)	१ (३)	२ (१)	१ (१)	0 (२)	२ (१)	२५
चव्हाण (१९८६)	0 (१)	४ (७)	0 (१)	२ (१)	१ (0)	१ (0)	0 (१)	१ (१)	२१
पवार (१९८८)	0 (0)	८ (११)	२ (0)	२ (४)	१ (0)	१ (१)	१ (२)	२ (१)	३६
पवार (१९९0)	0 (0)	१0 (४)	१ (0)	१ (१)	२ (0)	१ (0)	१ (१)	0 (२)	२४

नाईक (१९९१)	० (१)	१० (११)	० (२)	२ (२)	२ (१)	१ (१)	१ (१)	१ (३)	३९
पवार (१९९३)	० (०)	१० (११)	१ (२)	२ (१)	१ (२)	२ (१)	१ (२)	१ (३)	४०
जोशी (१९९५)	५ (१)	६ (१०)	१ (४)	६ (०)	२ (२)	२ (०)	१ (०)	३ (४)	४७
राणे (१९९९)	५ (०)	५ (१२)	२ (२)	५ (५)	२ (३)	१ (३)	१ (०)	३ (१)	५०
देशमुख (१९९९)	० (०)	१५ (१०)	१ (२)	४ (७)	२ (४)	३ (२)	२ (५)	१ (२)	६०
शिंदे (२००३)	० (०)	१६ (१६)	० (२)	३ (८)	३ (३)	४ (२)	१ (४)	३ (४)	६९
देशमुख (२००४)	० (०)	१४ (५)	० (०)	५ (२)	२ (२)	३ (१)	२ (१)	२ (२)	४१
चव्हाण (२००८)	० (०)	१३ (६)	० (१)	७ (२)	२ (२)	२ (०)	२ (१)	० (१)	३९
चव्हाण (२००९)	० (०)	१३ (२)	१ (१)	५ (३)	२ (२)	२ (१)	२ (२)	२ (०)	३८
चव्हाण (२०१०)	० (०)	१४ (०५)	१ (१)	६ (२)	२ (०)	३ (१)	२ (१)	२ (०)	४०
फडणवीस (२०१४)	४ (२)	६ (३)	१ (०)	४ (३)	१ (२)	१ (१)	० (०)	१ (१)	३०
एकूण	२५ (१२)	२१९ (१८१)	१८ (२५)	७९ (५८)	४१ (३४)	३२ (२६)	२९ (३४)	३६ (४१)	८९७

(टीप : कंसातील आकडेवारी राज्यमंत्री आणि उपमंत्र्यांची आहे.)

तक्ता क्र. २ : मराठा–मराठेतर आमदारांचे पक्ष व निवडणूक निहाय वर्गीकरण

पक्ष	१९८५		१९९०		१९९५		१९९९		२००४		२००९		२०१४	
जात	मराठा	मराठेतर	मराठा	मराठेतर	मराठा	मराठेतर	मराठा	मराठेतर	मराठा	मराठेतर	मराठा	मराठेतर	मराठा	मराठेतर
काँग्रेस	७०	९१	७९	६२	४६	३४	३०	४५	२६	४३	३०	५२	२१	२२
रा.काँ.	३०	२४	–	–	–	–	३७	१९	४१	३०	३५	२७	१९	२२
भाजप	४	१२	१२	३०	१८	४७	२१	३७	१५	३९	०९	३७	४२	८०
शिवसेना	–	–	२६	२६	४०	३३	३८	३१	३९	२३	२७	१७	२७	३६
इतर	१८	१९	१५	२५	०८	१७	१०	०८	०३	१०	०९	२२	०४	१५
अपक्ष	११	०९	०७	०६	२६	१९	–	१२	१५	०४	१५	०८	–	–
एकूण	१३३	१५५	१३९	१४९	१३८	१५०	१३६	१५२	१३९	१४९	१२५	१६३	११३	१७५

(टीप : काँग्रेस एसचा समावेश राष्ट्रवादी काँग्रेसमध्ये १९८५च्या संदर्भात केला आहे.)

राष्ट्रवादी काँग्रेस आणि मनसे यांच्या ऱ्हासातून भाजपचा नव्याने सर्वांत मोठा पक्ष म्हणून उदय झाला (२०१४). या घडामोडी सामाजिक असंतोषाच्या चौकटीमध्ये घडल्या आहेत. त्यांचे विश्लेषण या ग्रंथाच्या विभाग दोन ते चारमध्ये केले आहे. चौथा विभाग स्थानिक शासन संस्थांच्या राजकारणासंदर्भातील आहे. इथे देखील सामाजिक असंतोषामुळे अस्थिरता दिसते; त्यांची आकडेवारी दिली आहे. तसेच, नवीन सामाजिक शक्तीमधील फेरबदल नोंदविले आहेत. ओबीसी आणि महिलांचे स्थानिक शासन संस्थांमधील आरक्षण धोरण काँग्रेस पक्षाला उपयुक्त ठरले. त्याबरोबरच काँग्रेसमध्ये प्रस्थापित सरंजामी व्यवस्था असल्यामुळे नवीन सामाजिक शक्ती काँग्रेस पक्षाच्या बाहेर देखील गेली. हा परिणाम १९९९ नंतर राष्ट्रवादी काँग्रेसवर देखील झाला. निष्कर्ष म्हणजे स्थानिक पातळीवर प्रस्थापित सरंजामी व्यवस्था विरोधी राजकीय प्रक्रिया घडली. त्यामधून शिवसेना आणि भाजपची ताकद वाढत गेली.

समान आर्थिक धोरणे

महाराष्ट्राच्या राजकारणात सामाजिक शक्तीमध्ये संघर्षभूमी आकाराला आली. मात्र, आर्थिक धोरणाच्या संदर्भात जवळजवळ एकमत होते. नव्वदीच्या दशकापासून 'आर्थिक सुधारणा कार्यक्रम' मराठा आणि मराठेतरांनी राबविला. खाजगी-सार्वजनिक यांच्यामध्ये खाजगी क्षेत्राचा विस्तार केला. खाजगी सहकारी साखर कारखाने, खाजगी दुध डेअरी प्रकल्प, बांधकाम क्षेत्र (बांधा, वापरा आणि हस्तांतरण) अशी समान आर्थिक धोरणे मराठा आणि मराठेतरांनी राबविली. मराठ्यांमधील विविध गट देखील हाच कार्यक्रम राबवित होते. पक्षीय पातळीवर देखील आर्थिक सुधारणा कार्यक्रमांबद्दल एकमत होते. थोडक्यात, शहरी, मध्यमवर्गीय आणि व्यापार-उद्योगकेंद्रित सार्वजनिक धोरणे आखली गेली. आधुनिक उदारमतवादी राजकीय अर्थकारणाची जागा नव अभिजात उदारमतवादी राजकीय अर्थकारणाने घेतली. हा संदर्भ जास्त सुस्पष्ट करण्यासाठी, राजकीय अर्थकारणाची प्रारूपे आणि गुजरात आणि बिहार मधील राजकीय अर्थकारणाची तुलना मांडली आहे. त्यांच्याआधारे महाराष्ट्रातील समान आर्थिक धोरणाचे स्वरूप समजून येते. या सामाजिक-आर्थिक संघर्षभूमीवर आधारित काँग्रेस पक्षाचा ऱ्हास आणि भाजपचा भारतीय आणि महाराष्ट्राच्या राजकीय क्षितिजावर उदय झाला आहे.

आर्थिक धोरणाच्या संदर्भात सर्व पक्षाचे एकमत होते. तेव्हाच कृषी क्षेत्राची मोठी अवहेलना झाली होती; कारण १९८४ ते १९८९ हा काळ वगळता भारताच्या कृषी खात्याला पूर्णवेळ पाच वर्षे मंत्री नव्हते. कृषीखात्याला दुय्यम स्थान दिले गेले होते (शरद पवार, २०१५ : २२१). २००४ नंतर शरद पवार हे कृषी खात्याला

पूर्णवेळ मंत्री मिळाले. त्यांनी कृषी खात्याशी संबंधित खात्यांचा एकत्रित विचार केला. नवीन प्रयोग भारतीय पातळीवर केले. अन्नधान्याच्या क्षेत्रात वाढ झाली. परंतु, तेव्हाच विशेष पश्चिम महाराष्ट्रातील शेतकरी संघटना दोन्ही काँग्रेस पक्षाच्या विरोधात गेली होती. स्वाभिमानी शेतकरी संघटनेने दोन्ही काँग्रेस पक्षाच्या विरोधातील असंतोषाच्या आधारे संघटन केले. भाजपच्या गोपीनाथ मुंडेंनी स्वाभीमानी शेतकरी संघटनेला पाठिंबा दिला. यातून दोन्ही काँग्रेस पक्षांचे सामाजिक आधार कृषी क्षेत्रातील धोरणावर आधारित देखील ठिसूळ भाजपने केले. शेतकरी वर्गातील दोन्ही काँग्रेस पक्षाची प्रतिमा यामुळे धूसर झाली. त्यामुळे काँग्रेस पक्षाचा ऱ्हास आणि भाजपचा उदय झाला.

समारोप

तक्ता क्र.१ आणि तक्ता क्र.२ वरून असे दिसते की, महाराष्ट्रात ओबीसी (१४.४३ टक्के), दलित (१.८४ टक्के), मुस्लीम (३.६ टक्के) यांना सत्तेत वाटा कमी मिळत गेला आहे; त्यामुळे एकूण महाराष्ट्रात मराठा विरोध एकवटलेला दिसतो.

अनुक्रम

भाग – ३ : लोकसभा निवडणूक आणि जात

भाग – ४ : राजकीय अर्थकारण आणि स्थानिक शासनसंस्था

भाग - १ : राजकीय प्रक्रिया

१ राजकीय प्रक्रिया : स्वरूप आणि व्याप्ती

'राजकीय प्रक्रिया' या उपविद्याशाखेचा अभ्यास एकोणिसाव्या शतकाच्या उत्तरार्धात शास्त्रशुद्ध आणि पद्धतशीर केला जाऊ लागला, म्हणजेच आधुनिक राज्यशास्त्रात राजकारणाचा शास्त्रशुद्ध आणि पद्धतशीर अभ्यास करण्यासाठी 'राजकीय प्रक्रिया' ही संज्ञा वापरली जाते. प्रक्रिया ही संज्ञा रीती, सारणी किंवा कार्य पद्धतीवाचक आहे; यामुळे प्रक्रियेत विशिष्ट अशी अभ्यासाची पद्धती वापरलेली असते, त्यामुळे वर नोंदविल्याप्रमाणे राजकीय प्रक्रियेचा अभ्यास एकाअर्थाने शास्त्रशुद्ध किंवा पद्धतशीर असतो. राजकीय व्यवहारांचा राजकीय प्रक्रियेमध्ये समावेश केला जातो. राजकीय संस्था, संघटना, गट आणि व्यक्तीच्या कृती यांच्यातील व्यवहारांचा 'राजकीय प्रक्रिया' यामध्ये समावेश होतो. या संकल्पनेमध्ये राजकीयच्याखेरीज क्रिया व प्रक्रिया या दोन घटकांचा देखील समावेश होतो; त्यामुळे 'प्रक्रिया' ही संकल्पना कार्यपद्धतीवाचक स्वरूपाच्या पुढे जाते. क्रिया आणि प्रक्रिया यांच्या राजकीय घडामोडीतून नव्याने साकारणाऱ्या अर्थाचा, आशयाचा, संकल्पनांचा व सामान्यीकरण झालेल्या नियमांचा देखील यामध्ये समावेश होतो. उदा. निवडणूक प्रक्रिया या संज्ञेत निवडणूक आयोग, प्रौढ मताधिकार, समान लोकसंख्येचे मतदारसंघ, मतदारसंघांची संख्या, राखीव मतदारसंघ, कोणी कोणाला मत दिले अशा विविध घटकांचा यामध्ये समावेश होतो; म्हणजेच औपचारिक व अनौपचारिक राजकीय कर्त्या घटकांनी केलेल्या सर्व कृतींचा राजकीय प्रक्रियेमध्ये समावेश होतो. राजकीय प्रक्रियेतील 'प्रक्रिया' ही संज्ञा राजकीय कृती परस्परांशी संबंधित असतात, या अर्थाने वापरली जाते; म्हणजेच राजकीय कृती सुट्या-सुट्या घडतात, असे नव्हे किंवा राजकीय कृती विस्कळीत असतात, असेही नव्हे. राजकीय कृतीमागे निश्चित असे कारण आणि संबंध असतो; त्यामुळे 'प्रक्रिया' या संज्ञेतून निश्चितता व्यक्त होते; कृतीची एक शृंखला दिसते; या

कारणामुळे राजकीय कृतींच्या निरीक्षणातून अनुभवजन्य प्रारूपे किंवा सिद्धान्तही विश्लेषणासाठी मांडता येतात. 'राजकीय प्रक्रिया' हे एक राज्यशास्त्राचे उपविद्या क्षेत्र आहे. 'राजकीय प्रक्रिया' या संकल्पनेमध्ये व्यापकपणे दोन अर्थ सामावलेले आहेत. एक म्हणजे 'राजकीय' या घटिताचा या विद्याक्षेत्रात अभ्यास केला जातो. राजकीय घटित भारतीय संदर्भात जास्तच रंजक स्वरूपात मांडले जाते (कटकारस्थान, कुटिलनीती, बेबनाव, लपवाछपवी, हिशोबीपणा, गोडी-गुलाबी, व्यक्तीवैशिष्ट्ये, भ्रष्टाचार, गुन्हेगारी स्वरूपाचे राजकारण, अस्वच्छ व्यवहार, इत्यादी). राजकीय संकल्पनेमधून राजकारण वगळले गेले आहे; त्यामुळे राजकीय संकल्पना पोकळ झाली आहे. राजकीय संकल्पनेतून राजकारण वगळले जाण्यास 'निरर्राजकीयीकरण' असे संबोधले जाते. राजकीय संकल्पना सुलभीकरणाच्यामुळे पुन्हा शोधावी लागते; राजकीय संकल्पना हितसंबंधांच्या संदर्भातील मतभिन्नता किंवा वाद, अस्मितांच्या संदर्भातील मतभिन्नता किंवा वाद आणि सत्तेच्या वाट्याची मतभिन्नता किंवा वाद हा राजकीय संकल्पनेचा केंद्रबिंदू असतो (पळशीकर सुहास, विग्रहांकडून-अद्वैताकडे).

एकोणिसाव्या शतकाच्या उत्तरार्धात अगोदर राजकीय व्यवहारांचा अभ्यास राजकीय तत्त्वज्ञानाच्या संदर्भात केला जात होता; राजकीय व्यवहार कसा चालावा, राजकीय व्यवहाराचे कोणते ध्येय असावे, असा अभ्यास राजकीय प्रक्रियेत केला जात होता. अशा प्रकारचा आदर्शवादी अभ्यास एकोणिसाव्या शतकाच्या उत्तरार्धात केला गेला नाही. राजकीय व्यवहारातून व्यक्त होणारे विविध अर्थ राजकीय प्रक्रियेचे अभ्यासक सांगतात. थोडक्यात, राजकीय प्रक्रियेतून संकल्पना, विचार, तत्त्वज्ञान आणि सिद्धान्त यांचा जन्म होतो; अशी भूमिका राजकीय प्रक्रियेच्या अभ्यासकांची गेल्या अर्धशतकात राहिली आहे.

मानवी समाजात विविध राजकीय व्यवस्था स्थापन झाल्या. त्यांची उपयुक्तता मर्यादित असते; तरीदेखील तफावत असूनही समान सार्वत्रिक वैशिष्ट्ये असतात. विविध राजकीय संरचनांच्या दरम्यानचे सहसंबंध हा प्रक्रियेच्या अभ्यासाचा भाग ठरतो. विभाजन, स्पर्धा, संघर्ष यांची घडामोड उपलब्ध संसाधनांच्या वाटपामधून घडते; तसेच विशिष्ट समाजात प्रतिकात्मक संसाधनांच्या वाटपामधून घडते. (Marjorle Helen, Stewart, 1981 : 441).

या उपविद्याशाखेत भारतीय व बिगरभारतीय राजकीय व्यवस्थांचा अभ्यास केला जातो; म्हणजेच त्यांची संविधाने, शासनसंस्था, प्रशासकीय व्यवस्था, राजकीय पक्ष व चळवळी यांचा अभ्यास होतो. सर्वसाधारणपणे संस्थांचा अभ्यास हा ऐतिहासिक व समाजशास्त्रीय दृष्टिकोनातून केला जातो आणि प्रक्रियांचा अभ्यास राजकीय अर्थकारण व राजकीय समाजशास्त्राच्या चौकटीत केला जातो, असा आग्रह या

उपविद्याशाखेच्या अभ्यासकांचा आहे; यामुळे या उपविद्याशाखेत राजकीय समाजशास्त्र, राजकीय चळवळी, राजकीय अर्थकारण अशा विषयांचा समावेश केला जातो. राजकीय समाजशास्त्र, राजकीय चळवळी, राजकीय अर्थकारण यांना स्वतंत्र उपविद्याशाखा न मानता; त्यांचे स्थान राजकीय प्रक्रिया या उपविद्याशाखेत निश्चित केले जाते; यामुळे राजकीय प्रक्रियेचा अभ्यास हा एका अर्थाने समाजशास्त्रीय स्वरूपाचा असतो; तसाच तो चलांमधील आंतरसंबंधांच्या विश्लेषणाचा मूल्यमापनात्मक अभ्यास असतो; यामुळे राज्यशास्त्राचे अभ्यासक त्यांच्या अभ्यासात 'राजकीय प्रक्रिया' ही संकल्पना वापरतात. उदा. रजनी कोठारींनी 'The Non-Party Political Process' असे नाव त्यांच्या पक्षांवरील अभ्यासास दिले होते.

राजकीय प्रक्रियेचा अभ्यास व्यवस्था, संरचना, संकल्पना, सिद्धान्त, विचारप्रणाली यांच्या संदर्भात केला जातो; त्यामुळे व्यवस्था, संरचना, संकल्पना, सिद्धान्त, विचारप्रणाली यांच्या बदलत्या स्वरूपाचा अभ्यास केला जातो. तसेच पक्ष, दबाव गट व नेतृत्व अशा बिगरसंस्थात्मक घटकांचा अभ्यास राजकीय प्रक्रियेत केला जातो. राजकीय अर्थकारण, राजकीय समाजशास्त्र, राजकीय व सामाजिक चळवळी यांचा समावेश केला जातो; म्हणजेच राजकीय प्रक्रियेवर प्रभाव टाकणाऱ्या घटकांच्या संचाचा राजकीय संदर्भात अभ्यास केला जातो. याशिवाय सार्वजनिक धोरणनिश्चिती या घटकाचादेखील अभ्यास राजकीय प्रक्रियेत केला जातो. कोणाचा निर्णय निश्चितीत सहभाग आहे? राजकीय प्रक्रियेचा इतिहास, राजकीय प्रक्रियेवर प्रभाव टाकणाऱ्या घटकांच्या संचाचा राजकीय संदर्भात अभ्यास, सार्वजनिक धोरणनिश्चितीचा अभ्यास यांचा समावेश राजकीय प्रक्रियेत होतो.

राजकीय स्थैर्य, राजकीयीकरण, लोकानुरंजनवाद, अनुग्रह (Patronage), राजकीय उदासीनता, सार्वजनिक हित, राजकीय तुच्छतादृष्टी, बहुध्रुवी राजकारण, द्विध्रुवी राजकारण, राजकीय पक्ष, दबावगट किंवा औपचारिक व अनौपचारिक हितसंबंधी गट, राजकीय अभिजन, राजकीय संस्कृती, राजकीय सहभाग, राजकीय सामाजिकीकरण, राजकीय बदल, राजकीय आधुनिकीकरण, राजकीय वगळणे प्रक्रिया, राजकीय समावेशन, राजकीय स्तरीकरण, अराजकीय, वर्चस्वाखाली विचारप्रणाली, वैचारिक प्रभुत्वाचे क्षेत्र किंवा वैचारिक प्रभुत्वाचा ऱ्हास, नेतृत्व, संरचना आणि सामूहिक कृती या अशा घटकांचा अभ्यास राजकीय प्रक्रियेत केला जातो. राजकीय प्रक्रियेत सत्तास्पर्धा (सत्तासंघर्ष) हा अभ्यासाचा मध्यवर्ती घटक राहिला आहे; या कारणामुळे राजकीय प्रक्रियेत राजकीय पक्षांच्या अभ्यासाचे स्थान नेहमीच मध्यवर्ती असते. राजकीय पक्षांचे राजकीय प्रक्रियेतील स्थान उंचावण्याची कारणे म्हणजे राजकीय पक्ष जनसमूहाचे संघटन करतात. जनसमूहाला कृतिप्रवण

करून त्यांना सामूहिक कृती करण्यास प्रवृत्त करतात. समाजातील व्यक्ती आणि विविध गटांना राजकारणाशी जोडण्याचे काम पक्ष करतात. अशा प्रकारची कामे करण्यातून सामूहिक हितसंबंधांचे आत्मभान व्यक्तींना येते. गटांनाही हितसंबंधांचे आत्मभान येते; यातून हितसंबंधांच्याबद्दलची मतभिन्नता आकाराला येते, हे काम राजकीय पक्ष करतात. सत्तेचे दावे आणि हितसंबंधांचे दावे पक्ष्यांच्यामार्फत व्यक्ती व गट करतात; या कारणामुळे राजकीय पक्ष आणि सत्ता, राजकीय पक्ष आणि सामूहिक हितसंबंधांची मतभिन्नता यांना राजकारणात मध्यवर्ती स्थान येत गेले आहे; म्हणून या घटकांचा राजकीय प्रक्रियेत अभ्यास केला जातो. अशा प्रकारचा अभ्यास भारतीय राज्यशास्त्रात करण्याची परंपरा दिसून येते.

रजनी कोठारी यांनी 'The Congress System in India' असा अभ्यास १९६४ मध्ये केला होता. जयंत लेले यांनी 'Caste, Class and Power : Political Mobilization in Maharashtra' असा अभ्यास केला आहे (१९९०). नव्वदीच्या दशकानंतर राजकीय पक्षांमधील स्पर्धेचे स्वरूप बदलले. राजकीय अर्थकारणाचे संदर्भ बदलले. नवउदारमतवादी अर्थव्यवस्थेमुळे हा फेरबदल झाला. राजकीय पक्षांच्या सामाजिक पायाची पुनर्रचना होऊ लागली. राजकीय पक्षांचे सामाजिक आधार यांच्यात फेरबदल झाले. या पार्श्वभूमीवर राजकीय प्रक्रियेचा अभ्यास झाला आहे. सत्तांतर (व्होरा-पळशीकर, १९९५), महाराष्ट्राचे बदलते राजकरण (पळशीकर, २००३), जात व महाराष्ट्रातील सत्ताकारण (२००३), महाराष्ट्राचे राजकारण : राजकीय प्रक्रियेचे स्थानिक संदर्भ (पळशीकर, बिरमल, २००४), सत्तासंघर्ष (पळशीकर, कुलकर्णी, २००७), 'Maharashtra Challenges before the Congress System' (पळशीकर, देशपांडे, २००३), (From Hegemony to Convergence : Party System and Electoral Politics in Indian States :1952-2002), (यादव, पळशीकर, २००३), 'Coalitions in Maharashtra : Political Fragmentatoin or Social Reconfiguratoin?' (पळशीकर, बिरमल, २००७), राजकीय चळवळ (प्रकाश पवार) अशी विविध उदाहरणे राजकीय प्रक्रियेच्या अभ्यासाची आहेत. सुब्रत के. मित्रांनी 'Politics In India : Structure, Process and Policy' हा ग्रंथ लिहिला आहे. तो राजकीय प्रक्रियेवरील अभ्यास आहे. परंपरागत समाज आणि लोकशाही, तसेच आर्थिक आणि सामाजिक न्याय या मुद्द्यांचा अभ्यास केला आहे; त्यामुळे राजकीय संस्थांच्या व्यवहाराशी थेट संबंधित समाज, लोकशाही, आर्थिक विकास किंवा सामाजिक न्याय असे विषय राजकीय प्रक्रियेमध्ये मध्यवर्ती विषय असतात, असे दिसते. अशाच प्रकारचे दुसरे उदाहरण म्हणजे बिद्युत चक्रवर्ती (Bidyut Chakrabarty) यांनी 'Indian Politics and Society

Science Independence : Events, Processes and Ideology' हे पुस्तक लिहिले आहे. या पुस्तकात वर नोंदविलेल्या क्षेत्राचा अभ्यास केला गेला आहे. याखेरीज भाषिक अस्मिता, आघाड्या, निवडणूक प्रक्रिया यांचा देखील अभ्यास केला आहे. किंबहुना, राज्यांच्या राजकीय प्रक्रियांचा अभ्यास करतानादेखील काही घटक समान येतात. उदाहरणार्थ, सुधा पै यांनी Political Process in Uttar Pradesh हा ग्रंथ लिहिला आहे; त्यामध्ये त्यांनी अस्मिता, अर्थकारण, सुधारणा आणि शासन व्यवहार यांचा समावेश केला आहे. पॉल ब्रास यांनी 'Language, Religion and Politics in North India' हे पुस्तक लिहिले आहे. या पुस्तकामध्ये भाषा, धर्म आणि राजकारण यांच्या सहसंबंधांचा, कार्यकारण संबंधांचा अभ्यास केला गेला आहे; वर नोंदविलेल्या अभ्यासाच्या आधारे राजकीय प्रक्रियेच्या अभ्यासाची रचना कार्यवादाच्या खेरीज प्रमुख क्षेत्रे पुढीलप्रमाणे दिसतात. १) राजकीय अर्थकरण/अर्थव्यवस्था, २) राजकीय/ सामाजिक चळवळी, ३) राजकीय पक्ष व संघटनांमधील राजकीय स्पर्धा आणि भागीदारी, ४) सार्वजनिक धोरणनिश्चितीचा राजकारणावरील परिणाम आणि भागीदारी, ५) राजकीय पक्षांच्या सामाजिक आधारातील फेरबदल आणि नवीन भागीदारी, ६) धुरीणत्व आणि धुरीणत्वाची ओहोटी (संमती, सहमती), ७) आघाड्यांचे राजकारण आणि समझौते, ८) निवडणुकांचा अभ्यास, अशा प्रकारचे राजकीय प्रक्रियेमध्ये अभ्यासाचे क्षेत्र १९९० नंतर उदयास आले आहे. राजकीय प्रक्रियेच्या अभ्यासात राजकीय पक्षांचा अभ्यास जास्त झाला आहे. उदा. महाराष्ट्रातील राजकीय प्रक्रियेचा अभ्यास पक्षांच्या संदर्भात केला गेला आहे. पक्षपद्धतीतील स्थित्यंतरे, पक्षीय स्पर्धेचे बदलते संदर्भ ह्या पार्श्वभूमीवर त्या-त्या पक्षांचा अभ्यास केला गेला. राजकीय पक्षांचा इतिहास राजकीय संदर्भात अभ्यासला गेला; तसेच अखिल भारतीय पक्षाचा अभ्यासात संदर्भ घेतला गेला. अर्थातच, राष्ट्रीय पातळीवरच्या पक्षरचनेच्या संदर्भात फाटाफुटींचा अभ्यास केला, पण त्यांची चर्चा संक्षिप्त केली गेली; एकूण विवेचनाबरोबरच त्या पक्षाचे कोणते ठळक वैशिष्ट्य, हे त्या पक्षाच्या अभ्यासात महत्त्वाचे म्हणून नोंदविले आहे, याची स्पष्ट चर्चा केली गेली; तसेच आघाडीच्या राजकारणाचा संदर्भ एकूण अभ्यासात आहे. निवडणूकविषयक आकडेवारी तक्त्यांच्या स्वरूपात दिली आहे. सर्वसाधारणपणे राजकीय पक्षांच्या अभ्यासात व्यापकता व दूरदृष्टी होती; त्यामुळे या प्रकारच्या अभ्यासाची व्याप्ती विस्तृत स्वरूपाची दिसते. उदा. पक्षांची स्थापना, मूळ कार्यक्रम, धोरणे, त्यात झालेले बदल, वेळोवेळी केलेल्या आघाड्या, त्यांचे स्वरूप, कार्यपद्धती इत्यादी मुद्दे अभ्यासले गेले. निवडणूक आकडेवारी (उमेदवार, जागा, मते, विभागवार, जातवार, माहिती, पुरुषवार तत्त्वाचे आधारे विश्लेषण केले गेले, इत्यादी). राजकीय पक्षांचे सामाजिक आधार, कार्यक्रम,

चळवळी, आंदोलने; उमेदवार; जिल्हाध्यक्ष यांच्या नोंदी केल्या आहेत. नेतृत्व, संघटना, गटबाजी, संलग्न संघटना यांची निरीक्षणे नोंदविली आहेत. जात, प्रादेशिकता (मागासलेपणा), शेती, आर्थिक धोरणे, मराठी अस्मिता, जमातवाद, हिंदू अस्मिता, हितसंबंधांचे वाद, सत्तेच्या वाटपाचा वाद, इत्यादी प्रश्नांबद्दलच्या भूमिका, या मुद्यांची चर्चा 'राजकीय प्रक्रिया' म्हणून केली आहे.

स्थानिक शासनसंस्था, राज्यपातळीवरील राजकारण आणि राष्ट्रीय राजकारण यांचे संबंध एकत्रितपणे अभ्यासले गेले. या चौकटीत राजकीय प्रक्रियेचा अभ्यास केला जातो.

'राजकीय प्रक्रिया' या घटितांमध्ये राजकीय कृतींचा संच असतो; तसेच त्या कृतींच्या संचामध्ये तर्कसंगतपणा, सहसंबंध आणि निश्चित असे सातत्य दिसते. अशी राजकीय प्रक्रिया कधी मंद, क्रांतिकारी किंवा आमूलाग्र बदलाची असते. लोकशाही राजकीय प्रक्रिया या संकल्पनेत विकेंद्रीकरण, राजकीय भागीदारी, जनप्रतिनिधीच्या निवडीची प्रक्रिया, चर्चा, संवाद, वाद-विवाद-संवाद, समझोते अशा विविध गोष्टींचा समावेश होतो; यामुळे लोकशाही प्रक्रियेची चिकित्सा करताना असे दावे केले जातात की, राजकीय प्रक्रियेत समान संधी आहे किंवा नाही, राजकीय प्रक्रियेत विवक्षित शासक वर्गाचा समावेश होतो; तर लहान जातींना राजकीय प्रक्रियेतून वगळले गेले आहे. स्थानिक पातळीवर लोकशाही प्रक्रिया सशक्त होती. परंतु, नव्वदीच्यानंतर भ्रष्टाचार आणि पैसे यांनी स्थानिक प्रक्रियेला आव्हान दिले आहे.

हटिंगटन, आमंड, इस्टन यांनी संस्थात्मक विस्तार आणि निर्णय यास राजकीय प्रक्रिया संबोधिले आहे. राजकीय अधिमान्यता म्हणजे राजकीय प्रक्रिया होय. जेव्हा राजकीय अधिमान्यतेचा ऱ्हास होतो तेव्हा राजकीय व्यवस्था समस्याग्रस्त मानली जाते. हेबरमासने वैधता प्राप्त करण्यास 'राजकीय प्रक्रिया' संबोधिले आहे. एका समाजांतर्गत किंवा देशातील व्यवस्थेच्या अंतर्गत घडणाऱ्या सर्व राजकीय घटना 'विशिष्ट पद्धतीने जाणे' हा अर्थ लोकशाही प्रक्रियेत घेतला जातो; तर क्रांतिकारी प्रक्रियेत भांडवलशाही मुक्ती, दलित मुक्ती, महिला मुक्ती, अशा संकल्पना वापरल्या जातात. 'शोषणातून मुक्ती' हा त्यांचा थेट आशय असतो; त्यामुळे शोषणाची संरचना व त्यासाठीचे वर्चस्व या गोष्टी देखील प्रक्रियेत घडतात; म्हणून 'राजकीय प्रक्रिया' या संज्ञेमध्ये विविध बाजूंनी कार्यशीलपणा दिसतो. एव्हाना राजकीय प्रक्रिया विविध स्तरांवर घडत असते. जात, भाषा, धर्म, अर्थकारण, सत्तासंघर्ष, सत्तासंबंध, सत्तेचे पुनर्वाटप, सत्तेची पुनर्मांडणी, अशा मुद्द्यांना राजकीय प्रक्रियेत जास्त महत्त्व असते. नव्वदीनंतर मीडिया हा घटक राजकीय प्रक्रिया घडतो. म्हणजेच सत्तासंघर्ष,

सत्तासंबंध आणि सत्तेची पुनर्मांडणी करण्यासाठी तो महत्त्वाची भूमिका पार पाडतो. 'विकास प्रक्रिया' हा कळीचा शब्दप्रयोग वापरला जातो. नव्याने राजकीय भरती झालेले शासनकर्ते आम्ही राजकीय प्रक्रिया सुरू केली, सर्वांसाठी राजकारण खुले केले, महिला, दलित, लहान जातीना भागीदारीची संधी दिली, असे दावे करतात; म्हणजे राजकीय प्रक्रिया मंद होती. तिची गती वाढविण्यासाठी विशेष प्रयत्न केले जातात.

राजकीय प्रक्रियेमध्ये राजकीयीकरण घडवले जाते. समाजातील काही व्यक्ती अथवा गट राजकारणापासून अलिप्त असतात. अशा व्यक्ती किंवा गटांना विशिष्ट आवाहन करून राजकारणात सहभागी करून घेण्याची प्रक्रिया घडविली जाते; असे गट विशिष्ट लक्षी राजकीय कृती करतात. त्यांना विशिष्ट लक्षी राजकीय कृती करण्यास उद्युक्त केले जाते. अशा अर्थाने 'राजकारणाचे लोकशाहीकरण' या राजकीय प्रक्रियेतून होते. या अर्थाने, राजकीय प्रक्रिया नव्या आणि उन्नत जीवनाची अपेक्षा धरते; तसेच त्यामध्ये रखडलेपणा दूर करून विवेकशील, आधुनिक, प्रगत राजकीय कृती घडविण्याचा आग्रह काही गटांकडून धरला जातो. तर याउलट, जातनिष्ठ, संकुचित, सांप्रदायिक, वर्चस्वशाली, पुरुषवर्चस्वशाली अशा राजकीय प्रक्रिया घडवितात. योजनांचा वापर राजकीय पक्ष, नेतृत्व यांच्याकडून आश्रमदाता अशा संबंधाची राजकीय प्रक्रिया घडविली जाते. एकूण राजकीय प्रक्रिया गुंतागुंतीची आहे; तिचा पोत मात्र निश्चित अशी साखळी तयार करतो; त्या साखळीच्या आधारे निश्चित अर्थ काढण्यास मदत होते. उदा. राजकीय प्रक्रिया राजकीय भागीदारी वाढवून लोकशाहीकरण करते का? किंवा राजकीय भागीदारीवर अंकुश ठेवून वर्चस्वशाली जात, वर्ग, गट किंवा पुरुषाचे हितसंबंध जपते का? अशा निश्चित गोष्टींचे आकलन होते; म्हणून राजकीय प्रक्रिया समजून घेण्यातून राजकीय या घटिताचाच योग्य अर्थ समजतो. राजकीय संकल्पनांची पुनर्मांडणी केली जाते. एव्हाना, राज्यशास्त्राचे बदलते स्वरूप समजते; म्हणून या उपविद्याशाखेचा अभ्यास उपयुक्त ठरतो.

२ पश्चिम भारताची राजकीय प्रक्रिया

भारतीय राजकारण पूर्व भारत, पश्चिम भारत, दक्षिण भारत, उत्तर भारत, सात भगिनी राज्य अशा पातळ्यांवर विभागले गेले आहे. भारतीय राजकारणाचा मुख्य केंद्रबिंदू उत्तर भारत समजला जातो. दिल्लीमधील सत्तासंघर्षाचा मार्ग उत्तर भारतातून जातो. भारतीय संदर्भांत उत्तर भारताचे वर्चस्व असते. याखेरीज दक्षिण भारताचे राजकारण उत्तर भारताच्या विरोधातील घडते. उदा. तमिळनाडू आणि केरळमध्ये दिल्ली विरोध दिसतो. पूर्व भारतातील पश्चिम बंगाल आणि बिहार या दोन राज्यांमधून 'सहकार्य' आणि 'संघर्ष' असा प्रवास घडत आहे. यापेक्षा भिन्न प्रकारचे राजकारण पश्चिम भारतात घडते. पश्चिम भारत ही एक 'भौगोलिक अस्मिता' आहे. या अस्मितेमध्ये व्यापक अर्थाने राजस्थानसह गुजरात, महाराष्ट्र, गोवा, नगर हवेली, दीव दमण यांचा समावेश होतो. या राज्यांमध्ये समझोत्यांच्याखेरीज संघर्षाचे इश्यू बहुचर्चित झाले आहेत. भाषिक राज्यांच्या स्थापनेवरून महाराष्ट्र-गुजरात व महाराष्ट्र-गोवा हे वाद तेव्हा सुप्रसिद्ध होते. आजदेखील या वादाच्या मुद्यावर राजकीय ध्रुवीकरण घडत जाते. एवढेच नव्हे, तर छत्रपती शिवाजीमहाराजांचा सुरतेच्या संदर्भातील विषय देखील महाराष्ट्र व गुजरात यांच्यातील मुख्य राजकीय वाद विषय ठरतो. संयुक्त महाराष्ट्र आंदोलन आणि महागुजरात आंदोलनांच्या चळवळींमध्येदेखील मोठे वादंग निर्माण झाले होते. शिवजयंती व टिळकजयंतीस सुट्टी देण्याचा विषय, १०५ हुतात्मे, डांग जिल्ह्यांची मागणी, मुंबईचा दावा हे महाराष्ट्र-गुजरात यांच्यातील मुख्य वादविषय होते व आहेत. गुजराथी समूह व्यापारी-उद्योगशील तर मराठी समूह बिगर व्यापारी-बिगर उद्योगशील अशा प्रकारची अस्मिता आणि हितसंबंधाचा दावा हा पश्चिम भारताच्या राजकीय समझौत्यामधील मुख्य अडथळा आहे. गुजरात व महाराष्ट्रातील वाद विषयाचा परिणाम महाराष्ट्र-गोवा यांच्या संबंधांवर देखील झाला आहे. गुजराथी

आणि उच्चजातींमधील नेतृत्वाने गोवा महाराष्ट्रात सामील करू नये, अशी भूमिका मूकपणे घेतली होती. पश्चिम भारतातील राजकारण कोणाच्या नेतृत्वाखाली किंवा वर्चस्वाखाली घडावे, हा प्रथमपासूनच वादाचा मुद्दा राहिला आहे.

आरंभी मुंबई राज्यात बाळासाहेब गंगाधर खेर हे १९४७-१९५२ या दरम्यान मुख्यमंत्री होते. बाळासाहेब खेर हे रत्नागिरी जिल्ह्यातील मध्यमवर्गीय कराडे ब्राह्मण वर्गातील होते. त्यांचा संबंध जमखंडी आणि पुणे या दोन शहरांशी आला होता; त्यामुळे १९४७-१९५२ या दरम्यान पश्चिम भारतामध्ये मोठा राजकीय वाद उपस्थित झाला नाही. १९५२ मध्ये मोरारजी देसाई मुख्यमंत्री झाले. मोरारजी देसाई हे गुजरातमधील होते. त्यांचे वडील शिक्षक होते. या अर्थाने, मोरारजी देसाई मध्यमवर्गीय होते; तसेच ते ब्राह्मण परिवारातील होते; त्यांचे शिक्षण मुंबईमधील एलफिंस्टन कॉलेजमध्ये झाले होते. मोरारजी देसाई द्विभाषिक मराठी-गुजराथी राज्यांच्या बाजूने होते. मात्र, जनता संयुक्त महाराष्ट्र आणि गुजरात भाषिक राज्यांच्या बाजूने होती. मोरारजी देसाई हे मराठी भाषिकांच्या बरोबर राजकारण डावपेचात्मक करत होते; त्यामुळे मोरारजी देसाई विरोध व्यापक होता; त्यातून मराठी भाषीक समूहात 'गुजराथी विरोध' अशी अस्मिता वाढत गेली (फडके य. दि., महाराष्ट्र टाइम्स, दि. ११ एप्रिल १९९५). गोवा मुक्तिसंग्राम हा विषय महाराष्ट्र-गोवा यांच्यातील एक समन्वयाबरोबरच वादविषय देखील राहिला आहे. भारत स्वतंत्र झाल्यानंतर चौदा वर्षांनी गोवा, दीव, दमण स्वतंत्र झाला. गोवा मुक्तिसंग्रामात महाराष्ट्राने पुढाकार घेऊन सत्याग्रह केला होता. सत्याग्रहींसह मराठी भाषिकांचा दावा 'गोवा हा मराठी भाषिक' आहे; तो महाराष्ट्रात सामील करावा. मात्र, गोवा महाराष्ट्रात सामील केला गेला नाही, महाराष्ट्राच्या नेतृत्वाखाली रहाण्यापेक्षा स्वतंत्र रहाणे पसंत केले गेले. महाराष्ट्रवादी गोमंतक पक्षाचे दयानंद बाळकृष्ण बांदोडकर हे मुख्यमंत्री झाले. मथितार्थ, या सर्व राजकीय घडामोडी पश्चिम भारतामधील राजकीय संघर्षांची प्रमाणे आहेत. पश्चिम भारतामध्ये हा राजकीय संघर्ष सतत वेगवेगळी वळणे घेत रंगत गेला आहे. मुंबई काँग्रेस समिती आणि महाराष्ट्र काँग्रेस समिती या दोन पातळ्यांवर देखील पश्चिम भारतातील राजकीय संघर्ष स्पष्टपणे दिसत होता. सदाशिव कानोजी पाटील (उच्च जाती) हे सिंधुदुर्ग जिल्ह्यातील कुडाळचे होते. १९५७ ते १९६७ या कालखंडात स.का. पाटील केंद्रीय मंत्रिमंडळात मंत्री होते. त्यांनी कामगार संघटनेचे नेतृत्व केले होते. त्यांनी संयुक्त महाराष्ट्राच्या निर्मितीस विरोध केला होता. मुंबई हे बहुसांस्कृतिक शहर असल्याने महाराष्ट्रात सामील करू नये, अशी वादग्रस्त भूमिका त्यांनी घेतली होती. या विश्वात जोपर्यंत सूर्यचंद्र आहेत, तोपर्यंत मुंबई महाराष्ट्राला मिळू देणार नाही, अशी त्यांची भूमिका होती. स.का. पाटीलांचा संयुक्त महाराष्ट्र विरोध सुपरिचित होता.

स.का. पाटील यांनी स्वतंत्र गोव्यास पाठिंबा दिला होता; त्यामुळे पश्चिम भारत हे एक राजकीय एकक सामाजिक व नेतृत्वाच्या पातळीवर वर्चस्वाची जुळणी करत होते. असे दिसते. परंतु, या संघर्षाच्या अंतर्गत देखील आर्थिक–सामाजिक, सांस्कृतिक, धार्मिक व राजकीय पातळीवर पश्चिम भारताची म्हणून राजकारणाची एक मध्यभूमी होती.

राजकीय अर्थकारण

पश्चिम भारतातील सामाजिक वर्चस्वाच्या खेरीज समझोत्याचा विषय 'राजकीय अर्थकारण' हा आहे. पश्चिम भारताचे हितसंबंध उद्योग व सेवा व्यवसाय यांच्यामध्ये सामावलेले आहेत. पश्चिम भारताच्या राजकारणातील राजकीय अर्थकारण हा एक 'अंतर्गत दुवा' आहे. या दुव्यामुळे पश्चिम भारताच्या राजकारणाला एक समझोत्याचा आकार आला आहे. पश्चिम भारताचा बांधेसूदपणा राजकीय अर्थकारणामध्ये सुस्पष्टपणे दिसतो; कारण या विभागात औद्योगिकरण जास्त झाले आहे. मुंबई, पुणे, अहमदाबाद, सुरत, नाशिक, नागपूर, ठाणे, नवी मुंबई, पणजी, मडगाव, फोंडा, वास्को, म्हापसा येथे शहरीकरण सर्वांत जास्त झाले आहे. ग्रामीण लोकसंख्या या विभागात शहरी भागावर अवलंबून आहे. उदा. गोवा राज्य हे भारतातील सर्वांत कमी ग्रामीण लोकसंख्येच्या राज्यांमध्ये सामील केले जाते. भारतातील सर्वांत जास्त शहरी लोकसंख्येच्या प्रथम तीन राज्यांमध्ये महाराष्ट्राचे स्थान प्रथम क्रमांकाचे आहे. एकूण भारतातील शहरी लोकसंख्येत महाराष्ट्राची शहरी लोकसंख्या १३.५% आहे (जनगणना अहवाल २०११). पश्चिम भारतातील शहरी लोकसंख्येमध्ये गोवा (६२.१७%), गुजरात (४२.५८%) व महाराष्ट्र (४५.२३%) ही तीनही राज्ये आघाडीवर आहेत (Selected Socio-Economic Statistics, India, 2011). शहरीकरण आणि औद्योगिकरण ही या विभागातील राज्यांची समान वैशिष्ट्ये आहेत. या घटकांमुळे पश्चिम भारताच्या राजकारणात शहरी राजकीय अर्थकारण हा घटक मध्यवर्ती आहे.

व्यापार आणि राजकीय प्रक्रिया

पश्चिम भारतातील राज्यांना समुद्रकिनारपट्टी लाभली आहे. हे देखील पश्चिम भारतीय राज्यांचे एक समान वैशिष्ट्य आहे. यामुळे दळणवळण, मासेमारी, पर्यटन, व्यापार अशा स्वरूपातील सेवा व्यवसायांची या राज्यांवर छाप आहे. गुजरात आणि गोव्याच्या तुलनेत महाराष्ट्रातील स्थानिक लोकांचा व्यापारात फार पुढाकार नाही. मात्र, महाराष्ट्रात गुजरात आणि राजस्थानमधील स्थलांतरित छोट्या व्यापारांनी जम बसविला आहे; यामुळे उद्योग व सेवा व्यवसायात साम्य असूनही, पश्चिम भारतातील या तीनही राज्यांमध्ये आर्थिक विकासाच्या मुद्यावर देखील संघर्ष आहे. गोवा आणि गुजरातमधील विकासाच्या प्रारूपाचे महाराष्ट्रातील जनतेला आणि पक्षांना आकर्षण

देखील आहे. एकविसाव्या दशकाच्या पहिल्या आणि दुसऱ्या दशकामध्ये गुजरात आणि गोवा यांचा प्रभाव महाराष्ट्रावर पडला आहे. विशेष भाजप या पक्षाचा महाराष्ट्रात विस्तार गोवा आणि गुजरात या दोन्ही राज्यांच्या मदतीने झाला आहे. मनोहर पर्रीकर आणि नरेंद्र मोदी या नेतृत्वाचा प्रभाव राज्यावर नव्याने निर्माण झाला आहे. मनसेना पक्षाचे नेतृत्व नरेंद्र मोदींच्या विकास प्रारूपाचे आरंभी समर्थक होते. शिवसेना या पक्षाची आघाडीच्या मुद्यावर मतभिन्नता असूनही शिवसेना-भाजप अशी २०१४ च्या विधानसभा निवडणुकीनंतर युती झाली आहे.

सांस्कृतिक संवाद

पश्चिम भारतामध्ये सांस्कृतिक संवाद होतो. सांस्कृतिक संवादामधून राजकारणाची मध्यभूमी तयार होत जाते; याची सूत्री पुढील प्रमाणे आहे.

१) महाराष्ट्र आणि गोवा यांना 'भाषा' हा घटक जोडणारा दुवा आहे. गोव्यामध्ये कोकणी आणि मराठी भाषा हा महाराष्ट्राशी संवाद साधणारा घटक आहे; त्यांची कोकणी भाषा महाराष्ट्रातील कोकण विभागाशी जोडली गेली आहे. महाराष्ट्रामध्ये गुजराथी भाषा आणि मराठी भाषा बोलली जाते. गुजराथी व्यापारी वर्ग महाराष्ट्राच्या ग्रामीण भागात स्थिरस्थावर झाला आहे. 'जेथे बैलगाडी जात नाही; तेथे मारवाडी गेले आहेत.' त्यांनी महाराष्ट्राच्या बोली भाषेशी जुळवून घेतले आहे.

२) उद्योग आणि व्यापार या दोन घटकांनी 'महाराष्ट्रातील संस्कृती' बदलली आहे. गणेशोत्सवाखेरीज गरबा महाराष्ट्रातील प्रत्येक शहरात पोहोचला आहे. शहरी भागातील उद्योजक व व्यापारी महाराष्ट्रातील शिवसेना व राष्ट्रवादी या पक्षांशी जुळवून घेत होते; यातून 'सांस्कृतिक संवाद' होत आहे.

३) पश्चिम भारतामध्ये महात्मा गांधींचा प्रभाव होता. गुजरात आणि महाराष्ट्र यांना सांधणारा दुवा 'महात्मा गांधींचा विचार' हा होता. महात्मा गांधींचा सेवाग्राम (वर्धा) येथे आश्रम आहे. हा गुजरात आणि महाराष्ट्रामधील संवादाचा एक आधार होता. या जिल्ह्यातील पवनार येथे विनोबा भावे यांचा आश्रम आहे. महात्मा गांधींनी १९४० मध्ये 'वैयक्तिक सत्याग्रह' पुकारला होता; त्या वेळी पहिले सत्याग्रही म्हणून त्यांनी आचार्य विनोबा भावे यांची निवड केली होती. शंकर त्रिंबक धर्माधिकारी हे गांधीवादी म्हणून सुपरिचित आहेत; ते दादा धर्माधिकारी म्हणून परिचित आहेत. त्यांनी नागपूर येथे शिक्षण घेतानाच असहकार आंदोलनात भाग घेतला होता. गोपाळ कृष्ण गोखले हे महात्मा गांधींचे गुरू मानले जातात. गोपाळ कृष्ण गोखलेंचे गुरू न्या. रानडे मानले जातात; तसेच शंकर दत्तात्रय जावडेकर यांचे शिक्षण कोल्हापूर आणि पुणे येथे झाले. त्यांनी

'सर्वोदय आणि समाजवाद' व 'सत्याग्रही समाजवाद' अशी पुस्तके लिहिली आहेत. त्यांनी देखील असहकार आंदोलनामध्ये भाग घेतला होता. महात्मा गांधींनी महाराष्ट्रातील ब्राह्मणेतर समाज काँग्रेसमध्ये आणण्यासाठी प्रयत्न केले. महर्षी विठ्ठल रामजी शिंदे, केशवराव जेधे यांनी ब्राह्मणेतर समाजाने काँग्रेसमध्ये प्रवेश करण्यासाठी प्रयत्न केला; यातून बहुजन समाज काँग्रेस पक्षामध्ये गेला. यशवंतराव चव्हाण यांच्यावर महात्मा गांधींचा प्रभाव होता. यशवंतराव चव्हाण आणि मोरारजी देसाई यांनी आरंभी परस्परांना सहकार्य केले होते. मथितार्थ, गांधी विचार हा घटक पश्चिम भारतामधील एक समान दुवा आहे.

४) गुजरात आणि महाराष्ट्र असा संघर्ष संयुक्त महाराष्ट्राच्या स्थापनेपासून आहे. मात्र, नरेंद्र मोदींनी लोकसंघटनांसाठी गुजरात आणि महाराष्ट्रातील ऐतिहासिक संघर्ष निमुळता केला. नरेंद्र मोदींनी छत्रपती शिवाजीमहाराजांचे प्रतीक २०१४च्या विधानसभा निवडणुकीमध्ये यशस्वीपणे वापरले. महाराष्ट्रात शिवसेना, राष्ट्रवादी काँग्रेस आणि काँग्रेस पक्ष देखील छत्रपती शिवाजीमहाराजांच्या अस्मितेच्या आधारे राजकीय संघटन करत आले आहेत. नरेंद्र मोदींनी छत्रपती शिवाजीमहाराजांच्या अस्मितेशी त्यांचे राजकारण जुळवून घेतले; त्यामुळे पश्चिम भारताच्या राजकीय प्रक्रियेवर छत्रपती शिवाजीमहाराजांच्या अस्मितेचा मोठा प्रभाव दिसून आला आहे; महाराष्ट्रातून गुजरात आणि गोवा या दोन्ही राज्यांकडे छत्रपती शिवाजीमहाराजांच्या अस्मितेचा प्रभाव सरकला आहे. राजस्थान हे राज्य देखील पश्चिम विभागाशी संबंधित आहे. राजस्थान आणि महाराष्ट्र यांचा सांस्कृतिक संबंध बहुचर्चित असतो. महाराष्ट्रातील क्षत्रिय हे राजस्थान मधील रजपूतवंशीय क्षत्रिय असल्याचा दावा केला जातो; तसेच चित्तोडगडावर तुळजाभवानी देवीचे मंदिर आहे. महाराष्ट्रातील तुळजापूरचे तुळजाभवानीचे मंदिर आणि चित्तोडगडावरील मंदिर हा या दोन राज्यांना जोडणारा महत्त्वाचा सामाजिक आणि धार्मिक दुवा आहे; यातून पश्चिम भारतावरील छत्रपती शिवाजीमहाराजांच्या प्रतीकांचा तसेच तुळजाभवानी देवीचा प्रभाव स्पष्टपणे दिसतो; ही अस्मिता पश्चिम महाराष्ट्रातील ऐक्य व एकोप्याचा दुवा आहे.

पश्चिम भारताचे राजकारण

पश्चिम भारताच्या राजकारणावर काँग्रेस पक्षाचे नियंत्रण पन्नास आणि साठीच्या दशकात होते. पश्चिम भारतातील सरदार पटेल (पाटीदार), मोरारजी देसाई (उच्च जात), यशवंतराव चव्हाण (मराठा), स.का.पाटील (उच्च जात) यांचा राष्ट्रीय राजकारणामध्ये प्रभाव होता. पश्चिम भारताचे नेतृत्व राष्ट्रीय राजकारण करत होते.

तरी देखील उच्च जात आणि मध्यम शेतकरी जात असा संघर्ष राजकारणात होता. इंदिरा गांधींच्या नेतृत्वानंतर पश्चिम भारताच्या राजकारणात फेरबद्दल झाला. मोरारजी देसाई आणि यशवंतराव चव्हाण यांच्यामधील संवाद कमी झाला. स.का.पाटील नेहमीच विरोधात गेले; त्यामुळे पश्चिम भारताच्या राजकारणात एक राजकीय सत्ता संरचना तयार झाली. मात्र पश्चिम भारतामध्ये ऐंशीच्या दशकानंतर सातत्याने पोकळी राहिली होती. शरद पवार हे नव्वदीच्या दशकापासून राष्ट्रीय पातळीवर राजकारण करत होते. मात्र, त्यांनी पश्चिम भारतामध्ये संघटन उभे केले नाही. या पोकळीमध्ये प्रमोद महाजन यांनी पश्चिम भारतामध्ये भाजपचे संघटन केले. प्रमोद महाजनांच्या नेतृत्वाखाली पश्चिम भारतात भाजपचा विस्तार झाला; विशेष म्हणजे महाजनांनी राजस्थानमध्ये विशेष प्रयत्न केले. राजस्थान हा पश्चिम भारतात सामील केला जातो; तसेच तो हिंदी भाषिक भाग म्हणून पश्चिम भारताच्या बाहेर ठेवला जातो. मात्र, महाजनांनी राजस्थानच्या राजकारणाला गती दिली. १९८४ मध्ये भाजप या पक्षाची गुजरात राज्यात केवळ एक लोकसभेची जागा निवडून आली होती; तर १०१ लोकसभेच्या जागांपैकी ८४ जागा काँग्रेस पक्षाच्या निवडून आल्या होत्या. ऐंशीच्या दशकाच्या शेवटी मात्र पश्चिम भारतामध्ये फेरबदल होण्यास आरंभ झाला. १९८९ च्या लोकसभा निवडणुकीत भाजपच्या जागा आणि मते पश्चिम भारतात वाढली. नव्वदीच्या दशकापासून पुढे भाजपला पश्चिम महाराष्ट्रात जागा व मते वाढत गेली. १९९८ व २००९ या दोन लोकसभा निवडणुकांचे अपवाद वगळता भाजप हा पक्ष पश्चिम भारतातील महत्त्वाचा पक्ष होता. १९८९, १९९६, १९९९, २००४, २०१४ या पाच लोकसभा निवडणुकांमध्ये भाजपच्या लोकसभेच्या जागा काँग्रेसपेक्षा जास्त होत्या. १९८४, १९९१, १९९८, २००९ या चार लोकसभा निवडणुकांमध्ये काँग्रेस पक्षाच्या जागा पश्चिम भारतात भाजपपेक्षा जास्त होत्या. पश्चिम भारतामध्ये भाजप आणि काँग्रेस अशी राजकीय स्पर्धा गेली तीन-साडेतीन दशके रंगलेली आहे. या स्पर्धेत २०१४ मध्ये भाजपने काँग्रेस पक्षाचा निर्णायक पराभव केला आहे. या विभागात काँग्रेस पक्षाला केवळ दोन लोकसभेच्या जागा जिंकता आल्या आहेत; तर भाजपने १०१ पैकी ७६ जागा जिंकल्या आहेत (पहा तक्ता १ व २). पश्चिम भारतामध्ये काँग्रेसची जागा भाजपकडे स्थलांतरित झाली आहे. सध्या पश्चिम भारतातील नरेंद्र मोदी भारताचे पंतप्रधान आहेत; तर मनोहर पर्रीकर हे संरक्षण मंत्री आहेत. शिवाय, सुरेश प्रभू हे रेल्वे मंत्री आहेत. तसेच नितीन गडकरी हे केंद्रीय मंत्रिमंडळातील महत्त्वाचे कॅबिनेट मंत्री या विभागातील आहेत. सामाजिक दृष्टिकोनातून उच्च जाती आणि ओ.बी.सी. असा सामाजिक समझोता या भागात घडून आला आहे. हे नवीन वर्चस्वाचे प्रारुप आहे.

तक्ता क्र. १ : पश्चिम भारतातील भाजपच्या जागा व मते (लोकसभा)

निवडणूक वर्ष		१९८४		१९८९		१९९१		१९९६		१९९८		१९९९		२००४		२००९		२०१४	
राज्य	एकूण जागा	जागा	मते	जागा	मते	जागा	मते	जागा	मते	जागा	मते	जागा	मते	जागा	मते	जागा	मते	जागा	मते
राजस्थान	२५	००	२३.७	१३	२९.६	१२	४०.९	१२	४२.४	५	४१.७	१६	४७.२	२१	४९.०	०४	३६.६	२५	५४.९
गुजरात	२६	१	१८.६	१२	३०.५	२०	५०.४	१६	४८.५	१९	४८.३	२०	५२.५	१४	४७.४	१५	४६.५	२६	५९.१
महाराष्ट्र	४८	००	१०.१	१०	२३.७	५	२०.२	१८	२१.८	०४	२२.५	१३	२१.२	१३	२२.६	०९	१८.२	२३	२७.३
गोवा	२	००	३.०४	००	०.७१	००	१५.६१	००	१३.७५	००	३०.४	०२	५१.४९	१	४६.८३	१	४४.७८	२	५३.४
एकूण जागा	**१०१**	**०१**		**३५**		**३७**		**४६**		**२८**		**५१**		**४९**		**२९**		**७६**	

तक्ता क्र. २ : पश्चिम भारतातील कॉंग्रेसची कामगिरी (लोकसभा)

निवडणूक वर्ष		१९८४		१९८९		१९९१		१९९६		१९९८		१९९९		२००४		२००९		२०१४	
राज्य	**एकूण जागा**	**जागा**	**मते**	**जागा**	**मते**	**जागा**	**मते**	**जागा**	**मते**	**जागा**	**मते**	**जागा**	**मते**	**जागा**	**मते**	**जागा**	**मते**	**जागा**	**मते**
राजस्थान	२५	२५	५२.७	००	३७.०	१३	४४.०	१२	४०.५	१८	४४.५	०९	४५.१	०४	४१.४	२०	४७.२	००	३०.४
गुजरात	२६	२४	५३.२	०३	३७.२	०५	२९.०	१०	३८.७	०७	३६.५	०६	४५.४	१२	४३.९	११	४३.४	००	३२.९
महाराष्ट्र	४८	४३	५१.२	२८	४५.४	३८	४८.४	१५	३४.८	३३	४३.६	१०	२९.७	१३	२३.८	१७	१९.६	२	१८.१
गोवा	०२	२	४६.२१	०१	४७.४३	०२	५७.६६	००	३४.३७	२	३१.५९	००	४९.०१	०१	२९.७६	०१	२२.६०	००	३६.६
एकूण जागा	**१०१**	**९४**		**३२**		**५८**		**३७**		**६०**		**२५**		**३०**		**४९**		**०२**	**३६.६**

३ जात आणि राजकीय प्रक्रिया

भारतीय राजकीय प्रक्रिया समजून घेण्यासाठी 'जात' या घटकाचे विश्लेषण केंद्रस्थानी मानले जाते. किंबहुना, 'जात' राजकारणाचा केंद्रबिंदू आहे. जातीच्याभोवती राजकारण फिरते. या संदर्भात रजनी कोठारी, एम.एन. श्रीनिवास, आर.के.खत्री, रूडॉल्फ आणि रूडॉल्फ, एम.एस.ए.राव इत्यादींनी विश्लेषण केले आहे. जात हा एकमेव राजकारण समजून घेण्याचा घटक नाही. मात्र, राजकारण समजून घेण्याच्या अनेक घटकांपैकी 'जात' हा एक घटक आहे; तसेच भारतीय राजकारणाचा मुख्य पाया कोणता आहे, या प्रश्नाच्या संदर्भात देखील जातीचे राजकारण प्रस्तुत ठरते. मात्र, सामुदायिक हितसंबंधांचा दावा आणि सत्तासंघर्ष, जातीच्या साधनांमार्फत केला जातो. त्या संदर्भात जातीच्या राजकारणाचा अभ्यास राजकारण समजून घेण्यास उपयुक्त ठरतो. एव्हाना, भारतात जातीविरोधाची राजकारणे होऊ शकतात. परंतु, जातीच्याशिवाय राजकारण होऊ शकत नाही; यातून राजकारण समजून घेणे व समजून देण्यासाठीचे 'जात' हे मध्यवर्ती सूत्र झाले आहे.

भारतीय राजकारणातील जातीची भूमिका

भारतीय राजकारणात जातीच्या भूमिकेला महत्त्व प्राप्त झाले आहे. राजकारणाच्या सर्व पातळ्यांवर 'जात' या घटकाचा प्रभाव पडलेला आहे. उदा. देश, राष्ट्र, राज्य, जिल्हा, तालुका, गाव इत्यादी. राज्यशास्त्र आणि समाजशास्त्रातील अनेक अभ्यासकांनी जातीच्या गतितत्त्वाचा राजकारणावर होणाऱ्या परिणामांचा अभ्यास केला आहे. रूडॉल्फ आणि रूडॉल्फ, एम.एस.ए. राव, रजनी कोठारी, एम.एन.श्रीनिवास, हार्ड ग्रेव्ह या अभ्यासकांनी जातीचा राजकारणावर होणाऱ्या परिणामांचा अभ्यास केला आहे. त्या दृष्टिकोनातून जातीच्या अभ्यासाच्या संदर्भात काही मोजक्या राजकीय समाजशास्त्रज्ञांच्या विचारांचा परामर्श पुढीलप्रमाणे घेतला आहे

प्रा. रूडॉल्फ आणि रूडॉल्फ यांनी 'The Modernity of Tradition : Political Development in India(1967)' हे पुस्तक लिहिले आहे. या पुस्तकात त्यांनी भारतीय राजकारणातील जातींच्या भूमिकेचा एका विशिष्ट आकृतिबंधातून विचार मांडला आहे. त्यांनी भारतीय राजकारणात 'जात' ही मुख्यत्वे तीन पातळ्यांवर कार्यशील असते, असे विचार मांडले आहेत. 'जात' असा सामाजिक वर्ग आहे की, जो परंपरागत आणि आधुनिक तत्त्वाचे एकत्रीकरण करत आहे. रूडॉल्फ आणि रूडॉल्फ यांनी लोकशाही प्रक्रियेतील जातीच्या ध्रुवीकरणाचा अभ्यास केला. त्या अभ्यासात त्यांनी जातींच्या ध्रुवीकरणाचे तीन प्रकार मांडले आहेत.

१) उभ्या रेषेतील (Vertical Mobilization) कृतिप्रवणता.
२) आडव्या रेषेतील (Horizontal Mobilization) किंवा समांतर कृतिप्रवणता.
३) भिन्नतेवर आधारित (Differential Mobilization) कृतिप्रवणता.

या तीन प्रकारांमधून असे स्पष्टपणे दिसते की, लोकशाही व्यवस्थेच्या चौकटीत किंवा परिप्रेक्षात जातीचे राजकारण सर्वांत जास्त महत्त्वपूर्ण झाले आहे किंबहुना, ते एक मध्यवर्ती तत्त्व म्हणून विकसित झाले आहे.

१) जातीचे उभ्या रेषेतील राजकारण (Vertical Mobilisation)

राजकारणात जात उभ्या रेषांमध्ये कार्यशील असते. ही जातीच्या कार्यशीलतेची पहिली पातळी आहे. या पातळीवर जात ही स्थानिक समूहांच्या राजकारणात वावरते. या पातळीवर जात सर्वसामान्यपणे 'दाता-याचक' ह्या सरंजामी संबंधांना, स्थानिक जहागीरदारांना राजकीय पाठिंबा मिळवून देत असते. या पातळीवरील जातींच्या राजकारणातील कार्यशीलतेची गृहीतके आहेत.

१) या पातळीवरील जातींच्या राजकारणासाठी सरंजामपद्धतीचा समाज गृहीत धरला आहे किंवा सरंजामी पद्धतीचा समाज असतो.

२) उमराव किंवा सरंजामी समूहांना जात आमिषापोटी, लोभापायी पाठिंबा देऊन त्यांना राजकीय पाठिंबा मिळवून देत असते.

३) अशा सरंजामी प्रकारच्या राजकारणात उच्चवर्णीय जमीनदार सामाजिकदृष्ट्या कमी लेखलेल्या जातींचा आपल्या निवडणुकीच्या राजकारणासाठी पाठिंबा मिळवित असतो. हा पाठिंबा कमी लेखलेल्या जातींना मेहरबानीच्या जाळ्यात अडकवून मिळवित असतो. याखेरीज उमराव वर्गावर अवलंबून असणारे इतर जातींचे घटक देखील जहागीरदारांना पाठिंबा देत असतात.

४) अशा सरंजामी पद्धतीच्या राजकारणात कनिष्ठ जातींना स्वतंत्र अस्तित्व नसते. उलट, त्यांच्यावरती जमीनदारांची राजकीय प्रमेये लादली जातात. या

पद्धतीचे राजकारण सर्वसाधारणपणे मागासलेल्या राज्यांत होताना दिसून येते. उदा. राजस्थान, उत्तरप्रदेश, मध्यप्रदेश, बिहार, इत्यादी. उत्तर प्रदेशांमध्ये महेंद्र टिकैत यांची भारतीय किसान युनियन, कर्नाटकामध्ये रयतसंघ, गुजरातमध्ये खेडूत संघ, पंजाबमध्ये भूपेंद्रसिंग मान यांचा पंजाब खेतीबाडी संघ इत्यादी संघटना अशा स्वरूपाचे राजकारण करण्यात आघाडीवर आहेत. अशा प्रकारच्या जातीच्या राजकारणाचे दूरगामी परिणाम होतात.

१) सरंजामी प्रकारच्या राजकारणात जातीला महत्त्व प्राप्त होते. या प्रकारच्या राजकारणामुळे जन्यजनकभाव संबंध किंवा कार्यकारणभाव असा दिसतो की, दुसरे घटक दुय्यम ठरतात. वर्ग, वांशिकता, लिंगभेद हे घटक जातीच्या तुलनेत दुय्यम ठरतात.

२) सरंजामी प्रकारचे राजकारणासाठी स्थानिक राजकारण महत्त्वाचे असते. विशेष ग्रामीण संदर्भ असलेले स्थानिक राजकारण या प्रकारात महत्त्वाचे असते.

३) सरंजामी पद्धतीच्या राजकारणात प्रत्यक्ष अस्मिता किंवा ओळख महत्त्वाची असते.

४) सरंजामी राजकारणात सामाजिक स्तरीकरण किंवा उतरंड महत्त्वाची असते.

५) या उभ्या रेषेतील राजकारणातून एका विशिष्ट जातीची पकड अधिकाधिक घट्ट होते. परंतु, जेव्हा जमीनदारांवर अवलंबून राहाणाऱ्या जाती पुरेशा स्वायत्त आणि स्वतंत्र होतात. तेव्हा या प्रकारचे राजकारण होऊच शकत नाही.

हे राजकारण सरंजामदारी पद्धतीमध्ये घडते. अशा प्रकारचे राजकारण प्रगत समाजात देखील घडू शकते का? हा एक महत्त्वाचा प्रश्न उपस्थित करता येतो. प्रगत समाजात उत्पादन शक्तीमध्ये बदल होतो. परंतु, सामाजिक संबंधांमध्ये फेरबदल होत नाही. उदा. साखर कारखाना ही नवीन उत्पादन शक्ती आहे; तसेच गावातील ग्रामपंचायत ही नवीन संरचना आहे. या दोन्ही संरचनांमधील राजकारण उभ्या रेषांमध्ये घडते. साखर कारखान्याचे चेअरमन किंवा व्यवस्थापन मराठा, जैन, लिंगायत, ओ.बी.सी. आणि सरतेशेवटी एस.सी. किंवा एस.टी. प्रतिनिधींकडे असते. उभ्या रेषांमध्ये उतरंडीच्या वरील स्थानावर उच्च जाती, त्यानंतर मध्यम वर्ग, त्यानंतर ओ.बी.सी. आणि सरतेशेवटी एस.सी. किंवा एस.टी. असतात. उभ्या रेषातल्या होणाऱ्या जातींच्या राजकारणामध्ये उमरावर्ग अनेक जातींचा राजकीय पाठिंबा मिळवतो.

हा राजकीय पाठिंबा मिळविणे त्यांना शक्य होते; कारण उमराव सरंजामी ऋणानुबंधातून हा पाठिंबा मिळविण्याचा प्रयत्न करतो. अशा पद्धतीचे राजकारण उत्तरप्रदेश, बिहार, राजस्थान, मध्यप्रदेश, या राज्यात चालले आहे, त्याचा परिणाम राजकारणावर होतो.

२) जातीचे आडव्या रेषेतील राजकारण (Horizontal Mobilisation)

आडव्या रेषेतील राजकारणात वर्ग, सामाजिक समूह किंवा अनेक जातींची गुंफण करून या तंत्राच्या मदतीने राजकीय पाठिंबा मिळविण्याचा प्रयत्न केला जातो. आडव्या रेषेतील जातींचे राजकारण हे उभ्या रेषेतील जातींच्या राजकारणाच्या तुलनेत वेगळे आहे.

१) जातीचे आडव्या रेषेतील राजकारण हे अनेक प्रांतात घडते; कारण वेगवेगळ्या प्रांतातील जाती राजकारणासाठी एकत्र केल्या जातात.

२) राजकीय नेतृत्वाकडून राजकारण संघटित करण्याचा प्रयत्न केला जातो.

३) चळवळीच्या राजकारणात आणि संसदीय राजकारणात देखील या प्रकारच्या राजकारणाचा उपयोग केला जातो. उदा. स्वातंत्र्य संग्रामात काँग्रेसने विविध जातींना एकत्र करण्याचा प्रयत्न केला होता.

४) या प्रकारच्या राजकारणात जातींचा, वर्गांचा समान सामाजिक दर्जा आवश्यक असतो. उदा. मुलायमसिंग यादवांनी केलेले जातींचे संघटन या प्रकारचे आहे. दुसरे उदा. महाराष्ट्रातील राष्ट्रवादी काँग्रेस पक्षाचे देखील आहे.

५) जातींना समान आर्थिक पाया असावा लागतो; त्याशिवाय हे संघटन शक्य होत नाही.

६) या प्रकारचे राजकारण एका विशिष्ट प्रदेशाच्या सीमारेषा ओलांडून देखील होऊ शकते; म्हणून हे राजकारण व्यापक असते.

७) या पद्धतीच्या राजकारणास काळाच्या मर्यादा नाहीत. हे राजकारण इतिहासाच्या अनेक टप्प्यांवर होत असते. हे राजकारण अखिल भारतीय पातळीवर होऊ शकते; तसेच ते प्रादेशिक पातळीवरही होऊ शकते. उदा. बाबासाहेब आंबेडकरांनी 'शेड्यूल्ड कास्ट फेडरेशन'ची स्थापना केली होती (१९४०). या संघटनेचे राजकारण या प्रकारचे होते. या प्रकारचे दुसरे उदाहरण शेतकरी संघटनेचे आहे. शरद जोशींनी मालाला किमान दर देणे, या मुद्यावर आडव्या रेषेत जातींची कृतिप्रवणता घडवली होती. तसेच कर्नाटकमध्ये रयत संघ, गुजरातमध्ये खेडूत संघ, उत्तरप्रदेशांमध्ये शेतकरी संघटनेचे महेंद्र टिकैत किंवा पंजाबमधील भूपेंद्रसिंग मान यांचे राजकारण या

प्रकारचे होते. भारतीय रिपब्लिकन पक्षाने देखील या प्रकारचे राजकारण केले होते. वर्गाच्या संदर्भात जातीचे आडव्या रेषेतील राजकारण केले जाते. त्यात भारिप, शेतकरी संघटना, डावे पक्ष, इत्यादींचा प्रामुख्याने समावेश होतो. मथितार्थ, शेतकरी, कामगार, दलित, आदिवासी इत्यादींना आर्थिक पातळीवर संघटित केले जाते. आडव्या रेषेतील होणाऱ्या राजकारणातून जात, पक्षपद्धती आणि भारतीय राजकारणावर कोणता परिणाम झाला, हा एक चित्तवेधक प्रश्न आहे.

१) **संख्यात्मक बळ :** जातींचे संख्याबळ राजकारणाला आकार देते; म्हणजेच जातींचे संख्याबळ त्या जातींना राजकारणावरती आपली पकड मजबूत करण्यास मदत करते. उदा. महाराष्ट्रातील संसदीय राजकारणावर मराठा व कुणबी जातींचे वर्चस्व आहे; तसेच कर्नाटकात लिंगायत जातीचे वर्चस्व आहे; तसेच आसाममध्ये कायस्थांचे वर्चस्व आहे; तर आंध्र प्रदेशामध्ये रेड्डी व कम्मा, केरळमध्ये ईडवा व नायर, तमिळनाडूमध्ये नजर, पश्चिम बंगालमध्ये भद्रलोक, बिहारमध्ये यादव व कुर्मी, मध्यप्रदेश, पंजाब व राजस्थानमध्ये जाट आणि गुजरातमध्ये पाटीदार जातीचे वर्चस्व आहे.

२) **लोकशाहीकरण आणि ऐहिकीकरण :** या पद्धतीच्या राजकीय कृतिप्रवणतेतून भारतीय राजकारणाचे लोकशाहीकरण आणि ऐहिकीकरण घडत गेले आहे. उदा. कनिष्ठ जाती ऐतिहासिकदृष्ट्या मुख्य प्रवाही राजकारणाच्या बाहेर होत्या. त्यांना या कृतिप्रवणतेमुळे मुख्य प्रवाहात समानतेच्या पातळीवर येणे शक्य झाले. अर्थातच, या पद्धतीमुळे जातीच्या राजकारणाचे लोकशाहीकरण घडून येते. उदा. खाम (क्षत्रिय, हरिजन, आदिवासी, अल्पसंख्याक जाती) या प्रकारचे संघटन गुजरातमध्ये माधवसिंग सोलंकी यांनी केले होते. तसेच महाराष्ट्रात माळी, धनगर व वंजारी इत्यादी जातींची कृतिप्रवणता भाजप करत आहे; त्यास 'माधव' असे म्हटले जाते. अशा प्रकारचे 'अजगर' हे संघटन उत्तर प्रदेशात केले गेले आहे (अहीर, जाट, गुजर).

३) **वर्गीय ध्रुवीकरण :** राजकारणाच्या प्रांतात स्पष्ट आणि रेखीव विभाजन होत असते. उदा. उच्च वर्गीय जातींविरुद्ध कनिष्ठ जाती. यांची भारतीय राजकारणात स्पष्ट विभागणी झालेली दिसते. म. फुले यांनी 'शूद्रातिशूद्र' ही एक सामाजिक आघाडीची संकल्पना मांडली होती. या सामाजिक संकल्पनेच्या विरोधात आर्यांची एक सामाजिक आघाडी होती; अशी संकल्पना मांडून त्यांनी ध्रुवीकरण केले होते.

४) **राजकीय वर्चस्व :** आडव्या जातीच्या कृतिप्रवणतेमध्ये सर्वसाधारणपणे मध्यम जातीचे वर्चस्व असते; तर उभ्या जातीच्या कृतिप्रवणतेमध्ये उच्च जातींचे वर्चस्व असते.

५) **जातींचे सापेक्ष महत्त्व :** या प्रकारच्या राजकीय कृतिप्रवणतेमध्ये जातींचे सापेक्ष महत्त्व सामुदायिकरीत्या मान्य करावे लागते; तेव्हाच हे राजकारण यशस्वी होते. अन्यथा, हे राजकारण यशस्वी होणे शक्य नाही. उदा. ओ.बी.सी. जाती काँग्रेसकडून भाजपकडे वळल्या. यामध्ये जातींचे सापेक्ष महत्त्व मान्य केले आहे.

६) **जातींच्या आघाड्या आणि बदल :** आडव्या रेषांमधील जातींच्या राजकारणात जातींची युती किंवा आघाडी कायमस्वरूपी परिदृढ राहात नाही; तर ती युती लवचीक स्वरूपाची असते. उदा. उत्तर प्रदेशातील उच्च जाती व कनिष्ठ जातीतील आघाडीमध्ये फेरबदल होत जातो; यामुळे 'जात' आणि 'पक्ष' यांचे संबंध बदलत जातात; म्हणून भारतीय राजकारणाचा पोत देखील बदलत जातो.

३) जातीचे विस्ताराने होणारे राजकारण (Differential Mobilization)

विविध राजकीय पक्ष निवडणुका जिंकण्यासाठी किंवा औपचारिक राजकीय सत्ता प्राप्त करण्यासाठी जातीचा एक समूह म्हणून उपयोग करून घेतात; यामुळेच जातीचे संघटन पक्षाच्या पातळीवर होते. यास जातीची विस्ताराने होणारी राजकीय कृतिप्रवणता असे संबोधिले जाते. उदा.भारतातील साम्यवादी पक्ष वगळता सर्व पक्ष जातीचे राजकारण करतात. जातींचे राजकारण आवश्यक का आहे? असा लक्षवेधक प्रश्न निर्माण होतो. याची कारणमीमांसा पुढीलप्रमाणे केली जाते.

१) मुख्य प्रवाही राजकारणापासून काही जाती दुर्लक्षित होत्या. त्या जातींना राजकारणाच्या मुख्य प्रवाहामध्ये आणण्यासाठी ही संधी मिळते; म्हणजेच लोकशाहीकरण घडून येते.

२) या प्रकारच्या राजकारणाचा दृष्टिकोन मानवतावादी आहे म्हणून हे राजकारण योग्य आहे, अशी नीतिशास्त्रीय मीमांसा केली जाते.

३) या राजकारणाचे लक्ष स्त्री-पुरुष समता किंवा सामाजिक समानता साधणे हे आहे. असे विवेचन केले जाते.

४) 'जात' हे सामाजिक वास्तव आहे. जातीचे सामाजिक वास्तव समूहाला सर्वांत जवळचे असते; तसेच जातसंस्था ही सामाजिक वास्तव निर्माण करते;

यामुळे या वास्तवामधून राजकीय जाणिवा घडतात; या कारणामुळे जातीचे राजकारण अनिवार्य आहे, असा दावा केला जातो.

५) जातीत उदासीनता यायला नको. या गोष्टी पक्षांनी राजकारण करताना लक्षात घ्याव्या लागतात; यामुळे डॉ. बाबासाहेब आंबेडकरांचे 'दलित' राजकारण, महात्मा फुले यांचे 'स्त्रीशूद्रातिशूद्र' राजकारण, यशवंतराव चव्हाणांचे 'बहुजन राजकारण' हे योग्य व उचित होते, असा दावा केला जातो. याप्रमाणेच राजर्षी शाहू महाराज, पेरीयार स्वामी (रामास्वामी नायकर) किंवा पंडित नेहरूंचे राजकारण योग्य होते, अशी मीमांसा केली जाते.

जातींच्या राजकारणाचे प्रेरकत्व (Dynamic of the Caste Politics)

मुख्य समाजशास्त्रज्ञांचा विचार असा आहे की, राजकारणात जातींचे वर्चस्व वाढले आहे. मात्र, रजनी कोठारींची मते वेगळी आहेत. त्यांच्यामते, राजकारणात जातींचे वर्चस्व वाढले नसून जातींचेच राजकारण होत आहे. मथितार्थ, जातींच्या स्वत:च्या राजकीय प्रगतीसाठी आणि संघटनांसाठी राजकारणाचे एक साधन म्हणून उपयोग वेगवेगळे पक्ष करीत आहेत. रजनी कोठारींच्या मांडणीच्या संदर्भात जातींच्या राजकारणाचे स्वरूप समजून घेता येते.

१) जातींचे संख्याबळ

जातींची जनगणना १९३१ नंतर बंद करण्यात आली आहे; तरी देखील जातींच्या राजकारणात जातींचे संख्याबळ महत्त्वाचे आहे. एम.एन. श्रीनिवास यांनी देखील संसदीय राजकारणात जातींचे राजकारण महत्त्वाचे मानले आहे. या विधानात असे गृहीत तत्त्व आहे की, लोक सर्वसामान्यपणे आपल्या 'राजकीय आवडी निवडताना' किंवा राजकीय जाणिवेसाठी 'जात' हा घटक महत्त्वाचा मानतात. जातींची रीतसर माहिती उपलब्ध नसताना राजकीय पक्ष जातींच्या संख्याबळाची जुळवाजुळव आपआपल्या पद्धतीनेच करतात. मथितार्थ, जातींचे संख्याबळ या तत्त्वाला महत्त्व प्राप्त होते.

२) भौगोलिक-सांस्कृतिक संदर्भ

भौगोलिक-सांस्कृतिक संदर्भामुळे जातींना महत्त्व प्राप्त होते. राजकारणात जातींच्या प्रभावी संघटनांसाठी त्या त्या जातींचा भौगोलिक संदर्भ महत्त्वाचा ठरतो; कारण जाती एखाद्या विशिष्ट भागात केंद्रित झाल्या असतील तर राजकीय पक्षांना त्यांच्यापर्यंत पोहोचणे सुलभ जाते; तसेच जातींचे राजकारण करता येते. त्यांचा राजकारणासाठी योग्य पद्धतीने उपयोग केला जातो. उदा. आगरी लोकांचे प्रमाण

कोकण विभागात आहे; तर तेली जातीतील लोकांचे प्रमाण विदर्भात आहे; असे भौगोलिक-सांस्कृतिक संदर्भ राजकीय पक्ष लक्षात घेऊन राजकीय संघटन करतात.

३) राजकीय संस्थांचा उदय

एम. एन. श्रीनिवास, गोपाळकृष्ण जी नारायण, बद्रुद्दीन अहमद या राजकीय समाजशास्त्रज्ञांच्या मते, राजकीय संस्थांची उत्पत्ती आणि विस्तार राजकारणासाठी महत्त्वाचा असतो. घटकांनी जातींच्या राजकारणात भारतामध्ये एक पूरक संदर्भ निर्माण करून दिलेला आहे. संस्थांच्या राजकीय संस्था स्थापन झाल्यामुळे भारतामध्ये जातींना राजकारणात महत्त्व प्राप्त झाले आहे. हा संस्थात्मक संदर्भ जर नसेल तर जातींचे राजकारण निरर्थक ठरते. मथितार्थ, जातींच्या राजकारणाची पूर्वअट 'राजकीय संस्था' आहेत. राखीव जागा किंवा राखीव जागांची तरतूद ही देखील एक प्रकारची राजकीय संस्थाच आहे. उदाहरणार्थ, दलित, अनुसूचित जमाती, इतर मागास वर्ग यांच्यासाठी राखीव जागा ठेवल्या आहेत. त्यांना दिलेल्या राखीव जागांमुळे स्वत:च्या राजकीय विकासासाठी राजकीय संस्थांचा वापर करू शकले; अशा पद्धतीने जातींचे राजकारण राजकीय संस्थांच्या संदर्भात घडत जाते.

४) राजकीय प्रक्रियांचे लोकशाहीकरण

लोकशाहीमध्ये राजकीय प्रक्रियांचे महत्त्व वाढले आहे; त्यामुळे जातींच्या राजकारणाला नवीन परिमाण प्राप्त झालेले आहे. राज्यघटनेप्रमाणे प्रत्येक जातीतील व्यक्तीला देशाच्या राजकीय प्रक्रियेत सहभागी होता येते. राज्यघटनेने नागरिकांचा उल्लेख केलेला आहे. मात्र, जातींचा उल्लेख केलेला नाही; तरी देखील प्रत्यक्ष पातळीवर जातीय समूहच राजकीय प्रक्रियेत सहभागी होताना दिसतात. जातींच्या छुप्या राजकारणाला न्यायव्यवस्था किंवा घटना देखील आळा घालू शकली नाही. ज्या जाती सरंजामी पद्धतीत प्रवाही राजकीय परिघाच्या बाहेर होत्या, त्यांना भारतीय राज्यघटनेने लोकशाही मूल्य स्वीकारल्यामुळे राजकीय प्रक्रियेत सहभाग घेण्याची संधी प्राप्त झाली. यातूनच राजकीय प्रक्रियांचे लोकशाहीकरण घडून आले.

५) दबाव-अस्थिर राजकारणाचा

अस्थिर राजकारणामुळे जातींना नवा आशय, नवी ऊर्जा, नवा संदर्भ प्राप्त झाला. भारतीय राजकीय समाजात जातींचे तीन हजार पेक्षा जास्त जातींमध्ये विभाजन झाले आहे. मात्र, भारतातील राजकारणात त्या एकमेकांवर अवलंबून आहेत. त्यांना परस्परांचा राजकीय पाठिंबा मिळवावा लागतो. यातूनच जातींची नवीन समीकरणे उदयास येतात. एका विशिष्ट जातींचे संख्याबल असल्यामुळे जातीचे

महत्त्व फारसे वाढत नाही. किंबहुना, छोट्या छोट्या जातींना राजकीय अस्थिरतेमुळे महत्त्व प्राप्त होते; त्यांची एकूण राजकारणात पत वाढते. त्यामुळे, एका अर्थाने राजकीय अस्थिरता ही छोट्या-छोट्या जातींना जागा उपलब्ध करून देते. उदा. महाराष्ट्र, बिहार, उत्तरप्रदेश या राज्यात राजकीय अस्थिरतेने छोट्या-छोट्या जातींना जागा उपलब्ध करून दिली आहे.

६) राजकीय अर्थकारणाची भूमिका

जातींचा संबंध अर्थकारणाशी आहे. जातींच्या राजकीय अर्थशास्त्रामुळे जातींच्या राजकारणात नव-नवीन आविष्कार दिसतात. जुने स्वरूप जाऊन नवीन स्वरूप धारण करतात. त्यांना राजकारणात नवीन संदर्भ प्राप्त होतो. राजकीय अर्थकारणामुळे छोट्या जातींना त्यांची आर्थिक परिस्थिती राजकीयदृष्ट्या संघटित होण्यास भाग पाडते. उदा. अनुसूचित जाती, अनुसूचित जमाती, भटक्या-विमुक्त जाती या राजकारणात स्वायत्त दृष्टिकोनातून कधीच पुढे आल्या नाहीत. त्या काँग्रेसच्या माध्यमातून विशेषत: आपले राजकीय अस्तित्व टिकवून होत्या. २०१४ नंतर भाजपच्या माध्यमातून राजकीय अस्तित्व टिकवून आहेत. त्यांचा पारंपरिक आर्थिक व्यवसाय हा खेड्याच्या आर्थिक गरजेला पूरक होता. परंतु, हा पारंपरिक व्यवसाय उद्योगांनी उद्‌ध्वस्त केला; तेव्हा त्या जाती विस्थापित झाल्या; जगण्याचे साधन हाताशी नव्हते; तेव्हा त्या जाती हतबल झाल्या; अशा परिस्थितीत त्यांनी आर्थिक उपजीविकेसाठी राजकीय मार्गांचा शोध घेतला. साम्राज्यवादी व खाऊजा आर्थिक धोरणांमुळे येथील शेतकरी त्यांच्या जमिनीपासून परागंदा झाले. जीवन जगण्यासाठी कुठलीही व्यवस्था नव्हती; त्यामुळे तो राजकीयदृष्ट्या एकत्र येणे गरजेचे बनले. अर्थातच, राजकीय अर्थकारणामुळे जातीच्या राजकारणात सतत बदल होतात. जातीच्या राजकारणाची व्यूहरचना बदलते.

४ राजकीय प्रक्रिया : निवडणूक अभ्यास

भारतातील निवडणूकीचा अभ्यास करण्यासाठी निवडणुकीचा क्षेत्रीय अभ्यास, अभिजनांचा अभ्यास, एक केस अभ्यास (व्यष्टी) किंवा एथनॉग्रॉफी अभ्यास या पद्धती देखील वापरल्या जातात. मात्र, या अभ्यास पद्धतींच्या तुलनेत सर्वेक्षण पद्धत जास्त लोकप्रिय आहे. भारतीय निवडणुकांच्या अभ्यासाची सुरुवात केवळ अलीकडच्या काळातील नाही. भारतीय मतदारांची मते आणि निवडणूक निकालांचे मोजमाप स्वातंत्र्योत्तर कालखंडातील पहिल्या निवडणुकीपासून केले गेले आहे. विशेष म्हणजे, हे मोजमाप संस्थात्मक स्तरावर केले गेले आहे. 'अमेरिकेतील अमेरिकन इन्स्टिट्यूट ऑफ पब्लिक ओपिनियन' या संस्थेच्या आधारावर भारतात 'इंडियन इन्स्टिट्यूट ऑफ पब्लिक ओपिनियन' ही संस्था पन्नाशीच्या दशकात स्थापन केली होती. ही संस्था स्थापन करण्यात डॉ. एरिक-डी-कोस्टा यांनी पुढाकार घेतला होता. ही संस्था भारतीय जनमत सर्वेक्षणाची सुरुवात मानली जाते. ही संस्था सुरुवातीला आर्थिक दृष्टिकोनातून उपभोक्ता वर्गाचा अभ्यास करत होती; मात्र, या संस्थेने भारतातील आर्थिक व राजकीय मुद्यांवर आधारित जनमत सर्वेक्षण केले (टाइम्स ऑफ इंडिया, १८ एप्रिल २००३). 'आय.आय.पी.ओ.' या संस्थेने दिल्ली, पश्चिम बंगाल आणि केरळमध्ये निवडणुकांचा अभ्यास केला होता. या अभ्यासाचे निष्कर्ष 'जर्नल मंथली पब्लिक ओपिनियन स्टडीज' या अंकात प्रकाशित झाले होते. या सर्वेक्षणापासून भारतामध्ये निवडणुकांचा अभ्यास करण्यास सुरुवात झाली होती. 'आय.आय.पी.ओ.' ही भारतातील पहिली सर्वेक्षण करणारी संस्था होती.

पाश्चिमात्य देशांची कार्बनप्रत

२१ व्या शतकाच्या पहिल्या दशकात भारतीय मतदारांचा मतदार व्यवहार,

त्यांची राजकीय मते आणि निवडणूक निकाल यांचे मोजमाप करण्यासाठी निवडणूक सर्वेक्षण ही पद्धत मोठ्या प्रमाणावर वापरली गेली.

निवडणूक सर्वेक्षण आणि सर्वेक्षण उद्योग या दोन गोष्टी भारतामध्ये जास्त लोकप्रिय झाल्या आहेत. २००४, २००९ आणि २०१४ या तीन सार्वजनिक निवडणुकांमध्ये निवडणूकपूर्व सर्वेक्षण आणि निवडणुकोत्तर सर्वेक्षण करण्यासाठी भारतीय प्रसिद्धीमाध्यमांमध्ये अटीतटीची स्पर्धा निर्माण झाली होती. प्रसिद्धीमाध्यमांमध्ये निवडणुकीच्या निकालांसंबंधी भविष्यकथन सटीक पद्धतीने कोण करेल, याबद्दलचीदेखील स्पर्धा रंगली होती; म्हणजेच पूर्वानुमान करण्यासाठी स्पर्धा केली गेली होती. कोणता पक्ष निवडणूक जिंकेल, कोणत्या पक्षाला किती जागा मिळतील या विषयाची स्पर्धा त्यांच्यामध्ये होती; याशिवाय मीडियामध्ये कोणी किती नमुना घेतला या मुद्द्यावरदेखील स्पर्धा झाली होती. प्रसारमाध्यमांकडून केलेल्या सर्वेक्षणांमध्ये राजकीय चित्र मांडण्याच्याऐवजी त्यांच्यातील स्पर्धेला भडकपणे मांडले गेले; यामुळे भविष्यकथन करणे हा अर्थ जनमत चाचणीचा २१ व्या शतकाच्या पहिल्या दशकात घेतला गेला. परंतु, मतदान वर्तन आणि निकालांचे मोजमाप करण्यापाठीमागचा उद्देश आणि तर्कशास्त्र मात्र यापेक्षा वेगळे आहे. भारताच्या मतदार वर्तनाचा अभ्यास करण्यासाठी निवडलेली सर्वेक्षण पद्धती पाश्चिमात्य देशांची कार्बन प्रत होती का? असाही प्रश्न उपस्थित केला जातो. भारतामध्ये बहुविविधता असल्यामुळे पाश्चिमात्य देशातील ही पद्धत भारतीय निवडणुकांचा अभ्यास करण्यासाठी भारतीय पद्धतीने वळवून घेतली गेली.

१९५७ मध्ये लोकसभा निवडणुका झाल्या. निवडणूकपूर्व जनमत सर्वेक्षण करण्यात आले. तेव्हा निवडणूकपूर्व भविष्यकथन करण्यात आले; ते भविष्यकथन बरोबर ठरले होते. या निवडणूक सर्वेक्षणामध्ये भारतीयांच्या मतदान वर्तनावर लक्ष केंद्रित केले होते. मतदारांचे उत्पन्न, धर्म आणि व्यवसाय या आधारांवर कोणता फरक पडतो, या मुद्द्यांचा अभ्यास करण्यात आला होता. या बरोबरच राजकीय पुढाऱ्यांची लोकप्रियताही अभ्यासली होती. तसेच त्यांनी पक्षाच्या नेत्यांच्या लोकप्रियतेची एक सूची प्रकशित केली होती. 'आय.आय.पी.ओ.' या संस्थेने निवडणूक सर्वेक्षणामध्ये मतदार त्यांची मतदान विषयक मते कशी निश्चित करतात, तसेच मत देण्याचा निर्णय कोणत्या मुद्द्यांवर आधारित ठरतो. विशेषकरून जात, समुदाय, देशातील प्रमुख राजकीय मुद्दे आणि नेतृत्वाची लोकप्रियता या मुद्द्यांचा अभ्यास डॉ. एरिक-डी-कोस्टा यांनी 'आय.आय.पी.ओ.'च्या माध्यमातून केला होता (क्लेमेंट वाझ, १९९७ : १०७-१०८). या संस्थेने केवळ जनमताचे सर्वेक्षणच केले नाही, तर निवडणूक

निकालांचे भविष्यकथनदेखील केले होते. १९५७ मध्ये प्रथमत: भारतात हा प्रयोग केला गेला; हा प्रयत्न भारतीय आविष्कार म्हणून व्यक्त झाला. ही संस्था १९८० पर्यंत निवडणूक सर्वेक्षण करत होती. कोस्टा या संस्थेतून दूर गेल्यामुळे या संस्थेची निवडणूक सर्वेक्षणाची प्राथमिकता राहिली नाही.

'आय.आय.पी.ओ.' या संस्थात्मक प्रयत्नाखेरीज व्यक्तिगत पातळीवरदेखील निवडणुकीचा अभ्यास करण्यात आला. व्ही. एम. सिरसीकर यांनी १९६७ च्या सार्वजनिक लोकसभा निवडणुकीत पुणे लोकसभा मतदारसंघाचा अभ्यास केला होता. या अभ्यासातून छोट्या स्तरावर लोकशाही निवडणुका, मतदारांचे वर्तन याबद्दलचे निष्कर्ष काढले गेले. यासंबंधी पुढील निष्कर्ष नोंदवण्यात आले होते (कुमार संजय : १७-१८).

१) भारतामध्ये जास्तीत जास्त लोकांना लोकशाही, निवडणुका आणि राजकीय पक्ष यावर विश्वास होता. लोकशाही आणि निवडणूक प्रक्रिया यावरील विश्वासाचा मतदारांच्या शैक्षणिक पात्रतेशी थेट संबंध होता. जे लोक जादा शिक्षण घेतलेले होते, त्यांचा लोकशाहीवर कमी विश्वास होता, तर कमी शिकलेल्या लोकांचा लोकशाहीवर जादा विश्वास होता.

२) जात आणि समुदाय यावर आधारित अल्पसंख्य समूहातील मतदार काँग्रेस पक्षाला सर्वांत चांगला पर्याय मानत होते.

३) कमी शिक्षित कुटुंबातील सदस्यांवर त्यांच्या कुटुंबाच्या प्रमुखाचा जास्त प्रभाव होता; तर उच्च शिक्षण घेतलेल्या कुटुंबावर त्या तुलनेत कमी प्रभाव होता.

४) मतदाराचा निर्णय घेण्यासाठी महत्त्वाची भूमिका उमेदवार, पक्ष आणि जाती समुदाय हा घटक पार पाडत होता. सरतेशेवटी असाही निष्कर्ष नोंदवला होता की, मतदारांचा व्यवसाय, उत्पन्न आणि वय त्यांच्या मतदान वर्तनावर आणि निवडणूक निकालांवर प्रभाव पाडू शकत नव्हता.

१९६७ च्या निवडणुकीमध्ये व्यक्तिगत पातळीवर नागपूरमध्ये अभ्यास करण्यात आला. या अभ्यासात असा निष्कर्ष काढण्यात आला की, मजबूत नेतृत्वाचा प्रभाव पडून मतदारांनी त्यांच्या पक्षाला मते दिली. मतदार राष्ट्रीय किंवा प्रादेशिक मुद्यांवर मतदानाचा निर्णय घेत नव्हते; जे मतदार सभा आणि पक्षाच्या प्रचार सभेमध्ये भाग घेत होते, त्यांचा मतदार निर्णय जादा अस्थिर होता; तसेच त्यांचा निर्णय बदलला जाण्याची शक्यताही जादा होती. सामाजिक, आर्थिक स्तर, लिंग, जात, धर्म, शिक्षण आणि उत्पन्न हे घटक राजकीय जागरूकता आणि प्रभाव ठरवण्याचे महत्त्वाचे घटक होते.

मतदार वर्तन मोजण्याच्या पद्धतीला ईल्ड–स्वेल्ड आणि बशरूद्दीन अहमद यांनी पुढे नेले; त्यांनी १९६७ आणि १९७१ च्या सार्वजनिक निवडणुकांचा भारतीय स्तरावर अभ्यास केला. या सर्वेक्षणात संकलित केलेल्या तथ्यांचा आंतरराष्ट्रीय स्तरावर तुलना करण्यासाठी उपयोग केला गेला. पुणे येथील अभ्यास संपूर्ण भारताला लागू करण्यात येऊ शकतो, हा त्यांचा महत्त्वाचा निष्कर्ष होता; याशिवाय, या अभ्यासाने मतदान वर्तनाशी संबंधित नवीन गोष्टींना जोडले. शहरी आणि ग्रामीण मतदारांनी समान मते व्यक्त केली होती. मतदान वर्तन आणि राज्य यांच्यामध्ये अंतर होते. उच्च जातीचे मतदार आणि उच्च शिक्षण घेतलेले मतदार यांचा राजकारणात कमी सहभाग होता. कमीत कमी शिक्षण घेतलेले मतदार आणि कनिष्ठ जातींशी संबंधित मतदार यांनी तुलनात्मकदृष्ट्या जास्त सहभाग घेतला होता (कुमार संजय, २०१३ : ३२९–३३०).

आरंभीची सर्वेक्षणे

विकसनशील समाज अभ्यास संस्था (सी.एस.डी.एस.) या संस्थेने ६० च्या दशकापासूनच सॅम्पल सर्वेक्षण करण्यास सुरुवात केली होती; ही संस्थादेखील संस्थात्मक पातळीवर अभ्यास करत होती; या संस्थेचा अभ्यास राष्ट्रीय निवडणूक अभ्यास (एन.ई.एस.) या नावाने लोकप्रिय आहे. भारतीय मतदारांचे राजकीय व्यवहार, मते आणि निवडणूक निकाल यांचा शास्त्रीय पद्धतीने अभ्यास १९६७ मध्ये या संस्थेने आयोजित केला होता. या अभ्यासामध्ये तुलनात्मक अभ्यासाचीदेखील एक वर्गवारी केली होती. १९६७ मध्ये सी.एस.डी.एस.ने सर्वेक्षणाच्या पद्धतीला सुरुवात केली. या संस्थेने लोकशाही, राजकीय वर्तनाचा आणि त्यांच्या प्रारूपांना समजून घेण्यासाठी अभ्यास केला. १९६७ चा राष्ट्रीय निवडणूक अभ्यास हा तेव्हाच्या तुलनेत सर्वांत मोठ्या निवडणूक नमुन्यावर आधारित अभ्यास केला होता. यानंतर १९७१ च्या सार्वत्रिक निवडणुकीचा देखील अभ्यास केला गेला. १९८० च्या लोकसभा निवडणुकीच्या वेळी सी.एस.डी.एस.ने प्रश्नावली तयार केली होती. परंतु, सर्वेक्षण 'इंडियन इन्स्टिट्यूट ऑफ पब्लिक ओपिनियन' या संस्थेने केले होते. हा अभ्यास पूर्णपणे भारतीय निवडणुकीचा अभ्यास नव्हता. सत्तरीच्या दशकातील सी.एस.डी.एस.ने केलेले सर्वेक्षण म्हणजे मतदान सर्वेक्षणाच्या विकासाचा एक टप्पा होता. या सर्वेक्षणामध्ये संभाव्य नमुना, जटिल प्रश्नावली आणि कठोर क्षेत्रीय काम या गोष्टींवर भर दिला होता. १९६७ च्या सर्वेक्षणात विविध स्तरांमधील मतदारांचे प्रतिनिधित्व केले गेले होते. हा अभ्यास जवळजवळ ५५ लोकसभा मतदारसंघांचा केला गेला होता. मात्र, १९६७ च्या निवडणूक अभ्यासामध्ये महिला मतदारांचा समावेश केला नव्हता. याची ठळक दोन कारणे होती–

१) महिलांच्या मुलाखती घेण्यामध्ये अडथळे होते.

२) महिला आणि पुरुष मतदारांमध्ये विशेष अंतर नव्हते अशीही अटकळ होती. या समस्येला १९७१ च्या निवडणूक अभ्यासामध्ये दूर केले गेले आणि महिलांचा निवडणूक अभ्यास करण्यासाठी 'महिला नमुना' निवडण्यात आला. तेव्हा निवडलेला नमुना आजच्या काळाच्या तुलनेत छोटा होता. परंतु, इतर निवडणूक अभ्यासांच्या तुलनेत सर्वांत जास्त मोठा होता. त्या वेळचा राजकीय व्यवहार, दृष्टिकोन आणि नमुने यांना मोजण्यासाठी तो पुरेसा होता; याशिवाय, हा नमुना निवडण्यासाठी विशेष प्रयत्न केले गेले होते; त्यामुळे तो नमुना राष्ट्रीय स्तरावरील प्रतिनिधित्व करीत होता. १९७१ च्या सर्वेक्षणामध्ये मतदार सर्वेक्षणाबरोबर अभिजनांचे सर्वेक्षण आणि क्रॉस सेक्शनल सर्वे देखील केले होते. १९६७ आणि १९७१ च्या राष्ट्रीय निवडणूक अभ्यासामध्ये नमुना निवड, संशोधन उपकरण आणि क्षेत्रीय काम ही देखील प्रथा निर्माण केली होती.

सी.एस.डी.एस.मार्फत केलेल्या राष्ट्रीय निवडणूक अभ्यासाचे प्रमुख वैशिष्ट्य म्हणजे सर्वेक्षणासाठी विस्तृत अशी प्रश्नावली तयार केली होती. या प्रश्नावलीमध्ये २०० ते ३०० प्रश्न होते. या प्रश्नांची उत्तरे मिळवण्यासाठी एक तासापेक्षा जास्त काळ गेला असेल. याचे मुख्य कारण म्हणजे ही प्रश्नावली केवळ निवडणुकांच्या आधारावर तयार केली नव्हती; तर राजकीय विषयांची समग्रता लक्षात घेऊन प्रश्नावली तयार केली होती. वस्तुस्थितीत मात्र, जास्त महत्त्व राजकीय व्यवहार, मते आणि निवडणूक निकाल यांना दिले होते. उत्तर देणाऱ्यांची सामाजिक रूपरेषा गोळा करणारे प्रश्न सामील केले होते. या प्रश्नावलीला भारतातील जवळजवळ सर्व भाषांमध्ये अनुवादित केले गेले होते. संशोधन करणाऱ्यांची निवड, त्यांचे प्रशिक्षण, क्षेत्रीय काम, संख्यात्मक तथ्यांचे संकलन आणि क्षेत्रीय कामाचे पर्यवेक्षण थेट सी.एस.डी.एस.ने केले होते. १९८० च्या दशकामध्ये मात्र असे सर्वेक्षण केले गेले नाही; त्यामुळे निवडणूक सर्वेक्षणातील सातत्य ऐंशीच्या दशकात खंडित झाले होते.

लोकप्रिय जनमत सर्वेक्षणे

जनमत सर्वेक्षणाची लोकप्रियता ऐंशीच्या दशकांमध्ये मोठी होती. तेव्हा प्रणव रॉय यांनी निवडणुकीच्या दरम्यान जनमत सर्वेक्षणे केली होती. निवडणुकीच्या अभ्यासासाठी आणि निवडून येणाऱ्या जागांच्या भविष्यकथनासाठी निवडणूक सर्वेक्षणाची एक वैज्ञानिक पद्धती तयार करावी. या प्रयत्नांमधूनच १९८९ मध्ये प्रणव रॉय यांनी 'मार्केटिंग अँड रिसर्च ग्रुप' यांच्या मदतीने निवडणुकोत्तर सर्वेक्षण घेतले होते.

या सर्वेक्षणामध्ये ७७ हजार मतदारांनी मतदार केंद्रातून बाहेर आल्यानंतर मतदान केले होते. या सर्वेक्षणाने काँग्रेस जिंकण्याची भविष्यवाणी केली होती आणि ती बरोबर देखील होती. तेव्हा 'व्होटस्विंग' ही संकल्पना मांडली गेली. ती लोकप्रिय देखील झाली होती. व्होटस्विंग म्हणजे मागील निवडणुकीच्या तुलनेत राजकीय पक्षांना मिळालेली मते वाढली की कमी झाली, असा अर्थ यामधून सूचित केला जात होता. यातूनच जनमत सर्वेक्षण करणारे अभ्यासक म्हणून रॉय यांची प्रतिमा पुढे आली; यानंतर नव्वदीच्या दशकात इलेक्ट्रॉनिक्स माध्यमांनी मतदारांचे मत आणि मतांचा व्यवहार मोजण्यासाठी निवडणूक सर्वेक्षण आणि निवडणुकोत्तर सर्वेक्षण सुरू केले. नव्वदीच्या दशकात निवडणूक सर्वेक्षण लोकप्रिय होण्याची मुख्य चार कारणे आहेत.

१) मतदारांमध्ये कोण निवडून येणार याची जिज्ञासा वाढली होती.

२) मतदारांच्या बरोबर राजकीय पक्षांमध्ये देखील कोणता पक्ष निवडून येणार याची जिज्ञासा वाढली होती. कोण जिंकून येईल आणि कोणाला किती जागा मिळतील, यासाठी मुख्य पक्ष देखील निवडणूक सर्वेक्षणमध्ये भाग घेऊ लागले होते.

३) निवडणूकपूर्व सर्वेक्षणामुळे राजकीय पक्ष आणि विविध सामाजिक गट यांच्या संबंधांची माहिती राजकीय पक्षांना मिळू लागली; म्हणजे कोणता वर्ग, कोणत्या पक्षाला पसंत करतो याची माहिती मिळत असल्यामुळे राजकीय पक्ष निवडणूक सर्वेक्षणमध्ये रस दाखवू लागले; म्हणजेच उमेदवाराची निवड आणि निवडणुकीतील प्रचाराची दिशा ठरवण्यासाठी सर्वेक्षण महत्त्वपूर्ण मानले गेले.

४) तसेच प्रसारमाध्यमांना निवडणूक सर्वेक्षणामुळे मतदारांच्या मतदार वर्तनाचे आणि निकालांचे आकडे उपलब्ध होऊ लागले; यामुळे प्रसारमाध्यमांना निवडणूक निकालांचे पूर्वानुमान करता येऊ लागले. माध्यमांची मुख्य जिज्ञासा निवडणुकीपूर्वी अभ्यास करून, निवडणूक निकालांचा परिणाम सांगणे हा होता; म्हणजेच थोडक्यात, निवडणूक पूर्वानुमान आणि निवडणुकीच्या दरम्यान भविष्यकथन करणे या गोष्टींमुळे निवडणूक सर्वेक्षण खूप लोकप्रिय झाले.

निवडणूक सर्वेक्षण एक उद्योग

२१ व्या शतकामध्ये निवडणूक सर्वेक्षणाचे स्वरूप बदलले. २१ व्या शतकांमध्ये ए.सी.निल्सन, ओ.आर.जी., सेंट्रल फॉर मीडियाज स्टडीज डेव्हलपमेंट अँड रिसर्च

सर्वेज्ञ, सी.ओटर ही निवडणूक सर्वेक्षण करणारी माध्यमे उदयास आली. त्यांनी जनमत सर्वेक्षण हा एक उद्योग म्हणून विकसित केला. माध्यमांनी निवडणुकीचे सर्वेक्षण करण्यासाठी वेगवेगळ्या मार्केट रिसर्च संस्थांना सामील करून घेण्याचा प्रारंभ करून घेतला. या सर्वेक्षणाचा मुख्य उद्देश मतदारांची मते जपणे आणि निवडणुकीची भविष्यवाणी करणे, हा होता. जनमत सर्वेक्षण आणि मतदानोत्तर सर्वेक्षण हा एक उद्योग म्हणून विकसित झाला. 'निवडणुकोत्तर चाचणी' ही नवीन संकल्पनाच लोकप्रिय झाली. निवडणूक निकालांचे पूर्वानुमान करणे तसेच राष्ट्रीय आणि राज्य पातळीवरील राजकीय पक्षांना किती जागा मिळतील यासंबंधीची भविष्यवाणी २१व्या शतकाच्या पहिल्या दशकात करण्यावर विशेष भर दिला गेला. प्रिंट मीडियामधील इंडिया टुडेने १९८९ मध्ये पहिले जनमत सर्वेक्षण केले होते; त्यानंतर त्यांनी निवडणूक निकालांचे पूर्वानुमान करण्यासाठी सातत्याने जनमत सर्वेक्षण केले होते. अशा प्रकारच्या निवडणूक अभ्यासामध्ये मतदारांच्या पुढील पर्याय, नेत्यांची लोकप्रियता, राजकीय मुद्यांवरील मतदारांची मते आणि जागांची भविष्यवाणी हे मुद्दे मध्यवर्ती ठेवून निवडणूक सर्वेक्षण केले गेले होते. २००४, २००९, २०१४ च्या सार्वजनिक निवडणुकींमध्ये प्रमुख सर्व न्यूज वाहिन्यांनी आणि प्रिंट मीडियांनी मार्केट रिसर्च माध्यमे किंवा सर्वेक्षण माध्यमांचा वापर केला होता. सर्वेतील आकड्यांच्या आधारे आणि सेफॉलॉजीस्ट यांच्या मदतीने जागांची भविष्यवाणी केली होती; विशेष म्हणजे २००४ ची भविष्यवाणी चुकीची ठरली होती; २००९ ची भविष्यवाणी बरोबर ठरली नाही. परंतु, निवडणुकांच्या निकालांची दिशा मात्र त्यातून स्पष्ट झाली होती. २०१५ च्या निवडणुकीमध्ये मात्र निवडणुकीच्या निकालांची दिशा स्पष्ट केली गेली होती.

निवडणूक सर्वेक्षणांमध्ये राजकीय पक्षाचा पुढाकार

नव्वदीच्या दशकात राजकीय पक्षांनी मतदारांची मते आणि निवडणूक निकाल समजून घेण्यासाठी निवडणूक सर्वेक्षणाचे माध्यम वापरण्यास सुरुवात केली. वस्तुस्थिती जाणून घेण्यासाठी निवडणूक सर्वेक्षणे आयोजित केली तसेच सविस्तर माहिती समजून घेण्यासाठी सर्वेक्षण माध्यमे भाड्याने वापरली. १९९६ मध्ये काँग्रेस पक्षाने अखिल भारतीय पातळीवर सर्वेक्षण करून घेतले होते. ते सर्वेक्षण गुप्त ठेवण्यात आले होते. परंतु, ते सर्वेक्षण माध्यमांनी जाहीर केले आणि त्यातून विविध वाद उपस्थित झाले; त्यानंतर भाजपने एक निवडणूक सर्वे केला; विशेष म्हणजे सार्वजनिक स्तरावर राजकीय पक्षांनी सर्वेक्षण करण्याची पद्धत नव्वदीच्या दशकात स्वीकारली (१९९६). राजकीय पक्षांनी निवडणूक सर्वेक्षण करण्याचे समर्थन प्रमोद महाजन यांनी केले होते (द हिंदू, २२ एप्रिल २००४ व संजय कुमार : २७). प्रमोद महाजनांच्या

मते, निवडणुकीमध्ये मार्केट सर्वेक्षणाचा प्रयोग वाढत जाईल; तसेच त्यांच्या मते, निवडणूक सर्वेक्षण अत्यावश्यक आहे; कारण ते स्वतंत्र आणि वैज्ञानिक पद्धतीवर आधारित आहे; म्हणजेच 'सर्वेक्षण पार्टीपेक्षा स्वतंत्र आणि वेगळे असते. पक्षाच्या नेटवर्कमधील ज्ञान हे पक्षाला जे माहीत असते तेच असते मात्र मार्केट सर्वेक्षणामध्ये प्रमुख मुद्दे कोणते आहेत, कोणत्या मतदारसंघात पक्षाची पकड आहे आणि कोणत्या मतदारसंघात पक्ष कमकुवत आहे, या गोष्टी सर्वेक्षणातून समजतात;' यामुळे पक्ष या ज्ञानावर आधारित सभांचे आयोजन करू शकतात; तसेच जाहिरातींची मोहीमही राबवता येते, हा प्रमोद महाजन यांचा दावा होता; यापेक्षा वेगळे मत योगेंद्र यादव यांनी मांडले होते. यादवांच्या मते, राजकीय प्रक्रिया अयशस्वी होते तेव्हा मार्केटची मदत घेतली जाते. लोकशाहीतील नियमित काम करणे थांबविले आहे; तसेच नेतृत्वाला जनतेची फार कमी माहिती असते कारण पक्षाकडे लोकसंपर्काची यंत्रणा नसते. समूहातील पक्षाचा स्रोत दिवसेंदिवस कमी होत चालला आहे; म्हणून सर्वेक्षणाची गरज भासते, असे यादव यांचे मत आहे; या कारणाने राजकीय पक्षांनी सर्वेक्षण करण्यास सुरुवात केली (संजय कुमार).

राजकीय पक्षांच्या बरोबर नेतृत्वाने देखील व्यक्तिगत पातळीवर मतदारसंघाचे सर्वेक्षण करण्यास सुरुवात केली आहे. विशिष्ट मतदारसंघात त्यांची लोकप्रियता आहे का, याचा पुरावा म्हणून नेतृत्व सर्वेक्षण करून घेते त्याआधारे किंवा त्याचा उपयोग तिकीट मिळविण्यासाठी होतो; याशिवाय अशा प्रकारच्या सर्वेक्षणाचा उपयोग राजकीय पक्ष आणि उमेदवार डावपेच म्हणून देखील करते. जनमत सर्वेक्षणाच्या व्यवसायामध्ये त्याचा दुरुपयोग होण्याची शक्यता असते. नेतृत्वाकडून त्यांना अपेक्षित असणाऱ्या गोष्टी सिद्ध करण्यासाठी जनमत सर्वेक्षणाचा एक हत्यार म्हणून वापर केला जातो. जनमत सर्वेक्षण एक व्यवसायिक कार्य राहात नाही, तर ते एक पैसे कमावण्याचा मार्ग होते, जनमताची सर्वेक्षणे ज्या पद्धतीने केली जातात त्यावर आधारित त्यामध्ये सुधारणा करण्याची गरज आहे. कधी कधी तर नमुन्याचा आकार देखील सांगितला जात नाही. छोट्याशा नमुन्यावर देखील संपूर्ण निवडणूक निकालाचा अंदाज लावला जातो. वास्तवामध्ये असे घडण्याचे कारण म्हणजे शक्तिशाली आणि सधन नेतृत्व पक्षात प्रभाव निर्माण करण्यासाठी निवडणूक सर्वेक्षण पद्धतीचा 'साधन' म्हणून वापर करते; यासाठी मोठ्या प्रमाणावर खर्च केला जातो.

सी.एस.डी.एस. या संख्येने निवडणुकीचा अभ्यास नव्वदीच्या दशकाच्या मध्यापासून नव्याने करण्यात सुरुवात केली. या आधी साठ आणि सत्तरीच्या दशकामध्ये सी.एस.डी.एस. ही संख्या निवडणुकीचा अभ्यास करत होती. ८०च्या दशकामध्ये या संख्येने निवडणुकीचा अभ्यास केला नाही. सी.एस.डी.एस. या

संख्येने लोकशाहीचा तुलनात्मक अभ्यास करण्यासाठी 'लोकनीती' असे युनिट स्थापन केले. तसेच त्यांनी १९९५ पासून राज्यशास्त्राच्या अभ्यासकांचे एक नेटवर्क उभे केले. १९९६ मध्ये राष्ट्रीय निवडणुकीचा अभ्यास तीन टप्प्यांमध्ये करण्यात आला होता. निवडणूक पूर्व, निवडणुकीच्या प्रचारादरम्यान आणि मतदानोत्तर अशा तीन टप्प्यांमध्ये अभ्यास केला गेला; या वेळी पॅनल नमुना निवडण्यात आला होता. याचा अर्थ, मागील निवडणुकीत ज्या मतदारांचे मत नोंदवले होते; त्याच मतदारांकडे पुन्हा मत नोंदवण्यासाठी सर्वेक्षणात जाण्यात आले. याशिवाय, लोकनीती या संख्येने १७,६०४ हा मोठा नमुना निवडला होता; तसेच त्यांनी एक मतदानोत्तर चाचणी घेतली होती. हा अभ्यास विद्याक्षेत्र आणि प्रसारमाध्यमे (मीडिया) या दोन पातळ्यांवर प्रकाशित झाला होता. या सर्वेक्षणाचा उपयोग भारतीय राजकारण समजून घेण्यासाठी करण्यात आला.

१९९८च्या लोकसभा निवडणुकीचा अभ्यास निवडणूकपूर्व आणि मतदानोत्तर अशा दोन पद्धतीने करण्यात आला होता. हा अभ्यास १९९६च्या निवडणुकीच्या अभ्यासाचा पुढील भाग होता. १९९६च्या राष्ट्रीय निवडणूक अभ्यासात ज्या लोकांची मते जाणून घेतली होती, त्यांना सामील करून घेतले होते.

१९९९ नंतर सार्वजनिक निवडणुकीचाचे (सी.एस.डी.एस.) केवळ निवडणुकोत्तर सर्वेक्षण केले. सी.एस.डी.एस. या संख्येला निवडणूकपूर्व सर्वेक्षण करण्यावरती विश्वास होता; तसेच त्यांना 'जिज्ञासा' देखील होती. परंतु, संस्थेकडे आर्थिक साधने नव्हती; म्हणून संस्थेने केवळ निवडणुकोत्तर सर्वेक्षण केले. विशेष म्हणजे या काळात सतत निवडणुका झाल्या होत्या; त्यामुळे या संस्थेने निवडणुकोत्तर सर्वेक्षण केले; १९९९च्या राष्ट्रीय निवडणूक अभ्यासात १९९६ व १९९८च्या पॅनल पद्धतीचा वापर केला होता. सी.एस.डी.एस.ने केलेल्या सर्वेक्षणाचे एकूण तीन टप्पे आहेत.

१) पहिला टप्पा

१९६७, १९७१ आणि १९८० हा सी.एस.डी.एस.च्या निवडणूक सर्वेक्षणाचा पहिला टप्पा होता.

२) दुसरा टप्पा

१९९६ ते १९९९ हा राष्ट्रीय निवडणुकीच्या अभ्यासाचा दुसरा टप्पा होता. या दुसऱ्या टप्प्यातील राष्ट्रीय निवडणूक अभ्यास हा पहिल्या टप्प्यावर आधारित केला गेला होता. मात्र, नमुना दोन पट दुसऱ्या टप्प्यात वाढला होता. या टप्प्यामध्ये संपूर्ण देशाचे प्रतिनिधित्व होईल असा नमुना निवडला होता.

३) तिसरा टप्पा

२००४, २००९ आणि २०१४ हा तिसरा सी.एस.डी.एस.च्या अभ्यासाचा टप्पा मानता येईल. या टप्प्यात पक्षांना मिळणाऱ्या मतांची टक्केवारी जास्त शास्त्रशुद्ध अभ्यासली गेली. दुसऱ्या टप्प्यापासून राष्ट्रीय निवडणूक अभ्यासासाठी माध्यमांनी देखील मदत केली. द हिंदु, इंडिया टुडे, फ्रंट लाईन आणि इकॉनॉमिस्ट यांनी राष्ट्रीय निवडणूक अभ्यासाला मदत केली होती. २००४ पासून राज्याच्या पातळीवर देखील नमुना निवडण्यात आला होता. दुसऱ्या टप्प्याच्या तुलनेत तिसऱ्या टप्प्यामध्ये तीन पट नमुना वाढवण्यात आला होता; कारण छोट्या राज्यांना देखील प्रतिनिधित्व देण्यात आले होते. प्रश्नावलीचा अनुवाद देखील बोलीभाषेमध्ये करण्यात आला होता; एवढेच नव्हे तर, तिसऱ्या टप्प्यात राज्याच्या राजकारणाला देखील अनुलक्षून प्रश्न तयार करण्यात आले होते. २००९चे भारतीय सार्वजनिक निवडणूक सर्वेक्षण हे जागतिक पातळीवर सर्वांत मोठे होते. २००९च्या निवडणूक सर्वेक्षणात अर्थव्यवस्था, सुरक्षा, संप्रदायवाद, लोकशाही आणि सामाजिक मूल्य यांना देखील सामील केले होते; यामुळे तिसऱ्या टप्प्यातील सर्वेक्षण हे दुसऱ्या टप्प्याच्या तुलनेत बदललेले होते. दुसऱ्या आणि तिसऱ्या टप्प्यामध्ये राज्यांच्या विधानसभा निवडणुकांचे देखील सर्वेक्षण करण्यात आले (सुहास पळशीकर, २०१३ : १६१-२०८).

एथनोग्राफी अभ्यास पद्धती

निवडणुकीचा अभ्यास करण्यासाठी 'एथनोग्राफी' अभ्यास पद्धती देखील वापरली जाते. एथनोग्राफी अभ्यास पद्धती सामाजिक शास्त्रे आणि समाजशास्त्र यांनी वापरली आहे. पॉल ब्रास यांनी १९७७ आणि १९८० मध्ये उत्तरप्रदेशाच्या निवडणुकांचा अभ्यास करण्यासाठी 'केसस्टडी पद्धत' वापरली होती. त्यांनी राज्यातील पाच मतदारसंघांचा केसस्टडी पद्धतीने अभ्यात केला. सुब्रत मित्रा यांनी १९८०मध्ये लोकसभा आणि विधानसभा निवडणुकांचा ओरिसातील गावांमध्ये अभ्यास केला होता. या दोन्हीही केसस्टडीजवरून असे दिसते की, निवडणुकांचा व्यापक आणि स्थानिक स्तरांवर सूक्ष्म अभ्यास करता येतो. एम.एन. श्रीनिवास आणि ए.एम.शहा यांनी १९६० मध्ये मतदान वर्तनाचा अभ्यास केला होता. हौसर आणि सिंगर यांनी बिहारमध्ये १९८०च्या दशकात अभ्यास केला होता. मुकुलिका बॅनर्जी यांनी २००७ मध्ये पश्चिम बंगालमध्ये एका गावात अभ्यास केला होता. या अभ्यासाने मतदान वर्तनाच्या विविध पैलूंवर अभ्यास केला होता. हे एथनोग्राफीकल अभ्यास मर्यादित होते. कारण हे अभ्यास संपूर्ण निवडणूक प्रक्रियेचा अर्थ स्पष्ट करत नव्हते. २००९च्या निवडणुकीत देशातील १२ ठिकाणी 'कम्पॅरिटीव्ह इलेक्ट्रीक एथनोलॉजी प्रोजेक्ट'

तयार करण्यात मुकुलिका बॅनर्जी यांनी पुढाकार घेतला होता. थोडक्यात, संख्यात्मक अभ्यासाबरोबर गुणात्मक अभ्यास करण्यासाठी हा प्रयोग केला गेला. मुकुलिका बॅनर्जी यांनी सांस्कृतिक गोष्टींवर भर दिला होता. भारतातील सामाजिक, राजकीय आणि सांस्कृतिक गोष्टींचा तुलनात्मक अभ्यास केला गेला; त्यांनी निवडणुकांच्या अभ्यासासाठी नवीन दृष्टी निर्माण केली.

निष्कर्ष

भारतामध्ये निवडणुकांचा अभ्यास करण्याची परंपरा ५०च्या दशकापासून सुरू झाली. यामध्ये निवडणूकपूर्व सर्वेक्षण, निवडणुकीच्या दरम्यानचे सर्वेक्षण, निवडणुकोत्तर सर्वेक्षण अशा प्रमुख तीन टप्प्यांचा वापर केला गेला; याशिवाय जनमत सर्वेक्षण अशीही एक पद्धत रूढ झाली. नमुना निवड पद्धतीने अभ्यास करण्यात आले; विशेष करून यांमध्ये आय.आय.पी.ओ. आणि सी.एस.डी.एस. या दोन संस्थांनी पुढाकार घेतलेला दिसतो; हा अभ्यास संस्थात्मक पातळीवर केला गेला. याबरोबरच राजकीय पक्ष आणि नेतृत्व यांनी देखील निवडणूक अभ्यास पद्धती स्वीकारली. मार्केट सर्वेक्षण देखील खूप मोठ्या प्रमाणावर झाले. या खेरीज केस स्टडी आणि एथनोग्राफिकल अभ्यास देखील करण्यात आले. एरिका-डी-कोस्टा, व्ही.बी. सिंग, योगेंद्र यादव, सुहास पळशीकर, संजय कुमार, प्रणव रॉय यांनी निवडणूक अभ्यास करण्यामध्ये योगदान दिले आहे; याशिवाय, संदीप शास्त्री, पीटर डीसोझा यांनी देखील या क्षेत्रात योगदान दिले आहे. एथनोग्राफिकल अभ्यास पॉल प्रास, सुब्रत मित्रा, एम.एन. श्रीनिवास, ए. एम.शहा, मुकुलिका बॅनर्जी यांनी केला आहे. ही निवडणुकीच्या अभ्यासाची एक महत्त्वाची परंपरा आहे. मतदान वर्तनाचे मोजमाप पश्चिमात्य देशांमध्ये करणे सरळ व सोपे होते. मात्र, भारतामध्ये मतदान वर्तनाचे मोजमाप करण्यामध्ये 'भारतातील विविधता' ही एक मोठी अडचण होती; तसेच राजकीय दृष्टिकोनातून भारतात बहुपक्षपद्धती आहे; यामुळे पक्षाचा ऱ्हास आणि पक्षाची नव्याने निर्मिती यांमुळे देखील मतदान व्यवहारांचे मोजमाप करण्याचा गुंता खूपच अवघड आहे. सुरुवातीला पन्नाशीच्या दशकात तर निवडणूक अभ्यासावर विश्वास नव्हता; तसेच निवडणूक सर्वेक्षण आयोजित करण्यासाठी 'आर्थिक समस्या' देखील होती. निवडणूक सर्वेक्षणाच्या क्षेत्रातील विशेषज्ज्ञ देखील नव्हते; निवडणूक सर्वेक्षण पद्धती शिकण्यासाठी अमेरिका किंवा इंग्लंडची मदत घ्यावी लागत होती. या कारणामुळे १९५७च्या पहिल्या निवडणूक सर्वेक्षणासाठी आय.पी.ओ.ला अमेरिकेच्या गॅलप इंटरनॅशनलकडून विशेष सल्लागारांची मदत घ्यावी लागली होती; यामुळे भारतीय सर्वेक्षणामध्ये

सल्लागारांचे ज्ञान आणि वस्तुस्थिती यांमध्ये अंतर पडलेले होते. अमेरिका आणि इंग्लंडमध्ये टेलिफोन सर्वेक्षण, इ-मेल सर्वेक्षण, थेट संपर्क अशी माध्यमे वापरली जात होती. भारतामध्ये मात्र या पद्धती उपयोगात येणाऱ्या नव्हत्या. संपूर्ण भारताचे प्रतिनिधित्व होईल असा नमुना निवडणे, हेदेखील मोठे आव्हान होते. या सर्व आव्हानांमधून भारतामध्ये 'निवडणूक अभ्यासाची' एक परंपरा विकसित झाली आहे.

५ राजकीय अर्थकारणाची प्रारूपे

'राजकीय अर्थशास्त्र' हे एक सामाजिक शास्त्र आहे, अशी नोंद वेबस्टरच्या नवीन आंतरराष्ट्रीय कोशामध्ये केली आहे. मात्र, एकोणिसाव्या शतकामध्ये अर्थशास्त्रालाच 'राजकीय अर्थकारण' असे संबोधिले जात होते, अशी नोंद राज्यशास्त्र कोशात केली गेली आहे. थोडक्यात, संपूर्ण देशाच्या अर्थकारणाचा अभ्यास करणारे शास्त्र असा त्यांचा अर्थ घेतला जात होता. सामाजाचा विकास हा आवश्यक गोष्टींच्या उत्पादनावर आधारित होतो, त्यास देखील राजकीय अर्थकारण संबोधिले जाते. तर दास कॅपिटल हा ग्रंथ राजकीय अर्थशास्त्रावरील टीका आहे, असे मार्क्सने मानले होते. मार्क्सवादी अर्थशास्त्रज्ञ 'राजकीय अर्थशास्त्र' ही संज्ञा वापरतात. ते त्यांचा अर्थ नव अभिजात अर्थशास्त्रापेक्षा वेगळा आहे, असा घेतात. नवअभिजातपेक्षा वेगळा अर्थ सूचित करण्यासाठी देखील राजकीय अर्थशास्त्र ही संकल्पना वापरली गेली आहे. थोडक्यात, राजकीय अर्थकारण या विद्याशाखेचे विविध अर्थ स्पष्ट केले जातात. या विद्याशाखेचा प्रत्येक अर्थ केवळ वेगळा आहे असे नव्हेतर ते अर्थ परस्पर विरोधी देखील आहेत. त्यामुळे या विद्याशाखेमधील वादक्षेत्र देखील आशयपूर्ण व तत्त्वमीमांसा करणारे आहे. त्यांच्या विश्लेषणाचा तपशील देखील समाजाचे वर्गीय स्वरूप स्पष्ट करणारा आहे.

राजकीय अर्थकारणाच्या संकल्पना आणि अर्थांची फेरमांडणी काळाच्या ओघात वेळोवेळी केली गेली आहे. या फेरमांडणीचे स्वरूप समजून घेणे, हा एक मोठा गुंता आहे; कारण लोकशाही राजकीय प्रक्रिया व उत्पादक शक्तींनी ठरवलेले आर्थिक संबंध यांमधील परस्परसंबंधाचा अभ्यास देखील राजकीय अर्थशास्त्र म्हणून केला जातो. या प्रकारचे अर्थशास्त्रज्ञ आणि राज्यशास्त्रज्ञ आर्थिक व राजकीय घटकांचा एक दुसऱ्याशी असलेला संबंध आणि त्या घटकांची प्रक्रिया यांचा

अभ्यास करतात. थोडक्यात, याकारणामुळे राजकीय अर्थकारण हा गुंतागुंतीचा विषय आहे; तसेच बहुआयामी स्वरूप त्याचे आहे. उत्पादन साधनांची मालकी ऐतिहासिक प्रक्रियेवर प्रभाव टाकते, त्यास मार्क्सने राजकीय अर्थकारण असे संबोधिले होते. राजकीय अर्थकारण हे मूळ आणि कल्पक (नवनिर्मित) सामाजिक शास्त्र आहे. या घटकांचा वैचारिक पाया जॉन स्टुअर्ट मिल, अॅडम स्मिथ, कार्ल मार्क्स यांनी घातला. इतर सर्व सामाजिक शास्त्रांमध्ये राजकीय अर्थकारण जास्त सशक्त होते. अशा प्रकारच्या स्वरूपामुळे राजकीय अर्थकारणाच्या पुनर्रचनेची गरज व्यक्त झाली होती. मानवी वर्तन आणि समाज या अरुंद उपविद्याशाखेतून त्यास बाहेर काढण्याची गरज होती. या वैचारिक प्रेरकामुळे राजकीय अर्थकारण वेगळे केले गेले. समाजात संघर्ष आणि तणाव असतात. या तणावांचा संबंध कार्ल मार्क्सने राजकीय अर्थकारणाशी जोडून दाखविला.

राजकीय अर्थकारण हे राज्यशास्त्राचे एक उपविद्याक्षेत्र म्हणून परिचित आहे. शिवाय, अर्थशास्त्रामध्ये देखील या विद्याक्षेत्राचे विशेष महत्त्व आहे. राजकीय आणि अर्थिक अशा दोन संकल्पनावाचक ही विद्याशाखा आहे. याखेरीज ही विद्याशाखा परस्परावलंबित्व आणि एकमेकांच्या संदर्भातील महत्त्व प्रस्थापित करते. या विवक्षित अर्थांच्यापेक्षा ही या विद्याशाखेची व्याप्ती विस्तृत आहे. राज्यशास्त्र किंवा अर्थशास्त्राच्या ऐवजी इतर सामाजिक शास्त्रांचा अंतर्भाव या विद्याक्षेत्रात केला जातो. या विद्याक्षेत्रात व्यक्ती आणि समाज, मार्केट आणि राज्यसंस्था यांच्या अभ्यासाला प्रधान्य दिले जाते. या विद्याक्षेत्राचा संबंध राज्यशास्त्र, अर्थशास्त्र, तत्त्वज्ञान अशा सामाजिक शास्त्रांशी येतो. त्यामुळे या शाखेच्या अभ्यासात विविध पद्धती वापरल्या जातात. ग्रीक भाषेतील नगर (City) आणि घराची व्यवस्था करणे या दोन शब्दांपासून राजकीय अर्थकारणाची व्याप्ती निश्चित केली गेली होती. नगर किंवा राज्य आणि संपत्ती किंवा घराची व्यवस्था (Oikonomos) या दोन अर्थांचा संयोग राजकीय अर्थकारण या संकल्पनेत झाला होता. या दोन संकल्पनांच्या देवाणघेवाणीतून राजकीय अर्थकारण या विद्याक्षेत्राचा उदय झाला होता. राजकीय अर्थकारण हे फार जुने वैचारिक संशोधनाचे किंवा चौकशीचे विद्याक्षेत्र आहे. राजकीय अर्थकारणाच्या विश्लेषणामध्ये राज्याचे स्वरूप आणि मार्केट यांचे संबंध मध्यवर्ती मानले गेले आहेत.

वरील अर्थांच्या खेरीज राजकीय अर्थकारण हा दृष्टिकोन देखील आहे, असा दावा केला जातो. त्यांच्या आधारे सामाजिक शास्त्रे समाजातील सत्ता, प्रभुत्व, शोषण, इत्यादी घटकांचा वस्तुनिष्ठ अर्थ लावू शकतात. त्याचप्रमाणे राजकीय अर्थशास्त्र अशी एक विश्लेषण पद्धती आहे की, तिच्या माध्यमातून

समाजात घडत असलेल्या विविध प्रक्रियांचा अर्थ लावता येतो. उदा. नियोजन आयोगाची प्रक्रिया, नीती आयोगाची प्रक्रिया किंवा जागतिकीकरणाची प्रक्रिया, इत्यादी. हा राजकीय अर्थकारणाचा अर्थ स्थिर स्वरूपाचा नाही; म्हणजेच आरंभापासून राजकीय अर्थकारणाच्या संकल्पनेच्या धारणेमध्ये बदल होत गेला आहे.

नैतिक तत्त्वज्ञानाच्या चौकटीमध्ये प्लेटो आणि ॲरिटॉटलने विश्लेषण केले. त्यांचा विश्लेषणाचा पाया 'नैसर्गिक कायदा' हा होता. मात्र, टीकाकुशल पद्धतीने वैचारिक संशोधन सोळाव्या आणि अठराव्या शतकात सुरू झाले. सोळाव्या आणि अठराव्या शतकामध्ये प्रश्नचिन्ह उपस्थित करून संशोधन करण्याची नवीन परंपरा सुरू झाली होती; यामुळे राजकीय अर्थकारणाच्या संशोधनात प्रश्नकर्ता, प्रश्नचिन्ह आणि प्रश्नाचे विश्लेषण या तीन घटकांचा नव्याने समावेश झाला. यातून राजकीय अर्थकारण या विद्याक्षेत्राचा अर्थ दोषदर्शिक किंवा समीक्षात्मक वाचक स्वरूपात विकसित झाला होता. या दरम्यानच्या काळात व्यापारवादाचा मोठा प्रभाव होता. व्यापारवाद या संप्रदायाचे राज्याने आर्थिक नियमन करण्याची भूमिका मांडली गेली होती. मात्र, याबरोबरच व्यक्तीची स्वायत्तता या विद्याक्षेत्राने महत्त्वाची मानली. हा फेरबदल यामुळे घडून आला होता. या घडामोडींचा प्रभाव व्यक्तिवादी विचारवंतांवर पडला. त्यामधून राजकीय अर्थकारणाचे उन्मुखीकरण घडण्यास सुरुवात झाली होती. या अभिमुखतेमध्ये ब्रिटिश विचारवंत थॉमस हॉब्ज व जॉन लॉक यांचे योगदान आहे. तसेच इटालियन वास्तववादी विचारवंत निकोलॉ मॅकिआव्हेली यांनी देखील भर घातली होती. थॉमस हॉब्जचा मुख्य अभ्यासविषय तत्त्वज्ञान आणि राजकीय सिद्धान्त होता; त्यामुळे त्यांच्या राजकीय अर्थकारणविषयक संकल्पना सुप्रसिद्ध नव्हत्या. त्यांनी राजकीय अर्थकारणाच्या संकल्पना थोडक्यात आणि प्रसंगोपात स्वरूपात मांडल्या होत्या. असे असूनही नैसर्गिक कायदा, नैसर्गिक अवस्था, संपत्तीचा उगम, राज्याच्या सत्तेचे अर्थकारणाशी संबंध या विचारातून थॉमस हॉब्ज मुक्त अर्थकारणाचा पुरस्कार करत होता, असे दिसते. 'लिव्हिएथन 'आणि 'डि सिव्हीक' या दोन्ही ग्रंथात त्यांचे राजकीय अर्थकारणविषयक विचार सुट्टे सुट्टे आले आहेत. परंतु, लिव्हिएथनच्या २४ व्या प्रकरणात त्यांनी वस्तू व त्यांचे वितरण या दोन मुद्यांची चर्चा केली आहे. तसेच पैशांचे कार्य आणि सरतेशेवटी 'वसाहतिक वसाहती' याबद्दलची चर्चा हॉब्ज सखोल करतो. तसेच निकोलॉ मॅकिआव्हेलीने देखील मानवी स्वभावाचे विश्लेषण करताना संपत्तीचा विचार मांडला आहे.

विशेषीकरण आणि शास्त्रांमधील वादंग

सामाजिक शास्त्राचे विशेषीकरण घडविले गेले आहे. या विशेषीकरणाच्या प्रक्रियेमुळे राजकीय अर्थकारणाचा संकुचित अर्थ घेतला गेला. या घडामोडीचा परिणाम म्हणजे राज्यशास्त्र आणि अर्थशास्त्र या दोन सामाजिक शास्त्रांमध्ये मोठे वादंग या विषयाच्या संदर्भात उभे राहिले आहे. या वादाचा प्रारंभ राज्यशास्त्र आणि अर्थशास्त्राचे प्राथमिक उद्देश वेगवेगळे आहेत, इथपासून होतो. त्यांच्यामध्ये परस्पर विरोधाभास असल्याचे स्पष्ट केले गेले आहे. या दोन शास्त्रांमधील फरकाची तीन सूत्रे मांडली गेली आहेत. एक, उत्कर्ष किंवा समृद्धी हा अर्थशास्त्राचा प्राथमिक उद्देश असतो; तर न्याय हा राज्यशास्त्राचा प्राथमिक उद्देश असतो. दोन, मार्केट ही अर्थशास्त्राची व शासन ही राज्यशास्त्राची संस्थात्मक संरचना असते. तीन, याखेरीज व्यक्तिगत हा घटक अर्थशास्त्राचा व समाज हा घटक राज्यशास्त्राचा प्राथमिक अभिकर्ता घटक असतो. हा राज्यशास्त्र आणि अर्थशास्त्रामधील मूलभूत फरक आहे. न्याय आणि उत्कर्षाची साधने यांच्यामध्ये विरोधाभास निर्माण होतो. उच्च मानवी जीवनासाठीची साधने प्राप्त करणे, हे उद्दिष्ट न्यायापेक्षा भिन्न प्रकारचे आहे. कार्यक्षमता, वाढ आणि स्थैर्य ही तीन सुत्रे अर्थकारणामध्ये आहेत; त्यापेक्षा राज्यशास्त्र वेगळे असते. नागरिकांचे मूलभूत हक्क प्रस्थापित करणे आणि मूलभूत हक्कांना संरक्षण देणे हा राज्यशास्त्राचा हेतू असतो. राज्यशास्त्रातील प्राथमिक न्यायास फायद्याचे वितरण, व्यक्तिगत स्वातंत्र्य आणि समता या तत्त्वावर आधारित करणे, तसेच सामाजिक आदेश देणे याबद्दल हळूहळू असमाधान व्यक्त केले जाते. या प्रक्रियेमध्ये राजकीय अर्थकारणाची बीजे आहेत. बाजार आणि शासन या दोन संरचनांमध्ये देखील विरोधाभास दिसतो. बाजार संरचना मुक्त बाजाराची संकल्पना मांडते. स्वहित संबंधांचा गटांकडून दावा केला जातो; तर शासन ही संरचना कायद्याच्या आधारे नागरीकांच्या हितसंबंधाचे संरक्षण करते. मथितार्थ, व्यक्तिगत आणि सार्वजनिक असा वाद विषय या दोन संरचनांमध्ये दिसतो. राजकीय अर्थकारणाचा अर्थ परस्पर विरोधी घेतला गेला. हा विशेषीकरणाचा प्रभाव दूर ठेवून राज्यशास्त्र आणि अर्थशास्त्र यांच्यातील परस्पर पूरक संबंधांच्या अभ्यासाला 'राजकीय अर्थकारण' अशी संज्ञा देखील दिली गेली आहे; तर कधी पद्धतीशास्त्र म्हणून देखील राजकीय अर्थकारणाचा अर्थ स्पष्ट केला गेला. 'सार्वजनिक निवड' ही व्यक्तिगत विवेकावर भर देते. त्यांच्या अभ्यासाचा समावेश या विद्याक्षेत्रात केला गेला; तर संस्थात्मक विश्लेषण हा सामाजिक दृष्टिकोन म्हणून त्यांचा समावेश या विद्याक्षेत्रात केला गेला. मथितार्थ, पद्धतीशास्त्रानुसार राजकीय वर्तन आणि संस्था यांचे विश्लेषण राजकीय अर्थकारणाचे विद्याक्षेत्र ठरवले गेले.

राजकीय अर्थकारणाचे बदलते अर्थ

अठराव्या शतकाच्या आरंभीच्या काळात राजकीय अर्थकारणाची चर्चा सुरू झाली. उदा. 'ट्रिटिस ऑन पोलिटिकल इकोनॉमी' हा ग्रंथ आरंभी Antoyne de Montchretien यांनी राजकीय अर्थशास्त्र या विषयावर लिहिला होता. त्यांनी या संकल्पनेवर १६१६ मध्ये काम केले होते. त्या पुस्तकामध्ये त्यांनी 'राजकीय अर्थशास्त्र' ही संकल्पना वापरली होती (Barry Stewart Clark, Political Economy : A Comparative Approach : 23). त्यानंतर जेम्स स्टुअर्ट या स्कॉटिश अर्थशास्त्रज्ञाने 'Inquire into the Principles of Political Economy' हा ग्रंथ लिहिला होता. हे राजकीय अर्थकारण या विषयावरील इंग्रजीतील पहिले काम होते. या अभ्यासामध्ये व्यापारवादाचे समर्थन केले गेले होते. या अभ्यासाच्या नंतर अठराव्या शतकाच्या मध्यवर्ती काळात राजकीय अर्थशास्त्राच्या अभ्यास क्षेत्रामध्ये फेरबदल झाला. राजकीय अर्थशास्त्राची पुनर्मांडणी केली गेली. ॲडम स्मिथ (१७२३-९०), डेव्हीड हूम (१७११-१७७६), फाँस्वा क्युसने (१६९४-१७७४) यांनी संपत्ती आणि सत्तेच्या वाटपाचा धर्मनिरपेक्षपणे अभ्यास केला. संपत्ती, सत्ता आणि धर्मनिरपेक्षता अशा तीन आधुनिक संकल्पनांचे संबंध या अभ्यासात परिचर्चा करणारा मध्यवर्ती विषय होता. यातून राजकीय अर्थकारणाची व्याख्या, स्वरूप आणि व्याप्तीमध्ये बदल झाला; यामुळे राजकीय अर्थकारणात तुलनात्मक दृष्टिकोन देखील आला. या घडामोडीच्या परिणामामुळे अभिजात उदारमतवादी राजकीय अर्थकारण, क्रांतिकारी राजकीय अर्थकारण, रूढीवादी राजकीय अर्थकारण, आधुनिक राजकीय अर्थकारण, अशा राजकीय अर्थकारणाच्या अभ्यासाचा प्रांरभ झाला; यातूनच या विद्याक्षेत्राचा विस्तार झाला.

अभिजात उदारमतवादी राजकीय अर्थकारण

जेम्स स्टुअर्ट, ॲडम स्मिथ, थॉमस रॉबर्ट माल्थस, जेरिमी बेंथॅम यांनी अभिजात उदारमतवादी राजकीय अर्थकारणाची चर्चा केली आहे. अभिजात अर्थकारणाचा विचार स्वीकारणारी राज्यसंस्था नियंत्रण (शांतता आणि सुव्यवस्था) आणि उत्पादन या क्षेत्रामध्ये प्रभावी कार्य करत होती. मात्र, वितरण या क्षेत्रामध्ये अभिजात अर्थकारणाने कोंडी तयार केली होती. विशेष ॲडम स्मिथ यांचे An Inquire into the Nature and Causes of the Wealth of Nation (1776) हे पुस्तक राजकीय अर्थशास्त्राच्या मांडणीमधील मैलाचा दगड ठरले आहे; त्यांनी राजकीय अर्थशास्त्राची सर्वसमावेशक अशी व्यवस्था मांडली. विश्लेषण ही राजकीय अर्थशास्त्राची व्याप्ती या अभ्यासातून विकसित झाली. अठराव्या शतकाच्या आरंभीच्या

काळापेक्षा ही संकल्पना नवीन होती. राष्ट्रीय साधन संपत्तीच्या स्रोताचे व्यवस्थापन करणे हा राजकीय अर्थकारणाचा अर्थ व्यक्त झाला आहे. त्यास ॲडम स्मिथ 'राजकीय अर्थकारण' असे संबोधितो. ॲडम स्मिथने मुक्त बाजारपेठ, श्रमविभाजन असे सिद्धान्त मांडले होते. श्रमाचे विभाजन ही विशेषीकरण प्रक्रिया आहे. व्यापाराची वाढ, एकूण उत्पादनाची वाढ, भांडवलशाहीचा उदय आणि औद्योगिकीकरणाच्या गुंत्यांची वाढ या अभिजात अर्थकारणाशी श्रमविभाजनांचा संबंध असतो. अत्याधुनिक स्वरूप धारण करत हा सिद्धान्त हळूहळू वैज्ञानिक स्तरावर जाऊन पोहचतो. मथितार्थ, यातून कार्यकारी समाजाची निर्मिती झाली. या समाजाचे वेगवेगळे भाग वेगवेगळे कार्य करतात. थॉमस रॉबर्ट माल्थस यांच्यामध्ये लोकसंख्या वाढीचा वेग हा अन्नधान्न उत्पादनापेक्षा जास्त असतो; असे जरी असले तरी निसर्गाने अडथळे निर्माण केले आहेत (दुष्काळ, रोगराई आणि युद्ध). हे अडथळे दूर केले तर लोकसंख्या वाढ अनियंत्रित होईल; म्हणजेच राज्यसंस्थेने अडथळे दूर करण्याच्या विरुद्ध माल्थस होता. या त्यांच्या सिद्धान्ताचा राजकीय अर्थकारणाशी जवळचा संबंध आहे; कारण हा सिद्धान्त अभिजनांचे समर्थन करतो आणि समूहाचे हितसंबंध संपूर्ण नाकारतो; त्यामुळे समूहामध्ये राज्यसंस्थेच्या विरुद्ध असंतोष उत्पन्न होतो; तसेच अभिजन आणि समूहामध्ये उपयुक्ततेचे नाते राहाते. संपूर्ण मानव समाजाच्या सार्वत्रिक कल्याणाच्या विरोधातील माल्थसचा सिद्धान्त आहे. डेव्हिड रिकार्डो यांनी 'प्रिन्सिपल्स ऑफ पॉलिटिकल इकॉनॉमी टॅक्सेशन' हा ग्रंथ १८१७ मध्ये लिहिला. त्या ग्रंथात त्यांनी राजकीय अर्थव्यवस्था आणि कर व्यवस्थेची तत्त्वे या संदर्भात लेखन केले होते. उद्योगाची विशेषज्ञता आणि मुक्त व्यापर या दोन्हींचे डेव्हिड रिकार्डो समर्थक होते.

राजकीय अर्थकारणाचे उपयुक्तता, मूल्य, कामगार, जमीन आणि भांडवल हे घटक आहेत. या घटकांमध्ये मूल्य हे उपयुक्ततेवर आधारलेले असते. कामगाराची उपयुक्तता मूल्य निर्माण करते; तसेच समाधान हा घटक देखील त्यांच्याशी जोडलेला आहे. समाधानावर राजकीय सुसंवाद आधारलेला असतो. सुसंवादाचा अर्थ ऐक्य, एकोपा किंवा समाजातील विविध घटकांमध्ये संघर्षाचा अभाव होय; यामुळे राजकीय अर्थकारणामध्ये संपत्ती, उपयुक्तता, मूल्य, मागणी, पुरवठा, भांडवल, कामगार अशा विविध गोष्टींचा समावेश होतो. राजकीय अर्थकारण निरनिराळ्या दृष्टिकोनातून परिणामासंबंधीचा संख्यात्मक ऊहापोह करत असते; म्हणजेच मात्रात्मकवाचक किंवा संख्यावाचक गोष्टींचा व्यवहार करत असते. संख्यात्मक माहिती असली तरीदेखील त्या माहितीमधून आनंद किंवा सुख आणि दुःख यांच्या जाणिवांचा बोध घेतला जातो. उदाहरणार्थ, सुखाची निर्मिती, सुखाचे कारण, आनंददायक प्रसंग, उत्तेजनपर उद्गार, जयघोष, हर्षनाद, मनाची अवस्था, समाधान, आनंदोत्सव, आनंदीवृत्ती,

हास्य, मौज, स्फुरण, अपेक्षापूर्ती या गोष्टींची निर्मिती राजकीय अर्थकारणातून होते. तसेच वेदना, यातना, परिश्रम, कष्ट, शारीरिक किंवा मानसिक दुःख यांची निर्मिती देखील राजकीय अर्थकारणातून होते. परंतु, राजकीय अर्थकारण हे नेहमी 'सुख' आणि 'दुःख' या दोन चलांशी चर्चा करत असते. हजारो संख्याशास्त्रीय ग्रंथ किंवा माहिती असते. मात्र, ती माहिती थेट मानवी संवाद करत असेल तर राजकीय अर्थकारणाशी जोडली जाते. भावना, संवेदनशीलता, स्पर्शज्ञान, जाणीव, सहानुभूती या गोष्टींची परिचर्चा राजकीय अर्थकारणाच्या संदर्भात केली जाते. राजकीय अर्थकारण देहभान, जाणीव किंवा अहंकार अशा मानवी गोष्टीची निर्मिती करते. गर्व, घमेंड, लहर, मग्रुरी, उद्धटपणा, दिमाख, प्रदर्शन या गोष्टींचा थेट संबंध राजकीय अर्थकारणाशी असतो. यातून विषमता मानवी मनामध्ये संचारते आणि संवाद करते; म्हणून राजकारणाला मानवी मन संतुलित करावे लागते. व्यक्तीचे मन समतोल राखण्यासाठी राजकीय अर्थकारणाने निर्णय घ्यावे लागतात. सुख जवळजवळ समान असावे लागते. प्रत्येक मनाचे परीक्षण दुसऱ्या मनाच्या तुलनेत करता येते. एक मन दुसऱ्यावर थेट परिणाम करते; त्यामुळे त्याला संतुलित करण्याची गरज असते. ती प्रक्रिया राजकीय अर्थकारणातून घडत असते; म्हणून राजकीय अर्थकारण हे निरीक्षणाच्या तथ्यावर आधारलेले असते; यामुळेच राजकीय अर्थकारण हे निर्देशात्मक किंवा सूचक स्वरूपाचे असते. तथ्याचे केवळ विवेचन किंवा क्रमाक्रमाने वर्गीकरण करणे नसते. थोडक्यात, मानवी मनाचे स्वरूप हे राजकीय अर्थकारणाचे स्वयंसिद्ध तत्त्व आहे; त्यामुळे प्रत्येक व्यक्ती उघडपणे निवड चांगल्याची करते. तसेच कमी-जास्त प्रमाणात तृप्त होते. कामगार जास्तीत जास्त सुखाचा आणि कमीत कमी दुःखाचा शोध घेत असतात. हा मुद्दा मानवी हितसंबंधांना जन्म देतो. या मानवाशी संबंधित घडामोडींमध्ये असे दिसते की, अभिजात अर्थकारण हे मानवाचे शोषण करते; तसेच वर्गसंरचना निर्माण करते. शोषक व शोषित अशी वर्गीय रचना ही संघर्षावर आधारलेली असते; तसेच सकल मानव जातींचा विकास या प्रकारच्या राजकीय अर्थकारणातून होत नाही. या प्रक्रियेतून प्रस्थापितांच्या विरोधात जनवादी चळवळी उभ्या राहतात.

आधुनिक राजकीय अर्थकारण

अभिजात राजकीय अर्थकारणाची कोंडी वितरणाच्या संदर्भात झाली होती. ती कोंडी जॉन स्टुअर्ट मिल यांनी फोडली. आधुनिक राज्यसंस्थेची नियंत्रण, उत्पादन आणि वितरणात्मक अशी तीन कार्ये आहेत, असे जॉन स्टुअर्ट मिलनी स्पष्ट केले होते. नियंत्रणात्मक कार्य म्हणजे 'पोलिसी राज्य' होय. त्यास राज्यसंस्थेने नियामक स्वरूपाचे कार्य करावे, असे संबोधिले जाईल; म्हणजेच सार्वजनिक जीवनामध्ये

शांतता व सुव्यवस्था राखण्याचे काम राज्यसंस्थेचे आहे. मात्र, जॉन स्टुअर्ट मिलच्या मते, आधुनिक राज्य केवळ पोलिसी स्वरूपातील कार्य करून, विश्रांती घेऊ शकत नाही. राज्यसंस्थेने सामाजिक कल्याण आणि सामाजिक प्रगतीचे कार्य करावे. परंतु, या खेरीज राज्यसंस्थेने उत्पादनात्मक आणि वितरणात्मक कार्य देखील करावे. राज्यसंस्थेने स्वत:च उत्पादनाच्या कार्यात सहभागी व्हावे. अभिजात अर्थकारणाच्या तत्त्वानुसार राज्यसंस्था आर्थिक बाबींमध्ये हस्तक्षेप करणार नाही. राज्यसंस्थेने सर्जनशीलतेसाठी व्यक्तिगत पातळीवर प्रोत्साहन द्यावे. समाजातील व्यक्तीमध्ये स्वत: मदतीची प्रेरणा निर्माण करावी. व्यक्तीला या क्षेत्रातील संबंधाचे व्यवस्थापन करण्यासाठी राज्यसंस्थेने पुढाकार घेऊन सक्षम करावे. वितरणाचे कार्य जॉन स्टुअर्ट मील राज्यसंस्थेचे मानले होते. मात्र, समाजवादाच्या अर्थाने जॉन स्टुअर्ट मील समाजवादी नाहीत. परंतु, राज्यसंस्थेने किमान संपत्ती, साधने आणि मिळकत यांचे लोकांमध्ये वितरण करण्याची भूमिका त्यांनी मांडली होती. जॉन स्टुअर्ट मील यांनी संपत्तीच्या अधिकाराचे आणि मुक्त व्यक्तिगत पुढाकाराचे समर्थन केले होते; तरी देखील श्रीमंतांच्यावर काही नियंत्रण घालण्याच्या मुद्याचेही त्यांनी समर्थन केले होते. गरीब आणि श्रीमंतांच्यामध्ये राज्यसंस्थेने हस्तक्षेप करण्याचा विचार त्यांनी मांडला होता. भारतासारख्या गरीब आणि मागास देशांमध्ये राज्यसंस्थेने उत्पादन आणि वितरण या क्षेत्रामध्ये सकारात्मक भूमिका घेतली पाहिजे, अशी जॉन स्टुअर्ट मीलची भूमिका होती. वितरणाची व्यवस्था अभिजात अर्थकारणात नाही; त्यामुळे समता आणि स्वातंत्र्याला इजा पोहचते. मथितार्थ, जॉन स्टुअर्ट मीलच्या मते, राज्यसंस्थेने नियंत्रण, उत्पादन आणि वितरणात्मक अशी तीन कार्ये करावीत, अशी सुस्पष्ट भूमिका दिसते. ही त्यांची भूमिका शेतीचे आधुनिकीकरण आणि कारखादारीचे समर्थन या दोन्ही मुद्यांमध्ये जास्त स्पष्ट होते. हा उदारमतवादी राजकीय अर्थकारणाचा दृष्टिकोन आहे. यावर ब्रिटिश अर्थकारणाचा प्रभाव आहे; यातूनच कल्याणकारी राज्यसंस्थेचा विकास झाला. कल्याणकारीवाद हा विषय या अर्थकारणाचा गाभा झाला होता. यातून विसाव्या शतकामध्ये अमेरिकन अर्थशास्त्रज्ञ आणि राज्यशास्त्रज्ञांनी विकास ही नवीन संकल्पाना मांडली होती. विकासाचे प्रारूप हे अमेरिकन होते. याप्रमाणे अमेरिकन संरचना कार्यवादी, आर्थिक विकास किंवा राजकीय विकास अशा प्रकारचे राजकीय अर्थकारण देखील प्रभुत्वशाली विचारास संमती प्राप्त करून देण्यात उपयोगी पडते. उदा. रोस्टो या अर्थशास्त्रज्ञाने 'स्टेजेस् ऑफ इकॉनॉमिकल ग्रोथ' हे पुस्तक नव्याने स्वतंत्र झालेल्या देशांच्या विकासासाठी लिहिले नव्हते. त्यांनी बिगर साम्यवादी जाहीरनामा म्हणून ते लिहिले होते. मथितार्थ अमेरिकन प्रभुत्वशाली विचारास संमती प्राप्त करून देण्यासाठी त्यांचा उपयोग झाला होता. तिसऱ्या जगावर ते लादण्याचा

प्रयत्न केला गेला. यापेक्षा भिन्न राजकीय अर्थकारणाचे प्रारूप मार्क्सवादी परंपरेतून घडले आहे.

मार्क्सवादी राजकीय अर्थकारण

मार्क्सवादी राजकीय अर्थकारणामध्ये देखील मार्क्सवादी राजकीय अर्थकारण आणि नवमार्क्सवादी राजकीय अर्थकारण असे दोन मुख्य प्रकार आहेत. मार्क्सवादी राजकीय अर्थकारणामध्ये पाया आणि इमारत (Base and Superstructure) असे रूपक वापरले आहे. या रूपकामध्ये राजकीय अर्थकारणाचा अर्थ सुस्पष्टपणे दिसतो. समाजाच्या आर्थिक संरचनेतून राज्यसंस्था आणि सामाजिक जाणिवा घडतात अशी चर्चा ही संकल्पना करते. समाजाची आर्थिक संरचना हा पाया आहे; तर राज्यसंस्था, विचार किंवा विचारप्रणाली, धर्म, संस्कृती ही इमारत आहे, अशी परिचर्चा केली आहे. मार्क्सवादामध्ये 'उत्पादन पद्धती' ही महत्त्वाची संकल्पना आहे. उत्पादन पद्धती हा समाजाचा पाया असतो. उत्पादन पद्धतीमध्ये उत्पादक शक्ती आणि उत्पादन संबंध यांचा समावेश होतो. उत्पादक शक्ती म्हणजेच उत्पादन साधने होय. या संकल्पनेमध्ये जमीन, यंत्रे, हत्यारे, श्रमशक्ती, कच्चामाल यांचा समावेश होतो. उत्पादन संबंध या संकल्पनेमध्ये उत्पादन प्रक्रिया, संपत्तीचे वाटप आणि विनिमयामध्ये गुंतलेले लोक या तीन घटकांचा समावेश होतो. या तीन घटकांमध्ये गुंतलेल्या लोकांमधील संबंधास उत्पादन संबंध म्हटले जाते. उत्पादन साधनाच्या मालकीवरून उत्पादन संबंध ठरतात. उदाहरणार्थ, भांडवलशाहीत भांडवलदाराची उत्पादन साधनावर मालकी असते. कामगारांकडे श्रमशक्ती हे उत्पादन साधन असते. उत्पादन पद्धतीमध्ये उत्पादक शक्ती आणि उत्पादन संबंध यांच्यात एकसूत्रता असते. या दोन्हींमध्ये उत्पादक शक्ती महत्त्वाच्या असतात. त्याच्यावरून उत्पादन संबंध ठरतात. उत्पादन संबंधावरून राज्यसंस्थेचे स्वरूप ठरते. उत्पादक शक्ती हा राज्यसंस्थेचा पाया आहे; तर उत्पादन संबंधातून इमलारूपी राज्यसंस्था हे घटित घडते. उत्पादक शक्ती, उत्पादन संबंध आणि राज्यसंस्था या तीन घटकांमध्ये कार्यकारण संबंध आहे. उत्पादक शक्तीमध्ये विकासाचे सूत्र असते. उत्पादक शक्तीमधील विकासामुळे उत्पादन संबंध व उत्पादक शक्तीमध्ये अंतर्विरोध निर्माण होतो. हा अंतर्विरोध तीव्र झाल्यावर उत्पादन पद्धत कोलमडून पडते. या घटनेचा कार्यकारण संबंध म्हणून त्यावर आधारलेली राज्यसंस्था देखील कोलमडून पडते. दुसऱ्या शब्दांत राज्यसंस्थेमधील घटक स्वायत्त नसतात. राज्यसंस्था ही उत्पादक शक्तीवर अवलंबून असते. अशा या उत्पादनव्यवस्थेचे भौतिक आणि सामाजिक असे दोन पैलू आहेत. भौतिक पैलू हा तंत्रज्ञान आणि साधनांशी संबंधित आहे; तर सामाजिक पैलू हा समाजातील वर्गव्यवस्थेशी संबंधित

आहे. समाजातील एका वर्गाकडे उत्पादन साधनांची मालकी आहे. त्यातून त्यांचे स्वामित्व निर्माण होते; तर दुसरा वर्ग हा शोषक असतो (गुलाम, भूमिहीन आणि श्रमिक). या प्रक्रियेतून वर्गसंघर्ष निर्माण होतो. आर्थिक संरचनेवरून समाजात कशा प्रकारचे राज्य असेल, हे निश्चित होते. हा राजकीय अर्थकारणाचा आशय मार्क्सवादामध्ये आला आहे.

राजकीय अर्थकारणात दोन अर्थ लावले गेले. एक, पाया व इमारत यांचे नाते अर्थवाद (Economism) या स्वरूपात मांडला जातो. या संकल्पनेचे पुन्हा दोन उपअर्थ आहेत. एक, सामाजिक, राजकीय व सांस्कृतिक घटना, कृती आणि फेरबदल आर्थिक पायांवर पूर्णपणे अवलंबून असतात. राज्यसंस्थेस स्वतंत्र अस्तित्व नसते असा एक अर्थ अर्थवादाचा आहे. दोन, दुसरा अर्थ लेनिन यांनी स्पष्ट केला आहे. आर्थिक व राजकीय लढे वेगवेगळे करणे म्हणजे 'अर्थवाद' होय. कामगाराची आर्थिक परिस्थिती सुधारण्यासाठी प्रयत्न केला जातो. यापेक्षा जास्त प्रयत्न केला जात नाही; तर यामध्ये फेरबदल करून पाया व इमारत यांचे नाते द्वंद्वात्मक स्वरूपात देखील मांडले जाते. दुसरा मुद्दा नवमार्क्सवादी राजकीय अर्थकारणामध्ये मध्यवर्ती स्वरूपाचा म्हणून मांडला आहे.

नवमार्क्सवादी राजकीय अर्थकारण

राजकीय अर्थकारणाच्या संदर्भात लेनिन यांनी फेरबदल नोंदविला होता. लेनिन यांनी नव्याने राजकीय अर्थकारणाची पुनर्मांडणी केली होती. 'अर्थवाद' लेलिन यांनी नाकारला. आर्थिक व राजकीय घटकांचे संबंध त्यांनी स्पष्ट केले. भांडवलशाही व्यवस्था उलथून टाकण्यासाठी अर्थवादाच्या पुढील कृती केली पाहिजे. केवळ आर्थिक घटकांची स्वायतत्ता यांनी मान्य केली नाही. आर्थिक आणि राजकीय घटकांमधील संबंधांवर लेनिनने लक्ष केंद्रित केले होते. ऑक्टोबर क्रांतीनंतर रशियामध्ये मार्क्सवादी राज्यसंस्था स्थापन झाली (२५ ऑक्टोबर १९१७). तुरुंगातील टिपा (Prison Notebooks) हे पुस्तक अन्तोनिओ ग्राम्सी यांनी १९२९ ते १९३५ या दरम्यान लिहिले गेले होते. पाया आणि इमारत या दोन घटकांच्या संदर्भात वेगळा विचार मांडला. अन्तोनिओ ग्राम्सीने उत्पादक शक्तीच्या खेरीज विचार, चेतना, भावना, इच्छा या गोष्टींवर भर दिला होता. माणसाच्या मनावर वर्चस्व तत्त्वज्ञान, संस्कृती, राज्यसंस्था, धर्म, नीती या घटकांमुळे निर्माण होते; यामुळे, भांडवली राज्यसंस्था ही सापेक्ष स्वायत्तता या स्वरूपाची असते हा मुद्दा देखील अन्तोनिओ ग्राम्सी यांच्या विचारातील आहे. भांडवली राज्यसंस्थेला अधिमान्यता विचारप्रणाली नागरी समाजातून मिळते, अशी त्यांची संकल्पना होती. भांडवलाच्या स्वरूपातील

उत्पादक शक्ती, उत्पादन संबंध या मुद्यांना देखील विचारप्रणाली आणि नागरी समाज यांची गरज असते, अशी परिचर्चा त्यांनी केली आहे; त्यामुळे राजकीय अर्थकारण आणि विचारप्रणाली व नागरी समाज यांची सांधेजोड अन्तोनिओ ग्राम्सी यांनी केली होती.

अन्तोनिओ ग्राम्सी प्रमाणे लुकाच गेओर्ग यांनी देखील उत्पादक शक्तीच्या बरोबर इमारतीच्या विविध घटकांच्या संबंधांची परिचर्चा केली होती. राज्यसंस्था आणि उत्पादक शक्ती यांचे संबंध द्वंद्वात्मक स्वरूपाचे असल्याची मांडणी केली होती. ऐतिहासिक भौतिकवाद, ज्ञान मीमांसेतील समग्रता आणि वस्तुभवनाचा सिद्धान्त गेओग लुकाच यांनी मांडला. या पुनर्विचारामध्ये आर्थिक घटक, राजकीय घटक आणि इतर सर्व घटक (इमारतीचे घटक) यांचा एकत्रित विचार केला गेला आहे. क्रांतीच्या संदर्भात गेओर्ग लुकाचच्या मते, कामगार वर्ग क्रांतीप्रवण असतो, असे नव्हे. कामगार वर्गात विविध प्रवृत्ती असतात. उदा. सुधारणावादी, स्थितीवादी इत्यादी; या कारणामुळे भोवतालच्या परिस्थितीचे प्रतिबिंब म्हणून जाणिवा घडत नाहीत. सामाजिक क्रांतीचे तत्त्वज्ञान आत्मसाद करून त्या जाणिवा घडवाव्या लागतात. गेओग लुकाचचा असा दावा आहे की, समग्र वास्तव विविध घटकांचे मिळून तयार होते; त्यामधील घटकांचे परस्पर संबंध असतात; तसेच समग्रतेकडून घटकांकडे जावे लागते. या गेओर्ग लुकाचच्या मताचा अर्थ असा होतो की, केवळ उत्पादक शक्तीची स्वायत्तता नाही. अनेक घटकांपैकी उत्पादक शक्ती हा एक महत्त्वाचा घटक आहे. हा नव मार्क्सवादी राजकीय अर्थकारणाचा दृष्टिकोन आहे. इंग्लडमध्ये तर विश्लेषणात्मक मार्क्सवाद ऐंशीच्या दशकात आला होता. फ्रांकफूर्ट स्कूल विसाव्या शतकात उदयास आले. टेओडोर आडोर्नी, मार्कूझ, युर्गेन हाबरमास, फ्रेडरिक जेमिन यांनी केलेल्या अभ्यासात या उत्पादनाचा शक्तीच्याबरोबर राज्यसंस्था व विचारप्रणाली यांचा देखील समावेश झाला आहे. युर्गेन हाबरमास यांनी पाया आणि इमला यांच्या परस्पर संबंधाचा पुनर्विचार केला होता. भांडवलशाहीतील खाजगी मालमत्ता कायद्याने नियंत्रित होते. राज्यसंस्था देखील पायाप्रमाणे कार्यशील असते. अशी पुनर्मांडणी युर्गेन हाबरमासने करण्यामुळे राजकीय अर्थकारण या विषयामध्ये विविध सामाजिक शास्त्रांच्या संबंधाचा समावेश होतो, असे दिसते. एकोणिसाव्या शतकाच्या उत्तरार्धात उत्पादन शक्तीच्या बरोबर राज्यसंस्था व विचारप्रणाली यांचा देखील समावेश त्यांच्या अभ्यासात केला होता. भारतामध्ये देखील या प्रकारच्या विचारांचा प्रभाव दिसून आला होता. लाला हरदयाल हे गदर पार्टीचे नेते होते. त्यांनी प्रथम 'कार्ल मार्क्स : एक ऋषी' हे पुस्तक लिहिले होते. एम. एन रॉय, डी. डी. कोसंबी आणि चट्टोपाध्याय यांनी देखील विसाव्या शतकामध्ये मार्क्सवादाची मांडणी

केली होती. यातून भारतामध्ये मार्क्सवादी व नवमार्क्सवादी राजकीय अर्थकारणाची परिचर्चा सुरू झाली होती.

निष्कर्ष

राष्ट्र राज्यांत आर्थिक धोरणे राबविली जातात. त्या धोरणाचा समाजावर परिणाम होतो. त्या परिणामांचे स्वरूप आणि व्याप्ती हा राजकीय अर्थकारणाचा भाग ठरतो. राजकीय संस्था आर्थिक धोरणे ठरवितात व राबवितात; त्यामुळे राजकीय संस्था, आर्थिक धोरणे आणि समाज या तीन घटकांच्या परिणामांचा हा अभ्यास असतो. आर्थिक धोरणांवर समाजातील अभिजनांचा प्रभाव पडतो. त्या धोरणांमधून मूल्यनिर्मिती होते. त्या मूल्याचे वितरण समाजात केले जाते. त्या वितरणाचा परिणाम होतो. त्या वितरणाचा फायदा कोणत्या घटकाला झाला, त्याचा परिणाम काय झाला या मुद्यांचा अभ्यास राजकीय अर्थकारणात केला जातो. अभिजात राजकीय अर्थकारण हे प्रभुत्वशाली विचारास संमती प्राप्त करून देण्यात उपयोगी पडते. अभिजात राजकीय अर्थकारणाच्या समर्थनामागे काही एक वर्गीय वास्तव आहे. त्यांचे समर्थन करणाऱ्या संकल्पना आणि सिद्धान्ताची निर्मिती जेम्स स्टुअर्ट, ॲडम स्मिथ, थॉमस रॉबर्ट माल्थस, डेव्हिड रिकार्डो यांनी केली होती.

मार्क्सवादी आणि नवमार्क्सवादी राजकीय अर्थकारण या प्रकारच्या अभ्यासकांनी राजकीय अर्थकारणावरील टीका स्पष्ट केली. राजकीय प्रभुत्वशाली विचारांची विचारसरणी उलगडून दाखवली. उत्पादक शक्तीचे महत्त्व स्पष्ट केले. उत्पादन संबंधाची संरचना त्यांनी स्पष्ट केली. नवमार्क्सवादी राजकीय अर्थकारणाने उत्पादन पद्धतीच्या खेरीज इतर घटकांचे संबध देखील स्पष्ट केले; त्यामुळे 'राजकीय अर्थकारण' ही विद्याशाखा विविध सामाजिक शास्त्रांशी संबंधित असल्याचे स्वरूप पुढे आले. अशा प्रकारच्या अभ्यासातून त्यांनी सत्ताधारी वर्गांच्या वैचारिक प्रभुत्वाचे आधार स्पष्ट केले. त्यांनी प्रस्थापितांची समीक्षा केली; तसेच त्यांनी प्रभुत्वशाली विचारांना छेद देण्यासाठी प्रयत्न केला. संपूर्ण राजकीय व्यवस्था बदलण्यासाठी प्रयत्न केला. त्यामध्ये हेतुपूर्ण कृतीची जबाबदारी आहे. स्त्रीवादी प्रारूपामध्ये प्रस्थापित राजकीय अर्थकारणावर प्रश्नचिन्ह उपस्थित केले गेले होते. त्यांनी सरकारच्या धोरणाचा महिला वर्गावरील परिणाम स्पष्ट केला; तसेच स्त्रीवादी परिप्रेक्षामध्ये जेंडर बजेटचा दावा केला. थोडक्यात, राजकीय अर्थकारण ही विविध सामाजिक शास्त्रांशी संबंधित अभ्यास शाखा आहे. ही केवळ राज्यशास्त्र आणि अर्थशास्त्रापुरती मर्यादित शाखा नाही; तसेच उदारमतवादी राजकीय अर्थकारण आणि मार्क्सवादी राजकीय अर्थकारण या दोन दृष्टिकोनांमध्ये मूलभूत फरक आहे.

६ राजकीय अर्थकारण : पक्षीय सत्ता स्पर्धा

व्यक्तिकेंद्रित निवडणूक हे २०१४ च्या लोकसभा निवडणुकीचे सर्वांत महत्त्वाचे वैशिष्ट्य असल्याने ही निवडणूक सर्वांत महत्त्वाची आहे, असे चर्चाविश्व सुरू आहे. नरेंद्र मोदी (नमो) यांच्याभोवती निवडणूक फिरत होती, अशी चर्चा मोठ्या प्रमाणावर प्रसारमाध्यमांनी केली. नमोच्या खेरीज राहुल गांधी आणि अरविंद केजरीवाल या व्यक्तिमत्त्वांचीही चर्चा केली गेली. राजकीय प्रक्रिया गतिमान करताना व्यक्तिमत्त्वांची चर्चा उपयुक्त ठरवली गेली; त्यामुळे राजकारणात व्यक्तिपूजा मध्यवर्ती होती.

राजकीय व्यक्तिमत्त्व राजकीय प्रक्रियेला गतिशील करतात. आरंभीच्या तीन निवडणुकांची राजकीय प्रक्रिया पंडित नेहरूंनी गतिमान केली होती (१९५२, १९५७ आणि १९६२). पंडित नेहरूंच्या नंतर दुसरा टप्पा इंदिरा गांधी या प्रभावी व्यक्तिमत्त्वाचा होता. इंदिरा गांधींच्या नेतृत्वाचा प्रभाव चार निवडणुकांवर होता. (१९६७, १९७१, १९७७ आणि १९७९). सकारात्मक आणि नकारात्मक अशा दोन्ही प्रकारचा प्रभाव इंदिरा गांधींचा होता. १९७७ चा 'आणीबाणी विरोध' हा इंदिरा गांधी विरोध होता १९८४ ची निवडणूक राजीव गांधी यांनी लढवली होती. तथापि, ती निवडणूक शहीद गांधी यांच्या व्यक्तिमत्त्वाभोवती लढवली गेली होती. त्यानंतर विश्वनाथ प्रतापसिंग यांच्याभोवती निवडणूक लढविण्यात आली होती. (१९८९) चंद्रशेखर, एच.डी.देवेगौडा आणि इंद्रकुमार गुजराल यांना मात्र यातून वगळावे लागते. हा अपवाद वगळता अटलबिहारी वाजपेयी निवडणुकींच्यामधून शिखरस्थानी होते. नरसिंहराव अचानक पंतप्रधान झाले होते; परंतु, त्यांचा अनुभव आणि योग्यतेमुळे ते विलक्षण नेतृत्व करू शकले. याखेरीज डॉ. मनमोहनसिंग अचानक पंतप्रधान झाले. डॉ. मनमोहनसिंग निवडणुकीनंतर नेतृत्व करू शकले नाहीत; ते बरोबरींच्यामध्ये प्रथम होते (प्रायमरी इंटरपिअर्स). दुसऱ्या शब्दांत मनमोहन सिंगाचे नेतृत्व व्यक्तिपूजावादी नव्हते; त्यामुळे

व्यक्तीपुजेच्या चौकटीमध्ये नेतृत्वाची पोकळी निर्माण झाली होती. मथितार्थ, भारतीय राजकारणात नेतृत्वाची चर्चा सतत होत होती. राजकीय प्रक्रियेवर नेतृत्व या घटकाचा प्रभाव पडत होता. मात्र, ठळकपणे २००४ व २००९ या दोन निवडणुकांमध्ये मनमोहनसिंग यांच्यामुळे नेतृत्व या घटकाचे महत्त्व एकदम कमी झाले होते. डॉ. मनमोहनसिंग हे व्यक्तिमत्त्व 'बिगर राजकीय' या स्वरूपात ठळकपणे दिसू लागले. राजकीय नेतृत्व 'बिगर राजकीय' या क्षेत्रात गेले. या कारणामुळे एक मोठी पोकळी राष्ट्रीय पातळीवर उदयास आली.

१९८९ ते २००४ पर्यंत राजकीय नेतृत्वात पोकळी नव्हती. विश्वनाथ प्रतापसिंग, नरसिंहराव आणि अटलबिहारी वाजपेयी हे विलक्षण प्रभावी राजकीय नेतृत्व राष्ट्रीय पातळीवर कृतिशील होते; मात्र, २००४ पासून २०१४ पर्यंत राजकीय नेतृत्वाची पोकळी डॉ. मनमोहनसिंग यांच्या नेतृत्वामुळे निर्माण झाली. अर्थातच, अशा पोकळीमध्ये राष्ट्रीय पातळीवर 'नरेंद्र मोदी' नेतृत्वाचा उदय झाला. गेल्या दशकाच्या नंतर प्रथमच राजकीय नेतृत्वाचा राष्ट्रीय पातळीवर उदय झाला आहे; त्यामुळे २०१४ ची निवडणूक राजकीय नेतृत्वाच्या संदर्भात सर्वांत जास्त महत्त्वाची आणि विलक्षण निवडणूक वाटते. परंतु, डॉ. मनमोहनसिंगांचा कालखंड वगळता भारतीय राजकीय प्रक्रियेवर नेतृत्वाचा प्रभाव होतो; त्यामुळे नेतृत्वाच्या संदर्भात ही निवडणूक वेगळी आणि जास्त महत्त्वाची आहे; तसेच नव्याने व्यक्तिवादी राजकारण घडू लागले.

भारतीय राजकीय प्रक्रियेवर प्रभाव टाकणाऱ्या नेतृत्वाचा आशय या घटकानुसार २०१४ ची निवडणूक फारशी वेगळी नव्हती. पंडित नेहरूंनी लोकशाही समाजवाद किंवा मिश्र अर्थव्यवस्था अशी भूमिका घेत भांडवलशाहीला झुकते माप दिले होते. जवाहरलाल नेहरूंचा केंद्रीकरणावर विश्वास होता. उद्योगीकरणावर त्यांचा भर होता, तसेच आर्थिक व राजकीय सत्तेच्या केंद्रीकरणावर त्यांचा विश्वास होता. मात्र, पन्नाशीच्या व साठीच्या दशकात भारतीय भांडवलशाहीची संकल्पना देशांतर्गत औद्योगिक उत्पादनाशी संबंधित होती. इंदिरा गांधी यांनी समाजवादी भूमिका घेतली खरी, पण खाजगी उद्योग व व्यापार क्षेत्राला पूरक सार्वजनिक धोरण त्यांच्या कालखंडात त्यांनी दमदारपणे आखले होते. राजीव गांधी यांनी तंत्रज्ञानाची बाजू घेत पुन्हा भांडवलशाहीचे समर्थन केले. विश्वनाथ प्रतापसिंग यांच्या अर्थव्यवस्थेबद्दल राजीव गांधींशी मतभेद नव्हता, त्यांचा मुद्दा भ्रष्टाचाराशी संबंधित होता.

भांडवलशाही विकासाचा नवा टप्पा

नरसिंहराव व मनमोहनसिंग यांनी आर्थिक सुधारणांचा प्रयोग सार्वजनिक धोरण निश्चितीमध्ये केला. या चौकटीशी मिळता-जुळता राजकीय व्यवहार अटलबिहारी

वाजपेयी यांनी केला. नरसिंहराव व मनमोहनसिंग यांच्या सार्वजनिक धोरणाचे सातत्य अटलबिहारी वाजपेयींमध्ये होते. (१९९९-२००४) त्यानंतर खुद्द डॉ. मनमोहनसिंग आर्थिक सुधारणांच्या चौकटीत सार्वजनिक धोरण निश्चिती करत होते. हा भांडवलशाहीच्या विकासाचा टप्पा होता किंवा त्यास नवभांडवलशाही म्हणून ओळखले जाते. या प्रमुख चौकटीपेक्षा वेगळी भूमिका नरेंद्र मोदी यांची दिसत नाही. नरेंद्र मोदी यांनी 'गुजरात प्रारूप' मांडले. 'गुजरात प्रारूपा'ची चतुःसूत्री मनमोहनसिंगांच्या मध्यवर्ती आर्थिक सुधारणा कार्यक्रमाचा भाग होता.

१) बिझनेस फ्रेंडली धोरण (उद्योगी राज्य).
२) उद्योग-शेती यांच्या संयुक्त मैत्रीचा कार्यक्रम.
३) आर्थिक स्वायत्तता यांचाच अर्थ 'सुशासन' असा होतो.
४) विकासाचा पाझरणी सिद्धान्त.

पंतप्रधान नरेंद्र मोदी आणि मनमोहनसिंग यांची उद्योगप्रधान भूमिका आहे. शेती ही उद्योग व व्यापारास द्यावी, हे तत्त्व नरेंद्र मोदी आणि मनमोहनसिंग यांच्या नेतृत्वाचा गाभा आहे. आर्थिक स्वातंत्र्य आणि पाझरणी सिद्धान्त नरेंद्र मोदी आणि मनमोहनसिंग यांच्या सार्वजनिक धोरणांचा कणा होता. या गोष्टी नरेंद्र मोदींच्या धोरणांचा भाग आहेत. व्यापक पातळीवरील आर्थिक चौकटीमध्ये मनमोहसिंग आणि नरेंद्र मोदी यांच्यामध्ये फरक नाही; त्यामुळे आर्थिक सार्वजनिक धोरणांच्या संदर्भात २०१४ ची निवडणूक विलक्षण महत्त्वाची ठरत नाही; कारण भांडवलशाहीच्या विकासात सातत्य दिसते. शिवाय, १९९१ च्या आर्थिक स्वातंत्र्याचा विस्तार दिसतो. फार तर नरेंद्र मोदी प्रगत नव भांडवलशाहीचे खंदे समर्थक आहेत; त्यामुळे १९९१ नंतरच्या आर्थिक स्वातंत्र्यानंतर २०१४ हा आर्थिक स्वाभिमानाचा टप्पा मानला जातो.

भांडवलशाहीच्या मुद्यांवर २०१४ ची निवडणूक विशेष महत्त्वाची नाही; मात्र, नेतृत्व आणि सामूहिक सत्संकल्प (Genral Will) यांचे एकत्रित विश्लेषण करता असे दिसते की, भांडवलशाहीच्या विकासाबरोबर विविध समूहांच्या हितसंबंधांचा दावा पंडित जवाहरलाल नेहरूंनी केला होता. इंदिरा गांधींचा तरुणांचा गट समाजवादावर निष्ठा असलेला होता. मनमोहनसिंग यांचे सार्वजनिक धोरण सर्वसमावेशक होते (अन्यवर्जन नव्हते). तसेच त्यांच्या नेतृत्वाखाली लवचिकता आणि सहिष्णुता होती. 'आयडिया ऑफ इंडिया' (सुनील खिलनानी, २०१२); किंवा 'भारतीय समाज' (सुहास पळशीकर, समाजप्रबोधन पत्रिका). यापेक्षा वेगळा समाज आणि समाज-राजकीय अर्थव्यवस्थेचे संबंध नरेंद्र मोदींच्या नेतृत्वाखाली विकसित झालेल्या

'गुजरात प्रारूपा'त आहेत. (गुजरात प्रारूप : अरविंद पनगढिया, कोलंबिया विश्वविद्यालय).

मैत्रेश घटक, निर्विकार सिंह (कॅलिफोर्निया विद्यापीठ) व अमर्त्य सेन यांनी 'गुजरात प्रारूपा'चे चर्चाविश्व विकसित केले आहे. गुजरात राज्य नेहमी विकसित असलेले आहे. गुजरात राज्य नेहमी विकसित राज्यांच्या यादीमध्ये होते. या ऐतिहासिक तथ्यांमध्ये मोदींच्या नेतृत्वाचे योगदान नाही, अशी चर्चा त्यांनी केली. सुप्रसिद्ध अर्थशास्त्रज्ञे अमर्त्य सेन यांनी 'ह्यूमन डेव्हलपमेंट इंडेक्स'चा पुरावा देत असा दावा केला आहे की, सामाजिक कल्याणामध्ये गुजरातची प्रगती फार चांगली नाही. बाल विकास सेवा (इंटिग्रेटेड चाईल्ड डेव्हलपमेंट सर्व्हिसेस) व शिक्षणाचा अधिकार (राईट टू एज्युकेशन) या दोन्ही क्षेत्रांत प्रगती चांगली नसल्याचा दावा सेन यांचा होता.

मैत्रेश घटक यांचा दावा असा आहे की, गुजरातची प्रगती चांगली आहे; परंतु, गुजरातची प्रगती अव्वल दर्जाची नाही. १६ राज्यांच्या तीन दशकांच्या दरम्यानच्या काळाची तुलना करून त्यांनी गुजरातचे स्थान महाराष्ट्र आणि तमिळनाडूबरोबर संबोधले आहे; मात्र, 'गुजरात प्रारूपा'च्या विशेष वेगळेपणावर त्यांनी भर दिला नाही. मसलन रघुराम राजन, अशोक कोटवाल हे देखील मैत्रेश घटक यांच्याप्रमाणे गुजरातचा विकास अभूतपूर्व होण्यास अजून वेळ लागणार आहे, असे विश्लेषण करत होते. गेल्या चार दशकांत गुजरातचा विकास झाला आहे; रस्ते, कारखाने, नियमित वीज या क्षेत्रांत विकास दिसतो; परंतु, गरिबी, पोषणआहार, शिक्षण, आरोग्य या निकषांवर किंवा यांच्याशी संबंधित निकषांवर गुजरात राष्ट्रीयदृष्ट्या थोडासा पुढे आहे. मात्र, याने विशेष प्रगती केली नाही. १९९० मध्ये गुजरातचा विकास ४.८० टक्के होता, तेव्हा भारताचा सरासरी विकासदर ३.७ होता. सन २००० मध्ये राष्ट्रीय विकासामध्ये राष्ट्रीय विकासदर ६.९ टक्के तर ५.६ होता. थोडक्यात, गुजरातचा विकासदर १.१ ते १.३ जास्त होता.

थोडक्यात, राष्ट्रीय सरासरी विकासदराच्या ०.८ टक्के व १९९० आणि १.१ टक्के (२०००) पुढे होता. बिहारचा विकासदर १९९० मध्ये राष्ट्रीय सरासरी विकासदराच्या २.७ टक्के खाली होता; मात्र, २००० मध्ये बिहारचा विकासदर १.३ टक्के जादा. १९८०-८१ ते १९९०-१९९१ मध्ये गुजरातचा विकासदर ५.१ टक्के होता; तेव्हा भारताचा विकासदर ५.५ होता; तेव्हा गुजरात केवळ ०.४ टक्के मागे होता. यावरून नरेंद्र मोदींच्या गुजरात प्रारूपासंदर्भात पुढील मुद्दे उपस्थित होतात-

१) गुजरात राज्याकडे मोदींचे नेतृत्व नसताना गुजरात राज्य मागास नव्हते.

२) मोदींचे नेतृत्व नसताना, प्रगत राज्याच्या यादीत 'गुजरात राज्य' होते.

३) मोदींच्या नेतृत्वाखाली गुजरातचा विकास झाला. मात्र, तो फार अव्वल दर्जाचा दिसत नाही.

४) गुजरातच्या तुलनेत बिहारसारख्या मागास राज्यानेही विकासदरात मोठी आघाडी घेतली आहे; त्यामुळे अन्य राज्यांची तुलना करता नरेंद्र मोदींचे गुजरात प्रारूप चित्तवेधक ठरत नाही.

५) सामाजिक निकषांवर आधारित गुजरात प्रारूपात भारताच्या सरासरी प्रगतीच्या तुलनेत फार जादा प्रगती नाही; यामुळे नरेंद्र मोदींचे नेतृत्व गुजरात प्रारूपाच्या प्रगतीची दिशा सूचित करते. परंतु, नरेंद्र मोदींच्या नेतृत्वाखालील प्रगती सकलजनांची सूचित नाही. नरेंद्र मोदीच्या नेतृत्वाखालील प्रगती सामाजिक निकषांच्या ऐवजी वीज, रस्ते, उद्योग, गुंतवणूक अशा भांडवलशाही घटकांची होते; यामुळे नरेंद्र मोदींच्या नेतृत्वाचा कणा नवभांडवलदारी व्यवस्था आणि मूल्य व्यवस्था हा आहे, तर त्यांच्या विकासातून विविध सामाजिक वंचित घटकांना वगळण्याची प्रक्रिया घडते.

नरेंद्र मोदींच्या नेतृत्वाचे समर्थन 'गुजरात प्रारूपा'च्या आधारे जगदीश भगवती व अरविंद पानगढिया या अर्थशास्त्रज्ञांनी केले. जगदीश भगवती हे कोलंबिया विद्यापीठात अर्थशास्त्र व कायद्याचे प्राध्यापक आहेत. भगवती हे मुक्त व्यापाराचे समर्थक आहेत. याखेरीज विवेक देवरॉय, शंकर आचार्य, टी.एन. श्रीनिवास आणि ईश्वर प्रसाद यांसारखे अभ्यासक नरेंद्र मोदी विरोधक नव्हते; त्यामुळे अर्थशास्त्रातील अभ्यासकांचा नरेंद्र मोदींच्या नेतृत्वास पाठिंबा होता. भगवतींच्या मते, गुजरातमध्ये वेगवान आर्थिक वाढ झाली आहे. गुजरातमध्ये जलद परवाना दिला गेला, तसेच वीज उपलब्ध करून दिली गेली (बी.बी.सी., २६ जुलै, २०१३). भगवती आणि पनगढिया यांचे मनमोहनसिंग यांच्याबरोबर मैत्रीचे संबंध होते, तर १९९९ मध्ये रा.लो.आ. आघाडीने अमर्त्य सेन यांना 'भारतरत्न' पुरस्कार दिला होता. या संबंधांमध्ये फेरबदल झाले. भगवती व पनगढिया यांनी मोदींच्या नेतृत्वाखालील गुजरात प्रारूपाचे समर्थन केले; तर अमर्त्य सेन यांनी 'नरेंद्र मोदी हे पंतप्रधान नकोच' असा विरोध केला होता. यातून नरेंद्र मोदींच्या नेतृत्वाची चर्चा आर्थिक चर्चाविश्वामध्ये घडून आली. सबसीडीस विरोध असलेल्या भगवतींनी नरेंद्र मोदींचे समर्थन केले; यातून नरेंद्र मोदींचे नेतृत्व भांडवलदारांसाठी जास्तच महत्त्वाचे ठरले.

अमर्त्य सेन यांनी अर्थशास्त्रीय सिद्धान्तांचा वापर मानवी कल्याणासाठी करण्याचा पुरस्कार केला. भारताच्या आर्थिक मागासलेपणाचे कारण गरिबी, अनारोग्य आणि निरक्षरता आहे, हे सेनांना वाटत होते.

अमर्त्य सेन यांनी भारतात सामाजिक पायाभूत सुविधांमध्ये जास्त गुंतवणूक असावी, असा विचार मांडला आहे, तर भगवती यांनी विकासावर भर दिला. विकास झाला तरच सामाजिक सुविधांच्या योजनांसाठी स्रोत मिळविता येतील, असा विचार मांडला होता. सेन यांनी सामाजिक न्यायाच्या चौकटींचे समर्थन केले. या सेनच्या भूमिकेबद्दल काँग्रेस पक्षाची भूमिका स्पष्ट नव्हती. पी. चिदंबरम् यांनी विकास आणि सामाजिक न्याय या दोन्हींच्या मिश्रणाचे प्रारूप असावे, असा विचार मांडला होता. यातून तीन मुद्दे स्पष्ट झाले–

१) काँग्रेसचे नेतृत्व केवळ विकासाचे प्रारूप स्वीकारत नव्हती.
२) काँग्रेसचे मिश्रणाचे प्रारूप स्वीकारत होते.
३) नरेंद्र मोदींचे नेतृत्व स्पष्टपणे विकासाचे प्रारूप स्वीकारत होते. विकास संकल्पना नवभांडवली विकास आणि काँग्रेस पक्षाच्या पक्षघात धोरणाची चिकित्सा म्हणून मांडली गेली होती. निवडणुकीमध्ये सातत्याने 'विकास' या मुद्द्यावर प्रचार नरेंद्र मोदींनी केला. वाल्टर एंडसन यांच्या मते, पाचशे वेळा 'विकास' या संकल्पनेचा वापर केला गेला. विकास संकल्पना एका बाजूने काँग्रेसच्या सार्वजनिक धोरण निश्चितीच्या पक्षघात (धोरण निश्चितीची दुविधा वृत्ती) वृत्तीची समीक्षा करत होती.

व्यक्ती अडथळ्याविना त्यांच्या हिसबंधींचे संरक्षण करेल, अशा बाजारावर आधारलेल्या खुल्या स्पर्धेचे समर्थन विकास संकल्पनेत केले गेले. आर्थिक स्वातंत्र्य व आर्थिक स्वाभिमान या मुद्यांची चर्चा सन १९४७ च्या राजकीय स्वातंत्र्याइतकीच महत्त्वाची मानली गेली. सन २०१४ हा आर्थिक स्वाभिमानाचा गौरवशाली ऐतिहासिक टप्पा मानला गेला. यामध्ये माल्थस व ॲडम स्मिथच्या अभिजात किंवा नैसर्गिक आर्थिक स्वातंत्र्याचे समर्थन केले होते, यांचे नेतृत्व नरेंद्र मोदींनी केले. नवीन उद्योगांचे नेतृत्व नरेंद्र मोदींनी केले. नवीन उद्योग सुरू करणे, नवीन उद्योग चालवणे, उद्योगांना कायद्याच्या जाचातून मुक्त करणे, व्यापारवादी दृष्टीचा प्रचार, कमीत कमी नोकरशाही, पायाभूत सुविधांना प्राधान्य, मध्यम वर्गाच्या आशा व अपेक्षा उंचावणे, गरिबांमध्ये नवभांडवलशाहीत शिरकाव करण्याची उमेद जागृत करणे, ही मोदींच्या नेतृत्वाखालील मुख्य विषयपत्रिका होती. यांच्याशी संबंधित चित्तवेधक घोषणांचा वापर नरेंद्र मोदींनी केला. 'अच्छे दिन आनेवाले है। एक हाथ में कुराण और दुसरे हाथ में कम्प्यूटर, किमान सरकार, कमाल सुशासन (गव्हर्नन्स)', अशा चित्तवेधक घोषणांमधून नरेंद्र मोदींनी विकासाचा आशावाद निर्माण केला. विकास हा आदर्शवाद झाला. एव्हाना, विकास ही विचारप्रणाली म्हणूनही जनसमूहाला कृतीप्रवण करण्यास उपयुक्त ठरली.

विकासाच्या विचारप्रणालीमध्ये आशावाद उच्च कोटीचा होता; त्यामध्ये

परंपरागत म्हणींचे अर्थदेखील बदलून घेण्यात आले. उदा. पेला अर्धा भरलेला आहे किंवा अर्धा रिकामा आहे. याऐवजी पेला पूर्ण भरलेला आहे. अर्धा पेला हवेने आणि अर्धा पेला पाण्याने भरलेला आहे. अशा अनेक उदाहरणांमधून जनतेच्या अपेक्षांना अकाशाएवढी उंची मोदींनी दिली. अशा प्रकारचे आर्थिक विकासाचे स्वप्नरम्यीकरण मोदींच्या नेतृत्वाखाली झाले. नरेंद्र मोदींनी आदर्श विकासाचे राजकीय व सामाजिक व्यवस्थेचे चित्र रंगवून तिचे समर्थन केले, तसेच ही व्यवस्था प्रत्यक्षात कशी आणता येईल, याबाबतची व्यूहरचना त्यांनी स्पष्ट केली.

नरेंद्र मोदींच्या नेतृत्वामध्ये व्यूहरचना, मूल्यव्यवस्था, राजकीय ध्येय, हेतू व उद्दिष्टे यांचा समुच्चय एकत्रित झाला आहे; त्यामुळे त्यांचे नेतृत्व विकासाच्या विचारप्रणालींवर आधारले आहे. त्यांनी भूतकाळाचा अन्वयार्थ लावला, वर्तमानकाळाचे स्पष्टीकरण दिले आणि भविष्याचे चित्र रंगविले. यातून नरेंद्र मोदींचे नेतृत्व दिव्यवलयांकित स्वरूप धारण करणारे घडले (Charismatic Leader). नरेंद्र मोदींकडे दैवी गुण किंवा दैवी देणगी म्हणून त्यांचा समर्थक समूह पाहतो. त्यांच्या अफाट कर्तृत्वावर आणि दैवी गुणवत्तेवर त्यांच्या समर्थकांचा गाढ विश्वास होता. नरेंद्र मोदी गुणवत्ता, व्यक्तिमत्त्व आणि नैतिक प्रभाव यातून त्यांचे नेतृत्व अनुयायांनी स्वीकारले. जोश भरणे, संताप निर्माण करणे, एक स्वप्न जागे करणे, अनुयायास मंत्रमुग्ध करणे या गोष्टी नरेंद्र मोदींनी निवडणूक प्रचारात केल्या.

नरेंद्र मोदींनी भारतीय जनसमूहांचे ध्रुवीकरण करताना विकास आणि वर्ग यांचा सुमेळ घातला होता. विकासाच्या संकल्पनेनुसार मध्यम वर्ग, युवा वर्ग, गरीब वर्ग, उद्योगपती वर्ग, छोटे व्यावसायिक व शेतकरी वर्ग आणि कामगार-मजूर वर्ग या संकल्पनेमध्ये गुंतवून ठेवले. वर्गाच्या बाहेर अस्मिता त्यांनी फार जाऊ दिली नाही. वर्ग समन्वय हे त्यांनी मुख्य सूत्र ठेवले होते. या नरेंद्र मोदींनी सोशल मीडिया, इंटरनेट, गुगल, फेसबुक, ट्विटर, उडी, होलोग्राम, चाय पार्टी अशा नवीन राजकीय लोकमत घडविणाऱ्या साधनांचा वापर केला; यातून नरेंद्र मोदींच्या राजकीय नेतृत्वाचा वापर केला. यातून नरेंद्र मोदींच्या राजकीय नेतृत्वाच्या पैलूंची व्यवच्छेदक लक्षणे पुढीलप्रमाणे दिसतात-

१) नरेंद्र मोदींचे व्यक्तिमत्त्व राजकीय स्वरूपाचे आहे, वाद-प्रतिवाद हा राजकारणाचा गाभा त्यांच्या व्यक्तिमत्त्वाचा भाग आहे.

२) नरेंद्र मोदींनी सार्वजनिक निर्णय निश्चितीच्या वादामध्ये (सहभागी) स्वतःला खुलेपणे झोकून दिले. यामुळे प्रशासकीय नेतृत्वाच्या जागी राजकीय नेतृत्व आले. उदा. सिंग यांच्या जागी मोदी.

३) नरेंद्र मोदींनी विकासाची नवी अस्मिता घडविली. त्या विकासाच्या अस्मितेमध्ये वर्गसंघर्षाचा ऱ्हास घडवून आणला आणि वर्ग समन्वयाचा मुद्दा पुढे रेटला.

४) नरेंद्र मोदींनी वर्ग समन्वय साधताना सकृतदर्शनी पिरॅमिडसारखी नवी रचना उदयास आणली. मात्र, त्या रचनेमध्ये उद्योग व व्यापार हा पिरॅमिडच्या केंद्रस्थानी ठेवला.

५) उद्योग व व्यापार या क्षेत्रांशी इतर सर्व वर्गांना समरस केले; त्यामुळे परस्पर विरोधाभास असलेल्या वर्गांचे एकछत्रीकरण त्यांच्या नेतृत्वाखाली घडले.

६) नरेंद्र मोदी यांचे नेतृत्व उद्योग व व्यापाराचा मध्यवर्ती कणा आहे; त्यामुळे उद्योग-व्यापार वर्गाच्या हितसंबंधाचा समझोता त्यांच्या नेतृत्वाखाली झाला आहे. उद्योग-व्यापाराच्या हितसंबंधामध्ये इतर सर्व वर्ग त्यांच्या भविष्याचा शोध घेत आहेत. या अर्थाने निवडणूक काळात मोदींचे नेतृत्व उद्योग-व्यापारलक्षी हितसंबंधाचे होते.

निवडणुकोत्तर नेतृत्वातील फेरबदल

निवडणुकीचा निकाल जाहीर झाल्यानंतर नरेंद्र मोदींच्या राजकीय भाषाशैलीत बदल झाला. 'सबका विकास और सब के साथ' या नेतृत्वास परिमाण देण्याचा प्रयत्न नरेंद्र मोदींनी केला. आमचे सरकार गरिबांसाठी विचार करेल (हमारी सरकार गरीबों के लिए सोचेगी), त्यांच्यासाठीच काम करेल, त्यांच्यासाठी जगेल. एवढेच नव्हे तर, मोदी सरकार भारतातील गावांना, युवकांना व महिलांना वाहिलेले सरकार असेल, अशी लक्ष्यवेधी घोषणा त्यांनी सकल जनांबद्दल व्यक्त केली. मथितार्थ म्हणजे, नरेंद्र मोदींच्या नेतृत्वाला निवडणुकीत छोट्या किंवा विवक्षित वर्गाचा आधार होता.

निवडणुकीनंतर नरेंद्र मोदींनी विशिष्ट अशा वर्गांच्या बाहेर सकलजनांपर्यंत पोहोचण्याचा प्रयत्न केला. हा नरेंद्र मोदींच्या नेतृत्वाचा नवीन आयाम आहे. नरेंद्र मोदींचे नेतृत्व १०० मेगा सिटी, बुलेट ट्रेन यांच्यामार्फत उद्योग-व्यापार या एका विशिष्ट गटाच्या हितसंबंधांचा दावा करत आहे; परंतु, निवडणुकीनंतर त्यांचे नेतृत्व सकलजनांचा दावा करत आहे. एका विशिष्ट गटाच्या हितसंबंधांचा दावा आणि सकलजनांच्या हितसंबंधाचा दावा यामध्ये विरोधाभास आहे. या विरोधाभासाच्या नव्या टप्प्यामध्ये नरेंद्र मोदींच्या राजकीय नेतृत्वाची वाटचाल सध्या सुरू झाली आहे.

नेतृत्वाचा वाद

बिगर लोकशाही समाज हे भारताचे मुख्य स्वरूप आहे, असे डॉ. बाबासाहेब

आंबेडकरांचे निरीक्षण होते. त्या निरीक्षणाचा संबंध भारतातील राजकीय नेतृत्वाशी येतो. भारत ही लोकशाही नेतृत्वाच्या विरोधाची भूमी ठरते. भारतातील प्रत्येक वर्ग त्यांच्या संपूर्ण ताकदीचे एकत्रीकरण करून हितसंबंधाचा दावा करतो; यामुळे उच्च जातीयांचे हितसंबंध, मागास जातीयांचे हितसंबंध, मध्यम शेतकरी जातीचे हितसंबंध, उद्योग-व्यवसायांचे हितसंबंध यांच्यामध्ये टोकांचे विरोधाभास आहेत. या सर्व हितसंबंधांचे सुसूत्रीकरण (Interst Aggregation), हितसंबंधाचे आविष्कार (Interst Articulation) यांच्यामध्ये विरोधाभास आहेत; यातून नेतृत्वाला त्यांच्या राजकीय प्रभावाचे क्षेत्र घडवावयाचे असते. यासाठी नेतृत्वाकडून सामाजिक स्तरीकरणाचा किंवा ध्रुवीकरणाचा मार्ग वापरला जातो. नरेंद्र मोदींनी सामाजिक स्तरीकरण केले; परंतु, त्यांचा मुख्य भर विविध समूहांची मैत्रीपूर्ण आघाडी करण्याकडे होता. विविध गटांमध्ये त्यांनी बहुध्रुवीकरणाचे प्रयोग केले; तरीही त्यांनी प्रामुख्याने त्यातून विविध गटांना जुळवून घेण्याची प्रक्रिया घडविली. अराजकीय (Non Political) गटांना त्यांनी राजकारणात ओढून आणले. त्यांचे राजकारणात सामालीकरण केले. राजकीय उदासीनता (Political Apathy) कमी झाली. राजकीय अपेक्षाभंग झालेल्या समूहांचे त्यांनी राजकीयीकरण केले. अशा नव्या समाजघटकाला नरेंद्र मोदींनी राजकारणाशी जुळवून घेतले; त्यामुळे राजकीय तुच्छतादृष्टी असलेल्या समूहांचे भाजपमध्ये राजकीय एकात्मिकरण त्यांनी केले. मथितार्थ, नव्या समूहामध्ये त्यांनी राजकीय उमेद निर्माण केली; त्यासाठी त्यांनी साधनसूचिता महत्त्वाची मानली नाही. सार्वजनिक हित (Puclic Interst) आणि गटांचे हितसंबंध (Group Interst) यांच्यातील हितसंबंधांचे सुसूत्रीकरण विरोधाभासाच्या पद्धतीने केले; यामुळे सामाजिक अंतरायाच्या आधारे राजकारण करण्याचा राजकीय आखाडा त्यांनी मोडीत काढला. परंतु, त्यांनी नवीन अंतरायाचे राजकारण केले. उदा. काँग्रेसविरोधी भाजप असा अंतराय त्यांनी उभा केला. त्यामध्ये त्यांनी राजघराणे विरोधी सर्वसामान्य असा अंतराय मांडला होता. लालूप्रसाद यादव, मुलायमसिंग, मायावती, नितिश कुमार यांच्या मागासवर्गीय हितसंबंधाचा दावा करणाऱ्या नेतृत्वाचा नरेंद्र मोदींनी पराभव केला; म्हणजेच नरेंद्र मोदींचे नेतृत्व वंशवादावर (घराणेशाहीच्या) आणि जातवादावर मात करण्यात यशस्वी झाले.

निष्कर्ष

नरेंद्र मोदींचे नेतृत्व नवभांडवलशाहीचा आधार घेत वाढले आहे. नवभांडवलशाहीचा त्यांच्या नेतृत्वास भक्कम आधार आहे. त्यांचे नेतृत्व ताठर व भक्कम स्वरूपाचे आहे. नोकरशाह, तंत्रज्ञ (टेक्नोक्रॅट्स), विशेष सल्लागार, उद्योगपती,

व्यापारी मध्यम वर्ग यांचे त्यांनी राजकीयीकरण केले. विकासाचे चर्चाविश्व चातुर्यपूर्ण खेळी करत 'नवभांडवलशाही' चौकटीत रूपांतरित केले. मोदींच्या नेतृत्वाने जातवादी राजकारणाची अधिमान्यता संपुष्टात आणली, तसेच नवहिंदुत्ववाद या विचारप्रणालीस 'विकासवाद' या चौकटीमध्ये रूपांतरित केले. त्यामुळे 'विकासवादास अधिमान्यता म्हणजेच नवहिंदुत्ववादास अधिमान्यता' असे स्वरूप त्यास प्राप्त झाले; यामुळे मोदींच्या नेतृत्वाचे समर्थक सामाजिक कल्याणाच्या विरोधात स्पष्टपणे गेले. नरेंद्र मोदींचा चेहरा इंद्रधनुष्यासारखा अनुयायांना वाटतो; कारण त्या नेतृत्वामध्ये 'हिंदुहृदयसम्राट', विकासपुरुष, लोहपुरुष, सुशासक अशा विविध रंगच्छटा दिसू लागतात. ही त्यांच्या नेतृत्वाची मोहिनी आहे. त्यांचा महाराष्ट्राच्या राजकारणावर प्रभाव पडला. इतर मागास वर्गीय समूह मोदीच्या नेतृत्वामुळे भाजपकडे सरकला गेला.

भाग - २ : विधानसभा निवडणूका आणि जात

७ सकलजनवादी राजकारणाची चौकट

अ) सकलजनवादी राजकारण

महाराष्ट्राचे राजकारण समजून घेण्यासाठी 'सकलजनवाद' या विचारप्रणालीचा उपयोग करणे उचित ठरेल. जयंत लेले यांनी यशवंतराव चव्हाण यांच्या मुलाखती घेतल्या आहेत. त्या मुलाखतीमध्ये सकलजनवादी आशय अभिव्यक्त झाला आहे. सकलजनवाद या विचारप्रणालीची सर्वसाधारणपणे पुढील वैशिष्ट्ये आहेत-१) सकल ही एक मोजपट्टी आहे. या मोजपट्टीच्या आधारे राजकारणाचे मोजमाप करता येईल. २) 'सकल' हा शब्द व्यापक आहे. यावरून एकंदर, सर्वांचा समावेश आणि सार्वत्रिक असा अर्थ होतो; यामुळे सर्वसमावेशकता व सार्वत्रिकता ही सकलजनवादाची वैशिष्ट्ये ठरतात. ३) सांस्कृतिक-सामाजिक ऐक्यासाठी 'सकलजन' अशी संकल्पना वापरली जाते. यातून सकलजनांच्या हृदयात स्थान मिळते; म्हणजेच राजकारणास अधिमान्यता मिळते. यामध्ये शांतता, राजकीय समावेशन आणि समता या आधुनिक मूल्यांना केंद्रभागी ठेवले आहे. ४) राजकीय आघाडीचा मुद्दा सकलजनवादामध्ये समाविष्ट आहे. एक राजकीय समुदाय आकाराला येणे हा त्याचा अर्थ मानता येईल. ५) व्यक्तिस्वातंत्र्याचे मूल्य सकलजनवादामध्ये मध्यवर्ती आहे. ६) सकलजनवादामध्ये ऐक्यासाठी व स्थैर्यासाठी 'आर्थिक विकास' महत्त्वाचा ठरतो. उत्पादनाच्या साधनाचे वितरण आणि सेवांचे वितरण देखील मध्यवर्ती असते (शिक्षण, आरोग्य, इ.). ७) सर्वांची संमती हा मुद्दा लोकशाही पद्धतीने गाभ्याचा आहे.

सकलजनवादाचा कालावधी (१९५६-१९७०)

सकलजनवादाचा महाराष्ट्रातील कालावधी सार्वसाधारणपणे पंधरा वर्षांचा होता. यशवंतराव चव्हाण आणि त्यांचे राजकारण यांचा संबंध 'सकलजनवादी'

होता. १ मे १९६० रोजी महाराष्ट्र राज्याची स्थापना झाली; तेव्हा त्यामध्ये सकलजनवादी नंदनवनाचा आशय होता. हे महाराष्ट्र स्थापनेचे विशेष महत्त्व होते; कारण महाराष्ट्र स्थापनेच्यामागे संयुक्त महाराष्ट्र चळवळीतील सत्संकल्प होता. याशिवाय, चव्हाणांनी महाराष्ट्राचे नेतृत्व करूनही तो महाराष्ट्र मराठ्यांच्याखेरीज सकलजनांचा होता; म्हणजेच, बहुविविधता, सर्वसमावेशकता व राजकीय समावेशन ही तीन महाराष्ट्राच्या राजकारणाची वैशिष्ट्ये होती. अशा या राजकारणाचे नेतृत्व चव्हाणांनी केले. याअर्थाने, या राजकारणाचे धुरीणत्व मराठ्यांकडे होते. अर्थातच, मराठा राजकारण हे मराठी राजकारण आणि पुढे लोकशाही राजकारणापर्यंतचा अवकाश व्यापणारे ठरले होते; म्हणजेच, साठीच्या दशकात 'मराठा राजकारण' केवळ मराठा राजकारण नव्हते. मराठा राजकारण हे मराठी राजकारण म्हणून देखील राजकीय व्यवहार करत होते; तसेच मराठा राजकारण लोकशाही राजकीय व्यवहार करत होते; यशवंतराव चव्हाण यांचे राजकारणावर नियंत्रण होते. तोपर्यंत मराठा, मराठी आणि लोकशाही राजकारणाच्या सीमारेषा परस्परांमध्ये गुंतलेल्या होत्या.

यशवंतराव चव्हाणांनी सकलजनवादाचे राजकारण उभे केले. त्यास लोकप्रिय अर्थाने 'बहुजन राजकारण' म्हणतात. या बहुजन संकल्पनेचा अर्थ 'सकलजन' असा आशयानुसार होतो. मात्र, संख्यावाचक अर्थाने त्या संकल्पनेचा अर्थ संकुचित होतो म्हणून बहुजन या विचारात चव्हाणांचे राजकारण सामावले जात नाही; त्या पुढे त्यांचे राजकारण जाते; कारण बहुजन म्हणजे 'बहुसंख्याक लोक' असा अर्थ होतो, त्यास लोक कोडकौतुकाने 'बेरजेचे राजकारण' म्हणतात; त्याचा अर्थ बहुसंख्यांकांचे राजकारण असा होतो. जे. एस मिलने 'बहुसंख्याक' ही संकल्पना लोकशाही विरोधात कशी जाते, याचे विवेचन केले आहे. त्यामध्ये बहुसंख्याक राजकारण अल्पसंख्यांकाचे हितसंबंध जपणार नाही; अल्पसंख्यांकाना वगळण्याची भूमिका घेते; या मुद्याशी साम्य असलेला दुसरा मुद्दा म्हणजे 'बहुजन हिताय, बहुजन सुखाय' हा आहे. हे सुप्रसिद्ध ब्रीदवाक्य होते. यापेक्षा चव्हाणांचे राजकारण व्यापक होते. चव्हाणांचे राजकारण केवळ बहुजनांच्या चौकटीत थांबत नाही; चव्हाणांचे राजकारण एकूण सकलजनांच्या चौकटींचा अवकाश व्यापते. म्हणून चव्हाण 'बहुजन' या शब्दात उच्च जातींचाही समावेश करतात. राजकारण करणाऱ्या नेतृत्वाने वापरलेला शब्द राज्यशास्त्रात तपासून घेतला पाहिजे. मात्र, असा प्रयत्न झाला नाही; त्यामुळे बहुजन राजकारणाची चर्चा संख्यात्मक चौकटीत होत गेली. चव्हाणांची संकल्पना बहुजन आहे; मात्र, त्यांचा अर्थ सकलजनवादी आहे; यांची कारणे पुढील आहेत–

१) मराठा व उच्च जाती असा संघर्ष होता. तथापि, चव्हाण यांनी उच्च जातींना

देखील राजकारणात सामील केले. उच्च जातींच्या राजकीय समावेशनाचा आणि सर्वसमावेशकतेचा मुद्दा त्यांनी राबविला होता.

२) मराठा आणि नवबौद्ध यांच्या संघर्ष होता. तथापि, चव्हाण यांनी पुढाकार घेऊन नवबौद्ध समाजासाठी आरक्षण लागू केले होते.

३) महाराष्ट्र हा एक 'राजकीय समाज' नव्हता. चव्हाणांनी सर्व विभांगाचा मिळून 'एक राजकीय समाज' तयार केला होता.

४) याखेरीज, शहरी- ग्रामीण, मराठी- मराठीतर, व्यापारी-उद्योगपती आणि मराठी समाज अशा विविध वादांमधून त्यांनी सकलजनांच्या राजकारणाची उभारणी केली. ती मराठी आणि लोकशाही या स्वरूपाचीदेखील होती; यामुळे चव्हाणांचा हा अर्थ आशयानुसार स्पष्ट होतो. या आशयाची संकल्पना गौतम बुद्धांच्या विचारांत देखील होती. त्यास त्यांनी 'बहुजन हिताय, बहुजन सुखाय' संबोधले होते. 'लोकशाही' या विचारप्रणालीचा अर्थ 'सकलजनवाद' या विचारप्रणालीमध्ये आहे.

मराठा राजकारण

ऐंशीच्या दशकानंतरचे राजकारण मराठ्यांच्या हातातून निसटत आहे. हे राजकारण निसटण्याची कारणे कोणती? या प्रश्नाचा संबंध मराठा राजकारण म्हणजे काय? यांच्याशी जाऊन भिडतो. ऐतिहासिकदृष्ट्या स्वातंत्र्य चळवळ आणि संयुक्त महाराष्ट्र चळवळींमध्ये मराठा राजकारणाची बीजे होती. या चळवळीमध्ये 'मराठा' या शब्दाची रचना व्यापक अर्थाने केली होती. या पार्श्वभूमीवर आधारित मराठा राजकारण घडले. त्या राजकारणाचा अर्थ सरंजामदारांच्या बंदिस्त हवेलीतील राजकारण सर्वसामान्यांसाठी खुले करण्यात आले; हा फेरबदल म्हणजे 'मराठा राजकारण' होते. सत्तरीच्या दशकानंतर पुन्हा मराठा जातीचे राजकारण सरंजामदार मराठा घराण्यामध्ये गेले. एव्हाना, मराठ्यांची राजकारणात घराणी तयार झाली. राजकारणात प्रवेश केवळ घराण्यातील व्यक्तीस मिळतो. घराण्याच्या बाहेरील मराठा व्यक्तीस राजकारणाची दारे बंद झाली. केवळ घराण्यातील व्यक्तीस राजकारणाचा अधिकार राहिला आहे; त्यामुळे घराण्याची वांशिकता निर्माण झाली; त्यांच्या वंशजांकडे सत्ता फिरती राहिली. घराणेशाहीच्या माध्यमातून 'वंशवादी राजकारण' घडते. या प्रकारचे राजकारण करण्यात सरंजामदारांचा पुढाकार होता. हेच 'समकालीन मराठा राजकारण' आहे. यापेक्षा भिन्नप्रकारचे मराठा राजकारण साठीच्या दशकात घडत होते. साठीच्या दशकात मराठा राजकारणाने वंचित समूहांना संपत्ती, प्रतिष्ठा आणि सत्ता दिली, त्यानंतर हा प्रवाह थांबला आहे; म्हणून आजचे मराठा राजकारण नव्हे तर

घराणेशाहीतील मराठ्यांच्या वंशजांचे राजकारण आहे. साठीच्या दशकात चव्हाणांनी बहुविविधता, राजकीय समावेशन आणि सर्वसमावेशकता या तीन मुद्यांना लोकशाही किंवा मराठी राजकारण मानले. चव्हाण या तीन मुद्यांचे प्रतिनिधित्व करत होते. अर्थातच, मराठा राजकारण हे मराठी राजकारण आणि पुढे लोकशाही राजकारणापर्यंतचा अवकाश व्यापणारे ठरले होते. या राजकारणात लोकशाही पद्धतीने धोरणे निश्चित केली गेली. साठीच्या दशकात महाराष्ट्रातील सर्वगटांच्या आणि समूहांच्या हितसंबंधांचा समझोता केला होता. त्यास मराठ्यांचे 'सकलजनांचे राजकारण' संबोधिले जाते. या प्रकारचे राजकारण सत्तरीनंतर हळूहळू घटत गेले; त्यामुळे या घराणेशाहीतील मराठ्यांबरोबर आघाडी करण्यास दलितांनी नकार दिला; कारण सकलजनांच्या हितसंबंधाची लढाई मराठा नेतृत्व लढत नव्हते. मथितार्थ म्हणजे, बहुविविधता, राजकीय समावेशन आणि सर्वसमावेशकता म्हणजे लोकशाही राजकारण हा अर्थ मराठा नेतृत्वाच्या दृष्टीमधून निसटला आहे.

बहुजन संकल्पना मर्यादित

'बहुजन कोण?' हा वादविषय होता. 'सकलजन' म्हणजे बहुजन समाज, अशी चव्हाणांची भूमिका होती. महाराष्ट्रातील सर्वांचा समावेश चव्हाणांनी 'बहुजन मिथका'मध्ये केला होता; बहुजन हे मिथक केवळ संख्यात्मक स्वरूपाचे नव्हते, त्यामध्ये सर्वसमावेशकपणा होता; यामुळे 'बहुजन' ही संकल्पना वापरण्याऐवजी 'सकलजनवाद' ही संकल्पना वापरली पाहिजे. वादाच्या क्षेत्रास मान्यता हे मराठा तसेच मराठी राजकारणाचे वैशिष्ट्य होते. वादाच्या क्षेत्रात तडजोडीचा मार्ग वापरण्याचा निर्धार केला होता. परंतु, आज हा विचार दुफळीवादामध्ये सापडला आहे. या दुफळीवादात समाजाची ताकद रसातळाला गेली आहे. तडजोडीच्या मार्गाने सकलजनांच्या हितसंबंधांचा समझोता केला होता. शेती आणि उद्योग यांच्यामध्ये नैसर्गिक संसाधनांचे वितरण समझोत्यांच्यामधून करणे हे राजकारणाचे वैशिष्ट्य तेव्हा आकाराला आले होते. आज मात्र शेती, उद्योग आणि सेवा या क्षेत्रांतील न्याय समझोता हरवला आहे. या तीन क्षेत्रांमध्ये समतोल राखता न येणे, म्हणजेच राजकारणावरील नियंत्रण कमी होणे होय. या बदलामुळे शेती क्षेत्रातील समाज नेतृत्वाबद्दल असमाधानी आहे (चव्हाण यशवंतराव, १९८१, सामाजिक परिवर्तनासाठी विषमता निर्मूलन जरुर, किलोस्कर, ऑगस्ट ८१, पुणे (मुलाखत : ना. बा. लेले) : ९७–९९). शेतकरी वर्ग शेतकरी संघटनेच्या मार्फत मराठा राजकारणाच्या विरोधी बंड करतो असे ऐंशीच्या दशकापासून सतत दिसून आले आहे.

मराठा राजकारणाचे सहकार चळवळ हे खास वैशिष्ट्य मानले जाते; कारण

यामध्ये 'बहुजनांची आर्थिक उन्नती' आणि 'लोकसंग्रह' अशी दोन वैशिष्ट्ये होती. हा मराठा राजकारणाचा कणा होता. बहुजनांची उन्नती आणि लोकसंग्रह या कण्यांमध्ये फेरबदल झाला आहे. आज सहकार चळवळ खाजगी क्षेत्रात वळवली आहे. जे साखर कारखाने तोट्यात गेले, त्यांना खाजगी क्षेत्रात विकसित केले आहे; म्हणजेच सार्वजनिक क्षेत्रातील मालमत्ता खाजगी क्षेत्रात वळवली आहे. त्यामध्येही खाजगी म्हणजे व्यक्तिगत क्षेत्र निर्माण केले आहे. सहकार क्षेत्रातील लोकांच्या भागीदारीचे भागभांडवल कमी झाले आहे. राज्यसंस्थेने सहकार चळवळीस मदत करण्यामुळे सहकाराचे तत्त्व हरवले आहे. सहकार क्षेत्रात जबाबदारीचे तत्त्व राहिले नाही. सहकार क्षेत्र आणि जनता यांचा संबंध 'लोकसंग्रह' या ऐवजी 'हमखास गिऱ्हाईक' असा नव्याने प्रस्थापित झाला आहे; त्यामुळे सहकारातून लोकसंग्रहाचा आणि सहकार तत्त्वांचा आशय लोप पावला आहे. या कारणामुळे देखील राजकारणावरील जनतेचा विश्वास कमी झाला आहे.

मराठा राजकारणाचा सांस्कृतिक आधार 'शिक्षण' हा घटक होता. विविध समूहांमध्ये शिक्षणाचा प्रसार करणे हा मराठा नेतृत्वाचा आरंभी संकल्प होता (चव्हाण यशवंतराव, किलोस्कर : ९७-९९). 'शिक्षणामधून प्रगतीचा मार्ग जातो' अशी नेतृत्वाची धारणा होती. या दृढ निश्चयापासून मराठा नेतृत्वाने त्यांची सुटका करून घेतली आहे. गेल्या दोन दशकांपासून शिक्षण खाजगी क्षेत्रात गेले आहे. शिक्षण ही एक बाजारपेठ म्हणून आकाराला आली आहे. शिवाय, शिक्षणाची बाजारपेठ खाजगी क्षेत्राप्रमाणे आहे; तेथे विक्रेता आणि ग्राहक असे नवभांडवली संबंध पक्के झाले आहेत. यामुळे मराठा नेतृत्व आणि जनता यांच्यात खुला सुसंवाद राहिला नाही. जनता आणि मराठा नेतृत्व यांच्यामध्ये वितुष्ट निर्माण झाले आहे. शिक्षण क्षेत्रातील नोकरीमध्ये सेवकांना समाधान नाही. गुपित परंतु, खुले आम नोकऱ्यांची खरेदी-विक्री होते. या शिक्षणाच्या बाजारपेठेत खुले आम नोकऱ्यांची खरेदी होते, असा बोलबाला आहे. महिन्यातील एक दिवसाचा, वर्षातील एक महिन्याचा किंवा पाच टक्क्यांपर्यंत विकास निधी सेवकांना द्यावा लागतो, हा देखील बोलबाला आहे. या कारणामुळे जनसमूह नेतृत्वापासून दूर गेलेला आहे. राजकारणास अधिमान्यता शिक्षण या सांस्कृतिक घटकामुळे मिळते; तो घटक मराठ्यांच्या विरोधात गेला आहे. या घटनेचा परिणाम म्हणजे मराठा राजकारणाची अधिमान्यता संपुष्टात आली आहे. यामुळे मराठा राजकारणातील धुरीणत्व जाऊन त्या जागी वर्चस्व आले आहे. धुरीणात्वामध्ये व्यापक सहमती होती. त्या जागी वर्चस्वामध्ये धाकदपटशाही आणि जबरदस्ती आली आहे. या फेरबदलामुळे ऐंशीच्या दशकानंतरच्या निवडणुकीच्या प्रचारात धाकदपटशाही आणि जबरदस्ती या मुद्यावर भर दिला गेला.

प्रादेशिक सर्वसमावेशकता

साठीमध्ये जिल्हा व प्रदेशांच्या सीमारेषा ओलांडून पुढे जाणे हे एक मराठा आणि मराठी राजकारणाचे लक्षण होते. 'संपूर्ण महाराष्ट्राचे प्रतिनिधित्व' असा त्यामध्ये अर्थबोध होता. मागास प्रदेशाच्या विकासाची जबाबदारी मराठा राजकारणाने घेतली होती; विशेष म्हणजे चव्हाण यांच्या १ मे १९६० च्या मंत्रिमंडळात २६ पैकी ७ मंत्री विदर्भातील होते. त्यांपैकी तीन कॅबिनेट मंत्री होते. चव्हाणांच्यानंतर मुख्यमंत्रिपद विदर्भाकडे सरकले होते. हे राजकारण मराठ्यांच्या नेतृत्वाखाली होते परंतु, मराठी व लोकशाही स्वरूपाचे होते (पवार प्रकाश, २०१४ : २२५-२२६). मात्र, १९९९ नंतर सुशीलकुमार शिंदे वगळता मराठा मुख्यमंत्री होते. ते सरंजामीव्यवस्था आणि घराणेशाहीतील होते; त्यामुळे प्रादेशिक राजकीय समावेशनाचा समतोल ढासळला. यातून प्रादेशिक पातळीवर आशाभंग झाल्याचे चित्र स्पष्टपणे दिसू लागले. यामधून प्रादेशिक हाडवैर तयार झाले. मागास प्रदेशाकडून मराठा नेतृत्वाची निर्भत्सना सुरू झाली. मागास विभाग आणि मराठा राजकारण यांचे संबंध प्रतिपक्षी म्हणून आकाराला आले. मराठा राजकारणाची हतबलता म्हणून वेगळ्या विदर्भास सहमती मिळत गेली. अर्थातच, पश्चिम महाराष्ट्राच्या बाहेर मराठा नेतृत्वाला निरुपयोगी म्हणून नापसंती दिली गेली. तसेच देशमुख-चव्हाण या मराठवाड्यामधील मराठा नेतृत्वामध्ये सुंदोपसुंदी वाढली होती; एकूणच मराठा नेतृत्वाच्या अंतर्गत ऐक्य नव्हते; यामुळे मराठा राजकारण सैरभैर झाले. त्यांच्या राजकारणाचा संबंध जनांशी राहिला नाही. हा मराठा राजकारणातील सर्वांत मोठा फेरबदल होता. मराठा नेतृत्वाची राजकारणावरील केवळ पकड कमी झाली असे नव्हे तर मराठ्यांना राजकारणाचा अर्थबोध होईनासे झाले. सामाजिक चळवळी आणि जनांशी सुसंवाद यामध्ये राजकारण असते, या अंतर्दृष्टीपासून राजकारण बाजूला गेले. खुलेआम सुसंवाद करण्याचे कौशल्य मराठा नेतृत्वामधील कमी झाले. गेल्या दोन दशकांमध्ये जनतेच्या हितसंबंधाची विषयपत्रिका मराठा नेतृत्वाला आखता आली नाही. नैसर्गिक संसाधनांचा वाटा जनतेला मिळाला नाही. उलट, जनतेकडील संसाधने खाजगी संस्थांकडे गेली. जिरायती जमिनी आणि डोंगरी भागातील जमिनी देखील उद्योग आणि सेवा क्षेत्रांमध्ये गेल्या; यामुळे मराठा राजकारणाचा कायदेशीरपणा किंवा उचितपणा जनसमूहांमध्ये राहिला नाही. 'निवडणूक म्हणजे लोकशाही' असे सोपे गणित होते; त्यामुळे निवडणुका जिंकण्याची विविध तंत्रे मराठा नेतृत्वाने शोधून काढली. निवडणुकीमधून राजकारणास अधिमान्यता मिळते. मात्र, गेल्या दशकातील निवडणुकांमधून मराठा राजकारणाची अधिमान्यता कमी होत गेली. मराठा राजकारणाचा दावा करणारे विरोधी पक्षात होते (१९९५-१९९९). परंतु, विरोधीपक्षाचे कामकाज त्यांना करता आले नाही; कारण तेव्हा

भुजबळ आणि पिचड हे विरोधीपक्ष नेते होते. ओ.बी.सी. आणि आदिवासी नेतृत्वाने राजकीय संघर्ष करण्याची क्षमता कमावली आणि मराठ्यांनी संघर्ष करण्याची क्षमता गमावली होती. मात्र, सत्तांतरानंतर मराठा नेतृत्व सत्तेवर आले (१९९९). यावरून असे दिसते की, मराठा राजकारण आक्रसले गेले. अर्थातच यामुळे मराठा राजकारण पोकळ झाले. त्या पोकळीत हिंदुत्व आणि ओ.बी.सी. नेतृत्वाचा विस्तार झाला.

जातवादी भूमिका

आरंभीच्या मराठा राजकारणात अन्यवर्जकता नव्हती तर सर्वसमावेशकता हे मराठा राजकारणाचे वैशिष्ट्य होते; त्यामुळे ते राजकारण मराठा असूनही मराठी होते (पवार प्रकाश, २०१४ : २२५-२२६). मात्र, ऐंशीच्या नंतर मराठा राजकारणाची 'जात अस्मिता' ही मध्यभूमी झाली. मराठा नेतृत्वावर अन्याय, मराठा आरक्षण हे मुद्दे कळीचे झाले. मराठावादी रंगमंच हा बहुविविधतेच्या ऐवजी बहुसंख्याकवादी विचारांचा पुरस्कर्ता झाला. मराठा राजकारण आणि हिंदुत्व या दोन राजकारणात बहुसंख्याकवादी मुद्यावर फरक राहिला नाही. या साम्यामुळे थेट मराठा व दलित नेतृत्वाने शिवसेना, भाजप व मनसेना असे नवीन मार्ग स्वीकारले.

आरक्षण म्हणजे काय? या संदर्भातील आकलनशक्ती वरवरची होती. आरक्षण हे वंचितांसाठी पुरेशा प्रतिनिधींत्वासाठी आहे, हे भान सुटले आणि आरक्षणाचा अर्थ 'गरिबी हटाव मोहीम' या समजुतीवर स्थिरावला. वादामधून प्रश्न सोडवण्याचे आणि समझोता करण्याचे कौशल्य मराठा राजकारणाकडे राहिले नसल्याने त्यांना राजकारण काबूत ठेवता येत नाही. यातून १ मे १९६० च्या महाराष्ट्र स्थापनेवेळची मराठा राजकारणाची इच्छाशक्ती ऐंशीच्या दशकानंतर आक्रसली गेली. राजकारणात एक पोकळी तयार झाली आहे. या पार्श्वभूमीवर महाराष्ट्र स्थापनेवेळचा सकलजनवाद हा राजकीय इच्छाशक्तीचा मैलाचा दगड ठरतो. मराठा समाजात एक मध्यम वर्ग तयार झाला आहे; त्यांच्यावतीने मराठा जातीमधील जातसंघटना राजकारण करत आहेत. त्या जात संघटनांनी मराठा समाजाला ओ.बी.सी.मध्ये समाविष्ट करण्याची मागणी केली. यातून मराठा ओ.बी.सी.चे अधिकार मिळत आहेत; असा नाव प्रवाह निर्माण झाला आहे. त्यास मराठ्यांचे ओ.बी.सी.करण अशी संज्ञा वापरली जाते.

१९५६ नंतर पंधरा वर्षे सकलजनवादी राजकारण मराठा नेतृत्वाखाली झाले. त्यास मराठा, काँग्रेस, चव्हाण, मराठी, लोकशाही अशा विविध नावांनी ओळखले जाते. परंतु, सकलजनवाद या विचारप्रणालीमध्ये त्याचे पुरेसे स्पष्टीकरण करता येते. सत्तरीच्या दशकानंतर प्रत्येक दशकात या राजकारणाचा ऱ्हास झाला. आज सकलजनवादी राजकारणाचा युटोपिया (आदर्शवाद) देखील शिल्लक राहिला नाही;

यामुळे मराठा राजकारण नावाच्या एका मोठ्या घटिताचा ऱ्हास झाला आहे. मराठा नावाने जे राजकारण केले जाते, तो वंशवादाचा किंवा घराणेशाहीचा विस्तार आहे. त्यांचा आणि यशवंतराव चव्हाण यांच्या नेतृत्वाखालील सकलजनवादी राजकारणाचा संबंध राहिलेला नाही.

ब) सकलजनवादी ते सैरभैर महाराष्ट्राचे राजकारण

तीस–चाळिशीच्या दशकात महाराष्ट्रातील शेतकरी समूह काँग्रेस पक्षाला पाठिंबा देत होता. त्यामुळे अर्थातच ब्राह्मणेतरांमध्ये संघटनात्मक पातळीवर स्थलबदल होत होता; ब्राह्मणेतर स्वातंत्र्य चळवळीस गतिशील करतात; इथे आपणास त्यांनी राष्ट्रवाद स्वीकारल्याचेही स्पष्टपणे दिसते. चाळिशीच्या दशकात निवडणुकांच्या राजकारणामध्ये ब्राह्मणेतर प्रवेश करतात. इथे 'राज्यशकटावर नियंत्रण कोणाचे' हा यक्षप्रश्न निर्माण होतो. उच्च जाती आणि ब्राह्मणेतरांमध्ये राजकीय स्पर्धा तणावाचे स्वरूप धारण करते. भारत स्वतंत्र झाल्याबरोबर 'भाषा' या घटकाच्या आधारे राज्याच्या पुनर्रचनेची चळवळ सुरू होते; त्यामुळे पन्नाशीचे दशक संयुक्त महाराष्ट्र या चळवळीच्या प्रभावाचे दशक ठरले. साठीच्या दशकाच्या आरंभी संयुक्त महाराष्ट्राची स्थापना होते (१ मे १९६०). या साठीच्या दशकात सहकार चळवळ, शिक्षण चळवळ आणि ब्राह्मणेतरांची राजकीय भागीदारी हे मुद्दे मध्यभागी राहिले होते. सत्तरीच्या दशकात महाराष्ट्राच्या राजकारणाची घडी विस्कटली गेली. सहकार चळवळ, शिक्षण चळवळ आणि ब्राह्मणेतरांची राजकीय भागीदारी या क्षेत्रांमध्ये दुफळीवाद सुरू झाला. महाराष्ट्राच्या राजकारणातील धुरीणत्वाची संकल्पना देखील संपुष्टात आली. ऐंशीचे दशक सत्तरीच्या तुलनेत पुन्हा राजकारणास नवी दिशा देणारे ठरले. या दशकात नवहिंदुत्ववाद (शिवसेना, हिंदू एकता आंदोलन, पतित पावन संघटना), बहुजनवाद (बहुजन महासंघ व बसपा) आणि बळीराजा (शेतकरी संघटना) या संकल्पना जास्त प्रभावी ठरल्या होत्या. नव्वदीच्या दशकात आर्थिक सुधारणांच्या खेरीज तीन सत्तांतरे घडून आली (१९९५, १९९९ व २०१४). काँग्रेस पक्षाच्या वर्चस्वाचा शेवट झाला आणि आघाड्यांचे राजकारण घडू लागले. एक पक्षीय राजकीय वर्चस्वाची जागा बहुध्रुवीय राजकारणाने घेतली. महाराष्ट्रातील बहुध्रुवीय राजकारण द्विध्रुवीय स्वरूपात मांडले गेले (शिवसेना–भाजप आघाडी आणि काँग्रेस आघाडी). दोन आघाड्यांच्या अंतरायामध्ये राजकारण नव्वदीच्या दशकापासून घडू लागले. एकविसाव्या दशकाच्या आरंभीच्या दशकात काँग्रेस आघाडीचे सरकार सत्तेवर होते. या दशकात दलित व ओ.बी.सी. या दोन वंचित समूहातून सत्तेतील भागीदारीचा दावा जास्त आक्रमक स्वरूपात मांडला. अशा प्रकारच्या वाद क्षेत्रात

'मराठा विरुद्ध अन्य सर्व' असा सामाजिक अंतराय घडला. हा अंतराय गेली दोन-अडीच दशके गतिशील झाला आहे. त्यांची राजकीय परिणामकारक क्षमता प्रभावी स्वरूपाची आहे.

आर्थिक शक्तींमधील राजकीय संघर्ष

राजकीय क्षेत्रांत जे अंतराय घडत गेले, त्यास आर्थिक आणि सामाजिक शक्तींनी ताकद पुरवली आहे. या दोन मुद्यांच्या चौकटींमध्ये नेता, नेतृत्व आणि अनुयायी यांच्या संबंधांची पुनर्रचना झाली. उत्पादन शक्ती कोणाच्या नियंत्रणाखाली होत्या, यांचे चाळिशीच्या दशकातील साधे उत्तर म्हणजे राजेरजवाडे, सरदार, पाटील, देशमुख, देशपांडे, कुलकर्णी हे होते. जमीन या उत्पादन शक्तीवर राजे, सरदार, मुलकी प्रशासक आणि फौजदारी प्रशासक यांचे नियंत्रण होते. चाळिशीच्या दशकात 'शेतकरी' हा शोषक या स्वरूपात होता. याचे वर्णन या आधीच म. फुले यांनी केले आहे. 'शेतकऱ्यांचा आसूड' हे पुस्तक बोलके आहे. शेतकऱ्यांच्या मुक्तीसाठीचा दावा केला होता. गुलामगिरी लादलेले घटक राजेरजवाडे, सरदार, पाटील, देशमुख, देशपांडे, कुलकर्णी हे होते; त्यांचे वर्णन उत्पादन शक्तीच्या स्वरूपात सरंजामी व्यवस्था असे होते. सरंजामदार या संकल्पनेत उच्च जाती (देशपांडे, कुलकर्णी) आणि ब्राह्मणेतर (सरदार, पाटील, देशमुख) अशा दोन घटकांचा समावेश होता. मथितार्थ म्हणजे, शोषक दोन होते. उच्च जातींच्याखेरीज ब्राह्मणेतर देखील शोषक होते. मात्र, शोषक वर्गात केवळ उच्च जातींचा समावेश केला गेला; शोषक संकल्पना मिथकासारखी आकाराला आली. शोषक या मिथकामध्ये उच्च जातीतील प्रत्येक व्यक्तीचा समावेश केला गेला; तसेच शोषित या वर्गवारीमध्ये देखील सर्व ब्राह्मणेतरांचा समावेश केला गेला. इथे ब्राह्मणेतरांमधील शोषकांकडे लक्ष वेधले गेले नाही; यामुळे 'शोषित' ही वर्गवारी देखील मिथकांच्या स्वरूपात काम करू लागली. मिथकांमध्ये वस्तुस्थितीपेक्षा थोडीफार अदलाबदल केलेली सामाजिक स्थिती होती. उच्च जाती आणि ब्राह्मणेतर या संकल्पनेतील सरंजामदार या वर्गांतर्गत 'उत्पादन शक्तीचा मालकी हक्क' आणि 'राजकीय सत्तेवरील नियंत्रण' अशा दोन प्रकारची स्पर्धा होती. या स्पर्धेच्या संदर्भातील मध्यवर्ती वादक्षेत्र म्हणजेच 'ब्राह्मण व ब्राह्मणेतर वादक्षेत्र' आहे. या वादक्षेत्रात शेतकरी (प्रत्यक्ष) हा कोटीक्रम दुय्यम स्थानावर होता; स्पष्टपणे शेतकरी हा कोटीक्रम संदिग्ध स्वरूपात होता. शेतकरी या कोटीक्रमात ब्राह्मणेतर सरंजामदार स्वतःचे हितसंबंध जपत होते. ब्राह्मणेतर शेतकरी मात्र, या कोटीक्रमात परिघावर होता; कारण तो कास्तकार होता. तसेच तो कुणबी आणि कूळ देखील होता. तो खेड्यांमध्ये आणि वाड्या-वस्त्यांवर होता. ब्राह्मणेतर

या कोटीक्रमात मध्यम वर्ग आणि जमीनदार (राजे, पाटील, देशमुख) होता; यामुळे चाळीस आणि पन्नाशीच्या दशकात महाराष्ट्रातील सरंजामदार वर्गांतर्गत राजकीय संघर्ष होता. मात्र, या आधी महात्मा फुलेंनी ब्राह्मण व ब्राह्मणेतर या दोन्ही सरंजामदारांचा समावेश एकाच कोटीक्रमात केला होता. त्या सरंजामदारांच्या विरुद्धअर्थाने महात्मा फुलेंनी शेतकरी या कोटीक्रमाची संकल्पना आखली होती. शेतकरी या वर्गाचे शोषणाचे विदारक स्वरूप फुलेंनी स्पष्ट केले. शेतकरी वर्गाच्यामागे ताकद उभी करण्यासाठी त्यांनी 'बळीराजा' या मिथकाची संकल्पना मांडली होती. शिवाजीमहाराजांचे वर्णन त्यांनी 'कुणबी राजा' असे केले होते. या तपशिलाचा मथितार्थ असा होतो की, सरंजामदार हा केवळ ब्राह्मणेतर नाही. ब्राह्मण आणि ब्राह्मणेतर यांचा मिळून सरंजामदार वर्ग तयार होतो. तसेच केवळ ब्राह्मण शोषक नाही; तर ब्राह्मणेतर देखील शोषक आहेत. शेतीशी संबंधित जमीनदार, कुणबी, कास्तकार आणि शेतकरी मजूर यांचा एका संकल्पनेत समावेश केल्यामुळे 'वर्ग संघर्ष' ही संकल्पना बोथट झाली. उलट, वर्ग समन्वय केला गेला; यामुळे शेतकऱ्याचे शत्रू कोण, हा प्रश्न बाजूला गेला. त्या जागी ब्राह्मणेतर सरंजामदार वर्गाचा शत्रू कोण, असा प्रश्न उपस्थित झाला. या यक्षप्रश्नाचे उत्तर ब्राह्मण सरंजामदार हे होते. 'शुद्ध शेतकरी' या वर्गाचा संबंध या सरंजामदार वर्गातील अंतर्गत संघर्षात नव्हता. गांधीजींच्या हत्येनंतर ग्रामीण महाराष्ट्रात जो संघर्ष झाला त्या संघर्षाचा एक स्पष्ट अर्थ 'दोन सरंजामदारांमधील संघर्ष' असा होतो. ब्राह्मण सरंजामदारांच्या ग्रामीण भागातील मालमत्ता शेतकऱ्यांकडे नव्हे तर ब्राह्मणेतर सरंजामदारांकडे स्थलांतरित झाल्या. मात्र, सुप्रसिद्ध चर्चा मात्र, शेतकऱ्यांच्या नावे झाली. 'ब्राह्मणेतर सरंजामदार' असा शब्दप्रयोग न वापरता 'ब्राह्मणेतर अशी लक्षणा' वापरण्यात आली. ही घटना म्हणजे ज्ञान व्यवहारातील अर्थबोध स्थलबदल करणारी आहे. मुख्य मुद्दा असा आहे की, ब्राह्मण आणि ब्राह्मणेतर या संकल्पनांमध्ये 'शेतकरी' हा अर्थबोध नाही. ब्राह्मण आणि ब्राह्मणेतर या संकल्पनांमध्ये दोन सरंजामदारांमध्ये 'स्पर्धात्मक संघर्ष' असा एक अर्थबोध होतो.

चाळिशीच्या शेवटी, पन्नाशीचे दशक आणि साठीच्या दशकात जमीन सुधारणा कायदे करण्यात आले. इथे शेतकरी आणि ब्राह्मणेतर जमीनदार (सरंजामदार) असा संघर्ष झाला. पन्नाशीच्या दशकात शेतकरी वर्गाचे प्रतिनिधित्व काँग्रेस आणि यशवंतराव चव्हाण करत होते. इथे ब्राह्मणेतर जमीनदार (सरंजामदार) हा वर्ग चव्हाणांच्या धोरणास विरोध करत होता; तसेच तेव्हाच पन्नाशीच्या दशकात संयुक्त महाराष्ट्र स्थापन करण्यासाठी प्रयत्न करणारे नेते पुन्हा प्रश्न उपस्थित करतात, हे राज्य कोणाचे होणार? यामध्ये देखील दोन संकल्पना आहेत–एक संकल्पना म्हणजे, मराठी भाषिक

राज्य म्हणजे मराठी भाषेवर नियंत्रण असलेल्या वर्गाचे राज्य होय; तर दुसरी संकल्पना म्हणजे, संयुक्त महाराष्ट्रात मराठा आणि कुणबी यांचे ऐक्य होते; म्हणून ते संख्याबळाच्या आधारे 'मराठा राज्य' होय. या संकल्पनेत कुणबी दुय्यम स्थानावर आहेत. मराठ्यांना प्राधान्य दिले गेले आहे. मराठा या संकल्पनेचा अर्थ 'सरंजामदार मराठा' असा होतो; 'शेतकरी' असा अर्थबोध त्यामधून व्यक्त होत नाही. या लक्षणा वापरण्यातून पन्नाशीच्या दशकात उच्च सरंजामदार जातीतून मध्यम वर्गात गेलेला वर्ग आणि सरंजामदार मराठा यांच्या अंतर्गत हितसंबंधांची स्पर्धा होती, असे दिसते. या स्पर्धेत 'शेतकरी' या कोटीक्रमाचा स्पष्टपणे बोध होत नाही. पन्नास आणि साठीच्या दशकात सरंजामदार मराठा व शेतकरी यांच्यामधील अस्मितांच्या पातळीवरील सीमारेषा धूसर झाल्या. परंतु, सामाजिक व्यवस्था नियमनाचे काम करत होती. सरंजामदार मराठा व शेतकरी यांचा व्यवहार वेगवेगळा होत होता. सरंजामदार मराठा समाजाची गुणवैशिष्ट्ये शेतकऱ्यांच्यावर या दरम्यान बाहेरून लादली गेली. सरंजामदार मराठा व शेतकरी एकच आहेत. त्यांचा सामाजिक व्यवहार एकत्रितपणे होतो. त्यांच्यातील सामाजिक नियमन एकाच प्रकारचे आहे; अशा प्रकारच्या मांडणीमध्ये 'शेतकरी वर्ग' अदृश्य केला गेला.

पन्नास आणि साठीच्या दशकात शेतकऱ्यांचे नेतृत्व यशवंतराव चव्हाणांनी केले. त्यांची भूमिका सकलजनवादी किंवा समावेशनवादी होती. त्यांनी जाणीवपूर्वक वर्जनवाद नाकारला होता. सत्तरीच्या दशकात मात्र, सकलजनवादास मर्यादा आल्या. तेव्हाच शेतकरी नेतृत्वास मर्यादा आल्या; कारण साठी व सत्तरीच्या दशकात शेतकऱ्यांचे प्रतिनिधित्व आणि उद्योग-व्यवसायाचे प्रतिनिधित्व यांच्यामध्ये समतोल होता. तो सकलजनवादी समतोल ऐंशीच्या दशकात गडगडला. ऐंशीच्या दशकात उद्योग-व्यवसायाच्या प्रतिनिधित्वाची सरशी झाली. शेती आणि उद्योग-व्यवसायाच्या प्रतिनिधित्वाची चढाओढ संपुष्टात आली. ऐंशीपासून पुढे शेतकरी वर्गाच्या प्रतिनिधित्वाचा दावा बेगडी होता; त्यामध्ये बेबनाव होता. पक्ष आणि नेतृत्वाकडून शेतकरी वर्गाचा दावा मतपेटीच्या समीकरणावर झाला. मात्र, त्यांच्या हितसंबंधांचे प्रतिनिधित्व केले गेले नाही. कॉर्पोरेट शेतीचा प्रयोग नव्वदीनंतर सुरू झाला. भांडवलदार 'करार तत्त्वावर' शेतकऱ्याची शेती घेऊ लागले; बागायती शेतीपेक्षा जिरायती शेती भांडवलदारांच्या जास्त फायद्याची ठरली. पवनचक्कीच्या निमित्ताने डोंगरीभागातील जमिनीवर भांडवलदाराचे नियंत्रण आले. उदा. सातारा, सांगली, अहमदनगर या जिल्ह्यांमध्ये भांडवलदार शेतीवर नियंत्रण पवनचक्की प्रकल्पांच्यामार्फत मिळवितात. रस्ते रुंदीकरण हा प्रकल्प भांडवलदारांना वरदान ठरला आहे. रस्त्याच्या दोन्ही बाजूंनी रिअल इस्टेटमध्ये शेतीचे रूपांतर केले गेले. रिलाअन्स या कंपनीस पेट्रोल

पंप खाजगीमध्ये सुरू करण्यास जमिनी दिल्या; नंतर पेट्रोल पंप बंद झाले. मात्र, जागा शेतकऱ्यांकडून रिलाअन्सकडे गेल्या. त्यामध्ये त्यांचा प्रचंड फायदा झाला. शेतकरी वर्ग मात्र, जमिनीपासून बेदखल झाला.

पोकळ अस्मितेचे राजकारण

ऐंशीच्या दशकात शेतकरी संघटना आणि नव्वदीच्या दशकाच्या शेवटी राष्ट्रवादी काँग्रेस पक्षाची स्थापना झाली. त्यांनी 'मुक्त अर्थकारणा'चा पुरस्कार केला; त्यामुळे त्यांचा देखील शेतकरी प्रतिनिधित्वाचा दावा पोकळ राहिला; महात्मा फुले यांना ज्या पद्धतीचा शेतकरी अपेक्षित होता, तो शेतकरी हरवला होता; त्या शेतकऱ्याचे शोषण होत होते. शिवाजीमहाराजांचे राज्य बळीच्या राज्याप्रमाणे होते. त्यासाठी म. फुले यांनी 'कुळवाडी कुलभूषण शिवाजी' अशी लक्षणा वापरली होती. ही लक्षणा यशवंतराव चव्हाण यांनी जपण्याचा प्रयत्न केला. मात्र, नंतर शेतकरी संघटना, काँग्रेस, समाजवादी काँग्रेस आणि राष्ट्रवादी काँग्रेस यांनी 'जाणता राजा किंवा रयतेचा राजा' अशा लक्षणा वापरल्या; त्यामध्ये शेतकऱ्यांचे हितसंबंध मात्र सुस्पष्टपणे नव्हते. उद्योगाच्या हितसंबंधासाठीचा केवळ बेबनाव होता. महाराष्ट्रात पोकळ अस्मितांचे राजकारण केले गेले आहे. जातींच्या अस्मिता परद्वेषावर आधारित आहेत. राज्य मराठीचे की मराठ्यांचे, जातसंघटनांचे विविध बाबा आणि संत यांच्यामधून अस्सलपणा घटत गेला. 'राष्ट्रवादी' शिवाजीमहाराज किंवा 'कुळवाडी' शिवाजीमहाराज' या अस्मिता अंधूक झाल्या. सामाजिकतेपेक्षा अस्मितांचे राजकारण महत्त्वाचे झाले. त्यामुळे सामाजिक आशय प्रतिकात्मक स्वरूपाचा झाला. सामाजिक आशय अभिव्यक्त होत नाही; मात्र, अस्मिता आक्रमक स्वरूपात राहते; त्यामुळे महाराष्ट्राचा वैचारिक सांधा निखळला गेला.

सामाजिक शक्तींमध्ये फेरबदल

नव्वदीच्या दशकापासून सामाजिक शक्तींमध्ये फेरबदल झाले. मराठा अभिजन हे घटित वर्जकवादी नव्वदीनंतर घडले. ओ.बी.सी., दलित, अल्पसंख्याक आणि आदिवासी यांच्या एकोप्याचे प्रयोग झाले. ओ.बी.सी., दलित, अल्पसंख्याक आणि आदिवासी यांच्या संदर्भात आघाडीची भूमिका घेतली गेली. त्यामध्ये पुढाकार बहुजन महासंघाचा होता; तसेच बहुजन समाज पक्षाचाही होता. थोडक्यात, 'मराठा विरुद्ध अन्य' असा अंतराय बहुजन महासंघाचा होता. शिवसेना भाजपने हिंदुत्व विरुद्ध धर्मनिरपेक्षता असा अंतराय तयार केला. काँग्रेस आणि राष्ट्रवादी काँग्रेस मात्र त्यांचे कार्यक्षेत्र स्पष्टपणे निश्चित करू शकली नाही. राष्ट्रवादी काँग्रेस पक्षाने मराठा आणि ओ.बी.सी. यांच्या सामाजिक आघाडीचा दावा केला होता. त्याबरोबर

राष्ट्रवादी काँग्रेसने स्त्रियांच्या भागीदारीचा दावा केला. काँग्रेस पक्षाची मते मात्र सर्वच समाजातून घटली. नव्वदीनंतर काँग्रेस पक्षाला सर्वच समाजातून थोडी थोडी मते मिळत गेली. याचा अर्थ, काँग्रेस पक्ष मराठा समाजाचा राहिला नाही, असा होतो. मात्र, काँग्रेस पक्षाचे मुख्यमंत्री मराठा समाजातील होते; त्यामुळे पाठिंबा देणारा वर्ग वेगळा व सत्तेत वाटा वेगळ्या वर्गास अशी भूमिका काँग्रेस पक्षाची होती. नेतृत्व निष्ठावंत स्वरूपाचे होते. काँग्रेस पक्षाच्या नेतृत्वाच्या निष्ठा दिल्लीप्रति होत्या. शिवसेना अनुयायांच्या निष्ठा हिंदूहृदय सम्राटांच्याप्रति होत्या. राष्ट्रवादी काँग्रेसच्या अनुयायांच्या निष्ठा मराठा व माळी जातकेंद्रित होत्या. यामुळे सर्वशोषक सामाजिक शक्तीचे प्रतिनिधित्व करणारी ताकद महाराष्ट्रात लोप पावली होती. निष्ठावंत नेतृत्व आणि निष्ठावंत अनुयायी होते. विवेकशील अनुयायी मात्रामध्ये नव्हते. महाराष्ट्राच्या हितसंबंधाचा दावा करणारे नेतृत्व नव्हते. त्यामुळे धुरीणत्वाचा शेवट झाला, वर्चस्व शिल्लक राहिले. वर्चस्वामध्ये धाकदपटशाही हा मध्यवर्ती भाग राहिला होता.

महाराष्ट्राचे राजकारण सैरभैर

नव्वदीच्या दशकापासून पुढे महाराष्ट्राचे राजकारण सैरभर झाले; नेतृत्व सैरभैर झाले. त्याबरोबर समाज देखील सैरभर झाला. महाराष्ट्राची अस्मिता चव्हाण यांनी राष्ट्रीय स्वरूपात घडवली होती. त्या अस्मितेची जागा प्रादेशिकवादाने घेतली. छत्रपती शिवाजीमहाराज हे राष्ट्रीय प्रतीक होते. ऐंशीच्या दशकापासून शिवाजीमहाराजांचे प्रतीक प्रादेशिक झाले. राष्ट्रीय हितसंबंध आणि प्रादेशिक हितसंबंध यांच्या नव्वदीनंतर अंतराय निर्माण केला गेला; यातून भूमिपुत्र या संकल्पनेचा जन्म झाला. भूमिपुत्र या संकल्पनेभोवती महाराष्ट्राचे राजकारण फिरत राहिले. राष्ट्रीय हितसंबंधाशी प्रादेशिक हितसंबंधाचा टकराव झाला. त्यामुळे 'महाराष्ट्र विरुद्ध दिल्ली' हे जुने समीकरण पुन्हा राजकीय क्षेत्रात आले. महाराष्ट्राचे राजकारण ही विषयपत्रिका संकोच पावली; सर्वसमावेशक राजकारण लोप पावले. महाराष्ट्राच्या हितसंबंधाचा दावा नेतृत्वास करता आला नाही. जनतेला देखील नेतृत्वामध्ये त्यांचे हितसंबंध दिसले नाहीत; यामुळे महाराष्ट्रात नेतृत्वाचा पेचप्रसंग निर्माण झाला. महाराष्ट्र नव्या नेतृत्वाचा शोध घेऊ लागले. नेतृत्वाचा पेचप्रसंग हे नव्वदीनंतरच्या महाराष्ट्राचे मुख्य लक्षण ठरते. महाराष्ट्राच्या राजकारणाची महत्त्वाची लक्षणे नव्वदीच्या दशकानंतर हरवली आहेत. 'वैचारिक मतभिन्नता' हे महाराष्ट्राचे खास वैशिष्ट्य होते. त्या जागी व्यक्तिगत असूया निर्माण झाल्या, सकलजनवादी नेतृत्व होते; त्या जागी वर्जकवादी नेतृत्व आले. राष्ट्रीय भूमिकेची जागा प्रदेशवादाने घेतली; अशा प्रकारचे मूलभूत फेरबदल महाराष्ट्राच्या राजकारणात झाले; त्यामुळे, भारतभर महत्त्वाचे फेरबदल घडत असताना महाराष्ट्र

कोणत्याच क्षेत्रांत चमकताना दिसत नाही. उदा. बिहार आणि उत्तर प्रदेशात ओ.बी.सी. राजकारण राज्याच्या केंद्रभागी येते; तेव्हा महाराष्ट्रातील ओ.बी.सी. राजकारण पक्षीय राजकारणात गुंतले होते. उत्तर प्रदेशात बहुजन राजकारण म्हणजेच दलित राजकारण सत्ताधारी होते; तेव्हा महाराष्ट्रात अकोला जिल्ह्यापुरते 'बहुजन राजकारण' घडते. दलित राजकारणाची तर फाटाफूट चालू राहते. पंजाब आणि गुजरात येथील शेतकरी प्रगत होतो; तेव्हा महाराष्ट्राचा शेतकरी आत्महत्या करतो. उद्योगधंद्यांचा विस्तार महाराष्ट्रात होत नाही. अवजड उद्योग महाराष्ट्राबाहेर जातात. पाणी आणि वीज यांच्या वितरणाची, साठवणीची आणि निर्मितीची समस्या मध्यवर्ती स्वरूपाची आहे. थोडक्यात, महाराष्ट्र भाषणबाजी यामध्ये गुंतलेला आहे. नव्याने उदयास आलेल्या सामाजिक शक्तीचे सूत्रचलन आणि व्यवस्थापन करण्यात तो पुढाकार घेत नाही. भावनिक राजकारण हा बदललेल्या महाराष्ट्राचा गाभा झाला आहे.

चळवळीचा ऱ्हास

राजकारणास भक्कम आधार चळवळीचा असतो. चळवळ करणारे नेतृत्व राजकारणात उतरते. मात्र, नव्वदीच्या नंतर चळवळ महाराष्ट्राच्या राजकारणाचा भाग राहिली नाही. जागतिकीकरणविरोधी चळवळ झाली. मात्र, त्या चळवळीमध्ये एकसंघपणा नव्हता. चळवळीशिवाय राजकारण म्हणजे 'पोकळ राजकारण' होय. सत्यशोधक चळवळ, ब्राह्मणेतर चळवळ, दलित चळवळ, स्वातंत्र्य चळवळींमधून नेतृत्व व अनुयायी पुढे येत होते. चळवळ ही नेतृत्व व अनुयायांची खाण होती. तो वाण राजकारणामध्ये दिसत नाही. नेतृत्व व अनुयायी म्हणजे भांडवलदाराच्या हितसंबंधाचे प्रतिनिधित्व करणारे गट झाले. निवडणुकीत चळवळींचे मुद्दे चर्चेत येत नाहीत; मतदारांनी विरोधीमतदान करून चळवळीचा मुद्दा चर्चेत आणला तर जनक्षोभ म्हणून त्यास भावनिक ठरवले जाते. चळवळीस गती याचा अर्थ राजकारणास गती. चळवळीतील गतिशीलता याचा अर्थ राजकारणाचा पोत बदलणे. या सूत्रानुसार चळवळ गतिशील झाली, तरच राजकारणामध्ये प्राण येतो. चळवळीतून प्रादेशिक लोकानुरंजनवाद आणि भावना यांच्यापुढे राजकारण जाते. हा महाराष्ट्रातील राजकारणाचा वारसा होता. त्याचा ऱ्हास झाला असे दिसते. त्यामुळे काँग्रेस व्यवस्थेचा देखील ऱ्हास झाला आणि शिवसेना-भाजपचा उदय झाला.

८

२००४ ची महाराष्ट्र विधानसभा निवडणूक : (जात संघटना व महाराष्ट्रातील राजकारण)

राजकारणातील जातीचे स्थान ही गोष्ट नवी नाही; पण गेल्या दहा-पंधरा वर्षांत जाती-जातींच्या संघटना महत्त्वाच्या ठरू लागल्या आहेत. जनआंदोलनांचे राजकारण करण्याऐवजी जातींच्या संघटना हाताशी धरण्यावरच सर्व राजकीय पक्षांचा भर असतो. महाराष्ट्रातही राजकारणात जात-संघटनांचे महत्त्व वाढत असल्याचे दिसून येते. २००४ मध्ये झालेल्या विधानसभा निवडणुकीतही हाच अनुभव आला होता; जणूकाही पक्ष व जनता यांच्यातील मध्यस्थ म्हणून जातीच्या संघटना काम करतात.

मराठा समाजाचे राजकारण

विधानसभा निवडणुकीत मराठा कुणबी जातीचे १४० आमदार निवडून आले. संख्यात्मकदृष्ट्या मराठा आमदार ४९ टक्के आहेत. राष्ट्रवादी काँग्रेस व शिवसेना यांच्यात मराठा नेतृत्वासाठी स्पर्धा आहे. एकूण मराठा आमदारांपैकी प्रत्येकी २९ टक्के मराठा आमदार या दोन पक्षांमार्फत निवडून आले आहेत. काँग्रेस पक्षाकडून १९ टक्के मराठा जातीचे आमदार निवडून आले आहेत. युतीकडून ४० व आघाडीकडून ४८ टक्के मराठा आमदार निवडून आले. या पार्श्वभूमीवर मराठा जातींच्या संघटनांची निवडणूक प्रक्रियेतील भूमिका काय होती, हे पाहायला हवे.

मराठा सेवा संघ व मराठा महासंघाच्या एका गटाची भूमिका मराठा जातीच्या उमेदवारांना पाठिंबा देण्याची आहे. उमेदवारांचा पक्ष दुय्यम व जात प्रथम असे मराठा सेवा संघाचे सूत्र होते. छावा, संभाजी ब्रिगेड, शिवराज्य पार्टी, मराठा समाज संघटना (कोल्हापूर) यांनी या भूमिका घेतल्या आहेत. परंतु, या विधानसभा निवडणुकीत शशिकांत पवार यांच्या नेतृत्वाखालील मराठा महासंघाने बिगरमराठा जातीतील उमेदवारांना पाठिंबा दिला. उदा. सुनील देशमुख यांच्याऐवजी भाजपच्या उमेदवारास

पाठिंबा दिला. अमरावती येथे भाजपच्या तेली उमेदवारासाठी मराठा महासंघाने मेळावा घेतला. अचलपूर विधानसभा मतदारसंघात मराठा उमेदवाराऐवजी माळी उमेदवारास महासंघाने पाठिंबा दिला होता; पण मतदार महासंघाच्या विरोधात मराठा उमेदवाराकडे वळलेले दिसतात. मूर्तिजापूर येथे महासंघाच्या माळी उमेदवाराला, तर येवला येथे पाटील यांच्या नेतृत्वाखालील महासंघाच्या माळी उमेदवारासच पाठिंबा होता. महाराष्ट्र पातळीवर महासंघाचे दोन गट आहेत. त्यांपैकी राष्ट्रवादी काँग्रेस व काँग्रेस यांच्याबरोबर असलेल्या मराठा महासंघाने पुणे शहरामधील कॅन्टोंमेंट, भवानी पेठ येथे शिवसेना उमेदवारांचा प्रचार केला होता. अकोला जिल्ह्यात भारिप बहुजन महासंघाला पाठिंबा इंगळे यांच्या नेतृत्वाखाली मराठा महासंघाने दिला होता. मराठा जातीच्या संघटनांत अशी विविधता दिसते, याची तीन कारणे आहेत. एक म्हणजे, मराठा समाजाचे स्तरीकरण झाले आहे. अभिजन मराठ्यांच्या बाजूने मध्यमवर्गीय जात नाहीत. नोकरी, शिक्षण, मराठा अस्मिता या मुद्द्यांवर मध्यमवर्गीय मराठा जात संघटना या भाजप-शिवसेनेला पाठिंबा देतात. दुसरे कारण म्हणजे, गरीब मराठा समाज सरंजामदार मराठा समाजाच्या विरोधात गेला आहे. गरीब मराठ्यांच्या पुढे 'कोणाबरोबर जावे' हा पेच १९९५ पासून होता. १९९८ नंतर पुणे येथील प्रवीण गायकवाड हा गट बामसेफ, राष्ट्रीय समाज पक्ष, व राष्ट्रीय लोकराज्य पार्टी यांच्याबरोबर काम करू लागले होते. अकोला येथील एक गट प्रकाश आंबेडकर यांच्याबरोबर संघटित झाला. या विधानसभा निवडणुकीतसुद्धा मराठा महासंघाच्या अकोला गटाने भारिप-बहुजन महासंघाला पाठिंबा दिला. परंतु, या गटांच्या निष्ठा राष्ट्रवादी काँग्रेस पक्षावर आहेत. मुंबई येथे शशिकांत पवार यांच्याखेरीज दोन गट आहेत. त्यांपैकी भाई जगताप यांनी मराठा महासंघ कामगार वर्गात वाढवला. त्यांचा पाठिंबा काँग्रेस पक्षाला आहे. नरेंद्र पाटील यांचा दुसरा गट माथाडी कामगार वर्गात काम करतो. या महासंघाचा पाठिंबा राष्ट्रवादी काँग्रेस पक्षाला आहे. मराठा समाजातील जातसंघटनांपैकी सर्वांत जास्त संघटना राष्ट्रवादी काँग्रेसकडे झुकलेल्या आहेत. त्या खालोखाल शिवसेनेला मराठा जातसंघटनेचा पाठिंबा मिळतो; त्यानंतर काँग्रेस व शेवटी भाजपचा नंबर लागतो. असे चित्र २००४ च्या निवडणुकीत होते. नव्याने भारिप-बहुजन महासंघाने मराठा जातसंघटनांच्या मदतीने मराठा समाजाचा पाठिंबा मिळवण्याचा प्रयत्न केला. परंतु, तो यशस्वी झाला नाही.

कुणबी समाजाचे उमेदवार कोकण व विदर्भ विभागातून निवडून आले आहेत. शिवसेना व राष्ट्रवादीचे प्रत्येकी दोन कुणबी आमदार कोकणातील आहेत. विदर्भातून १९ कुणबी समाजाचे आमदार निवडून आले आहेत. कोकणातील कुणबी-सेनेचा राष्ट्रवादीला पाठिंबा होता. विदर्भात झाडपे कुणबी संघटना व खेडूले कुणबी संघटनेचा राष्ट्रवादीला पाठिंबा होता.

तक्ता क्र. १ : आमदारांच्या सामाजिक गटांची वर्गवारी : २००४

	रा.काँ	काँग्रेस	शिवसेना	भाजप	ज.सु.प.	माकप	शेकाप	बम–भारिप	रिप.आठवले	स्व.भा.प.	अ.भा.सेना	अपक्ष	एकूण
उच्चजाती	०२	–	०४	०५	–	–	–	–	–	–	–	–	११
मराठा	३७	२०	३५	११	०२	–	–	–	–	–	–	१३	११८
कुणबी	०४	०६	०४	०४	–	–	–	–	–	०१	–	०२	२१
ओ.बी.सी.	११	०९	०७	१२	–	–	०२	–	–	–	०१	०१	४३
मध्यमजाती	–	०३	०५	०५	०१	०१	–	–	–	–	–	०१	१६
अ.जाती	०४	०७	०५	०६	०१	–	–	–	–	–	–	–	२३
अ.जमाती	०७	०६	०२	०४	–	०२	–	०१	–	–	–	०१	२३
अमराठी	०२	१०	–	०७	–	–	–	–	०१	–	–	०१	२१
मुस्लीम	०४	०७	–	–	–	–	–	–	–	–	–	–	११
ख्रिश्चन	–	०१	–	–	–	–	–	–	–	–	–	–	०१
एकूण	७१	६९	६२	५४	०४	०३	०२	०१	०१	०१	०१	१९	२८८

इतर मागासवर्गीय जात संघटनांचा पाठिंबा

शेतकरी व बिगरशेतकरी म्हणजेच इतर मागासवर्गीय असे इतर मागासवर्गीय समाजाचे मुख्य दोन स्तर आहेत. यांपैकी शेतकरी इतर मागासवर्गीय गटाचे एकूण २७ आमदार निवडून आले. त्यांपैकी १५ आमदार दोन्ही काँग्रेस पक्षाचे होते. १० आमदार भाजप-सेनेकडून निवडून आले. दोन आमदार शेतकरी कामगार पक्षाचे होते. सेनेकडून निवडून आलेले आमदार केवळ दोन होते. राष्ट्रवादीकडून तीन माळी, दोन आगरी, एक तेली, एक माळी व दोन बंजारा जातींचे आमदार निवडून आले होते. धनगर व वंजारी जातींचे आमदार राष्ट्रवादीमध्ये नाहीत. काँग्रेस पक्षाकडून धनगर, वंजारी जातींचे उमेदवार निवडून आले. सेनेकडून वंजारी व बंजारा जातीचे प्रत्येकी एक एक आमदार निवडून आले. भाजपकडून तीन वंजारी, एक धनगर, दोन माळी, एक तेली व एक आगरी असे एकूण ८ आमदार निवडून आले. शिवसेना इतर मागासवर्गीय शेतकरी समाजात शिरकाव करू शकली नाही. मात्र, भाजपची पाळेमुळे या इतर मागासवर्गीय समाजात दिसून येतात. भाजप, काँग्रेस, राष्ट्रवादी या तीन पक्षांत या समाजात विस्ताराची स्पर्धा दिसून येते. या स्पर्धेत मागासवर्गीय समाजातील संघटना, नेते विभागले गेले होते! या विधानसभेत धनगर समाजाचे केवळ दोन आमदार आहेत; तर ७ आमदार आगरी समाजाचे होते, पण ते पूर्णपणे शेतकरी स्वरूपाचे नाहीत. चार जण हे मुंबई शहराशी संबंधित विविध व्यवसाय करणारे होते.

राष्ट्रवादीला हिंगणघाट येथे तेली समाज संघटनेचा पाठिंबा होता. सिंदखेडराजा मतदारसंघात वंजारी समाज जागृती संघटना, वंजारी युवक पुरोगामी संघटना, भगवान बाबा क्रांती दल या संघटनांचा पाठिंबा मिळाला होता. विदर्भातील वंजारी समाज मराठवाड्यातील वंजारी समाजाबरोबर जोडला गेला नाही; त्यामुळे या वंजारी संघटना भाजपपासून दूर गेल्या. त्याचा फायदा येथे राष्ट्रवादीला उठविता आला. विदर्भ व मराठवाड्यात हरिभाऊ राठोड यांच्या नेतृत्वाखालील बंजारा क्रांती दलाचा भाजप-सेनेला पाठिंबा होता. परंतु, यशवंत सेनेला येथे धनगर समाजोन्नती मंडळ (प्रकाश शेंडगे) व मल्हार महासंघ (सुधाकर पांढरे) हे पर्याय होते. मराठवाड्यातील धनगर समाज दोन्ही काँग्रेस व शिवसेना यांच्या विरोधात गेला होता. पंढरपूर येथील धनगर समाजाच्या मेळाव्यानंतर (जाने.२००४) तो भाजपबरोबर जोडला गेला आहे; यामुळे यशवंत सेना, राष्ट्रीय समाज पक्ष व लोकराज्य पार्टी यांचा काँग्रेसकडे झुकता कल असूनही, दोन्ही काँग्रेस पक्षांच्या विरोधात भाजपकडे धनगर समाज सरकविण्यास धनगर समाजोन्नती मंडळाला यश लाभले. विदर्भात मल्हार सेनेचा भाजपला पाठिंबा होता. बीड जिल्ह्यात भगवान सेना गोपीनाथ मुंडे व राष्ट्रवादीचे फुलचंद कराड यांच्यात विभागली गेली होती. मुंडे यांच्या नेतृत्वाखालील भगवान

सेना केज, धारूर, पाटोदा, गेवराई, माजलगाव, आष्टी, आंबेजोगाई व परळी येथे प्रचारात प्रभावी होती. नवनाथ आव्हाड यांच्या नेतृत्वाखालील वंजारी सेनेचे कार्यकर्ते भाजपबरोबर मराठवाडा विभागात होते. अहमदनगर जिल्ह्यात वंजारी सेनेने भाजपला पाठिंबा दिला होता तर पाथर्डी येथे काँग्रेस पक्षाचे काम केले. गोपीनाथ मुंडे यांचे नेतृत्व बबनराव ढाकणे स्वीकारणार नव्हते; त्यामुळे अहमदनगर येथे नेतृत्वातील स्पर्धेमुळे भगवान सेनेचा पाठिंबा काँग्रेसला मिळाला. इंदापूर येथे शिवसेनेला भगवान सेनेने पाठिंबा दिला होता. सिन्नर, निफाड, येवला, तासगाव, वसई व पालघर येथे वंजारी समाजाच्या संघटनांनी राष्ट्रवादीला पाठिंबा दिला होता. समता परिषदेने पश्चिम व उत्तर महाराष्ट्रात दोन्ही काँग्रेस पक्षांना पाठिंबा दिला. माळी महासंघाचा अचलपूर येथे भाजपला पाठिंबा होता. विदर्भात अमरावती वगळता समता परिषदेने दोन्ही काँग्रेस पक्षांना पाठिंबा दिला होता. विदर्भात युवक तैलिक संघटना, तेली समाज संघटना यांचा काँग्रेस पक्षाला पाठिंबा होता. हिंगणघाट व वर्धा येथे तेली समाजातील युवा संघटनेने सेनेला पाठिंबा दिला होता. आगरी सेनेने खालापूर, बेलापूर, भांडूप येथे राष्ट्रवादीला पाठिंबा दिला. पनवेल, पेण व अलिबाग येथे आगरी सेनेचे दोन गट शेतकरी कामगार पक्ष व काँग्रेस या दोन्ही पक्षांना पाठिंबा देत होते. पनवेल येथे शेकापकडे जास्त पाठिंबा होता. आकोट येथे बारी महासंघ काँग्रेसचा प्रचार करत होता. मनोहर नाईक यांनी ऑल इंडिया बंजारा सेवा संघाचा पुसद व दिग्रस येथे राष्ट्रवादीला पाठिंबा दिला होता तर दारव्हा येथे सेनेला पाठिंबा दिला होता.

इतर जातींच्या संघटना

माळी, तेली, धनगर, वंजारी, बंजारा, आगरी, भोई, सोनार, पद्मशाली या ओ.बी.सी. जातींखालोखाल महाराष्ट्राच्या राजकारणात छोट्या छोट्या पट्ट्यांमध्ये महत्त्वाच्या असणाऱ्या जाती म्हणजे लेवा, गांडली, गुरव, तांबट, गवळी, यासारख्या ओ.बी.सी. जाती आणि लिंगायत, रजपूत, वाणी, येलम, कोमटी, अशा मध्यम जाती; यांपैकी अनेकांचा आत्तापर्यंत सेना-भाजपला पाठिंबा सतत राहिला आहे. मात्र, या निवडणुकीत सेना-भाजपच्या विरोधात काँग्रेसला पाठिंबा दिला गेला. विदर्भात बडनेरा येथे सुवर्णकार संघ, भोई समाज सेवा संघ, शिंपी समाज संघटना, सुतार समाज संघटना व माळी, सोनार समाज (प्रभाकर तळोकार) या संघटनांनी राष्ट्रवादीला पाठिंबा दिला होता. असे छोटे छोटे समाज जोडून बडनेरा येथे राष्ट्रवादीचा उमेदवार निवडून आला. मोर्शी मतदारसंघात प्रभू विश्वकर्मा युवा सुतार संघटना (वरूड), भोई समाज संघटना, हलबा संघटना यांनी सेनेला पाठिंबा दिला होता. कसबा पेठ (पुणे) येथे तांबट जात संघटनेचा भाजपला पाठिंबा होता. मुंबई व कोकण

येथे भंडारी जात संघटनेचा सेना-भाजपला पाठिंबा होता. अखिल भारतीय गवळी सेना या संघटनेचा राष्ट्रवादीला पाठिंबा मिळाला होता. पद्मशाली ज्ञाती संस्था, पद्मशाली तरुण मंडळ, पद्मशाली समाजसेवा मंडळ या संघटनांचा सोलापूर शहर दक्षिण व सोलापूर दक्षिण येथे काँग्रेस व माकपला पाठिंबा होता. लिंगायत समाजातील शिवा संघटनेचा जनसुराज्य पक्षाला पाठिंबा होता. लातूर येथे वीरशैव सभा या संघटनेचा काँग्रेस पक्षाला पाठिंबा होता.

दलित संघटना

महाराष्ट्राच्या लोकसंख्येत दलित जातींचे प्रमाण २००१च्या जनगणना अहवालानुसार ११.०९ टक्के आहे. अनुसूचित जातींसाठी १८ मतदारसंघ राखीव आहेत. अनुसूचित जातींचे २३ आमदार निवडून आले आहेत. पाच आमदार खुल्या जागेवरून निवडून आले आहेत. खुल्या जागेवरून शिवसेना १, भाजप १, काँग्रेस ३ असे पक्षनिहाय ५ आमदार आहेत. राखीव १८ मतदारसंघांपैकी भाजपकडून सर्वांत जास्त ५ व सेनेकडून ४ आमदार निवडून आले आहेत. दोन्ही काँग्रेसची संख्या भाजपसेनेपेक्षा एकने कमी आहे. भारिपचा एकही आमदार निवडून आलेला नाही. दलित समाजातील जातसंघटनांनी दोन्ही काँग्रेसना सेना-भाजपच्या तुलनेत जास्त पाठिंबा दिला होता. भारिप आठवले गट, गवई गट यांची दोन्ही काँग्रेसबरोबर युती होती. मातंग समाज संघटनेने मुंबई येथे काँग्रेसला पाठिंबा दिला होता. लक्ष्मण ढोबळे यांच्या नेतृत्वाखालील बहुजन रयत परिषदेचा राष्ट्रवादीला पाठिंबा होता. उत्तमराव भैसने यांच्या बहुजन रयत परिषदेचा राष्ट्रवादीला पाठिंबा होता. उत्तमराव भैसने यांच्या मातंग समाज संघटनेचा (तिवसा) राष्ट्रवादीला पाठिंबा होता. अशोक वानखेडे यांनी मातंग समाज संघटनेचा पाठिंबा चांदूर रेल्वे येथे काँग्रेसला दिला होता. बबुवान घोडके यांनी महाराष्ट्र मातंग क्रांती दलाचा भाजप-सेनेला पाठिंबा जाहीर केला होता. मूर्तिजापूर येथे भिकाजी अवचार यांनी मातंग समाजातील संघटनांचा भाजप सेनेला पाठिंबा जाहीर केला होता. राजासाहेब अंबोरे यांनी मातंग विकास परिषद या संघटनेचा अकोला येथे दोन्ही काँग्रेसला पाठिंबा दिला होता. दीपक संगकर यांनी मातंग समाज संघर्ष समितीचा पाठिंबा बडनेरा येथे राष्ट्रवादीला दिला होता. बबनराव घोलप यांनी चर्मकार संघटनेचा पाठिंबा सेना-भाजपला दिला होता. विदर्भात लहुशक्ती संघटनेचा पाठिंबा भाजप-सेनेलाच होता. श्रीराम वैरागडे यांच्या बहुजन मजदूर पक्षाचा बोरगाव मंजू येथे बहुजन महासंघाला आणि वाशिम व अकोला येथे भाजपला पाठिंबा होता. मोर्शी येथे सेनेला मातंग समाजबांधव संघटनेचा पाठिंबा होता. सुदर्शन वाल्मिकी समाज संघटनेचा अकोला येथे भाजपला पाठिंबा

होता. भीमशक्ती, खाटीक समाज संघटना, बुरूड समाज संघटनांचा पाठिंबा भाजप-सेनेला होता. सेना-भाजपला हिंदू दलित समाज संघटनांबरोबर नवबौद्ध समाजातील संघटनांचाही पाठिंबा होता.

आदिवासी समाज

महाराष्ट्राच्या लोकसंख्येत आदिवासी जातींचे प्रमाण २००१च्या जनगणना अहवालानुसार ९.२७ टक्के आहे. अनुसूचित जमातींसाठी २२ मतदारसंघ राखीव आहेत; तर जमातींचे एकूण २३ उमेदवार निवडून आले आहेत. बहुजन महासंघाचा एक उमेदवार खुल्या जागेवरून निवडून आला आहे. राष्ट्रवादीने अनुसूचित जमातींपैकी ७ मतदारसंघात विजय मिळविला तर ६ काँग्रेसने जिंकून घेतले आहेत. भाजप ४, सेना २, माकप २, बहुजन महासंघ १ व अपक्ष १ असे एकूण पक्षनिहाय २३ आमदार निवडून आले आहेत. राष्ट्रवादीने आदिवासी समाजात नव्याने शिरकाव केला आहे. आदिवासी एकता परिषद व महादेव कोळी या जातसंघटनांचा राष्ट्रवादीला पाठिंबा होता. वनवासी कल्याण आश्रम या संघटनेचा भाजप-सेनेला पाठिंबा होता. हिंदू भिल्ल संघटनेचा नाशिक व धुळे येथे भाजप-सेनेला पाठिंबा होता. मल्हार कोळी वा संघटनेचा पालघर येथे तर बिरसामुंडा आदिवासी समाज संघटना व आदिवासी हलबा समाज संघटना यांनी मोर्शी येथे सेनेला पाठिंबा दिला होता. आदिवासी गोंड समाज संघटनेने गडचिरोली व चंद्रपूर जिल्ह्यात भाजपला पाठिंबा दिला होता. आदिवासी विकास संघटना (परतवाडा व मेळघाट) या संघटनेने कुपोषणाचा मुद्दा भाजप व काँग्रेसने सोडवला नाही या कारणावरून त्यांच्या उमेदवाराला पाठिंबा देण्यास जाहीर विरोध केला. सेनेने अमरावती, यवतमाळ, आंबेगाव, पालघर, धुळे येथे आदिवासी समाजाचे स्वाभिमानी आदिवासी असे मेळावे घेतले.

अल्पसंख्य समाज

महाराष्ट्रातील मुस्लीम लोकसंख्येचे प्रमाण ९.३ टक्के इतके आहे. ३७ विधानसभा मतदारसंघात मुस्लीम जनसंख्येचे प्रमाण १५ ते २० टक्के इतके आहे. परंतु, लोकसंख्येच्या प्रमाणापेक्षा मुस्लीम समाजाचे कमी आमदार निवडून येतात. या निवडणुकीत ११ मुस्लीम आमदार निवडून आले आहेत. त्यात राष्ट्रवादीचे ४ व काँग्रेसचे ७ आहेत.

तक्ता क्र. २ : आमदारांच्या सामाजिक गटांची विभागवार वर्गवारी : २००४

२.१ (कोकण)									
जातिगट	शिवसेना	भाजप	काँग्रेस	रा.काँ.	शेकाप	माकप	आठवले	अपक्ष	एकूण
उच्च जाती	०	२	०	१	०	०	०	०	३
मराठा	७	०	०	१	०	०	०	०	८
कुणबी	२	०	०	२	०	०	०	०	४
ओ.बी.सी.	२	१	२	२	१	०	०	०	८
मध्यम जाती	०	०	०	०	०	०	०	१	१
अनुसूचित जमाती	१	१	०	२	०	१	०	०	५
अमराठी	०	०	०	१	०	०	१	०	२
एकूण	१२	४	२	९	१	१	१	१	३१

२.२ (मुंबई)						
जातिगट	शिवसेना	भाजप	काँग्रेस	रा.काँ.	अ.भा. सेना	एकूण
उच्च जाती	४	०	०	०	०	४
मराठा	२	०	१	०	०	३
ओ.बी.सी.	२	०	१	२	१	६
अनुसूचित जाती	१	०	३	०	०	४
अमराठी	०	५	५	०	०	१०
मुस्लीम	०	०	४	२	०	६
ख्रिश्चन	०	०	१	०	०	१
एकूण	९	५	१५	४	१	३४

२.३ (उत्तर महाराष्ट्र)							
जातिगट	शिवसेना	भाजप	काँग्रेस	रा.काँ.	माकप	अपक्ष	एकूण
मराठा	५	१	२	४	०	१	१३
ओ.बी.सी.	०	३	१	२	०	१	७
मध्यम जाती	०	१	०	०	०	०	१
अनु. जाती	१	१	०	०	०	०	२
अनु.जमाती	१	०	४	३	१	१	१०
अमराठी	०	०	१	१	०	०	२
मुस्लीम	०	०	१	०	०	०	१
एकूण	७	६	९	१०	१	३	३६

२.४ (विदर्भ)									
जातिगट	शिवसेना	भाजप	काँग्रेस	रा.काँ.	स्व.भा.	ज.सु.प.	ब.म.	अपक्ष	एकूण
उच्च जाती	०	२	०	०	०	०	०	०	२
मराठा	२	२	१	४	०	१	०	१	११
कुणबी	४	४	६	२	१	०	०	२	१९
ओ.बी.सी.	३	३	४	३	०	०	०	०	१३
मध्यम जाती	१	३	१	०	०	०	०	०	५
अनु. जाती	०	१	२	१	०	०	०	०	४
अनु. जमाती	०	३	२	१	०	०	१	०	७
अमराठी	०	२	२	०	०	०	०	०	४
मुस्लीम	०	०	१	०	०	०	०	०	१
एकूण	१०	२०	१९	११	१	१	१	३	६६

२.५ (मराठवाडा)						
जातिगट	**शिवसेना**	**भाजप**	**काँग्रेस**	**रा.काँ.**	**अपक्ष**	**एकूण**
मराठा	१०	४	६	८	३	३१
ओ.बी.सी.	२	४	०	१	०	७
मध्यम जाती	०	१	०	०	०	१
अनु. जाती	२	२	०	१	०	५
अमराठी	०	०	१	०	०	१
मुस्लीम	०	०	०	१	०	१
एकूण	१४	११	७	११	३	४६

२.६ (पश्चिम महाराष्ट्र)									
जातिगट	**शिवसेना**	**भाजप**	**काँग्रेस**	**रा.काँ.**	**ज.सु.**	**शेकाप**	**माकप**	**अपक्ष**	**एकूण**
उच्च जाती	०	१	०	१	०	०	०	०	२
मराठा	८	४	१०	२०	१	०	०	८	५१
ओ.बी.सी.	०	१	१	१	०	१	०	०	४
मध्यम जाती	१	०	२	०	१	०	१	०	५
अनु. जाती	१	२	२	२	१	०	०	०	८
अनु. जमाती	०	०	०	१	०	०	०	०	१
अमराठी	०	०	१	०	०	०	०	१	२
मुस्लीम	०	०	१	१	०	०	०	०	२
एकूण	१०	८	१७	२६	३	१	१	९	७५

समाजवादी पक्ष मुस्लिमांत शिरकाव करण्याचा प्रयत्न करीत होता. भाजप सेनेने मुस्लीम संघटनांचा पाठिंबा मिळवण्याचा प्रयत्न केला. परंतु, राष्ट्रवादी व काँग्रेससाठी मुस्लीम समाजातील संघटनांनी पाठिंब्याची पत्रके काढली. मौलाना संघटनेचे मौ. जमील इलियासी यांनी काँग्रेस पक्षाला पाठिंबा दिला होता. सै. बुरहान, सै. नबी यांनी अकोला येथे दोन्ही काँग्रेस पक्षांना पाठिंबा दिला. वलगाव येथे मुस्लीम समाजाने समाजवादी पक्षाला पाठिंबा दिला. काँग्रेस पक्षाच्या राज्य अल्पसंख्याक आघाडीचे प्रमुख कमाल फारूकी यांनी औरंगाबाद येथे बसपला पाठिंबा दिला होता. काँग्रेस पक्ष उत्तर भारतीय मुस्लीम उमेदवारांना उमेदवारी देतो, महाराष्ट्रातील मुस्लिमांना देत नाही, असा फारूकींचा मुद्दा होता. जमात-इ-इस्लामी हिंद या संघटनेने भवानी पेठ (पुणे) येथे राष्ट्रवादीला पाठिंबा दिला होता. पुणे येथे ख्रिस्त ऐक्य संघटनेने दोन्ही काँग्रेस पक्षांना पाठिंबा दिला होता.

अमराठी समाज

महाराष्ट्रातील अमराठी समाजात गुजराथी, पारशी, राजस्थानी, सिंधी, हिंदी भाषिक व दाक्षिणात्य यांचा समावेश होतो. अमराठी समाज मुंबई शहरात सुसंघटिक आहे. महाराष्ट्राच्या लोकसंख्येत अमराठी समाजाचे प्रमाण ५ टक्के आहे. या समाजाचे २१ उमेदवार (७ टक्के) निवडून आले आहेत. त्यांपैकी काँग्रेसकडून १०, भाजपकडून ७, राष्ट्रवादीकडून २ उमेदवार निवडून आले आहेत. अमराठी समाजाचा सेनेला विरोध होता. सेना व भाजप यांच्यात अमराठी समाजाने फरक केला आहे. आनंदसिंग व रमेश दुबे यांच्या उत्तर भारतीय संघ व हिंदी भाषिक सामाजिक संघटनेने मुंबई येथे दोन्ही काँग्रेसना पाठिंबा जाहीर केला होता. जयप्रकाश ठाकूर व सरदार तारासिंग यांच्या नेतृत्वाखालील उत्तर भारतीय संघाने सेना भाजपला पाठिंबा जाहीर केला होता. बेलापूर येथे उत्तर भारतीय संघाने अपक्ष उमेदवार हरबन्ससिंह यांना तर भवानी पेठेत राष्ट्रवादीला पाठिंबा दिला होता. विदर्भात खंडेलवाल नवयुवक संघ, उत्तर भारतीय समाज (अकोला) या संघटनांचा भाजप-सेनेला पाठिंबा होता. शिवलाला जयस्वाल यांनी जयस्वाल समाज संघटनेचा पाठिंबा राष्ट्रवादीला अमरावतीमध्ये दिला होता.

विशिष्ट भागापुरता मर्यादित प्रभाव

जात संघटना, प्रादेशिकता व पक्ष यांचे संबंध गुंतागुंतीचे आहेत. एका जातीमध्ये दोन किंवा त्यापेक्षा जास्त संघटना आहेत. त्यांची एकच एक भूमिका दिसत नाही. वेगवेगळ्या भागात जात संघटनांची भूमिका वेगवेगळी असते. उदा. मुंबई, उत्तर महाराष्ट्र व मराठवाडा विभागात मराठा महासंघ सेना-भाजपबरोबर

आहे. मराठवाडा व विदर्भात मराठा जातीतील छावा संघटना काँग्रेसबरोबर संबंध ठेवून आहे; शिवराज्य पार्टी ही मराठा जातीतील एक संघटना पश्चिम महाराष्ट्रात राष्ट्रवादी काँग्रेसबरोबर होती; तर मराठा सेवा संघ ही संघटना विदर्भात भाजपबरोबर होती, पण या संघाची युवा शाखा संभाजी ब्रिगेड मराठवाड्यात राष्ट्रवादीचा प्रचार करीत होती. मराठा समाजाचा कुणबी समाज हा एक भाग आहे. कोकणातील कुणबी राष्ट्रवादीबरोबर होते. कुणबी सेना राष्ट्रवादीचा प्रचार करत होती. विदर्भातील कुणबी समाजाच्या संघटनेत दोन भाग आहेत. अमरावती विभागातील मराठा सेवा संघ हा भाजपबरोबर तर नागपूर विभागात तो दोन्ही काँग्रेसबरोबर काम करीत होता. बाबासाहेब वासाडे यांची खेडूले कुणबी संघटना राष्ट्रवादीसाठी प्रचार करत होती. नामदेवराव दिवटे यांनी कुणबी समाज संघटनेत शिरकाव केला आहे. त्यांचे नेतृत्व स्वीकारणारी कुणबी समाज संघटना वर्धा, भंडारा, चंद्रपूर येथे भाजपचे काम करते. दुसरे उदा. म्हणजे समता परिषद ही संघटना उत्तर व पश्चिम महाराष्ट्रात राष्ट्रवादीचे काम करते. विदर्भातील नागपूर, अमरावती जिल्ह्यातील माळी महासंघ ही संघटना भाजपचे काम करते. प्रकाश शेंडगे यांच्या नेतृत्वाखालील धनगर समाजोन्नती संघटना ही भाजपचे काम करते. मराठवाड्यातील मल्हार महासंघ सेनेबरोबर होती. नांदेड येथे सुधाकर पांढरे यांना सेनेने उमेदवारी दिली नाही; या कारणाने मल्हार महासंघ ही संघटना मराठवाड्यात सेनेच्या विरोधात गेली. रामराव वडकुते यांच्या नेतृत्वाखालील यशवंत सेनेने (धनगर) राष्ट्रवादीला पाठिंबा दिला होता. राष्ट्रीय समाज पक्ष व लोकराज्य पक्ष हे दोन पक्ष धनगर समाजातील आहेत. या दोन संघटना प. महाराष्ट्रात प्रभावी होत्या. २००४च्या लोकसभा निवडणुकीत या पक्षांनी सेना-भाजप व काँग्रेस-राष्ट्रवादी या दोन आघाड्यांपासून दूर राहून राजकारण करण्याचा मुद्दा मांडला होता. मात्र, विधानसभा निवडणुकीत राष्ट्रीय समाज पक्ष व लोकराज्य पक्ष प्रचारात प्रभावी नव्हते; त्यामुळे प. महाराष्ट्रात हे दोन पक्ष काँग्रेस व राष्ट्रवादीच्या कामास आले. याखेरीज, कोकणात आगरी सेना, मराठवाड्यात भगवान सेना, प. महाराष्ट्रातील सोलापूर, कोल्हापूर तसेच मराठवाड्यात लातूर, उस्मानाबाद जिल्ह्यात शिवा व वीरशैव सभा अशा संघटना प्रदेशाच्या पातळीवर कुंठित झाल्या आहेत. आगरी सेनेची शेतकरी कामगार पक्ष, काँग्रेस व राष्ट्रवादी बरोबर या निवडणुकीत युती होती. मुंबई येथे आगरी सेनेने भाजप-सेनेला पाठिंबा दिला होता. थोडक्यात, विशिष्ट भागापुरती मर्यादित जात संघटना दिसते. त्या एक-दोन जिल्ह्यांच्या राजकीय प्रक्रियेत तिचा सहभाग दिसतो; त्यामुळे संपूर्ण महाराष्ट्रभर राजकीय प्रक्रिया ढवळून काढण्याइतपत 'जात संघटना' कार्यक्षम दिसत नाहीत.

जातींमध्ये असणाऱ्या विविध संघटना आणि प्रादेशिक पातळीवर जात संघटनांना आलेली कुंठितता या मुद्द्यांवरून जातीच्या एकगठ्ठा व्होटबँका असतात, हा गैरसमज दूर होऊ शकतो. त्याचवेळी प्रचलित राजकारणातील जातसंघटनांचे महत्त्वही स्पष्ट होते.

तळटीप : आमदारांच्या जाती व जातसंघटनांची माहिती खालील मार्गांनी गोळा केली आहे.

अ) प्रचारासंबंधीचे वृत्त, लेख, पक्षांना व उमेदवारांना दिलेला पाठिंबा यांचे वृत्तपत्रांतून संकलन केले आहे. यासाठी दै. भास्कर (नागपूर), दै. नवराष्ट्र (नागपूर), लोकमत (नागपूर, वर्धा, अमरावती, बुलढाणा, औरंगाबाद व पुणे येथील आवृत्त्या), सकाळ (नागपूर व पुणे), पुढारी (पुणे व कोल्हापूर), लोकसत्ता (नागपूर व पुणे), महाराष्ट्र टाइम्स (मुंबई), देशोन्नती व मंडल (अमरावती), साप्ताहिक, महाराष्ट्र या वर्तमानपत्रांचा अभ्यास केला आहे.

ब) www.mpcconline.com, www.eci.gov.in या वेबसाईटवरील माहिती.

क) जयप्रकाश दुबे, जयप्रकाश ठाकूर, अनंत सिंग यांनी अमराठी लोकांसंदर्भात सहारा, मुंबईवर दिलेल्या मुलाखती.

ड) काँग्रेस-शिवसेना-राष्ट्रवादी-भाजप या पक्षांच्या उमेदवारांनी प्रकाशित केलेली पत्रके तसेच मराठा महासंघ, तेली समाज संघटना, समता परिषद, भगवान सेना, वंजारी सेना, जय मल्हार सेना, धनगर समाजोन्नती मंडळ, आगरी सेना यांची पत्रके.

इ) याखेरीज विविध जिल्ह्यांमध्ये फिरून तेथील माहितगार व्यक्तींकडून माहिती गोळा केली तसेच सेना-काँग्रेस व भाजप यांच्या स्थानिक नेत्यांकडून माहिती मिळाली आहे.

९ ओ.बी.सी. राजकारण (२००४)

महाराष्ट्रात इतर मागासवर्गीय समाजाचे सहा स्तर आहेत. परंतु, त्यांचे राजकीय विश्लेषण करताना प्रमुख तीन गट केले जातात. शेतकरी, इतर मागासवर्गीय जाती, उदा. माळी, धनगर, वंजारी इ. व कारागीर जाती, उदा. कुंभार, सुतार इ. व मध्यम जाती, उदा. लेवा, लिंगायत इ. हे तीन स्तर आहेत. या तीन स्तरांच्या मतांचे व नेत्यांचे विभाजन तीन आघाड्यांबरोबरच बहुजन समाज पक्षातही झाले आहे. काँग्रेस, राष्ट्रवादी काँग्रेस, रिपब्लिकन पक्ष (आठवले) व जनता दल (धर्मनिरपेक्ष) यांची एक आघाडी; दुसरी-भारतीय जनता पक्ष, शिवसेना, शेतकरी संघटना व मराठा महासंघ यांची युती; तिसरी-भारतीय रिपब्लिकन पक्ष-बहुजन महासंघ (आंबेडकर), शेतकरी कामगार पक्ष, समाजवादी पक्ष, मार्क्सवादी पक्ष यांची आघाडी व चौथी बसप, अशा चार गटांमध्ये महाराष्ट्रातील इतर मागासवर्गीय मतदानांचे विभाजन २००४च्या विधानसभा निवडणुकीत झाले.

तिसरी आघाडी व बसपाने संतुलक शक्तीचे स्वरूप स्पष्ट करण्यासाठी स्वतंत्रपणे उमेदवार दिले. या दोन घटकांची युती दोन्ही काँग्रेसबरोबर झाली असती तर हे मतदान दोन्ही काँग्रेसकडे झुकण्याची शक्यता जास्त होती. महाराष्ट्रात बसपच्या उमेदवारांमुळे एकूण ९ काँग्रेस व राष्ट्रवादी काँग्रेस पक्षाच्या उमेदवारांचा पराभव झाला. बसपाचे बहुसंख्य उमेदवार इतर मागासवर्गीय जातिगटातील होते. तिसऱ्या आघाडीतील उमेदवारही जास्त प्रमाणावर अन्य मागासवर्गीय होते. राष्ट्रीय समाज पक्ष, लोकराज्य पार्टी हे दोन पक्ष तर सरळसरळ धनगर समाजाचे होते; त्यामुळे इतर मागासवर्गीय मतदार तिसरी आघाडी, बसपा यांच्याकडे काही प्रमाणात गेले. याबरोबरच सुरेश वाघमारे, गोपीनाथ मुंडे, हरिभाऊ राठोड, नां.स.फरांदे, यांच्या नेतृत्वाखाली तेली, वंजारी, बंजारा, माळी या जातींचे मतदान भाजप-सेनेकडे गेले; यातूनही छगन

भुजबळ, बबनराव ढाकणे, जयदत्त क्षीरसागर, आघाव, मनोहर नाईक यांच्या नेतृत्वाखाली माळी, वंजारी, तेली, बंजारा या जातींचे मतदान काँग्रेस व राष्ट्रवादीने मिळवण्याचा प्रयत्न केला. थोडक्यात, इतर मागासवर्गीय जातींचे मतदान प्रमुख चार पक्षांबरोबरच तिसरी आघाडी व बसपा या पक्षात विभागले गेले. या उमेदवारांमध्ये मतदारांनी फरक केला. भाजपसेनेचे इतर मागासवर्गीय उमेदवार राष्ट्रवादीच्या तुलनेत बिगरघराणेशाहीतील होते. उदा. सुरेश वाघमारे, हरीभाऊ राठोड, अनंत गुढे; तर दोन्ही काँग्रेसचे इतर मागासवर्गीय उमेदवार राजकीय घराण्यातील व श्रीमंत होते, त्यामुळे इतर मागासवर्गीय मतदारांनी भाजपसेनेला झुकता कल दिला. भाजपसेनेकडून ९ उमेदवार इतर मागासवर्गीय गटातील निवडून आले. त्यामधील ६ भाजपचे व ३ सेनेचे होते. याउलट, राष्ट्रवादी व काँग्रेसचा एकही इतर मागासवर्गीय उमेदवार निवडून आला नाही. भाजपसेनेच्या निवडून आलेल्यांमध्ये ५ कुणबी जातिगटातील होते. इतरांमध्ये एक बंजारा, एक तेली, एक वाणी, एक लेवा या जातिगटातील आहेत. थोडक्यात, भाजपसेनेने इतर मागासवर्गीय जातींचे समीकरण कुशलपणे जुळवले होते, असे दिसते.

इतर मागासवर्गीय समाजात जातसंघटना प्रभावीपणे काम करतात. कुणबीसेना (कोकण), आगरीसेना (कोकण), लेवा सभा (उत्तर महाराष्ट्र), भगवानसेना (बीड), समता परिषद, बंजारा क्रांती दल (वाशिम), तेली महासंघ (वर्धा), यशवंत सेना या संघटनांनी इतर मागासवर्गीय उमेदवार द्यावेत अशी मागणी केली होती. काँग्रेसने तेली समाजाचा उमेदवार वर्धा मतदारसंघात दिला नाही म्हणून त्यांच्या विरोधात तेली समाज गेला. 'बंजारा क्रांती दल' या संघटनेने हरिभाऊ राठोड यांचे काम केले. आगरी सेनेने रायगड येथे शेकापचा प्रचार केला. जळगाव मतदारसंघात दोन्ही लेवा पाटील समाजाचे उमेदवार होते; त्यामुळे संघटनेत फूट पडली. अहमदनगर व अमरावती मतदारसंघात माळी समाजाची मते भाजपसेनेकडे गेली. अकोला, सातारा, खेड, नाशिक, पुणे, पंढरपूर या मतदारसंघात बहुसंख्य माळी समाजाची मते काँग्रेस व राष्ट्रवादीला मिळाली.

अकोला मतदारसंघात माळी विरुद्ध कुणबी अशी लढत झाली. यामध्ये कुणबी व मराठा समाजाची मते एकत्र येऊन काँग्रेसच्या माळी उमेदवाराचा पराभव झाला. वाशिम येथे मराठा उमेदवाराने बंजारा उमेदवाराचा पराभव केला. यवतमाळ येथे बंजारा उमेदवाराने मराठा उमेदवाराचा पराभव केला. वर्धा येथे तेली उमेदवाराने कुणबी उमेदवाराचा पराभव केला. यामध्ये एक सूत्र दिसून येते की, मराठा – कुणबी विरुद्ध इतर मागासवर्गीय असा संघर्ष दिसतो. इतर मागासवर्गीय विरुद्ध मराठा अशा लढतीत भाजपसेनेचे इतर मागासवर्गीय उमेदवार निवडून आले. थोडक्यात, इतर

मागासवर्गीय उमेदवारांना भाजपसेनेचे मराठा मतदार मतदान करतात पण दोन्ही काँग्रेस पक्षांचे मराठा मतदार इतर मागावर्गीयांची मते घेतात, मात्र मराठा मत इतर मागासवर्गीय उमेदवारांना देत नाहीत. अशी चर्चा केली जात होती.

भारिप-बम यांनी दलित अधिक इतर मागासवर्गीय जातींच्या ऐक्याचा प्रयत्न केला होता, तो यशस्वी झाला नाही. भारिप-बमची मते कमी झाली होती. याउलट, अकोला लोकसभा मतदारसंघात बमचे समर्थक दशरथ भांडे, मखराम पवार यांनी काँग्रेसचा प्रचार केला; त्यामुळे भारिप-बमचा इतर मागासवर्गीय समाजातील सामाजिक पाया संकुचित झालेला दिसतो. याउलट, बसपाने इतर मागासवर्गीय उमेदवार दिले होते. यांपैकी चिमुर, चंद्रपूर, वर्धा, नागपूर या मतदारसंघातील उमेदवारांना पन्नास हजारांपेक्षा जास्त मतदान झाले होते. या उमेदवारांना दलित मतदान झाले नाही; त्यामुळे बसपाचा सामाजिक पाया इतर मागासवर्गीय समाजातील होता. मात्र, बसपाला पडलेले मतदान काँग्रेस व राष्ट्रवादी यांनी इतर मागासवर्गीय उमेदवार दिला नाही, म्हणून झाले होते. त्यामुळे बसपाने महाराष्ट्रात ३.१९ टक्के मतदान घेतले व काँग्रेस आघाडीचे ९ उमेदवार पराभूत करून, संतुलक शक्ती म्हणून स्वत:चे योगदान स्पष्ट केले, तरी या पक्षाचा पाया भक्कम नाही; दुसरे कारण सोलापूर, उस्मानाबाद, रामटेक, वर्धा येथे काँग्रेस व राष्ट्रवादीने स्वत:च्याच आघाडीच्या उमेदवारांच्या विरोधात काम केले; त्यामुळे बसपामुळेच केवळ ९ उमेदवार पडले असे नाही.

संघ परिवाराने 'जात' हे एकक महत्त्वाचे मानून संघटना स्थापन केल्या आहेत. यांपैकी सामाजिक समरसता मंच, भटके विमुक्त परिषद, बंजारा क्रांती दल या संघटनांनी भाजप-सेनेचा प्रचार केला. याचा अर्थ, मागासवर्गीय समाज हा भाजपसेनेकडे झुकलेला दिसतो. शेतकरी संघटनेने भाजपसेनेला पाठिंबा दिला होता. शेतकरी संघटनेत सहभागी झालेल्या इतर मागासवर्गीयांचा भाजप आघाडीला पाठिंबा मिळाला.

महाराष्ट्रात इतर मागासजातींचे राजकारण १९७८ पासून सुरू झाले. भारतीय संदर्भात १९८७-८८ नंतर हे राजकारण पुढे आले. १९८४-८५ नंतर हे राजकारण भाजपसेनेच्या व्यासपीठावर सुरू झाले. १९८९ नंतर जनता दल व पुढे भारिप-बम यांनी इतर मागासजातींचे राजकारण करण्याचा प्रयत्न केला. मात्र, बम अकोला जिल्ह्याच्या बाहेर वाढला नाही. जनता दलाचे इतर मागास जातींचे राजकारण कमी कमी होत गेले, त्या तुलनेत भाजपसेनेचे इतर मागासजातींचे राजकारण पुढे आले.

कुणबी जात वगळून १९९६ च्या विधानसभेमध्ये ४०.११ टक्के व १९९९ च्या विधानसभा व लोकसभा निवडणुकीत ४१.१२ टक्के इतर मागास जातींचा पाठिंबा

सेना-भाजपला होता (पहा - पळशीकर सुहास, जात व महाराष्ट्रातील राजकारण). २००४ च्या लोकसभा निवडणुकीत इतर मागासजातींचा सेनाभाजपचा पाठिंबा वाढला आहे (५१ टक्के). (पहा-हिंदू, दि. २० मे २००४). थोडक्यात, इतर मागासजातींचे राजकारण हिंदुत्वाच्या चौकटीत घडत आहे. हे राजकारण म्हणजे इतर मागासजातींचे 'संपूर्ण राजकारण' असे नव्हे; कारण अण्णा डांगे भाजपतून बाहेर पडले होते, त्यांनी लोकराज्य पार्टीची स्थापना केली होती. महादेव जानकर यांची धनगर समाजाने भाजप, सेना दोन्ही काँग्रेसपासून दूर राहून राजकारण करण्याची भूमिका होती. बहुजन महासंघाचे राजकारण स्वतंत्रपणे करण्याचा विचार आहे. हा प्रवाह राजकीय शक्ती म्हणून दुबळा आहे. मात्र, हा प्रवाह हिंदुत्ववादी चौकटीस पर्याय देऊ शकेल का? हा महत्त्वाचा प्रश्न आहे. तसेच हा प्रवाह काँग्रेसविरोधी देखील आहे. या कारणामुळे काँग्रेस-राष्ट्रवादी काँग्रेस आणि इतर मागासवर्गीय यांच्यामध्ये राजकीय संघर्ष दिसतो.

१० ग्रामीण–शहरी द्वंद्व आणि राजकीय पक्ष (२००९) : विधानसभा निवडणूक निकालातील पक्षनिहाय भौगोलिक विस्ताराचे पृथक्करण

महाराष्ट्रातील निवडणुकीच्या राजकारणाची मुख्य चौकट ग्रामीण व शहरी अशा दोन स्वरूपात कल्पिता येते; यावर आधारित महाराष्ट्राच्या राजकारणाचे शहरी, ग्रामीण व मिश्र विधानसभा मतदारसंघ असे तीन प्रकार पुढे येतात. यंदाच्या विधानसभा निवडणुकीत शहरी भागात शिवसेना व भाजप युतीपेक्षा काँग्रेस आणि राष्ट्रवादी काँग्रेस आघाडीला १० टक्के जागा जास्त मिळाल्या आहेत; एकूण युतीच्या तुलनेत आघाडीला शहरी–ग्रामीण समतोल अधिक यशस्वीपणे राखता आला आहे. त्यातही राष्ट्रीय काँग्रेसने राष्ट्रवादी काँग्रेसपेक्षा शहरी व ग्रामीण अशा दोन्ही प्रकारचा समतोल साधला आहे; हे काँग्रेस पक्षाच्या यशामागील एक कारण आहे.

महाराष्ट्राचे राजकारण काल–परवापर्यंत 'ग्रामीण वर्चस्वाचे राजकारण' म्हणून ओळखले जात होते. परंतु, महाराष्ट्राच्या राजकारणाची प्रतिमा १९८० च्या दशकात बदलली. १९८० नंतर 'ग्रामीण विरुद्ध शहरी' असे महाराष्ट्राच्या राजकारणाचे स्वरूप बनले. शिवसेना व भाजप यांची युती शहरी हितसंबंधांची प्रतिनिधी, तर काँग्रेस (व नंतर काँग्रेस आणि राष्ट्रवादी काँग्रेस) ग्रामीण हितसंबंधांची प्रतिनिधी असे ध्रुवीकरण १९९० च्या दशकात झाले. शिवसेना व भाजप हे दोन शहरी पाया भक्कम असलेले पक्ष आणि काँग्रेस (व नंतर राष्ट्रवादी काँग्रेस) हे दोन ग्रामीण पाया असलेले पक्ष असे महाराष्ट्राच्या राजकारणाचे दोन प्रमुख आघाड्यांमध्ये विभाजन झाले. १९९० च्या दशकाच्या शेवटी शिवसेना व भाजपने ग्रामीण भागात आणि काँग्रेस व राष्ट्रवादी काँग्रेस पक्षाने शहरी भागात विस्तार साधण्याचे धोरण राबविले. यामध्ये ग्रामीण पाया सुरक्षित ठेवून शहरी भागात विस्तार करण्यात काँग्रेस पक्ष २००४ मध्ये यशस्वी झाला. शहरी पक्षांचा ग्रामीण विस्ताराचा प्रयत्न व ग्रामीण पक्षांचा शहरी भागातील

पाठिंबा मिळविण्याचा प्रयत्न यामध्ये महाराष्ट्राची राजकीय स्पर्धा रंगत गेली. या प्रकारच्या राजकीय स्पर्धेने तीव्र स्वरूप धारण केले. या राजकीय स्पर्धेची १९९९,२००४ व २००९ मध्ये तीन युद्धे झाली. याशिवाय, २००१-०२ व २००६-०७ मध्ये स्थानिक शासन संस्थांच्या निवडणुकीतही ही स्पर्धा रंगली. मतदारसंघ पुनर्रचनेमुळे या राजकीय स्पर्धेत भर पडली आणि महाराष्ट्राच्या राजकारणाची शहरी, ग्रामीण व मिश्र अशी प्रतिनिधी स्तरांवर तीन प्रकारे विभागणी झाली, असे आपण म्हणू शकतो. ही महाराष्ट्राच्या राजकारणाची मुख्य कहाणी २००९ च्या निवडणुकीतही प्रत्ययास येते.

महाराष्ट्रातील निवडणुकीच्या राजकारणाची मुख्य चौकट ग्रामीण व शहरी अशा दोन स्वरूपात कल्पिता येते. यावर आधारित महाराष्ट्राच्या राजकारणाचे शहरी, ग्रामीण व मिश्र विधानसभा मतदारसंघ असे तीन प्रकार पुढे येतात. यांपैकी ग्रामीण मतदारसंघ आरंभीच्या काळी जास्त होते. १९६० ते १९८० पर्यंत महाराष्ट्राच्या राजकारणावर ग्रामीण प्रभुत्व होते; याचे कारण १९६० व १९७० च्या दशकांत महाराष्ट्रातील शहरी लोकसंख्या फार वाढली नाही (१९७१ मध्ये ३१.२ टक्के व १९८१ मध्ये ३५.० टक्के). या कालावधीत सहकार क्षेत्राचे राजकारण राज्यस्तरावर गाजत होते. १९८० नंतर शहरीकरणाचा वेग वाढला, शेतीतील उत्पन्न घटले, सेवा क्षेत्राचा महाराष्ट्राच्या उत्पान्नातील वाटा वधारला व मुंबई-ठाणे आणि पुणे येथे महाराष्ट्राच्या ग्रामीण भागातून आणि इतर राज्यांतून स्थलांतर वाढले. शिवाय, औरंगाबाद, नागपूर, लातूर अशा भागांत शहरीकरण वाढले. या कारणांमुळे ऐंशी व नव्वदीच्या दशकांत महाराष्ट्रातील शहरी लोकसंख्या वाढली (१९९१ मध्ये ३८.७ टक्के व २००१ मध्ये ४२.४ टक्के). अशा आर्थिक बदलांमुळे राज्यातील ग्रामीण राजकारणाचा प्रभाव १९९० नंतर ओसरू लागला. शहरी हितसंबंधांचे राजकारण जास्त प्रभावी ठरू लागले. १९९५ च्या विधानसभा निवडणुकीत या बदलांचा प्रथमच मोठा परिणाम जाणवला. १९९५ च्या विधानसभा निवडणुकीत राज्यातील एकूण २८८ मतदारसंघांपैकी ९१ शहरी-निमशहरी मतदासंघ होते. यातील ७० टक्के मतदारसंघात भाजप-शिवसेना युती तर केवळ १२ टक्के मतदारसंघात काँग्रेस यशस्वी झाली होती. थोडक्यात, काँग्रेस पक्षाला आपण शहरी हितसंबंधांचा दावेदार असल्याची प्रतिमा उभी करता आली नाही. १९९५ च्या महाराष्ट्रातील राजकीय सत्तांतरामागील अनेक कारणांपैकी हे एक कारण होते. थोडक्यात, शहरी हितसंबंधांच्या प्रतिनिधित्वाचा दावा करणारे शिवसेना व भाजप हे दोन पक्ष पुढे आले. ग्रामीण हितसंबंधांची पाठराखण करणाऱ्या काँग्रेस पक्षाला या स्थित्यंतराचा फटका बसला. यानंतर शिवसेना-भाजपने शहरी मतदार संभाळत ग्रामीण मतदारसंघात विस्तार करण्याची रणनीती

आखली, तर काँग्रेस ग्रामीण पाठिंबा सुरक्षित ठेवत शहरी मतदारसंघांमध्ये विस्तार साधण्याची रणनीती १९९९, २००४ व २००९ मध्ये राबविली; म्हणून येथे शहरी, मिश्र व ग्रामीण अशा तीन गटांमध्ये २००९ च्या विधानसभा निवडणुकीचे विश्लेषण करणे उचित ठरते.

शहरी मतदारसंघांचे स्वरूप व निकाल

सध्या महाराष्ट्रात संपूर्ण शहरी ९७, मिश्र ७० व ग्रामीण १२१ विधानसभा मतदारसंघ आहेत. या तीन प्रकारच्या मतदारसंघांचे स्वरूप भौगोलिक व सामाजिकदृष्ट्या वेगवेगळे आहे. शहरी मतदारसंघ मुंबई-ठाणे, पुणे व नाशिक या त्रिकोणी भागात एकवटलेले दिसतात; कारण येथे शहरीकरणाचे प्रमाण इतर जिल्ह्यांच्या तुलनेत खूप अधिक आहे. २००१ च्या जनगणनेनुसार मुंबई येथे १०० टक्के, ठाणे जिल्ह्यात ७२.६ टक्के, पुणे जिल्ह्यात ५८.१ टक्के व नाशिक जिल्ह्यात ३८.८ टक्के शहरी वस्त्या होत्या. मिश्र मतदारसंघ महाराष्ट्राच्या जवळपास प्रत्येक जिल्ह्यात आहेत. मुंबई, मुंबई उपनगर व ठाणे हे जिल्हे वगळता, इतर सर्व जिल्ह्यांमध्ये मिश्र मतदारसंघ आहेत. पुणे व नागपूर या दोन जिल्ह्यांमध्ये शहरी व मिश्र मतदारसंघांच्या तुलनेत ग्रामीण मतदारसंघ कमी आहेत. मात्र, कोकण, उत्तर महाराष्ट्र, विदर्भ, मराठवाडा व पश्चिम महाराष्ट्रात शहरी मतदारसंघांच्या तुलनेत ग्रामीण मतदारसंघ जास्त आहेत. थोडक्यात, अशा तीन स्तरांमध्ये महाराष्ट्राचे राजकारण घडते. या तीन गटांमध्ये विभागलेल्या राजकारणाचा आरंभ १९९५ मध्ये झाला होता. या तीन गटांमध्ये राजकीय पाया विस्ताराची स्पर्धा शिवसेना-भाजप व काँग्रेस-राष्ट्रवादी काँग्रेस अशा दोन मुख्य आघाड्यांमध्ये गेली पंधरा वर्षे सुरू आहे. या बदलामुळे गेल्या पंधरा वर्षांत महाराष्ट्राच्या राजकारणावरील ग्रामीण राजकारणाचा प्रभाव कमी झाला.

तक्ता क्र. १ वरून असे दिसते की, महाराष्ट्रातील शहरी राजकारणाचे स्वरूप चार प्रकारचे आहे. एक म्हणजे, महाराष्ट्रात शहरी मतदारसंघ अधिककरून मुंबई, मुंबई उपनगर, ठाणे, नाशिक, पुणे, औरंगाबाद व नागपूर या सात जिल्ह्यांमध्ये विभागलेले आहेत. या सात जिल्ह्यांमध्ये हे शहरी राजकारण एकत्रितपणे घडते; कारण राज्यातील ९७ शहरी मतदारसंघांपैकी ७७ जागा या सात जिल्ह्यांत मोडतात. दुसरे म्हणजे, मुंबई, मुंबई उपनगर, ठाणे या तीन जिल्ह्यांत एकूण ९७ पैकी ५२ शहरी मतदारसंघ आहेत. याचा अर्थ निम्म्यापेक्षा जास्त शहरी राजकारण मुंबई, मुंबई उपनगर, ठाणे येथे घडते. ही शहरी राजकारणाची मध्यभूमी आहे. तिसरे म्हणजे, मुंबई, मुंबई उपनगर, ठाणे, नाशिक, पुणे या पाच जिल्ह्यांमध्ये ६८ मतदारसंघ शहरी

तक्ता क्र. १ : राज्यातील शहरी मतदारसंघांचा पक्ष व जिल्ह्यानिहाय निकाल (२००९)

जिल्हे	काँग्रेस	राष्ट्रवादी	शिवसेना	भाजप	मनसे	इतर/अपक्ष
मुंबई	६(५)	१(२)	–(७)	१(२)	२	–(१)
मुंबई उपनगर	११(१०)	०२(२)	४(२)	४(३)	४	१
ठाणे	–	४(२)	४(२)	२(१)	२	४(१)
रायगड	१	–	–	–	–	–(१)
रत्नागिरी	–	१(१)	–	–	–	–
नाशिक	–(२)	–	१(१)	–	३	१
धुळे	–	–(१)	–	–	–	१
जळगांव	–	१(१)	१(–)	१(१)	–	–
अकोला	–	–	–	–	–	–
अमरावती	१(१)	–(१)	–	४(१)	–	१
नागपूर	२(४)	–	–	१(१)	–	–
चंद्रपूर	–	–	–	–	–	–
नांदेड	२	–	–(१)	–	–	–
जालना	१	–	–(१)	–	–	–
औरंगाबाद	१(२)	–	१	–	–	१
लातूर	१(१)	–	–	–	–	–
सोलापूर	१	–	–	१(१)	–	–(१)
अ.नगर	–	–	१(१)	–	–	–
पुणे	२(३)	२(१)	२(१)	२(१)	१	२
सातारा	–	१	–	–	–	–
सांगली	–	–	–	१	–	–(१)
कोल्हापूर	१(२)	–	१	१	–	–
एकूण	३०(३०)	१२(१२)	१५(१६)	१८(११)	१२	११(५)

(स्रोत : लेखक, टीप : कंसातील आकडे २००४ मधील विधानसभा निवडणुकीतील जागा दर्शवितात.)

आहेत. याचा अर्थ, मुंबई-नाशिक-पुणे या त्रिकोणापलीकडे केवळ १९ शहरी विधानसभा मतदारसंघ आहेत. चौथे म्हणजे, मुंबई, मुंबई उपनगर, ठाणे, नाशिक, पुणे, औरंगाबाद व नागपूर या सात जिल्ह्यांच्या बाहेर केवळ २० शहरी विधानसभा मतदारसंघ आहेत; म्हणजेच, शहरी मतदारसंघांच्या राज्यातील विस्तारात बरीच असमानता आहे व परिणामी या सात जिल्ह्यांच्या बाहेर, राज्यातील इतर २८ जिल्ह्यांत निमशहरी व ग्रामीण पद्धतीचे राजकारण घडते.

मतदारसंघ पुनर्रचनेमुळे महाराष्ट्रातील शहरी विधानसभा मतदारसंघ ८ टक्क्यांनी वाढले. २००४ च्या तुलनेत २३ शहरी जागा नव्याने उपलब्ध झाल्या; म्हणजेच मतदारसंघ पुनर्रचनेमुळे शहरी मतदारसंघांची २००४ मधील संख्या ७४ वरून २००९ मध्ये ९७ वर गेली. याचा अर्थ, गेल्या विधानसभेच्या तुलनेत या विधानसभेत शहरी भागातून २३ आमदार जास्त निवडून आले.

आज राज्यातील शहरी राजकारण पक्षीय स्तरांवर एकसंघ राहिलेले नाही. ते बहुध्रुवी झाले आहे. राज्यातील ९७ शहरी मतदारसंघ चार पक्षांमध्ये विभागले गेले आहेत; त्यामुळे शहरी राजकारणावर कोणत्याच एका पक्षाला ५० टक्क्यांपर्यंतही नियंत्रण मिळवता आलेले नाही. या निवडणूकीत काँग्रेस-राष्ट्रवादी काँग्रेस आघाडीला ४३.२९ टक्के शहरी जागा मिळाल्या, तर शिवसेना-भाजप युतीस ३४.०२ टक्के शहरी जागा मिळाल्या. या आकडेवारीचे तीन अर्थ दिसतात. एक म्हणजे, काँग्रेस-राष्ट्रवादी काँग्रेस आघाडीने शहरी भागात शिवसेना-भाजपच्या तुलनेत जास्त शिरकाव केला आहे. काँग्रेस पक्षाने शहरी हितसंबंधांचादेखील आपण प्रतिनिधी असल्याची आपली प्रतिमा उभी करण्यात यश मिळवलेले दिसते. दुसरे म्हणजे, शिवसेना-भाजप या शहरी राजकीय पक्षांनी आपला शहरी आधार जपण्याचा प्रयत्न केला; परंतु, या खेपेसदेखील त्यांना त्यात यश आले नाही. तिसरे म्हणजे, प्रमुख दोन आघाड्यांच्या बाहेर एक-चतुर्थांश राजकीय शक्ती शहरी भागात आहे. यामध्ये मनसे हा एक मोठा गट आहे. मनसे वगळून उरलेला गट हा छोट्या-छोट्या पक्षांचा आहे (उदा. समाजवादी पक्ष, लोकसंग्राम, जनसुराज्य पक्ष इ.) म्हणजेच, शहरी भागातील ८ टक्के वाढलेल्या जागा मिळविण्यात दोन प्रमुख आघाड्यांना फार यश लाभलेले नाही; त्यामुळे शहरी राजकारण बहुध्रुवी झाले.

काँग्रेस पक्षाने जिंकलेल्या ८२ जागांपैकी ३० जागा व राष्ट्रवादी काँग्रेस पक्षाने जिंकलेल्या ६२ पैकी १२ जागा या शहरी आहेत. २००४ मध्ये काँग्रेस पक्षांना राज्य स्तरावर मिळालेल्या जागांचे प्रमाण हेच होते. मात्र, विभाग व जिल्ह्यानिहाय जिंकलेल्या शहरी जागांमध्ये यंदा बदल झाले. मुंबई-ठाणे या शहरी भागात काँग्रेस पक्षाच्या दोन जागा वाढल्या, तर कोकण विभागात शेकापकडील

पनवेलची शहरी जागा काँग्रेस पक्षाकडे सरकली. पूर्व विदर्भात काँग्रेस पक्षाच्या नागपूरमधील दोन जागा भाजपकडे सरकल्या. मराठवाडा विभागात २००४ च्या तुलनेत या खेपेस शहरी जागांची संख्या फक्त एकाने वाढली. ही नवनिर्वाचित जागा नांदेड येथील आहे; ही जागा काँग्रेसला मिळाली. पश्चिम महाराष्ट्रात काँग्रेस पक्षाची एक शहरी जागा कमी झाली. सोलापूर शहरात २००४ च्या तुलनेत काँग्रेसला मिळाली. पश्चिम महाराष्ट्रात काँग्रेस पक्षाची एक शहरी जागा कमी झाली. सोलापूर शहरात २००४ च्या तुलनेत काँग्रेसची एक जागा वाढली तरी पुणे व कोल्हापूर येथे काँग्रेस पक्षाच्या प्रत्येकी एक-एक जागा कमी झाल्या. दुसरीकडे, राष्ट्रवादी काँग्रेस पक्षाची मुंबई-ठाणे भागातील एक जागा कमी झाली. उत्तर महाराष्ट्रातील जळगांव शहर व धुळे या दोन जागा शिवसेना आणि लोकसंग्राम या पक्षांकडे सरकल्या. राष्ट्रवादी काँग्रेसने २००४ च्या तुलनेत २००९ मध्ये पूर्व विदर्भ, पश्चिम विदर्भ व मराठवाडा विभागातील प्रत्येकी एक शहरी जागा पटकावली. पश्चिम महाराष्ट्रात मात्र राष्ट्रवादी काँग्रेस पक्षाच्या शहरी जागा २००४ प्रमाणेच राहिल्या. विशेष म्हणजे, पश्चिम महाराष्ट्रातील शहरी भागात राष्ट्रवादी काँग्रेस पक्षाचे दोन बंडखोर निवडून आले (चिंचवड व भोसरी). यावरून असे दिसते की, शहरी भागात काँग्रेस व राष्ट्रवादी काँग्रेस यांच्या जागांचे आकडे समान राहिले, तरी त्यात अंतर्गत बदल झाले. काँग्रेस पक्षाची प्रतिमा या शहरी निवडणुकीत उजळ झाली. तक्ता क्र. १ वरून असे दिसते की, मुंबई, मुंबई उपनगर, रायगड, अमरावती, नागपूर, गोंदिया, नांदेड, जालना, औरंगाबाद, लातूर, सोलापूर, पुणे, सातारा व कोल्हापूर अशा १४ जिल्ह्यांतील शहरी जागा काँग्रेसच्या नावावर गेल्या आहे. सांगली, अहमदनगर, अकोला, जळगाव, धुळे व नाशिक या सहा जिल्ह्यांत मात्र त्याला एकही शहरी जागा मिळालेली नाही. राष्ट्रवादी काँग्रेस, शिवसेना व भाजप यांच्या तुलनेत काँग्रेस पक्षाची शहरी भागातील कामगिरी उठावदार दिसते. काँग्रेस पक्षाच्या एकूण ३० शहरी जागांपैकी निम्म्याहून अधिक (१७ जागा) या मुंबई व मुंबई उपनगर या दोन ठिकाणी आहेत. येथे मनसे व शिवसेना-भाजप युती यांच्यामधील मतविभाजनाचा फायदा काँग्रेस पक्षाला मिळाला. तरीही, शहरी भागात भाजप व शिवसेना या दोन मूळच्या शहरी पक्षांना काँग्रेसने मागे टाकले असे निवडून आलेल्या आमदारांच्या संख्येवरून दिसते.

तक्ता क्र. २ : मिश्र मतदारसंघातील आमदारांचे विभाग व पक्षनिहाय वर्गीकरण (२००९)

विभाग	काँग्रेस	राष्ट्रवादी	शिवसेना	भाजप	इतर	अपक्ष	एकूण
कोकण	१	३	–	–	२	१	७
उ. महाराष्ट्र	२	३	२	१	–	२	१०
विदर्भ	५	३	६	५	१	४	२४
मराठवाडा	४	३	३	२	–	१	१३
प. महाराष्ट्र	५	२	४	२	१	२	१६
एकूण	१७	१४	१५	१०	४	१०	७०

(स्रोत : लेखक)

शिवसेनेच्या तुलनेत भाजपची शहरी भागात कामगिरी जास्त भरीव ठरली. शहरी भागात शिवसेनेचा अधिकतर पराभव झाला, तर भाजप शिवसेनेच्या पुढे गेला. भाजपच्या ४६ जागांपैकी १८ व शिवसेनेच्या ४४ जागांपैकी १५ जागा शहरी आहेत. मुंबई जिल्ह्यात शिवसेनेच्या सात जागा कमी झाल्या. त्या बदल्यात मुंबई उपनगर व ठाणे जिल्ह्यांत प्रत्येकी दोन जागा तिने काबीज केल्या. नांदेड व जालना या दोन शहरी जागा या खेपेस शिवसेनेकडून काँग्रेसकडे सरकल्या तर जळगांवची शहरी जागा राष्ट्रवादी काँग्रेसकडून शिवसेनेकडे सरकली. उलट, भाजपच्या सात शहरी जागा वाढल्या; हा बदल मोठा आहे. खरे तर, पक्षाची मुंबईमधील एक जागा कमी झाली. मात्र, नागपूरमध्ये तीन व पुणे, सांगली, कोल्हापूर, मुंबई उपनगर आणि ठाणे येथे पक्षाची प्रत्येकी एक जागा वाढली.

संबंधित पक्षांचे शहरी भागातून निवडून आलेले उमेदवार व इतर महाराष्ट्रातून त्यांचे निवडून आलेले उमेदवार यांची जर तुलना केली तर असे दिसते की, शिवसेना व भाजप या दोन पक्षांना निम्म्यापेक्षा कमी जागा शहरी भागातून मिळाल्या आहेत. काँग्रेस पक्षाच्यादेखील निम्म्यापेक्षा कमी जागा शहरी भागातून निवडून आल्या आहेत. याचा अर्थ, राज्यातील चारही प्रमुख पक्षांचे शहरी भागातील संख्याबळ ५० टक्क्यांपेक्षा कमी राहिले; याचे कारण म्हणजे मनसे व अपक्ष आणि इतर यांचा शहरी भागात प्रभाव राहिला आहे (पाहा तक्ता क्र. १). मनसेला १२ तर अपक्ष आणि छोट्या पक्षांना शहरी भागात ११ जागा मिळाल्या आहेत. सप, लोकसंग्राम व जनसुराज्य पक्ष या छोट्या पक्षांना शहरी राजकारणात स्थान मिळाले आहे. मतदारसंघ पुनर्रचनेमुळे शहरी भागात नव्याने उपलब्ध झालेल्या काही जागा या मनसे (नाशिक व पुणे), लोकसंग्राम (धुळे), जनसुराज्य पक्ष (मालेगांव) या छोट्या पक्षांना मिळाल्या.

शहरी मतदारसंघांतील आमदारांचे सामाजिक स्वरूप

आमदारांच्या सामाजिक स्वरूपाआधारे शहरी मतदारसंघांचे मुंबई-मुंबई उपनगर व इतर सर्व जिल्ह्यांतील मतदारसंघ असे विभाजन करता येते. मुंबईमधून ३६ पैकी १९ अमराठी आमदार व १७ मराठी आमदार निवडून आले; तर शेजारील ठाणे जिल्ह्यातून १६ पैकी केवळ चार आमदार अमराठी आहेत. यामध्ये एक सिंधी, एक ख्रिश्चन व दोन मुस्लीम आहेत. या दोन मुस्लीम आमदारांपैकी एक महाराष्ट्रीयन तर दुसरा अमराठी मुस्लीम आहे, यावरून असे दिसते की, मुंबई-मुंबई उपनगर येथे अमराठी लोकांचे राजकारण प्रभावी ठरते, तर ठाणेसह उरलेल्या ६५ मतदारसंघांत स्थानिक लोकांचे राजकारण प्रभावी ठरते. साहजिकच, अमराठी भाषिकांमध्ये बस्तान असलेल्या काँग्रेसला मुंबई व मुंबई उपनगरांमध्ये घवघवीत यश मिळाले. येथील काँग्रेस पक्षाचे १७ पैकी १२ आमदार अमराठी आहेत. लक्षणीय म्हणजे, भाजपचे मुंबई व मुंबई उपनगरांतून या वेळी निवडून आलेले पाचही आमदार अमराठी आहेत. निवडून आलेले शिवसेनेचे चारपैकी चार, मनसेचे सहापैकी सहा तर राष्ट्रवादी काँग्रेसचे तीनपैकी दोन आमदार मराठी आहेत. शिवसेना, मनसे व राष्ट्रवादी काँग्रेस यांच्यामध्ये मराठी मतदारांसाठी राजकीय स्पर्धा दिसते. हा शहरी भाग अन्य शहरी मतदारसंघांच्या तुलनेत जास्त मिश्र लोकवस्तीचा आहे. या भागाचे शहरीकरण होऊन मोठा कालावधी गेला आहे. या तुलनेत ठाणे व नाशिक येथे नव्याने शहरीकरण झाले. या भागात काँग्रेस पक्षाचे शहरी उमेदवार निवडून आले नाहीत. ठाणे, नाशिक, पुणे, औरंगाबाद, नागपूर येथील शहरी मतदारसंघांत महाराष्ट्राशी संबंधित मराठी उमेदवार जास्त निवडून आले आहेत. ठाणेमध्ये भाजप २ (सिंधी व मराठा), राष्ट्रवादी काँग्रेस ४ (आगरी-दोन, वंजारी-एक, ख्रिश्चन-एक), शिवसेना ४ (मराठा-तीन, एस.सी.-एक), मनसे २ (दोघेही मराठा), बहुजन विकास आघाडी १ (आगरी), समाजवादी पक्ष २ (दोघेही मुस्लीम) व अपक्ष २ (१ कराडे आणि १ मराठा) अशा समाजगटांचे उमेदवार निवडून आले. मुंबईवर अमराठी आमदारांचा पगडा आहे तसा ठाण्यावर नाही. स्थानिक जातिगटांतील आमदार ठाण्याच्या शहरी भागातून निवडून आले आहेत. ठाण्याप्रमाणे उत्तर महाराष्ट्रातून देखील स्थानिक उमेदवार निवडून आले. शिवसेना १ जैन (जळगांव) व १ चर्मकार (देवळाली), मनसे १ माळी व २ मराठा, लोकसंग्राम पक्ष १ धनगर व जनसुराज्य पक्षाच्या १ मुस्लीम उमेदवार महाराष्ट्रीयन आहेत. पश्चिम विदर्भातील अकोला पश्चिम (भाजप), अमरावती (काँग्रेस), बडनेरा (अपक्ष) या मतदारसंघांतून अमराठी उमेदवार निवडून आले. मात्र, अमरावती व बडनेरा येथील राजपूत हे येथील स्थानिक लोक आहेत. पूर्व विदर्भातील

गोंदियाचा अपवाद वगळता सर्व शहरी आमदार मराठी आहेत. विदर्भात भाजप ४ (उच्च जातीय एक, अनुसूचित जाती एक व कुणबी दोन), काँग्रेस १ तेली व १ अनुसूचित जाती, शिवसेना १ (अनुसूचित जाती), अपक्ष १ मराठा याप्रमाणे स्थानिक जातिगटांतील उमेदवार निवडून आले. मराठवाडा विभागात सातपैकी केवळ दोन जैन अमराठी आहेत तर पश्चिम महाराष्ट्रातील एक सोडून सर्व शहरी आमदार मराठी आहेत. याचा अर्थ, मुंबईचे राजकारण मराठी-अमराठी आमदारांमध्ये विभागले गेले आहे. त्या तुलनेत राज्यातील उर्वरित शहरी राजकारण स्थानिक समाजाकडे राहिले आहे.

मिश्र मतदारसंघांतील निकाल

महाराष्ट्रात ७० मतदारसंघ निमशहरी व निमग्रामीण अशा मिश्र स्वरूपाचे आहेत. मिश्र मतदारसंघांत काँग्रेस १७, राष्ट्रवादी काँग्रेस १४, भाजप १०, शिवसेना १५, इतर ४ व अपक्ष १० अशा जागा विभागल्या गेल्या (पहा तक्ता क्र. २). शहरी मतदारसंघांच्या तुलनेत मिश्र मतदारसंघांत राष्ट्रवादी काँग्रेस पक्षाला ४४.२८ टक्के जागा मिळाल्या आहेत. काँग्रेस पक्षाला मिश्र मतदारसंघांत शहरी मतदारसंघांच्या तोडीची कामगिरी करता आलेली आहे. भाजप व शिवसेना (३७.७१ टक्के जागा) या पक्षांनाही यश मिळालेले दिसते. याचा अर्थ, निमशहरी भागात प्रमुख चार पक्षांमध्ये राजकीय स्पर्धा होती. या स्पर्धेमध्ये काँग्रेस पक्षाला सर्वांत जास्त जागा मिळाल्या. काँग्रेस व राष्ट्रवादी काँग्रेस पक्षाला प्रत्येक विभागात यश मिळाले. मात्र, भाजप-शिवसेनेला कोकण विभागात एकही जागा मिळाली नाही. मिश्र मतदारसंघांत कोणत्याही एका पक्षाला जास्त पुढे जाता आलेले नाही. मिश्र मतदारसंघांत मुख्य राजकीय स्पर्धा द्विध्रुवीय स्वरूपाची राहिली.

तक्ता क्र. ३ : ग्रामीण मतदारसंघांतील आमदारांचे विभाग व पक्षनिहाय वर्गीकरण (२००९)

विभाग	काँग्रेस	राष्ट्रवादी	शिवसेना	भाजप	इतर	अपक्ष	एकूण
कोकण	१	२	५	३	३	-	१४
उ. महाराष्ट्र	४	५	२	४	१	२	१८
विदर्भ	१६	१	२	७	-	२	२८
मराठवाडा	९	९	३	-	२	३	२६
प. महाराष्ट्र	५	१९	२	४	२	३	३५
एकूण	३५	३६	१४	१८	८	१०	१२१

(स्रोत : लेखक)

तक्ता क्र. ४ : ग्रामीण मतदारसंघांतील आमदारांचे जात व पक्षनिहाय वर्गीकरण (२००९)

जात	काँग्रेस	राष्ट्रवादी	शिवसेना	भाजप	इतर	अपक्ष	एकूण
उच्च जात	२	–	–	–	१	१	४
मराठा–कुणबी	१७	२६	६	४	१	७	६१
ओ.बी.सी.	७	२	३	९	५	–	२६
एस.सी.	१	३	३	२	–	१	१०
एस.टी.	७	४	२	३	१	१	१८
मुस्लीम	१	१	–	–	–	–	२
एकूण	३५	३६	१४	१८	८	१०	१२१

(स्रोत : लेखक)

मिश्र मतदारसंघांत स्थानिक जातिगटांतील उमेदवार निवडून आले. मिश्र मतदारसंघांतून भाजपचा केवळ एक अमराठी उमेदवार निवडून आला. काँग्रेस पक्षाने जिंकलेल्या १७ मिश्र जागांपैकी आठ ठिकाणी मराठा कुणबी समाजाचे उमेदवार निवडून आले, तर उर्वरितपैकी तीन अनुसूचित जमाती व दोन अनुसूचित जातींचे आहेत. एक ओ.बी.सी., एक अमराठी, एक लिंगायत व एक राजपूत असे इतर चार उमेदवार काँग्रेस पक्षाकडून निमशहरी भागातून निवडून आले. राष्ट्रवादी काँग्रेस पक्षाच्या १४ मिश्र जागांपैकी ७ मराठा कुणबी व ६ ओ.बी.सी. समाजाचे आमदार आहेत. शिवसेनेच्या १५ मिश्र जागांपैकी ९ मराठा कुणबी, २ ओ.बी.सी. व ३ अनुसूचित जातींचे आमदार झाले आहेत. भाजपच्या पक्षाच्या १० मिश्र जागांपैकी २ मराठा, ४ ओ.बी.सी., एक मारवाडी व ३ अनुसूचित जातींचे आमदार आहेत. थोडक्यात, मिश्र मतदारसंघांवर स्थानिक जातिगटांचे नियंत्रण राहिल्याचे दिसते.

ग्रामीण मतदारसंघांवर दोन्ही काँग्रेसचे नियंत्रण

मतदारसंघ पुनर्रचनेमुळे १२१ मतदारसंघ पूर्णपणे ग्रामीण स्वरूपाचे राहिले व पूर्वीचे ७६ मतदारसंघ 'ग्रामीण' या कोटीतून वगळले गेले. परिणामी, ग्रामीण विभागाचा महाराष्ट्राच्या राजकारणातील प्रभाव कमी झाला. निवडक निकालांमुळे ग्रामीण राजकारणाचा प्रभाव अधिकच कमी झाल्याचे जाणवते; कारण काँग्रेस–राष्ट्रवादी काँग्रेस आघाडीचे या मतदारसंघांतून ७१ उमेदवार निवडून आले; याचाच अर्थ, निवडून आलेल्यांपैकी ५८.६७ टक्के ग्रामीण उमेदवार दोन्ही काँग्रेस पक्षांचे आहेत. म्हणजेच, ४१.३२ टक्के उमेदवार ग्रामीण हितसंबंधाच्या प्रतिनिधित्वाचा दावा करणाऱ्या काँग्रेस व राष्ट्रवादी काँग्रेस पक्षाच्या बाहेरील निघाले. एकूण १२१ ग्रामीण आमदारांपैकी ५० बिगर–काँग्रेस आघाडीतील होते, त्यांपैकी सेना–भाजपचे ३६ उमेदवार निवडून आले.

काँग्रेसच्या वाट्याला आलेल्या ३५ ग्रामीण मतदारसंघांपैकी १६ विदर्भातील आहेत. राष्ट्रवादी काँग्रेस पक्षाच्या ३६ ग्रामीण मतदारसंघांपैकी १९ पश्चिम महाराष्ट्रातील आहेत (पाहा तक्ता क्र. ३). याचा अर्थ, विदर्भातील ग्रामीण मतदारसंघांमध्ये काँग्रेसचा तर पश्चिम महाराष्ट्रातील ग्रामीण मतदारसंघांत राष्ट्रवादीचा जोर राहिला. मराठवाडा विभागात दोन्ही काँग्रेस पक्षांना ग्रामीण मतदारसंघांत समान जागा जिंकता आल्या.

तक्ता क्र. ५ : ग्रामीण, शहरी व मिश्र मतदारसंघांतील पक्षनिहाय निकाल, २००४ व २००९

विभाग	मतदारसंघ	काँग्रेस		राष्ट्रवादी		शिवसेना		भाजप		इतर	
		'०४	'०९	'०४	'०९	'०४	'०९	'०४	'०९	'०४	'०९
कोकण	ग्रामीण	२	१	–	२	८	४	२	१	१	३
	शहरी	–	१	१	१	–	–	–	–	१	–
	मिश्र	–	–	२	२	१		–	–	–	–
मुंबई–ठाणे	ग्रामीण	–	–	२	–	१	१	१	२	१	–
	शहरी	१५	१७	६	७	११	८	६	७	२	१४
	मिश्र	–	१	१	१	–	–	–	–	१	२
उ. महाराष्ट्र	ग्रामीण	७	४	९	५	५	२	४	४	३	२
	शहरी	२	–	२	१	१	२	–	–	–	५
	मिश्र	–	२	–	३	१	२	२	१	–	२
प.विदर्भ	ग्रामीण	३	९	३	–	५	२	८	२	३	–
	शहरी	१	१	१	–	–	–	१	१	–	१
	मिश्र	१	३	१	२	३	२	२	२	१	४
पू.विदर्भ	ग्रामीण	८	७	४	१	१	–	७	५	२	–
	शहरी	४	२	–	–	–	–	२	५	–	१
	मिश्र	२	२	२	१	१	३	–	३	–	१
मराठवाडा	ग्रामीण	३	९	१०	९	१०	३	१०	–	२	५
	शहरी	३	५	–	–	२	१	–	–	–	१
	मिश्र	१	४	१	३	२	३	१	२	१	१
प.महाराष्ट्र	ग्रामीण	८	५	२२	१९	५	२	५	४	१२	७
	शहरी	५	४	२	३	२	४	२	५	२	३
	मिश्र	४	५	२	२	३	४	१	२	–	२
एकूण		६९	८२	७१	६२	६२	४३	५४	४६	३२	५४

(स्रोत : लेखक)

कोकणातील ग्रामीण मतदारसंघांत शिवसेना–भाजपला मतदारांचा कौल मिळाला होता. भाजपचा मराठवाडा विभागातील ग्रामीण मतदारसंघात पूर्ण पराभव झाला

होता. खरे तर, शिवसेनेच्या तुलनेत भाजपला ग्रामीण भागात जास्त जागा मिळाल्या आहेत कारण विदर्भ विभागात भाजपला बऱ्यापैकी जागा मिळाल्या, ग्रामीण भागात शेकापला चार जागा मिळाल्या (अलिबाग, पेण, उरण व सांगोला). विशेष म्हणजे, या चारपैकी तीन जागा रायगड जिल्ह्यातील होत्या. समाजवादी पक्षाला नवापूर, मनसेला कन्नड, जनसुराज्य पक्षाला शाहूवाडी व राष्ट्रीय समाज पक्षाला अहमदपूर अशा प्रत्येकी एक जागा मिळाल्या होत्या.

महाराष्ट्रातील ग्रामीण मतदारसंघांतून निवडून आलेल्यांपैकी ५० टक्के उमेदवार मराठा-कुणबी समाजाचे होते. अनुसूचित जाती व जमातींचे मतदारसंघ वगळून सर्वसाधारण जागांवरील मराठा उमेदवार निवडून येण्याचे प्रमाण ६५.५९ टक्के इतके होते. या आकडेवारीवरून असे दिसते की, मतदारसंघ पुनर्रचनेनंतर देखील ग्रामीण भागावर मराठा जातसमूहाचे नियंत्रण राहिले. मराठा समाजाच्या एकूण ६१ आमदारांपैकी ४३ हे काँग्रेस व राष्ट्रवादी काँग्रेस पक्षाचे आहेत (पाहा तक्ता क्र. ४). याचा अर्थ, दोन्ही काँग्रेसकडे ७० टक्के आमदार मराठा समाजाचे आहेत, तर शिवसेना-भाजपचे केवळ १६.३९ टक्के आमदार मराठा समाजाचे आहेत; यावरून असे म्हणता येते की, दोन्ही काँग्रेस पक्षांचे मराठा समाजामार्फत ग्रामीण भागावर नियंत्रण होते. काँग्रेस पक्षापेक्षा राष्ट्रवादी काँग्रेस हा ग्रामीण मराठा समाजाचा प्रतिनिधी असल्याची प्रतिमा जपून होता. इतर सर्व समाजगटांचे राजकारण विखुरलेले दिसते. काँग्रेस पक्षाच्या ३५ ग्रामीण जागांपैकी १७ ठिकाणी मराठा-कुणबी समाजाचे उमेदवार निवडून आले तर उर्वरितांपैकी ७ ओ.बी.सी., ७ अनुसूचित जमाती व एक अनुसूचित जातीचे आहेत. याशिवाय, काँग्रेसच्या तिकिटावरून दोन लिंगायत, एक कोमटी व एक मुस्लीम उमेदवार निवडून आले. राष्ट्रवादी काँग्रेस पक्षाचे निवडून आलेल्या उमेदवारांपैकी २६ मराठा, २ ओ.बी.सी., ४ अनुसूचित जमातीचे, ३ अनुसूचित जातींचे व एक मुस्लीम आहेत (पाहा तक्ता क्र. ४). शिवसेनेने जिंकलेल्या १४ ग्रामीण जागांपैकी ६ ठिकाणी मराठा-कुणबी, ३ ठिकाणी ओ.बी.सी., ३ ठिकाणी अनुसूचित जातीचे व २ ठिकाणी अनुसूचित जमातींचे उमेदवार निवडून आले आहेत. भाजपच्या १८ ग्रामीण जागांवर ४ मराठा, ९ ओ.बी.सी., ३ अनुसूचित जमातींचे व २ अनुसूचित जातींचे उमेदवार निवडून आले. शेकापचे निवडून आलेले चारही उमेदवार ओ.बी.सी. आहेत. याचा अर्थ, ग्रामीण मतदारसंघांमध्ये काँग्रेस, भाजप व शेकाप या तीन पक्षांमार्फत ओ.बी.सीं.चे राजकारण घडते. याखेरीज मराठा ओ.बी.सी. असा सत्तासंघर्ष आहे.

काँग्रेस पक्षाचा सर्वत्र समान विस्तार

१९९५ च्या निवडणुकीत काँग्रेस पक्षाच्या शहरी मतदारसंघांत पराभव झाला

होता. या मताशी २००४ व २००९ च्या निवडणुकीची तुलना करता असे दिसते की, काँग्रेस पक्षाला २००४ मध्ये ४०.५४ टक्के व २००९ मध्ये ३०.९२ टक्के जागा शहरी भागात मिळवता आल्या आहेत. म्हणजेच, अलीकडे काँग्रेसची शहरी भागातील प्रतिमा सुधारली आहे. मतदारसंघ पुनर्रचनेमुळे शहरी मतदारसंघ वाढले. मात्र, काँग्रेस पक्षाच्या शहरी जागा त्या प्रमाणात वाढल्या नाहीत; त्यामुळे २००४ व २००९ या दोन निवडणुकींत जवळजवळ १० टक्के जागांचा फरक राहिला. याचे मुख्य कारण नागपूर, ठाणे, सांगली व कोल्हापूर येथील शहरी जागा काँग्रेसकडून भाजपकडे सरकल्या हे आहे. दुसरे कारण म्हणजे, ठाणे जिल्ह्यातील शहरी मतदारसंघांत काँग्रेस पक्षाची खराब कामगिरी; शहरी जागांच्या तुलनेत ग्रामीण भागात काँग्रेस पक्षाची कामगिरी जास्त सरस ठरली. २००४ च्या तुलनेत २००९ मध्ये काँग्रेसच्या ग्रामीण भागात ४ जागा वाढल्या. काँग्रेसला २००९ मध्ये ३०.९२ टक्के शहरी व २८.९२ टक्के ग्रामीण जागा मिळाल्या आहेत. याचा अर्थ, काँग्रेस पक्षाची शहरी व ग्रामीण विभागांत जवळपास समान कामगिरी राहिली आहे. अशा प्रकारची कामगिरी राष्ट्रवादी काँग्रेस पक्षाला साधता आलेली नाही. राष्ट्रवादी काँग्रेस पक्षाला शहरी भागात १२.३७ टक्के तर ग्रामीण भागात २९.७५ टक्के जागा मिळाल्या आहेत. राष्ट्रवादी काँग्रेस पक्ष ग्रामीण हितसंबंध जपणारा पक्ष आहे, ही त्याची प्रतिमा यावरून ठळक होते.

शिवसेनेला याखेपेस ११.५७ टक्के व भाजप १४.८७ टक्के ग्रामीण जागा मिळाल्या आहेत. युतीच्या ग्रामीण जागांची टक्केवारी २६.४४ टक्के आहे, तर काँग्रेस व राष्ट्रवादी काँग्रेस पक्षाच्या ग्रामीण जागांची टक्केवारी ५८.६७ टक्के इतकी आहे. याचा अर्थ, आघाडीला ग्रामीण भागात युतीच्या दुपटीपेक्षा जास्त जागा मिळाल्या आहेत. शहरी भागात शिवसेना-भाजपच्या वाट्याला ३४.०२ टक्के जागा तर काँग्रेस व राष्ट्रवादी काँग्रेस आघाडीच्या वाट्याला ४३.२९ टक्के जागा आल्या आहेत. शहरी भागात शिवसेना व भाजपपेक्षा काँग्रेस व राष्ट्रवादी काँग्रेस आघाडीला १० टक्के जागा जास्त मिळाल्या आहेत. युतीच्या तुलनेत आघाडीला शहरी-ग्रामीण समतोल अधिक यशस्वीपणे राखता आला आहे. मनसेचा केवळ शहरी मतदारसंघांत पाया आहे, तर राष्ट्रवादीचा ग्रामीण भागात पाया आहे; यावरून राष्ट्रवादी काँग्रेसपुढे शहरी मतदारसंघांत शिरकाव करण्याचे आव्हान आहे. काँग्रेस पक्षाने मात्र शहरी व ग्रामीण अशा दोन्ही प्रकारचा समतोल राखला आहे; हे काँग्रेस पक्षाच्या यशामागील एक कारण आहे. ग्रामीण व शहरी भागांप्रमाणेच मिश्र मतदारसंघांत काँग्रेस व राष्ट्रवादी काँग्रेस पक्षांना ४४.२८ टक्के जागा मिळाल्या आहेत; त्यामुळे ग्रामीण, शहरी व मिश्र मतदारसंघांत काँग्रेस व राष्ट्रवादी काँग्रेस या दोन्ही पक्षांची कामगिरी २००४ च्या तुलनेत जास्त भरीव राहिली आहे.

११ राजकीय आघाड्यांची पुनर्मांडणी

भाजपला स्वतःला २७.३ टक्के मते आणि २३ लोकसभेच्या जागा मिळाल्या (२०१४). भाजपचा एकपक्ष वर्चस्व म्हणून लोकसभा निवडणुकीत महाराष्ट्राच्या राजकीय रंगमंचावर नाट्यमय पद्धतीने उदय झाला. याबरोबरच भाजपचा सामाजिक चेहरा असलेले धुरंधर नेते गोपीनाथ मुंडे यांचे निधन झाले. या राजकीय घडामोडी चित्तवेधक तर होत्याच! याशिवाय, महाराष्ट्रातील बदलत्या पक्षीय स्पर्धेवर दूरगामी परिणाम होईल, अशा या घटना होत्याच.

महाराष्ट्राच्या राजकीय आखाड्यात फेरबदल दिसतोय. मुंबई-ठाणे, पुणे व नाशिक या त्रिकोणातील पंचकोनी राजकीय स्पर्धा बदलली आहे. इथे काँग्रेस, मनसेना आणि राष्ट्रवादी काँग्रेस यांच्या सामाजिक शक्तींचा ऱ्हास झाला. विदर्भात ओ.बी.सी. समाज काँग्रेसकडून भाजप-शिवसेनेत सरकला. या कायापालटामुळे काँग्रेस स्पर्धेत नवे रंग कोणत्या पद्धतीने भरणार, हा यक्ष प्रश्न होता. मराठवाड्यात दोन्ही काँग्रेसमध्ये ताकद असूनही अंतर्गत हाडवैर होते. पश्चिम महाराष्ट्रात श्रीमंत मराठा समाज राष्ट्रवादी काँग्रेस पक्षाचा सरतेशेवटीचा आधार उरला होता; यामुळे हा पक्ष इथे चातुर्यपूर्ण खेळी अजूनही करत होता. कोकणातील तीन जिल्ह्यांमध्ये दोन्ही काँग्रेस पक्षांनी दुहीवर मात केली तर स्पर्धा करू शकत होते. उत्तर महाराष्ट्रात भाजपचा दबदबा जास्त होता. हे राजकीय रंगमंचाचे चित्र दोन्ही काँग्रेस पक्षांसाठी वरवर तरी आशावादी वाटत होते. परंतु, निर्णायक राजकीय स्पर्धेसाठीची परिस्थिती यापेक्षा जास्त विदारक स्वरूपाची होती; कारण मूल्यात्मक चौकट बदलली होती. 'मूल्यात्मक फेरबदल' हा नरेंद्र मोदींनी एका निवडणुकीत केलेला बदल नाही; गेली जवळजवळ तीन दशके काँग्रेसची आर्थिक मूल्यात्मक चौकट मोडत गेली; तिची जागा 'नवभांडवलशाही' या मूल्यात्मक चौकटीने घेतली होती; ही मूल्यात्मक

चौकट दोन्ही काँग्रेस पक्षांच्या विरोधात गेली आहे; यामुळे दोन्ही काँग्रेस पक्षांचे राजकारण घडण्यास जागा शिल्लक नाही. नवी आर्थिक मूल्यात्मक चौकट शेती क्षेत्रातील उत्पादनावर अवलंबून नाही. शेतीच्या तुलनेत बिगर शेतीच्या क्षेत्रामध्ये गुंतवणूक करणाऱ्या वर्गांचा दबदबा वाढला होता; म्हणून शेती क्षेत्रातील जुने अनुग्रहाचे संबंध काम करू शकत नाहीत. दोन्ही काँग्रेस पक्षांचा आधार बिगर शेती क्षेत्रातील 'मध्यस्थ वर्ग' हा आहे. त्या मध्यस्थ वर्गाचा सामाजिक व्यवहार संवेदनाहीन आहे; शिवाय त्यांचा शासन व्यवहार लोकाभिमुख स्वरूपाचा नाही.

पक्षांच्या सामाजिक आधाराची पुनर्रचना झाली आहे. 'बहुजन समाज' ही संकल्पना दोन्ही काँग्रेस पक्षाच्या कामास येत नाही. दोन्ही काँग्रेस पक्षांना जागतिकीकरणानंतरचा आर्थिक व्यवहार हा बहुजन समाजाशी जुळवून घेता आला नाही. जातीच्या हितसंबंधाचा दावा म्हणजे दलित किंवा ओ.बी.सी. राजकारण नव्हे. दलितांमधील व ओ.बी.सीं.मधील सुट्या जातीचे हितसंबंध असे त्यास स्वरूप आले होते; यामुळे जाती-जातींमध्ये वाद वाढत गेले. माळी-मराठा, वंजारी-मराठा किंवा ब्राह्मण-मराठा अशा प्रकारचे वळण राजकारणात आले. नेतृत्व आणि जात अस्मिता यांच्यामध्ये तीव्र संघर्ष उभा राहिला आहे. माळी, ओ.बी.सी. आणि विकास अशा विरोधाभासात्मक परिस्थितीत छगन भुजबळ खोलवर रुतले. अशाच पद्धतीने नारायण राणे व अजित पवार 'मराठा आरक्षण आणि विकास' यामध्ये गुंतले गेले. काँग्रेसमध्ये दलित नेतृत्व प्रशासकीय स्वरूपाचे होते. त्यांचा जनतेशी थेट संबंध नव्हता; शिवाय त्यांचे संबंध 'दाता-याचक' स्वरूपाचे होते. या पार्श्वभूमीवर सामाजिक संबंधांचे फेरबदल झाले. व्यापार व उद्योजक या अपेक्षांमुळे दलितांनी डिक्कीची स्थापना केली; यास गोपीनाथ मुंडे यांचा पाठिंबा होता. शेतकरी ओ.बी.सीं.च्या खेरीजचा बाराबलुतेदार ओ.बी.सी. 'उद्योजक' म्हणून स्वप्न पाहात होता. यांना जातींच्या समीकरणावर आधारलेल्या राजकारणात स्वारस्य नव्हते; कारण त्यांच्या जाती संख्यात्मकदृष्ट्या छोट्या होत्या. किंबहुना, त्यांना मागासलेपणामध्ये देखील स्वारस्य नव्हते. त्यांना भौतिकसुखांची स्वप्ने सतत पडत होती; हा मानसिक फेरबदल त्यांना भाजपशी जोडून घेतो. ऐंशी सालानंतरचे मराठा राजकारण सकलजनांचे नव्हते; त्यामुळे आरंभी कुणबी आणि नंतर गरीब मराठा शिवसेना भाजपकडे स्थलांतरित झाले. काँग्रेस पक्षाला या गोष्टी समजत नव्हत्या. राहूल गांधी तरुण ब्रिगेड घराण्याच्या हितसंबंधांचे प्रतीक होते; तर दलित, ओ.बी.सी. आणि गरीब मराठा यांनी जातींच्या बाहेर राजकीय व्यवहार करण्याची भूमिका घेतली होती. केवळ स्वजातीय उमेदवार प्रतिनिधित्व करेल, या कळीच्या मुद्याला बगल दिली गेली. जातींच्या चौकटीबरोबरच आर्थिक चौकटीत मतदार राजकीय व्यवहार करत

होता. या मुद्याची व्याप्ती पन्नास टक्क्यांपेक्षा जास्त वाढली आहे; ही भाजपच्या महायुतीची खरी शक्ती आहे; याचा अर्थ 'जात' हा घटक राजकारणातून संपला असे नव्हे; तर, जातीच्या बरोबर आर्थिक अपेक्षा व सांस्कृतिक जाणिवा परिणामकारकपणे कार्यशील झाल्या आहेत. या शक्तीस भाजप-शिवसेना यांनी देखील नीटनेटकेपणे समजून-उमजून घेतले नाही; कारण या शक्तीस दलित, ओ.बी.सी. आणि गरीब मराठा अशा प्रकारचे राजकारण नको आहे. त्यांना भौतिक संसाधनांसाठी राजकारण अपेक्षित आहे; त्यामुळे 'नवभांडवली व्यवस्था' हा त्यांचा आदर्श आहे. नवभांडवलदारी पद्धतीशी मिळताजुळता राजकीय व्यवहार हिंदुत्वाचा आहे. नवभांडवलदारी शक्ती उजवी आहे. या उजव्या शक्तीचा विस्तार गेली तीन दशके अविरतपणे झाला आहे. महाराष्ट्रात त्या शक्तीचा आवाज सर्व जातींमध्ये स्पष्टपणे दिसतो. या नव्या सामाजिक घटकांचा समझोता भाजपच्या नेतृत्वाखाली महाराष्ट्रात घडत आहे. हा महाराष्ट्राच्या राजकारणातील मैलाचा दगड होता (२०१४).

महाराष्ट्रातील राजकीय स्पर्धेची कुस पालटली आहे. लोकसभा निवडणुकीत विधानसभा निहाय दोन्ही काँग्रेस पक्षांना प्रत्येकी १८ जागांवर व माण या विधानसभा मतदारसंघात अपक्षास आघाडी होती. यामध्ये फारमोठा फेरबदल होण्याची शक्यता नव्हती; जर दोन्ही काँग्रेस पक्षांनी दुप्पट आघाडी मिळवली तर ७४ व तिप्पट आघाडी मिळवली तर १११ विधानसभेच्या जागांपर्यंत मजल जात होती. चौपट आघाडी मिळवली तर दोन्ही काँग्रेस पक्षांना बहुमत मिळण्याची शक्यता निर्माण होते. मात्र, मूल्यात्मक फेरबदल झाल्यामुळे दुप्पट किंवा तिप्पट विधानसभा मतदारसंघात आघाडी मिळण्याची शक्यता नाही; त्यामुळे ही निवडणूक महाराष्ट्राच्या राजकारणाची पुनर्रचना करणारी ठरणार होती. दोन्ही काँग्रेसच्या जागांची संख्या तिप्पट होऊन १११ वर गेली; तरी भाजप-शिवसेनेचे बहुमत वगळता ३२ जागा शिल्लक राहतच होत्या. त्या जागी मनसेने काही कमाई केली तरी भाजप-शिवसेना सत्तेकडे जाऊ शकते. या अर्थाने, महाराष्ट्राची विधानसभा निवडणूक बंदिस्त झाली होती. मात्र, भाजप आणि शिवसेना यांच्यातील संबंधांमध्ये फेरबदल झाला. भाजपकडे नेतृत्व आहे आणि शिवसेनेची भूमिका दुय्यम होती. शिवसेनेने हा मुद्दा समजून घेतला नाही आणि मनसेच्या नेतृत्वाने मुंबई-पुणे-नाशिक या त्रिकोणात महायुतीची कोंडी केली तर मात्र, सत्तेकडे जाणारा भाजपचा अश्वमेघ अडचणीत येऊ शकतो. या अर्थाने विधानसभा निवडणूक अजूनही खुल्या स्पर्धेचे रणक्षेत्र होते; मात्र, अशी खुल्ली स्पर्धा झाली नाही.

भाजप वगळता अन्य पक्षांसाठी विधानसभेची निवडणूक त्यांच्या अस्तित्वाची लढाई ठरेल अशी होती. तथापि, भाजपसाठी ही निवडणूक त्यांना राजकीय वर्चस्वाकडून राजकीय धुरीणत्वाकडे घेऊन जाणारी प्रक्रिया होती. भाजपला केंद्रात स्पष्ट बहुमत

होते. या अर्थाने भाजपचे एकपक्षीय वर्चस्व होते. भाजपला जर राज्याची विधानसभा जिंकून घेता आली नसती, तर भाजपच्या वर्चस्वाचे धुरीणत्वामध्ये रूपांतर होण्यास मर्यादा येते; असे झाले तर नरेंद्र मोदींची 'काँग्रेस मुक्त भारत' ही घोषणा देखील तात्कालिक ठरली असती. 'काँग्रेस मुक्त भारत' ही घोषणा म्हणजे नेहरूप्रणीत प्रारूपांचा अंत आणि हिंदुत्वप्रणीत मूल्यव्यवस्थेची प्रस्थापना होय. या नव्या मूल्यात्मक आणि व्यवस्थात्मक फेरबदलाला अधिमान्यता विधानसभा निवडणुकीतून मिळणार की नाही? या अर्थाने २०१४ची विधानसभा निवडणूक मैलाचा दगड ठरली; हे चित्तवेधक महत्त्व भाजपच्या दृष्टिकोनातून या निवडणुकीचे होते.

भारत स्वतंत्र झाल्यानंतर महाराष्ट्राला निवडणुकांचा राजकीय इतिहास चौसष्ट वर्षांचा आहे. या चौसष्ट वर्षांत मराठी भाषिक प्रदेशात तेरा विधानसभेच्या निवडणुका झाल्या आहेत. या निवडणुकांच्या कालौघात त्यांचे अर्थ बदलत गेले. निवडणुकांची विषयपत्रिका व निष्पती देखील वेगवेगळी होती. निवडणुकांची संयुक्त महाराष्ट्र स्थापनेच्या आधी दोन विधानसभा निवडणुका झाल्या होत्या. या निवडणुका महाराष्ट्रातील लोकशाही राबविण्याच्या प्रक्रियेतील मोठा प्रयोग होता. संयुक्त महाराष्ट्राच्या स्थापनेनंतर अकरा विधानसभा निवडणुका झाल्या. संयुक्त महाराष्ट्राच्या स्थापनेनंतरची बारावी आणि एकूण मराठी भाषिक प्रदेशातील विधानसभेची चौदावी विधानसभा निवडणूक होती. आरंभी जनता अशिक्षित होती. मतपेटी, मतदारसंघ, प्रौढ मताधिकार या गोष्टींबद्दल फार माहिती नव्हती. या पार्श्वभूमीवर १९५२ची विधानसभा निवडणूक झाली होती. निवडणुकीमध्ये जनता आनंदी होती; कारण त्यांच्याकडे प्रौढ मताधिकार होता. प्रौढ मताधिकार म्हणजेच स्वातंत्र्य होय, असा त्याचा अर्थ होता; त्यामुळे आरंभीची विधानसभा निवडणूक हा एक 'महान प्रयोग' होता. या प्रयोगाच्यावेळी मराठी भाषिक प्रदेश तिभंगलेला होता. आजचा महाराष्ट्र आरंभीच्या निवडणुकीमध्ये मुंबई राज्य, हैदराबाद, मध्यप्रदेश या तीन राज्यांमध्ये विभागला होता; त्यामुळे विधानसभा निवडणूक मराठी भाषिकांच्या दृष्टिकोनातून तिभंगलेली होती. मराठी भाषिक राज्यांची मागणी केली जात होती; असे असूनही मराठी भाषिकांचे राजकारण धामधुमीचे नव्हते. मराठी भाषिकांच्या राजकारणात सामसूम होती. मराठी भाषिकांमध्ये असंतोष होता; तसेच स्वातंत्र्याबद्दल उत्साह असूनही राजकीय आघाडीवर मात्र, सामसूम होती. ही घडामोड अर्थातच काँग्रेस पक्षाला फायदेशीर होती; यातून पन्नाशीच्या दशकाच्या आरंभी निवडणुकांचा महान प्रयोग राबविला गेला. पन्नाशीच्या दशकातील दुसरी निवडणूक विशेष महत्त्वाची होती; कारण आरंभीच्या निवडणुकीतील राजकीय आघाडीवरील सामसूम पूर्णपणे संपली. दुसऱ्या निवडणुकीत राजकीय आघाडीवर दोन महत्त्वाच्या घटना घडल्या होत्या. एक म्हणजे, काँग्रेस विरोधाची आघाडी झाली

होती. 'बिगर काँग्रेसवाद' असा सुप्त राजकीय विचार तेव्हा होता. दुसरे म्हणजे, याखेरीज मराठी भाषिकांचे एकीकरण झाले होते; त्यामुळे मराठी भाषिकांची राजकीय ताकद एकत्रितपणे राजकीय आघाडीवर उलाढाल करत होती. तेव्हा त्यांची राजकीय इच्छाशक्ती संयुक्त महाराष्ट्र स्थापनेची होती. अर्थातच, या मुद्यावर काँग्रेस पक्ष वगळता सकलजनांचे एकमत झाले होते; त्यामुळे पश्चिम महाराष्ट्रात काँग्रेस पक्षाचा पराभव झाला. संयुक्त महाराष्ट्र समितीस यश मिळाले. परंतु, दुसरी विधानसभेची निवडणूक द्वैभाषिकराज्यांची होती; त्यामुळे मराठी भाषिकांचा असंतोष व्यक्त होऊनही काँग्रेस पक्षाला बहुमत मिळाले होते; त्यामुळे काँग्रेस पक्षाचे सरकार स्थापन झाले होते. थोडक्यात, पन्नाशीच्या दशकातील दोन्ही विधानसभा निवडणुकींमध्ये मराठी भाषिकांमध्ये राजकीय असंतोष होता. परंतु, राजकीय परिणामांची जाणीव देखील होती. प्रौढ मताधिकार आणि मतपेटीच्यामार्फत त्यांनी तो असंतोष व्यक्त केला होता; त्यामुळे भारत स्वतंत्र झाल्यानंतर 'स्वातंत्र म्हणजे काय' या प्रश्नाचे उत्तर मराठी भाषिकांनी 'प्रौढ मताधिकार' आणि 'मतपेटी' असे दिले होते. त्याची परिणामकारक क्षमता त्यांनी समजून घेतली होती. हा अत्यंत गंभीर अर्थ आरंभीच्या दोन विधानसभा निवडणूक निकालांचा होता.

१९६२ ची निवडणूक ही संयुक्त महाराष्ट्राची स्थापना झाल्यानंतरची पहिली निवडणूक होती; म्हणून या निवडणुकीचे विशेष महत्त्व आहे; कारण या निवडणुकीचा निकाल काँग्रेस पक्षाच्या बाजूचा होता; तर काँग्रेस विरोधी पक्षांचा थेट पराभव झाला होता. या निवडणुकीमुळे महाराष्ट्रात काँग्रेस व्यवस्था उदयास आली होती; त्याचे नेतृत्व यशवंतराव चव्हाण करत होते. याखेरीज या निवडणुकीचा दुसरा अर्थ महत्त्वाचा होता. महाराष्ट्रातील प्रत्येक गटास त्यांच्या राजकीय इच्छाशक्ती पूर्ण झाल्याचे समाधान होते; म्हणजेच निवडणूक निकालात जनहितवादी आशय होता; त्यामुळे १९५७च्या निवडणुकीतील काँग्रेस विरोध या निवडणुकीत मावळला होता. या निवडणुकीतून 'महाराष्ट्र समाज' अशी एक राजकीय संकल्पना आकाराला आली होती; यामुळे विविध समाजांचे अस्तित्व 'महाराष्ट्र समाज' या संकल्पनेमध्ये सामील झाले होते. विशेष म्हणजे यशवंतराव चव्हाणांनी विविध समाजांचा महाराष्ट्र समाजात समावेश केला होता. विविध समाजांचे राजकीय समावेश महाराष्ट्र समाजात करणारी ही निवडणूक होती; एव्हाना या निवडणुकीत विविध समूहांचा व्यापक समझोता, सार्वजनिक धोरणांबद्दल सकलजनांमध्ये सहमती आणि निवडणूक निकालांची परिणामकारक क्षमता यांचे एकत्रीकरण या निवडणुकीत झाले होते; यामुळे ही निवडणूक महाराष्ट्रातील सार्वजनिक विवेकाची १९५७ नंतरची दुसरी राजकीय कृती होती; तसेच हा दुसरा महत्त्वाचा राजकीय निर्णय होता; यामुळे या निवडणुकीचा अर्थ

केवळ 'काँग्रेस वर्चस्वाचा उदय' असा नव्हता. यापेक्षा वेगळा अर्थ म्हणजे, सकलजनांची निवडणुकीच्या राजकारणास अधिमान्यता या निवडणुकीने दिली होती. दुसऱ्या शब्दांत केवळ बहुमत म्हणजे 'निवडणूक निकाल' असा अर्थ पन्नास आणि साठीच्या दशकात नव्हता. त्यापेक्षा व्यापक अर्थ निवडणूक निकालांचा घेतला जात होता; म्हणून बहुमताची मर्यादा ओलांडून सकलजनांच्या लघुत्मसाधन मध्यांपर्यंत जाण्याचा प्रयत्न निवडणूक निकालांमध्ये होता. हा अर्थ १९५७ आणि १९६२ या दोन्ही निवडणुकांमध्ये होता. हा अर्थ यशवंतराव चव्हाणांनी घेतला होता. त्यांनी 'बहुजन हिताय, बहुजन सुखाय' या संकल्पनेमध्ये यामुळे महाराष्ट्रातील सकलजनांचा समावेश केला होता. मथितार्थ, १९६२ च्या विधानसभा निवडणूक निकालांमधून सकलजनवादाचा उदय झाला होता. हा अर्थ यशवंतराव चव्हाणांनी घेतला होता. परंतु, इतरांना हा अर्थ नीटनेटकेपणे वाचता आला नाही; त्यास त्यांनी कौतुकाने 'बहुजनांचे राज्य किंवा बहुमताचे राज्य' असा संकुचित अर्थ दिला. सामाजिक शास्त्रांनी देखील बहुसंख्याकांचे आणि बहुमताचे राज्य इतका मर्यादित अर्थ लावला आहे. हा अर्थ निवडणूक निकालांचा अर्थ छोटा करतो. या पार्श्वभूमीवर साठीच्या दशकातील दुसरी विधानसभा निवडणूक झाली (१९६७). या निवडणुकीमध्ये यशवंतराव चव्हाण सकलजनवादाचा अर्थ घेत होते; तर इतर नेतृत्व 'बहुमताचे राज्य' असा अर्थ घेत होते. मात्र, या दोन घटकांपैकी यशवंतराव चव्हाण यांचा प्रभाव जास्त होता; त्यामुळे महाराष्ट्रात साठीच्या दशकातील दुसरी निवडणूक सकलजनांकडे झुकलेली होती.

साठीच्या दशकातील दोन्ही निवडणुकांमध्ये सकलजनांचा प्रभाव होता. मात्र, सत्तरीच्या दशकातील दोन्ही निवडणुकांमध्ये सकलजनांच्याऐवजी बहुमताचा प्रभाव जास्त होता; यामुळे सत्तरीच्या दशकातील निवडणूक साठीच्या दशकाच्या तुलनेत फेरबदल झालेली निवडणूक होती. साठीच्या दशकामध्ये नवीन हितसंबंधी गटाचा उदय झाला होता. पाणी, शेती, सहकार यावर नियंत्रण असलेला नवा वर्ग हा बहुमताचा समर्थक होता; तर यशवंतराव चव्हाण सकलजनांचे समर्थक होते. १९७२ची निवडणूक आणि निवडणूक निकाल यांवर या गोष्टींचा परिणाम झाला होता. दुसऱ्या शब्दांत अल्पसंख्याक समूह परिघावर सरकत होते; तर बहुसंख्याक वर्ग राजकीय सत्तेच्या मध्यवर्ती सरकला होता; त्यामुळे १९७२ची निवडणूक ही बहुसंख्याकवादाचा आरंभीचा उदय होता. साठीच्या दशकातील आर्थिक व सामाजिक समझोत्यांचा ऱ्हास झाला होता; कारण सत्तरीच्या दशकात कृषी क्षेत्रातील राज्यांचे उत्पादन जवळजवळ नऊ टक्क्यांनी घटले होते. तर उद्योग व सेवा क्षेत्रांमधील राज्याचे उत्पन्न वाढले होते. शेती आणि उद्योग-सेवा या क्षेत्रांमध्ये राजकीय तणावाची सुरुवात झाली होती. या दशकात महाराष्ट्राचे राजकारण हळूहळू शेती क्षेत्राच्या विरोधात गेले.

या पार्श्वभूमीवर १९७७ची विधानसभा निवडणूक झाली. त्या निवडणुकीमध्ये शेतीचे हितसंबंध आणि उद्योग-सेवा यांच्यामध्ये सरळ लढत झाली होती. १९७७ चा निवडणूक निकाल हा गटांचे हितसंबंध जपणारा होता. तुल्यबळ गटांमध्ये राजकीय स्पर्धा धारदार झाल्याचा अर्थ १९७७च्या विधानसभा निवडणुकीचा होता. गटांच्या स्पर्धेमध्ये सर्वसामान्य जनतेला स्थान नव्हते; जनता केवळ मतदार होती; त्यामुळे सकलजनवादाचा अंत हा १९७७च्या विधानसभा निवडणुकीचा अर्थ होता; तर सरंजामी आणि भांडवली शक्तींच्या अंतर्गत राजकीय स्पर्धा सुरू झाली होती.

पन्नास आणि साठीच्या दशकात निवडणुकांमध्ये सकलजनवादाचा उदय झाला. सत्तरीच्या दशकात सकलजनवादाचा अंत झाला. ऐंशीच्या दशकामधील दोन विधानसभा निवडणुकांमध्ये महाराष्ट्राचे राजकारण, गटांच्या स्पर्धेचे राजकारण सुरू झाले. मराठा अभिजनांचा गट, नवहिंदुत्व गट, ओ.बी.सी. गट अशा विविध गटांमध्ये राजकीय स्पर्धा झाली होती. १९८० च्या विधानसभा निवडणुकीत काँग्रेस पक्षाने मराठा गट, मुस्लीम व दलित यांचे वरवरचे एक सामाजिक समीकरण मांडले होते; त्यास विरोध म्हणून हिंदुत्व, गरीब शेतकरी आणि मराठा अभिजन यांचे एक समीकरण घडले होते. परंतु, समाजामध्ये एकोपा नव्हता; या राजकीय प्रक्रियेचा विस्तार १९८५च्या निवडणुकीत झाला. शिवसेना व भाजप असे हिंदुत्व ताकदीचे दोन गट परस्पर विरोधी होते; तसेच काँग्रेस (आय) आणि काँग्रेस (एस) असे काँग्रेसचे दोन गट परस्पर विरोधी होते. याखेरीजची ताकद विखुरलेली होती; म्हणजेच ऐंशीच्या दशकांतील दोन्ही निवडणूक निकलांचा अर्थ गटांमधील राजकीय स्पर्धा हा होता. गटांमध्ये राजकीय स्पर्धा असूनही काँग्रेस पक्षाने दोन्ही निवडणुकांमध्ये बहुमत मिळवले होते.

नव्वदीच्या दशकात १९९०, १९९५ व १९९९ अशा तीन विधानसभा निवडणुका ओ.बी.सी.चा राजकीय दबाव वाढल्यानंतर झाल्या होत्या. या दशकातील निवडणुका या राजकीय आघाडी करून लढवल्या गेल्या होत्या. शिवसेना आणि भाजप या दोन पक्षांनी हिंदुत्वाच्या मुद्यावर आघाडी घेतली होती. काँग्रेस विरोधातील राजकीय ताकद शिवसेना-भाजप संघटित करत होती. १९९०च्या निवडणुकीमध्ये काँग्रेस विरोधातील ताकद स्पष्टपणे दिसून आली. शिवाय शिवसेना-भाजप विरोधातील ताकद देखील एकसंघ करण्याचा प्रयत्न झाला होता. मात्र, काँग्रेस परिवार, जनता दल, बहुजन महासंघ आणि बहुजन समाज पक्ष यांच्यामध्ये हिंदुत्व विरोधातील राजकीय ताकद विभागली गेली होती. मात्र, १९९०च्या निवडणूक निकालाचा अर्थ काँग्रेस व्यवस्थेचा ऱ्हास झाला हा होता; तसेच नव्या हिंदुत्व पक्षांना सामाजिक आधार मिळत आहे, असाही होता. १९९५च्या निवडणुकीत राजकीय सत्तांतर

झाले. राजकीय सत्तांराचा अर्थ व्यापक होता. नवीन आर्थिक सुधारणांमुळे शेतकरी-कामगार असा वर्ग काँग्रेस विरोधात गेला होता. नवीन आर्थिक सुधारणांमधून पुढे आलेल्या वर्गातून शिवसेना-भाजपमध्ये नवे नेतृत्व उदयास आले. उद्योग आणि सेवा क्षेत्रातील नेतृत्वाचा विजय १९९५च्या निवडणुकीत झाला. तर महिला आरक्षण व ओ.बी.सी. आरक्षणाचा दावा करणाऱ्या काँग्रेस पक्षाचा पराभव झाला; म्हणजेच १९९५च्या निवडणूक निकालाचा अर्थ आरक्षण विरोधाचा विचार प्रकट करणारा होता; त्यामुळे या निवडणुकीत आरक्षण समर्थकांचा पराभव झाला होता. नव्वदीच्या दशकातील शेवटची निवडणूक फारच मनोरंजक होती; कारण सत्ताधारी शिवसेना-भाजप एकसंघपणे लढत होते; तर काँग्रेसमध्ये फूट पडून काँग्रेस व राष्ट्रवादी काँग्रेस परस्परांच्या विरोधात लढत होती. या निवडणुकीत 'महाराष्ट्राची अस्मिता' हा कळीचा मुद्दा होता. त्रिकोणी राजकीय स्पर्धा होऊन स्पष्ट बहुमत मिळाले नाही; निवडणुकीनंतर दोन्ही काँग्रेस पक्षांनी आघाडी करून सरकार स्थापन केले. या निवडणूक निकालाचा अर्थ असा होता की, कोणत्याही एक पक्षाला विस्तार करता आला नाही. राजकीय पक्षांना विस्तार करण्यास मर्यादा आल्या होत्या. या मर्यादा पार करण्यासाठी काँग्रेस-राष्ट्रवादी काँग्रेस पक्षांची आघाडी झाली होती. या निवडणुकीने काँग्रेस व राष्ट्रवादी काँग्रेस आघाडीचा पाया घातला गेला.

नवीन शतकात दोन विधानसभा निवडणुका झाल्या. या दोन्ही विधानसभा निवडणुकांमध्ये शिवसेना-भाजप आणि काँग्रेस-राष्ट्रवादी काँग्रेस अशी आघाडी झाली होती. राजकीय पक्ष विधिनिषेध पाळत नव्हते. या निवडणुकांमध्ये पैशांचा वापर वाढला होता. राजकीय पक्षांची अवस्था 'चार खुंट जहागीर' अशी होती. १९९९ची निवडणूक धरून या दशकात काँग्रेस-राष्ट्रवादी काँग्रेस पक्षांनी तीन निवडणुकांमध्ये सरकार स्थापन केले. मात्र, निवडणुकीचा निकाल कोणत्याही एका पक्षाच्या बाजूने नव्हता. निवडणूक निकालांचा अर्थ गटांची बेरीज असा होता. याशिवाय, निवडणुका जिंकण्याचे विशिष्ट तंत्र आत्मसात केल्याचे दिसून येत होते. राजकीय पक्षांना कार्यकर्त्यांची उणीव जाणवत होती; कारण समाजाकडून राजकीय पक्षांना शुक्लकाष्ठ (झेंगट) मानले जात होते. एव्हाना, राजकारण ही वायफळ गोष्ट मानली जात होती. २००४ मध्ये या गोष्टीचा प्रभाव दिसून आला; तर २००९ मध्ये शिवसेना आणि भाजपचा प्रभाव राज्यात कमी झाल्यासारखे दिसून आले. परंतु, २००४ आणि २००९ मध्ये दोन्ही काँग्रेस पक्षांची मते घटत होती. राष्ट्रवादी काँग्रेसच्या तुलनेत काँग्रेस पक्षाची मते दुप्पट गतीने कमी होत होती. काँग्रेस पक्षाचा परंपरागत दलित आणि आदिवासी मतदार शिवसेना-भाजपकडे सरकत होता. २००९च्या निवडणुकीमुळे तर दलित काँग्रेस विरोधात गेले. रामदास आठवले यांनी

काँग्रेस व राष्ट्रवादी काँग्रेस विरोधी स्पष्ट भूमिका घेतली. याखेरीज डिक्कीची स्थापना झाली. भारताच्या जी.डी.पी.मध्ये दलितांचा जी.डी.पी. दहा टक्के दिसून आला; त्यामुळे दलित हा केवळ 'घेणारा' नाही; तर दलित समाज हा 'देणारा' देखील आहे. या फेरबदलामुळे काँग्रेस पक्षाचा पाया ठिसूळ झाला. राजकीय नेतृत्वाची जागा प्रशासकीय नेतृत्वाने घेतली; त्यामुळे महाराष्ट्राच्या राजकारणात राजकीय नेतृत्वाची पोकळी निर्माण झाली; एव्हाना, राजकारणाचीच पोकळी निर्माण झाली. यातून महाराष्ट्राचे राजकारण नवीन राजकारणाचा शोध घेऊ लागले. या पार्श्वभूमीवर २०१४ मध्ये भाजपचा अचानकपणे विस्तार झालेला दिसतो.

महाराष्ट्रातील निवडणुकांचा हा इतिहास असे सूचित करतो की, जनता (लोक) पर्यायाचा शोध घेत आहेत. राजकीय पक्ष आणि नेतृत्वाने पन्नास आणि साठीच्या दशकात उत्तम राजकीय पर्याय दिले होते. त्या तुलनेमध्ये पुढील दशकांमध्ये राजकीय पर्याय दिले नाहीत. सत्तरीच्या दशकानंतर जनता राजकीय पर्यायांचा शोध घेत आहे. मात्र, राजकीय पक्ष आणि नेतृत्व डागडुजीच्या स्वरूपातील पर्याय देत आहेत; त्यामुळे जनमत पक्षांच्या विरोधात गेले आहे. नरेंद्र मोदींच्या भाजपने थोडासा वेगळा पर्याय दिला; त्यामुळे महाराष्ट्राच्या निवडणुकीच्या राजकारणात नवा उत्साह आलेला दिसला.

आघाड्यांमध्ये बदल

लोकसभा पातळीवरील सत्तांतरानंतर महाराष्ट्र आणि हरियाणा या दोन राज्यांत भाजपने पुढाकार घेऊन आघाडी मोडल्या होत्या. महाराष्ट्रात शिवसेना-भाजप युती गेली अडीच दशकांची होती. या युतीचा मुख्य दावा हिंदुत्ववादाचा वैचारिक होता. या वैचारिक दाव्याचे सध्या विभाजन झाले. परंतु, हिंदुत्व एकाच प्रकारचे नव्हते; भाजपचे हिंदुत्व नरम प्रकारचे होते. त्या तुलनेत शिवसेनेचे हिंदुत्व आक्रमक हिंदुत्व होते. या दोन भिन्न प्रकारच्या हिंदुत्वाच्या सामाजिक आधाराची युती झाली होती. या दोन शक्तिस्थानांची युती तुटली गेली. परंतु, नरेंद्र मोदींच्या नेतृत्वानंतर भाजपमध्ये आक्रमक हिंदुत्व आले. नरेंद्र मोदी हे मुख्य 'हिंदु सम्राट' म्हणून उदयास आले; त्यामुळे नरम आणि आक्रमक हिंदुत्वाच्या दोन्ही सामाजिक ताकदी भाजपमध्ये देखील आहेत; यामुळे आक्रमक हिंदुत्वाच्या मतदारांचे भाजप आणि शिवसेना यांच्यामध्ये विभाजन झाले. परंतु, संघ, भाजप, नरेंद्र मोदी समर्थक या तीनही प्रकारच्या हिंदुत्वनिष्ठांचे मात्र जास्त प्रमाणात संघटन भाजपच्याकडे होणार होते, अशी सामाजिक स्थिती होती.

शिवसेना-भाजप युतीचा हिंदुत्वाच्याखेरीज दुसरा अर्थ मराठी भाषिक आणि

अमराठी भाषिक यांची मुंबई, ठाणे, पुणे व नाशिक येथे सामाजिक आघाडी झाली होती. १९९० ते २००९ पर्यंत भाजपकडून ३६ अमराठी उमेदवार निवडून आले तर शिवसेनेकडून केवळ सहा उमेदवार निवडून आले होते. यावरून असे दिसते की, भाजपचे अमराठी मतदार आणि शिवसेनेचे मराठीवादी मतदार होते; या दोन घटकांचे युतीच्या विभाजनाबरोबर विभाजन झाले; यामुळे विशेष करून शहरी भागात शिवसेना व भाजप या दोन पक्षांमध्ये ध्रुवीकरण घडले; अशा प्रकारचे विभाजन होण्यामुळे भाजपच्या समोर मराठी भाषिकांचे संघटन करण्याचे मोठे आव्हान होते; तर शिवसेना संघटनेच्या समोर शहरी भागात अमराठी भाषिकांचे आव्हान होते. या दोन गोष्टी युतीच्या फुटीमुळे नव्याने उदयास आल्या होत्या. मराठीवादी आणि अमराठीवादी शक्तींमध्ये या निवडणुकीमध्ये रणसंग्राम झाला. शिवसेनेवर मराठीवाद सोडला या मुद्यावर आक्रमक प्रचार झाला. परंतु, मराठी व अमराठी अशा दोन भिन्न सामाजिक गटांच्या पाठिंब्यांसाठी राजकीय स्पर्धा टोकदार झाली. यामध्ये मनसेना देखील मराठी मतदारांच्या पाठिंब्यासाठी प्रयत्न करीत होती; त्यामुळे एकूण शहरी भागात शिवसेना व भाजपचा सामाजिक पाया खचला; यामध्ये गुजरात व महाराष्ट्र या दोन राज्यांमधील जुन्या वादाचाही मुद्दा निवडणूक प्रचाराचा मध्यवर्ती गाभा तयार झाला. यातून राज्याच्या राजकारणाला नवीन आकार दिला गेला. विशेष करून नरेंद्र मोदी विरोध व अमित शहा विरोध या गोष्टींभोवती शिवसेनेचा प्रचार केंद्रित झाला होता.

विदर्भामध्ये भाजपचा पाठिंबा वेगळ्या विदर्भ राज्याला आहे; तर शिवसेना संघटनेची 'अखंड महाराष्ट्राची' संकल्पना आहे. पूर्व विदर्भात भाजपला व्यापक सामाजिक पाठिंबा आहे. तेथे भाजपच्या तुलनेत शिवसेनेला कमी सामाजिक पाठिंबा आहे; यामुळे पूर्व विदर्भात शिवसेनेसमोर भाजप आणि काँग्रेस पक्षाचे कडवे आव्हान होते. पश्चिम विदर्भात शिवसेनेची ताकद भाजपच्या तुलनेत जास्त होती; त्यामुळे भाजपच्या पुढे शिवसेनेचे मोठे आव्हान होते. शिवसेनेने शेतकऱ्यांच्या आत्महत्यांचा मुद्दा मांडला होता; यातून पक्षाचा थेट संबंध शेतकरी वर्गांशी देखील होता. शिवसेनेच्या दुप्पट कुणबी समाजाचा भाजपला पाठिंबा मिळत गेला. यामुळे विदर्भामध्ये खरी स्पर्धा काँग्रेस-भाजप अशी होती. ती स्पर्धा काँग्रेस-भाजप आणि शिवसेना अशी त्रिकोणी आकाराला आली होती.

शिवसेना-भाजप युती मोडण्याचे प्रमुख कारण मराठवाडा आणि पश्चिम महाराष्ट्र हे दोन विभाग आहेत. गोपीनाथ मुंडेंच्यानंतर मराठवाडा विभागात भाजपमध्ये पोकळी तयार झाली आहे. त्या पार्श्वभूमीवर शिवसेना मराठवाडा विभागात विस्तार करण्याचा प्रयत्न विशेषकरून करत होती; तर गोपीनाथ मुंडे यांनी निर्माण केलेली पोकळी राष्ट्रीय समाज पक्ष व शिवसंग्राम या दोन संघटनांच्या मदतीने भाजप भरून

काढत होती. म्हणजेच धनगर, मराठा आणि वंजारी या तीन समाज घटकांचे सामाजिक संघटन भाजपने केले. या सामाजिक अभिसरणात राष्ट्रीय समाज पक्ष व शिवसंग्राम हे दोन पक्ष अडचणीत येत होते; म्हणून भाजपला मराठवाडा विभागावर लक्ष केंद्रित करून शिवसेना-भाजप युतीची मोडतोड करावी लागली होती.

मराठवाडा नंतर पश्चिम महाराष्ट्र हा शिवसेना-भाजप युती मोडण्याचे कारण आहे. शिवसेना आणि भाजप या दोन्ही पक्षांची पश्चिम महाराष्ट्रात फार मोठी ताकद वाढली नव्हती. येथे मराठा, धनगर व लिंगायत या तीन समाजामध्ये आरक्षणाच्या मुद्यावर फार मोठे ध्रुवीकरण आहे. मराठा, धनगर व लिंगायत हे तीन समाज घटक भाजपकडे स्थलांतरित झाले आहेत. या फेरबदलाचा मुख्य आधार राष्ट्रीय समाज पक्ष, स्वाभिमानी शेतकरी संघटना या दोन संघटना आहेत. प्रस्थापित विरोधातील जनमत या संघटनांनी काँग्रेस-राष्ट्रवादी काँग्रेस यांच्या विरोधात घालवले होते. या दोन संघटनांचे नेते महादेव जानकर, राजू शेट्टी, सदाभाऊ खोत यांनी भाजपच्या विरोधात आक्रमक भूमिका घेण्यास सुरुवात केली होती. या नेत्यांच्या भूमिकेमुळे भाजपच्या प्रतिमेचा प्रश्न निर्माण झाला होता; त्यामुळे भाजपचा शिवसेनेबरोबरचा समझोता मोडण्यात आला; याखेरीज भाजपला मराठा-कुणबी समाजाने मतदान करण्याचे प्रमाण वाढले. तसेच ओ.बी.सी. समाजातून मतदान वाढले. ओ.बी.सी. आणि मराठा-कुणबी यांच्या लोकसंख्येतील प्रमाणापेक्षा जास्त मते या दोन समाजातून भाजपला मिळतात; त्यामुळे भाजपची ही विशेष अशी ताकद आकाराला आली होती. ओ.बी.सीं.चे मतदान भाजपपेक्षा कमी शिवसेना पक्षाला होते. मात्र, मराठा-कुणबी समाजाचे मतदान शिवसेनेपेक्षा कमी भाजपला होते. १९९० ते २००९ पर्यंत शिवसेनेकडून १७० आणि भाजपकडून ७५ मराठा कुणबी समाजातील आमदार झाले; तसेच शिवसेनेकडून ४० आणि भाजपकडून ४८ ओ.बी.सी. समाजातील आमदार झाले. मथितार्थ, मराठा कुणबी समाजातून भाजपपेक्षा जास्त पाठिंबा शिवसेना पक्षाला मिळतो; तर ओ.बी.सीं.मधून शिवसेनेपेक्षा जास्त पाठिंबा भाजपला मिळतो. या सामाजिक आधारांचे विभाजन युतीच्या फाटाफुटींमुळे झाले होते. २००९ मध्ये शिवसेना पक्षाला ११ जिल्ह्यांमध्ये वीस टक्क्यांपेक्षा जास्त मते मिळाली होती. भाजपला १० जिल्ह्यांमध्ये वीस टक्क्यांपेक्षा जास्त मते मिळाली होती; जवळ जवळ २५ जिल्ह्यांत भाजप आणि शिवसेना पक्षाला प्रत्येकी वीस टक्क्यांपेक्षा कमी मते होती; त्यामुळे दोन्ही पक्षांची राज्यात प्रत्येकी भौगोलिकदृष्ट्या तीस टक्के ताकद होती.

शिवसेना-भाजप बरोबर दोन्ही काँग्रेस पक्षांची आघाडी मोडण्यात आली. काँग्रेस पक्षाशी जुळवून घेण्यात राष्ट्रवादी काँग्रेस पक्षाला जास्त अवघड जात होते.

विशेषतः पृथ्वीराज चव्हाण मुख्यमंत्री झाल्यानंतर राष्ट्रवादी काँग्रेस पक्षाची जास्त कोंडी झाली होती. अजित पवार आणि पृथ्वीराज चव्हाण यांच्यामध्ये मोठ्या प्रमाणावर राजकीय अर्थकारणाच्या मुद्यावर मतभिन्नता होती. पक्ष संघटनेच्या पातळीवर काँग्रेस पक्षाच्या पुढे राष्ट्रवादी काँग्रेसला नमते घ्यावे लागत होते; यातून राष्ट्रवादी काँग्रेसमध्ये काँग्रेस विरोध वाढत होता. पश्चिम महाराष्ट्र, कोकण, उत्तर महाराष्ट्र आणि मराठवाडा विभागात राष्ट्रवादी काँग्रेस पक्षाला जुळवाजुळवीच्या राजकारणात गळती लागली होती. बबनराव पाचपुते, सूर्यकांता पाटील, दीपक केसरकर असे विविध नेते राष्ट्रवादी काँग्रेस पक्षातून स्थलांतरित झाले; यामुळे राष्ट्रवादी काँग्रेस पक्षापुढे पक्षांतराने कोंडी केली. ही कोंडी फोडण्यासाठी राष्ट्रवादी काँग्रेसने हा पुढाकार घेतला होता.

नाशिक, अहमदनगर, जळगाव, ठाणे, पुणे, सातारा, सांगली, कोल्हापूर, सोलापूर, बीड, या जिल्ह्यांपुरती राष्ट्रवादी काँग्रेस मर्यादित झाली होती; तर येथे काँग्रेस पक्षाला जागा वाटपामध्ये फार कमी वाटा मिळत होता. दोन्ही काँग्रेस पक्षांनी निवडणूक वेगळी लढवली तर दोन्ही काँग्रेस पक्षाला विस्ताराची संधी मिळेल. याशिवाय, दोन्ही पक्षांच्या कार्यकर्त्यांना निवडणुकीला उभे राहाण्याची संधी मिळू शकते. भाजपकडे पक्षांतर करण्याच्या शक्यता वाढल्या होत्या; त्यामुळे भाजपकडील पक्षांतराच्या शक्यता कमी करण्यासाठीचा हा डावपेच देखील होता. हे अंदाजशास्त्र आघाडी मोडण्याचे होते; 'वेगवेगळे लढल्यास जास्त यश मिळेल' असा दोन्ही पक्षांचा अंदाज होता; यातून पन्नास टक्के सरकार विरोधातील जनमत कमी करता येईल; ही व्यूहनीती यामध्ये गाभ्याची होती. मथितार्थ, जागा जास्तीत जास्त निवडून आणण्याचा नवा प्रयोग दोन्ही काँग्रेस पक्षांनी केला.

युती आणि आघाडीमध्ये फाटाफूट होण्यामुळे प्रदेशवाद आणि राष्ट्रीय राजकारण हे दोन प्रमुख मुद्दे प्रचारात आले. मनसेना या पक्षाला अकल्पित लाभ होणारी स्पर्धा आकार घेत होती. भाजप, काँग्रेस, राष्ट्रवादी काँग्रेस बरोबर आघाडी करणाऱ्या पक्षांनाही या स्पर्धेचा अकल्पित लाभ मिळू शकला असता; यामुळे महाराष्ट्राच्या राजकारणात बहुपक्ष आणि बहुपदरी राजकीय स्पर्धा हे चित्र आकाराला आले; त्यामुळे ही निवडणूक सत्तांतर आणि सत्तास्थापनेची गोळाबेरीज करणारी स्पर्धा होती.

१२ महाराष्ट्रातील भाजपची पुनर्रचना (२०१४)

लोकसभा (२०१४) निवडणुकीपाठोपाठ महाराष्ट्र विधानसभा निवडणूक (२०१४) देखील महाराष्ट्राच्या राजकारणातील मैलाचा दगड ठरली आहे. परंतु, या फेरबदलामध्ये सत्तांतर हा परिणाम आहे. ते परिणाम देखील महत्त्वाचे आणि गंभीर आहेत. परंतु, या सत्तांतराचे कारण सामाजिक आणि आर्थिक स्वरूपाच्या फेरबदलांमध्ये खोलवर गुंतलेले आहेत. ह्या परिणामांच्या खेरीजचा दुसरा मुद्दा देखील महत्त्वाचा आहे. 'सत्तांतर' या परिणामामुळे आणि सामाजिक आणि आर्थिक कारणांमुळे महाराष्ट्राचा राजकीय पोत बदलत आहे का? हा एक व्यापक मोठा प्रश्न निर्माण होतो. या तीन मुद्यांच्या संदर्भात इथे चर्चा केली आहे.

सत्तांतराची कारण मीमांसा

राजकीय पोकळी, सांस्कृतिक पोकळी, बदलते उत्पादन संबंध आणि सरंजामी कॉर्पोरेट व्यवस्था ही सत्तांतराची मुख्य चार सूत्रे आहेत.

अ) राजकीय पोकळी

महाराष्ट्रामध्ये राजकीय पोकळी निर्माण झाली होती. राजकीय पोकळीचा संबंध निर्णय निश्चिती, निर्णयांची जबाबदारी आणि निर्णयांचे स्वरूप या तीन घटकांशी जोडलेला होता; कारण राजकीय निर्णय कोण घेत आहे, यामध्ये संदिग्धता आली होती. केंद्रातून राजकीय निर्णय घेतले जातात की (सोनिया गांधी की शरद पवार), राज्यातून घेतले जातात (पृथ्वीराज चव्हाण की अजित पवार) असा एक पेचप्रसंग निर्माण झाला होता. निर्णय घेणारे नेतृत्व, राजकीय पक्ष आणि शासन या तीन घटकांमध्ये एकवाक्यता नव्हती. त्यामुळे 'जबाबदारी' या तत्त्वाचा संकोच झाला होता. राजकीय निर्णयांची जबाबदारी कोणावरही नव्हती. या जबाबदारीच्या पोकळीमुळे

बेजबाबदार नेतृत्व, पक्ष आणि शासन अशी प्रतिमा दोन्ही काँग्रेसबद्दल उदयास आली होती. दोन्ही काँग्रेस पक्ष परस्परांवर टीका करत होते. निर्णयांच्या बद्दल काँग्रेस पक्ष सरकारमधील आघाडीतील त्यांच्या घटकपक्षाला जबाबदार मानत होते; म्हणजेच जबाबदारी काँग्रेस पक्षाची की, राष्ट्रवादी काँग्रेस पक्षाची? असा प्रश्न उपस्थित झाला होता. ही जबाबदारी स्वीकारण्याची तयारी दोन्ही काँग्रेस पक्षांनी मनमोकळेपणे घेतली नाही; त्यामुळे राजकीय निर्णयांच्या खेरीज जबाबदारीच्या मुद्यांचाही पेचप्रसंग निर्माण झाला होता. या राजकीय पोकळीमध्ये विरोधी पक्ष म्हणून भाजपची भूमिका उठावदार झाली होती. देवेंद्र फडणवीस हे जबाबदार आणि तरुण नेतृत्व होते, अशी प्रतिमा निर्माण झाली होती. मथितार्थ, निर्माण झालेली राजकीय पोकळी भाजपने भरून काढली होती. नेतृत्व, पक्ष आणि विरोधी पक्षांची कामगिरी या मुद्द्यांवर आधारित भाजप ही राजकीय पोकळी भरून काढत होता. हाच मुद्दा विभागीय पातळीवर देखील दिसून आला होता. मागास विभागांची जबाबदारी दोन्ही काँग्रेस पक्ष, त्यांचे नेतृत्व आणि शासन घेत नव्हते. पश्चिम महाराष्ट्रकेंद्रीय नेतृत्व (पृथ्वीराज चव्हाण व अजित पवार) होते. या बरोबरच निर्णय प्रक्रिया आणि जबाबदारीदेखील पश्चिम महाराष्ट्रकेंद्रित होती; त्यामुळे इतर विभागांमधून दोन्ही काँग्रेस पक्ष, नेतृत्व आणि निर्णय व जबाबदारी याबद्दल एक प्रकारचा दुरावा निर्माण झाला होता. मतदारांना आपले सरकार आहे, असे वाटत नव्हते. तसेच बेजबाबदारपणामुळे सरकारचा मानवतावादी चेहरा अदृश्य झाला होता; यामुळे जनता आणि दोन्ही काँग्रेस यांच्यामध्ये दुरावा निर्माण झाला होता; त्यामुळे दोन्ही काँग्रेस पक्षांच्या विरोधात जनप्रक्षोभ होता. त्यांचा थेट लाभ घेण्याची क्षमता भाजपने विकसित केली होती. दोन्ही काँग्रेस पक्षांच्या निर्णयांचे स्वरूप 'जनकेंद्रित' असण्याच्याऐवजी 'सत्ताकेंद्रित' असल्याचे जाणवत होते. उदा. शेवटी आरक्षणाच्या निर्णयाने तर सरकारच्या निर्णयांचे स्वरूप हे सत्तासंबंधकेंद्रित असल्याचे शिक्कामोर्तब झाले; यामुळे राजकारण ही प्रक्रिया दोन्ही काँग्रेस पक्षांकडून आक्रसली गेली होती. त्यामधील राजकारण हे पोकळ झाले होते. थोडक्यात, राजकीय पोकळी भाजपने भरून काढली.

ब) बिगर आर्थिक इश्यू किंवा सांस्कृतिक पेचप्रसंग

महाराष्ट्राच्या राजकारणात सांस्कृतिक पेचप्रसंग निर्माण झाला होता. या पेचप्रसंगाचे स्वरूप जास्त गुंतागुंतीचे २००९ पासून होत गेले होते. त्याचे थेट स्वरूप सादृश्यमूलक (Analogical) प्रकारे होते. नागरिकांची ओळख नेमकी कोणती, हे त्या पेचप्रसंगाचे स्वरूप होते. नवबौद्ध समाजाची ओळख रूढीवादविरोधी होती (हिंदुत्वाविरोधी). ती ओळख खुद्द रिपब्लीकन पक्षाने कमी कमी केली. त्यांनी

शिवसेना-भाजप बरोबर जुळवून घेतले; यामुळे हिंदुत्व अस्मिता आणि नवबौद्ध अस्मिता या दोन्हींमध्ये सादृश्यमूलक अस्मिता घडली होती; ही नवीन ओळख होती. त्यामुळे अंतरायाचे प्रारूप लोप पावले; त्यांची जागा साधर्म्यमूलक विस्ताराने घेतली होती. हा दोन्ही काँग्रेस समोरचा सांस्कृतिक पेचप्रसंग होता. तसेच दलितांमध्ये क्रांतीचे धुरीणत्व नवबौद्धांकडे आहे, तसा त्यांचा दावा होता, या अर्थाने दलित अस्मितेमध्ये नवबौद्ध वरच्या स्थानावर होते. ती जागा देखील पोकळ झाली. दुसऱ्या शब्दांत रिक्त झाली, ती जागा हिंदू दलितांनी मिळवली होती. या पार्श्वभूमीवर आर्थिक आणि सामाजिक प्रतिष्ठेच्या मुद्द्यांवर नवबौद्धांना वगळण्याची प्रक्रिया घडत होती. नवबौद्धांना वगळण्याची जाणीव घडून आल्यामुळे नवबौद्ध समाजातून आक्रमक अस्मिता उदयास आली होती. आक्रमक अस्मिता मराठा राजकारणाच्या विरोधात काम करत होती. एव्हाना तिची दिशा संदिग्ध होती. प्रत्यक्ष लाभाच्या क्षेत्रात नवबौद्धांखेरीज हिंदू दलितांचे समावेशन केले जाते, अशी प्रक्रिया घडत होती. दोन्ही काँग्रेस पक्षांमधील आणि दोन्ही काँग्रेसविरोधी भाजप-शिवसेना अशा दुहेरी राजकीय स्पर्धेमुळे नवबौद्ध समाजाच्या समावेशनाची जागा कमी कमी होत गेली. तसेच हिंदू दलितांच्या समावेशनालादेखील मर्यादा आल्या होत्या; यामुळे एकूण दलित समाजामध्ये त्यांना राजकीय व नोकरीच्या क्षेत्रातून वगळले जाते, अशी जाणीव घडलेली होती. आर्थिक आणि राजकीय असण्याबरोबरच सांस्कृतिक स्वरूपाची देखील ही घडामोड होती. मथितार्थ, काँग्रेस पक्षाचा दावा दलितांच्या समावेशनाचा होता. त्यास काँग्रेस पक्ष अनुग्रहाची राजकीय अस्मिता मानत होता, तर दलित समाजात वगळल्याची जाणीव निर्माण होत होती. अनुग्रह प्रकारच्या सांस्कृतिक संबंधांबद्दल तीव्र मतभिन्नता दलित समाजात होती. 'बामसेफ' या संघटनेने अनुग्रह या प्रकारच्या राजकारणावर सातत्याने टीका केली; त्यामुळे दलित मध्यमवर्गांमध्ये अनुग्रहाच्याविरोधी भूमिका घेतली गेली, हा एक पेचप्रसंग निर्माण झाला आहे. त्यास दोन्ही काँग्रेस पक्षांना समजून घेता आले नाही, तसेच हा पेचप्रसंग सोडवता आला नाही.

बामसेफ संघटनेच्या सांस्कृतिक भूमिकेचा परिणाम महाराष्ट्रातील उच्च जाती आणि मराठा या दोन महत्त्वाच्या समूहांवर झाला; यामुळे उच्च जाती आणि मराठा या दोन समाजांमध्ये देखील सांस्कृतिक पेचप्रसंग निर्माण झाला. मराठा समाजांमध्ये सांस्कृतिक पातळीवर धरसोड होत होती. छत्रपती शिवाजीमहाराजांविषयक वेगवेगळ्या अस्मिता आकाराला आल्या होत्या. सर्वसमावेशक सहिष्णू स्वरूपातील अस्मितेची जागा वगळणे आणि आक्रमकता याकडे स्थलांतरित झाली होती. मराठा समाजांच्या जाणिवांमध्ये उच्च जाती, नवबौद्ध आणि मुस्लीम यांना वगळण्याची जाणीव होती. तसेच मराठा आणि ओ.बी.सी. यांच्या जाणिवांमध्ये राखीव जागांच्या मुद्द्यांवर

शत्रुभावी नातेसंबंध घडलेले होते. सत्ता वाटपामध्ये विषमता असल्याची जाणीव ही मराठेत्तरांमध्ये तीव्र होती. मराठा समाजात आक्रमक प्रतीके काम करत होती. यास प्रतिक्रिया म्हणून उच्च जातींमध्ये 'उच्च जाती' अशी अस्मिता आक्रमक झाली होती. विशेषतः या घडामोडींचा परिणाम म्हणजे सर्वसमावेशकता व सहिष्णुता यांची जागा 'वगळणे', 'इतरेजनपण', वर्जकता आणि 'असहिष्णुता' यांनी व्यापली होती. ही प्रक्रिया समाजशास्त्रीय स्वरूपाची आहे. व्यवहारी राजकारणाच्यामुळे तर 'वगळणे' आणि 'असहिष्णुता' या दोन मुद्यांची व्याप्ती वाढत गेली. ही सांस्कृतिक प्रक्रिया सर्वांत जास्त दोन्ही काँग्रेस पक्षांच्या विरोधात गेली.

मराठा जातीचे अंतर्गत स्तरीकरण हा नव्वदीच्या दशकापासून घडत आलेला मुद्दा आहे. परंतु, या स्तरीकरणामधून मराठा समाजामध्ये नवीन राजकीय संस्कृती घडली. अभिजन मराठा आणि बिगर अभिजन मराठा समाजाचे दृष्टिकोन आणि मूल्ये परस्परविरोधी आणि शत्रुभावी झाली. अभिजन मराठा हा अभिजात वर्ग म्हणून स्वतःची राजकीय संस्कृती विकसित केलेला वर्ग आहे. त्या मूल्यांशी सर्वसामान्य मराठा समाजातील मूल्ये जुळवून घेण्याची प्रक्रिया घडवित होता. ही प्रक्रिया खूपच शिथिल झाली. याउलट, सर्वसामान्य मराठा समाज हा हिंदुत्व अस्मिता आणि मूल्ये यांच्याशी जुळवून घेत आहे. या प्रकारचे जुळवून घेण्याचा सांस्कृतिक प्रकारदेखील भाजप व शिवसेना पक्षांना आधार होता; तर दोन्ही काँग्रेसपुढे अशा प्रकारचा फेरबदल हा पेचप्रसंग होता.

धर्मनिरपेक्षता हा देखील सांस्कृतिक पेचप्रसंगाचा मुद्दा होता. दोन्ही काँग्रेस पक्ष सातत्याने धर्मनिरपेक्षतेचा विचार मांडत होते. मात्र, त्यास 'नकारात्मक' अर्थ प्राप्त झाला होता. धर्मनिरपेक्षता ही एक प्रकारची भीती निर्मितीची प्रक्रिया आहे, भीती म्हणून निवडणूक प्रक्रियेत धर्मनिरपेक्षता काम करत होती. मुस्लीम व दलितांना उजव्या शक्तीच्या भीतीची जाणीव करून दिली जात होती. त्या विरोधात संरक्षण पुरविण्याचा दावा करून आर्थिक आणि राजकीय समावेशन मात्र, त्यांचे होत नव्हते. या प्रकारची जाणीव मुस्लीम व दलितांना झाली होती. त्या भीतीच्या सांस्कृतिक साधनाला या दोन्ही समाजातून विरोध झाला; त्यामुळे दोन्ही काँग्रेस पक्षांचे 'भय निर्मितीचे सांस्कृतिक साधन' निष्प्रभ ठरले. धर्मनिरपेक्षतेच्या सांस्कृतिक राजकारणास 'हिंदू' मधून देखील विरोध झाला होता. हिंदू समाजामध्ये आपण आपल्या देशात दुय्यम आहोत, अशी जाणीव वाढली होती. हिंदू अस्मिता आणि धर्मनिरपेक्षतेचे भीतीलक्ष्यी साधन यामुळे दोन्ही काँग्रेस पक्ष पेचप्रसंगात अडकले. हा सांस्कृतिक पेचप्रसंगाचा मुद्दा होता. या मुद्द्याने भाजप आणि शिवसेना यांना सांस्कृतिक ताकद पुरवली. या मुद्द्यांशी संबंधी हिंदू आणि हिंदुत्व या दोन अस्मितांमधील सीमारेषा

धूसर झाली. त्या दोन जाणिवांमध्ये आणि संकल्पनांमध्ये सादृश्यमूलक चिंतन केले गेले. हिंदू अस्मिता आणि हिंदुत्व अस्मिता यांचे मिश्रण झाले. त्यामध्ये फरक करण्याची क्षमता दोन्ही काँग्रेस पक्षांमध्ये नव्हती. तसेच छत्रपती शिवाजीमहाराजांची अस्मितादेखील हिंदूधर्मीय शिवाजीमहाराज आणि हिंदुत्ववादी शिवाजीमहाराज या संकल्पनांमधील सादृश्यमूलक रूप याकडे वळली होती. एव्हाना मुंबईची अस्मितादेखील मराठी आणि गुजराथी अंतरायाच्या पुढे गेली होती. मात्र, दोन्ही काँग्रेस पक्ष मराठी आणि गुजराथी अशा जुन्या अस्मिता वापरत होते (शरद पवार, पृथ्वीराज चव्हाण आणि नारायण राणे). विविध अस्मितांमध्ये सादृश्यतेचा विस्तार झाला आहे. दोन्ही काँग्रेस त्या सादृश्यमूलक चौकटी भेदत नव्हत्या. या प्रकारच्या बौद्धिक क्षमतांमध्ये ऱ्हास हा एक सांस्कृतिक पेचप्रसंग होता; त्या पोकळीमधून राजकीय वारे वाहत होते; त्यावर भाजप स्वार झाली. त्यांचा राजकीय लाभ घेण्याची क्षमता केवळ त्यांच्याकडेच होती. विशेषतः दोन्ही काँग्रेस पक्षाची भारतीय ही अस्मिता जवळजवळ हिंदू अस्मितेच्या जवळ गेली होती. भारतीय अस्मिता मोठ्या प्रमाणावर लोप पावली होती. भारतीय अस्मिता आणि हिंदू अस्मिता यामध्ये निसरडेपणा आला होता; हाच मुद्दा महाराष्ट्र अस्मिता आणि राष्ट्रीय अस्मिता यांच्या संदर्भात भावनिक झाला होता; त्यामुळे अस्मितांमधील संदिग्धता किंवा पेचप्रसंग ही भाजपची ताकद ठरली. अस्मितांच्या आधारे काटेकोरपणे सीमारेषांची आखणी करण्यास उजव्या शक्तीच्या विरोधी पक्षांना अपयश आले होते.

क) बदलते उत्पादन संबंध

महाराष्ट्राच्या राजकारणाचा पाया हा 'शेती' आणि 'उद्योग' यांच्या समन्वयाच्या राजकीय अर्थकारणामध्ये होता. या पायाभूत समन्वयाच्या सूत्रामध्ये फेरबदल झाले; कारण महाराष्ट्रामध्ये उत्पादन शक्ती आणि उत्पादन संबंध या दोन्ही गोष्टींमध्ये शहरांपासून ते थेट ग्रामीण भागांपर्यंत फेरबदल झाले आहेत. केवळ २३.१ लाख हेक्टर जमीन लागवडीखाली आहे. हे फेरबदल नव्वदीच्या दशकापासून होत आहेत. परंतु, नव्वदीच्या दशकामध्ये त्यामध्ये फेरबदल घडण्यास आरंभ झाला होता. दोन्ही काँग्रेस पक्षांच्या कारकिर्दीत (१९९९-२०१४) मात्र, त्यामध्ये मूलगामी फेरबदल झाले. गेल्या पंधरा वर्षांमध्ये उत्पादन साधनांवरील नियंत्रण गेलेल्या वर्गांची एक मोठी फौज तयार झाली होती. ग्रामीण भागातील जमिनी शेतकरी वर्गाकडून उद्योग, शहरातील श्रीमंत, बिगर मराठी किंवा ग्रामीण भागातील श्रीमंतांकडे गेल्या; यामुळे ग्रामीण भागात शेती हा व्यवसाय नसलेला वर्ग मोठ्या प्रमाणावर वाढला. त्यांनी शहरात स्थलांतर केले. शेतीच्याखेरीज पाणी आणि वीज हे घटक देखील ग्रामीण भागातील शक्ती आहेत.

या दोन्ही स्रोत साधनांवर उद्योजक, शहरातील श्रीमंत, बिगर मराठी किंवा ग्रामीण भागातील श्रीमंत वर्ग यांचे नियंत्रण आले होते. 'पाणी' आणि 'वीज' या दोन्ही घटकांचे विषम वाटप होत राहिल्याची जाणीव वाढली होती; यामुळे दोन्ही काँग्रेस पक्षांच्या विरोधात हा मुद्दा गेला होता. याची नमुनेदार दोन उदाहरणे आहेत. एक म्हणजे, बारामती (पुणे जिल्हा) मतदारसंघामधील सुपा या दुष्काळी भागातील २२ गावांमध्ये थेट अजित पवारांना लोकांनी विरोध केला; तसेच पुणे जिल्ह्यातील पुरंदर इथेदेखील 'पाणी वाटप' हा कळीचा मुद्दा केला होता. दुसरे म्हणजे, माळशिरस मतदारसंघातील पश्चिम भागातील लोकांनी थेट विजयसिंह मोहिते-पाटील यांना विरोध केला. याखेरीजची पशुधन आणि कुक्कुटपालन या क्षेत्रांमध्येदेखील महाराष्ट्राची प्रगती समाधानकारक नव्हती. देशातील पशुधन व कुक्कुटपालनामध्ये राज्यांचा हिस्सा अनुक्रमे सात व दहा टक्के आहे (महाराष्ट्राची आर्थिक पाहणी, २०१३-२०१४ : १). या दोन्ही उदाहरणांच्या आधारे असे दिसते की, ग्रामीण भागात उत्पादन साधनांवर नियंत्रण असलेल्या वर्गाला, उत्पादन साधने नसलेल्या वर्गांनी विरोध केला.

राज्यांतील शेतीक्षेत्रातील अर्थकारण प्रभावी ठरत नाही. औद्योगिक आणि सेवा यांच्या तुलनेमध्ये शेतीक्षेत्रातील अर्थकारण खूप घसरलेले आहे. राज्यांतील उद्योग आणि सेवा या दोन्ही क्षेत्रांचा राज्य उत्पादनात एकत्रित हिस्सा ८९.१ टक्के तर कृषी व संलग्न कार्य या क्षेत्राचा एकत्रित हिस्सा १०.९ टक्के आहे (महाराष्ट्राची आर्थिक पाहणी, २०१३-२०१४ : १) विशेषतः पूर्ण शहरीकरण झालेले जिल्हे दोन (मुंबई व मुंबई उपनगर), ७५ ते ९९ टक्क्यांच्या दरम्यान एक (ठाणे), ५० ते ७५ टक्के शहरीकरण झालेले दोन (नागपूर व पुणे) आणि २५ ते ५० टक्के शहरीकरण झालेले पंधरा जिल्हे आहेत (रायगड, नाशिक, धुळे, जळगांव, सोलापूर, कोल्हापूर, औरंगाबाद, परभणी, नांदेड, अकोला, अमरावती, वर्धा, चंद्रपूर, सातारा व लातूर). यामुळे शहरी अर्थकारणाशी ग्रामीण राजकीय अर्थकारणाला स्पर्धा करता येत नाही. ग्रामीण मतदारसंघ देखील शहरी अर्थकारणाचा आधार घेत आहेत. शहरी भागातील नेतृत्व ग्रामीण भागातील मतदारसंघाकडे केवळ सहभागाच्या संधी म्हणून पाहते. त्या मतदारसंघाचे प्रतिनिधित्व करत नाही. प्रतिनिधित्व केवळ शहरी हितसंबंधांचे केले जाते. उदा. जत (सांगली) मतदारसंघातील आमदार खाडे हे उद्योगपती आहेत. त्यांचे हितसंबंध शहरी भागात औद्योगिक आणि सेवाक्षेत्रांत गुंतलेले आहेत. भाजपकडून जत मतदारसंघातून निवडून आले आहेत; असेच दुसरे उदा. म्हणजे सोलापूर जिल्ह्यातील मोहोळ मतदारसंघातून ते मुंबईशी संबंधित आणि सेवाक्षेत्रांतील व्यक्ती राष्ट्रवादी काँग्रेस पक्षाने निवडून आणली आहे. शिवसेना पक्षदेखील यास अपवाद नाही. उदा. पुरंदरमधील शिवसेनेचे आमदार शिवथरे हे मुंबईशी संबंधित आणि सेवाक्षेत्रातील

आहेत. यावरून असे म्हणता येते की, ग्रामीण भागाचे राजकारण शहरी भागातून घडत आहे; त्यास मुख्य आधार शहरी अर्थकारणाचा मिळत आहे.

महाराष्ट्राच्या शहरी भागातील ४५.२३ लोकसंख्येमध्ये १.१८ कोटी लोकसंख्या झोपडपट्टीतील आहे; म्हणजेच एकूण शहरी लोकसंख्येपैकी २३.२ टक्के लोकसंख्या झोपडपट्टी क्षेत्रातील आहे. देशातील झोपडपट्ट्यांमध्ये राहणाऱ्या एकूण लोकसंख्येपैकी सर्वाधिक प्रमाण १८ टक्के राज्यातील आहे. त्यांचा कामातील सहभाग ३८.१ टक्के आहे (महाराष्ट्राची आर्थिक पाहणी, २०१३-२०१४ : १६). भिन्न प्रकारची कामे शहरात केली जातात. या वर्गापेक्षा वेगळा कामाचा दर्जादेखील शहरात दिसतो. वायदे बाजार, भांडवली बाजार, विक्रेय वस्तू व्यापार, विनिमय केंद्रे मुंबई शहरात आहेत. यावरून असे म्हणता येते की, शहरी भागात अतिउच्चभ्रू आणि गरीब असे स्तरीकरण झाले आहे. त्यांच्याकडे दुर्लक्ष केल्यामुळे शहरी गरिबांमध्ये दोन्ही काँग्रेस विरोधी मतप्रवाह होता; तसेच शहरी भागातील श्रीमंत वर्गांमध्ये दोन्ही काँग्रेस त्यांच्या विरोधातील निर्णय घेते, अशी प्रतिमा तयार झाली होती. या गोष्टीचा परिणाम निवडणूक निकालावर झाला; कारण भाजपला श्रीमंत वर्गांतून जवळजवळ ४० टक्के मतदान झाले आहे; तर काँग्रेस पक्षाला केवळ १६ टक्के मतदान झाले आहे (सुहास पळशीकर, The Indian Express, 24 Mar.2015). या राजकीय अर्थकारणाचा एक भाग 'भ्रष्टाचार' हा इश्यू आहे. भ्रष्टाचार हे एक उत्पन्नाचे साधन म्हणून उदयास आले होते. भ्रष्टाचार या मुद्यावर दोन्ही काँग्रेस पक्षांना लोकांनी ३६ व त्यात राष्ट्रवादी काँग्रेस पक्षाला २० टक्के जबाबदार धरले होते (सुहास पळशीकर, The Indian Express, 24 Mar.2015). मथितार्थ म्हणजे, उत्पादन संबंधांमधील फेरबदलांमुळे राजकीय बदल झाला.

ड) कॉर्पोरेट क्षेत्र

२०१४ च्या विधानसभा निवडणुकीवर कॉर्पोरेट क्षेत्राचा प्रभाव पडला आहे. कॉर्पोरेट क्षेत्राने सादृश्यमूलक चिंतन आणि त्यांचा विस्तार गतिशीलपणे केला. भाजप व शिवसेना पक्षांना कॉर्पोरेट क्षेत्रामधून पाठिंबा मिळत गेला. कॉर्पोरेट क्षेत्र संदेश देणे, संसूचन करणे, अस्मिता निर्मिती करणे, मतदारसंघ बांधणी करणे, प्रचार करणे अशा विविध राजकीय घडामोडींमध्ये कृतिशील होते; त्यामुळे कॉर्पोरेट क्षेत्राचा राजकीय सहभाग वाढला. अर्थात, ही घडामोड नव्वदीच्या दशकापासून घडत आहे; राजकारण घडविणाऱ्या कॉर्पोरेट क्षेत्राचा उदय नव्वदीच्या दशकात झाला आहे. मात्र, २०१४च्या विधानसभा निवडणुकीमध्ये राजकारण करण्यामध्ये कॉर्पोरेट क्षेत्राचा सहभाग इतर निवडणुकांच्या तुलनेत जास्त आहे.

राजकारणावर माध्यमांचा फार परिणाम होत नव्हता; कारण भरतातील दूरदर्शन माध्यमावरती शासनाचे नियंत्रण होते. हा कालावधी १९५९ ते १९९२ दरम्यानचा होता. 'राज्यसंस्था' किंवा 'शासनसंस्था' दूरदर्शनला स्वतंत्रपणे काम करू देत नव्हती. शासनाचे राजकारण हेच दूरदर्शनचे राजकारण होते; त्यामुळे दूरदर्शनचे सरकारीकरण झाले होते, असे संबोधिले जात असे. मात्र, १९९२ च्या दरम्यान स्टार प्लस, एम.टी.व्ही., प्राईम स्पोर्ट्स, बी.बी.सी., स्टार चायनीज या पाच विदेशी वाहिन्यांच्या प्रसारास सुरुवात झाली. याखेरीज झी.टी.व्ही. ही देशी वाहिनीदेखील प्रसारण क्षेत्रात नव्याने सुरू झाली. १९९५ मध्ये सी.एन.एन. ही वाहिनी सुरू झाली. नव्वदीच्या दशकात जवळ-जवळ पन्नास वाहिन्या सुरू झाल्या. याची दोन कारणे होती. एक म्हणजे, शासनाने उदारीकरणाच्या धोरणाचा पुरस्कार केला होता; त्यामुळे कॉर्पोरेट क्षेत्रातील वाहिन्या या नवीन माध्यमाचा उदय झाला. दुसरे म्हणजे, आंतरराष्ट्रीय पातळीवर उपग्रह वाहिन्यांचा (सॅटेलाईट, चॅनेल्स) यांचा उदय झाला. (कुलकर्णी व चंपानेरकर, २०१३ : ६७०-७१) या दोन घडामोडींमुळे दोन प्रमुख बदल झाले. एक म्हणजे, सरकार किंवा राज्यसंस्था या राजकारण करणाऱ्या आणि राजकारणावर नियंत्रण ठेवणाऱ्या घटकांचे नियंत्रण सैल झाले. दुसरे म्हणजे, दूरदर्शनवरील नियंत्रणे शिथिल करण्यात आली. यामुळे स्टार, एन.डी.टी.व्ही., आजतक, सी.एन.एन., आय.बी.एन. अशा वाहिन्या लोकप्रिय झाल्या. या दुसऱ्या सहस्रकाच्या पहिल्या दशकात जवळजवळ दीडशेपर्यंत वाहिन्यांची संख्या वाढली; त्यामुळे खाजगी वाहिन्यांचा राजकारणावर प्रभाव वाढला. दूरदर्शनचे सरकारीकरण झाले होते, यास विरोधी पक्षांचा आणि जनतेचा विरोध होता. राष्ट्रीय प्रसारण आणि प्रादेशिक बातम्यांवर शासनाचा प्रभाव होता. सत्ताधारी पक्षाच्या धोरणाचे समर्थन राष्ट्रीय प्रसारण आणि प्रादेशिक वाहिन्या करत होत्या. शासनाच्या उपक्रमाचा प्रसार दूरदर्शन करत होते. या क्षेत्राचे वृत्तांकन करण्याचा अधिकार शासनाकडे होता. दूरदर्शन हे सरकारच्या राजकारणाचे एक माध्यम होते. मात्र, रूपर्ट मरडॉक यांनी एन.डी.टी.व्ही. यांच्या मदतीने स्टारचा आरंभ केला होता. प्रणव रॉय हे स्टार व एन.डी.टी.व्ही. यांना जोडणारा दुवा होते. स्टार न्यूज ही वृत्तवाहिनी दिवसरात्र वार्तांकन करू लागली. या दरम्यान, लोकसभा निवडणुका होत्या(१९९८). लोकसभा निवडणुकीचे वार्तांकन करण्याची सरकारने वाहिनीला तीन महिन्यांपुरती परवानगी दिली होती. मात्र, ही वाहिनी पुढेही सुरू राहिली. यातून भारतीय राजकारणात कॉर्पोरेट मीडियाचा उदय झाला (कुलकर्णी व चंपानेरकर, २०१३ : ६७०-७१). अर्थातच, प्रणव रॉय यांनी कॉर्पोरेट मीडियाचा राजकारण करणारा घटक म्हणून पाया घातला. या गोष्टीचा आरंभ ऐंशीच्या दशकात त्यांनी केला होता. कारण, 'द वर्ल्ड धिस वीक' हा प्रणव रॉय यांचा साप्ताहिक

कार्यक्रम डी.डी.वर प्रसारित करण्याची परवानगी १९८८ मध्ये दिली होती. प्रणव रॉय यांची एन.डी.टी.व्ही. ही एक खाजगी निर्मितीसंस्था होती. ही संस्था ऐंशीच्या दशकात वृत्तविश्लेषण करत होती. याच दरम्यान, १९८८ मध्ये रामायण ही मालिका सुरू झाली होती. तेव्हाच भाजपचे राजकारण जास्त गतिशील झाले होते. १९८९ मध्ये शिवसेना-भाजप युती झाली होती. त्याचे शिल्पकार बाळासाहेब ठाकरे व प्रमोद महाजन होते. त्यांना कॉर्पोरेट मीडियाचे महत्त्व लक्षात आले होते. हिंदुत्वाच्या मदतीस कॉर्पोरेट मीडिया येतो. वार्तांकन या पद्धतीत राजकारण घडू लागले. मुद्रित मीडियादेखील कॉर्पोरेट मीडियाकडे स्थलांतरित होऊ लागला. इंडिया टुडे समूहाचे, न्यूज ट्रॅक किंवा हिंदुस्थान टाईम्स समूहाचे 'आय विटनेस' ही व्हिडिओ साप्ताहिके सुरू झाली. यातूनच सॅटेलाइट टेलिव्हिजन एशिया रिजन (स्टार) या विदेशी माध्यमसमूहांच्या आर्थिक कंपनीची आर्थिक गुंतवणूक स्टारमध्ये झाली होती. (कुलकर्णी व चंपानेरकर, २०१३ : ६७०-७१) या क्षेत्रात मोठ्या प्रमाणावर गुंतवणूक झाली. झी न्यूज, आजतक, स्टार न्यूज, एन.डी.टी.व्ही., हेडलाईन्स टुडे, टाइम्स नाऊ, आय.बी.एन.-७, आय.बी.एन. लोकमत, सी.एन.एन., बी.बी.सी., वर्ल्ड अल जहिरा अशी कॉर्पोरेट क्षेत्रात एक नवीन ताकद तयार झाली. या क्षेत्रांमध्ये काम करणारा वर्ग हा राजकारणाची निर्मिती करत होता. दृष्टिकोन व मूल्यनिर्मितीचे काम त्यांनी केले. विविध विषयांवर त्यांनी कॉर्पोरेट क्षेत्रातून चळवळी चालविल्या होत्या. विशेषतः महिला छळविरोधी चळवळ, दलित अत्याचार विरोधी चळवळ, शेतकऱ्यांच्या आत्महत्या विरोधी चळवळ यातून नवीन ताकदीची निर्मिती झाली. या चळवळीचे आणि कॉर्पोरेट क्षेत्राचे स्वरूप 'सरंजामी कॉर्पोरेट' या प्रकारचे होते; कारण त्यामध्ये 'सरंजामी मूल्य' आणि 'आधुनिक तंत्रज्ञान' यांचा समन्वय साधला गेला होता. सरंजामी कॉर्पोरेट व्यवस्था दोन भिन्न आणि परस्पर विरोधी मूल्यांवर आधारित होती; त्यामुळे त्याचा मध्यवर्ती आशय 'रूढीवाद' होता; तसेच सरंजामी कॉर्पोरेट व्यवस्था ही उपयुक्ततेच्या मूल्याभोवती फिरत होती. ती ताकद अर्थातच दोन्ही काँग्रेस विरोधातील होती. तिचा लाभ राजकीय पक्ष म्हणून भाजप व शिवसेना पक्षांनी उठवला. दुसऱ्या शब्दांत सरंजामी कॉर्पोरेट व्यवस्था आणि भाजप व शिवसेना असा समझोता घडून आला. भाजप व शिवसेना पक्षांची युती तुटल्यामुळे सरंजामी कॉर्पोरेट व्यवस्था दोन पक्षांमध्ये विभागली गेली. तिच्यामध्ये धरसोड झाली होती. परंतु, एकूण शिवसेना आणि भाजपला त्यांच्या भूमिकेचा फायदा झाला.

निवडणूक निकालाचे स्वरूप

महाराष्ट्रातील विधानसभेच्या निवडणुकीमध्ये सत्ताधारी काँग्रेस-राष्ट्रवादी काँग्रेस

पक्षांचा निर्णायक पराभव झाला (२०१४). भाजपची प्रचंड प्रगती झाली आहे. मात्र, वाढ होऊनही भाजपला स्पष्ट बहुमत मात्र मिळाले नाही. शिवसेनेच्या जागांमध्ये वाढ होऊनही भाजपइतके प्रचंड यश शिवसेना पक्षाला मिळाले नाही (पहा तक्ता क्र. १). या निवडणूक निकालांचा एक महत्त्वाचा परिणाम म्हणजे महाराष्ट्रातील राजकीय पक्षांच्या स्पर्धेमध्ये फेरबदल झाले आहेत. भाजप या पक्षाने आघाडी केली व मित्र पक्षांना केवळ २२ जागा दिल्या होत्या. तर २६० जागा भाजपने लढविल्या होत्या; त्यांपैकी १२२ जागा एकट्या भाजपला मिळाल्या आहेत. त्या जागांमध्ये ७६ जागांची वाढ झाली आहे. अशा प्रकारची प्रगती शिवसेना पक्षाची झाली नाही. शिवसेना पक्षाच्या केवळ १९ जागा वाढल्या आहेत. या निवडणुकीत सर्वांत जास्त ४० जागांमध्ये घट काँग्रेस पक्षाची झाली आहे. त्यानंतर २१ जागांमध्ये घट राष्ट्रवादी काँग्रेस पक्षाची झाली आहे (पहा तक्ता क्र. १). यावरून असे म्हणता येते की, या निवडणुकीच्या निकालाचा अर्थ व स्वरूप लोकशाही मार्गांनी शांततामय फेरबदल असा होतो. या फेरबदलांची प्रमुख चार सूत्रे दिसतात. ती चार सूत्रे भाजपच्या राजकीय प्रभुत्वाचा आधार म्हणून पुढे आली आहेत.

तक्ता क्र. १ : विधानसभा निवडणुकीचा निकाल (२०१४)

पक्ष	लढविलेल्या जागा	जिंकलेल्या जागा	मते %
भाजप	२६०	१२२ (+७६)	२७.८
भाजप आघाडी	२२	०१	१.३
शिवसेना	२८२	६३ (+१९)	१९.४
काँग्रेस	२८७	४२ (-४०)	१८
राष्ट्रवादी काँग्रेस	२७८	४१ (६२)	१७.३
इतर	२९९०	०१९ (-२१)	१५.३

(निवडणूक आयोगाचे संकेत स्थळ)

भाजपच्या प्रभुत्वाचा आधार : शहरी सत्ता केंद्रे

महाराष्ट्राच्या राजकारणाचे सत्ता केंद्र ग्रामीण भागात होते. यामध्ये नव्वदीच्या दशकापासून बदल होत गेला आहे. गेल्या दोन दशकांमध्ये महाराष्ट्राचे राजकारण शहरी भागांमध्ये घडण्याची प्रक्रिया गतिशील झाली. मात्र, ही प्रक्रिया २०१४ मध्ये जवळजवळ पूर्ण झाली. महाराष्ट्राच्या राजकारणाचे सत्ताकेंद्र शहरीभागात स्थिर झाले आहे; याचे कारण म्हणजे महाराष्ट्रात ४५.२३ टक्के लोकसंख्या शहरी भागात राहाते.

२८८ पैकी १३५ ग्रामीण आणि १०० शहरी व ५३ निमशहरी मतदारसंघ आहेत. शहरी आणि निमशहरी भागात पक्षीय स्पर्धा चौपदरी होती. त्यामध्ये फेरबदल झाला आहे. यातूनच भाजपच्या प्रभुत्वाचा शहरी आधार साकारला आहे. या बदलांची पाच वैशिष्ट्ये आहेत. एक म्हणजे, शहरी भागातील १०० पैकी ५३ (पळशीकर) मतदारसंघ भाजपने जिंकून घेतले आहेत. याचा अर्थ, शहरातील निम्म्यापेक्षा जास्त राजकारण भाजप या पक्षाभोवती केंद्रित झाले आहे; त्यामुळे भाजप हा पक्ष शहरी भागातील मुख्य आणि वर्चस्वशाली राजकीय पक्ष म्हणून उदयास आला आहे. जागांच्या खेरीज भाजपला शहरी भागात सर्वांत जास्त मते देखील मिळाली आहेत (३४.५ टक्के). दुसरे म्हणजे, शहरी भागात भाजपच्या तुलनेत शिवसेनेची निम्म्यापेक्षा कमी ताकद आहे. त्या पक्षाला २६ जागा मिळाल्या आहेत. याचा परिणाम, म्हणजे शहरी भागातील दुसरा स्पर्धक शिवसेना हा आहे. मथितार्थ, शहरी भागातील जवळजवळ सर्व राजकीय स्पर्धा दुहेरी स्वरूपाची झाली आहे. कारण, मुंबई शहरात भाजप आणि शिवसेना यांना समान जागा मिळाल्या आहेत (प्रत्येकी तीन). तर मुंबई उपनगरांमध्ये २६ पैकी भाजपला बारा आणि शिवसेना पक्षाला ११ जागा मिळाल्या आहेत. तिसरे म्हणजे, काँग्रेस पक्षाला शहरी भागात विस्तार करता आला नाही. राष्ट्रवादी काँग्रेस पक्ष शहरी भागातून हद्दपार झाला, तसा काँग्रेस पक्ष शहरी भागातून हद्दपार झाला नाही. कारण, या पक्षाला शहरी भागात ०९ जागा आणि १६.२ टक्के मते मिळाली आहेत; त्यामुळे शहरी भागात या पक्षाची तिसऱ्या स्थानावरील ताकद आहे. मुंबई मधील १० पैकी तीन मतदारसंघ काँग्रेस पक्षाने जिंकले आहेत; तर मुंबई उपनगरांमधील २६ पैकी दोन जागा काँग्रेस पक्षाला मिळाल्या आहेत. जुन्या ठाणे व कल्याण शहरामध्ये काँग्रेस पक्षाला एकही जागा मिळाली नाही. चौथे म्हणजे, राष्ट्रवादी काँग्रेस पक्ष शहरी भागातून हद्दपार झाला आहे. कारण, या पक्षाला केवळ चार जागा आणि ९.५ टक्के मते मिळाली आहेत. मुंबई, मुंबईउपनगर, पुणे, नागपूर येथे पक्षाला स्थान मिळाले नाही. पाचवे म्हणजे, शहरी भागात मुख्य चार पक्षांच्या बाहेरही राजकीय ताकद आहे; कारण शहरी भागात छोटे पक्ष आणि इतरांना ०८ जागा आणि १९.३ टक्के मते मिळाली आहेत. यामध्ये म.न.सेना या पक्षाला केवळ ५.६ टक्के मते मिळाली आहेत.

निमशहरी भागात ५३ विधानसभेचे मतदारसंघ आहेत. या क्षेत्रामध्ये राष्ट्रवादी काँग्रेस पक्षाचे स्थान दुसऱ्या क्रमांकावर गेले आहे; तर प्रथम क्रमांकाचा पक्ष म्हणून या भागात भाजपचा उदय झाला आहे. या भागातील भाजपने ५३ पैकी २८ जागा जिंकल्या आहेत; तर राष्ट्रवादी काँग्रेस पक्षाने ११ जागा जिंकल्या आहेत (सुहास पळशीकर). शिवसेना आणि काँग्रेस पक्षाला प्रत्येकी सहा जागा जिंकता आल्या

आहेत. शहरी भागात भाजप व शिवसेना अशी राजकीय स्पर्धा दिसते. निमशहरी भागात भाजप आणि राष्ट्रवादी काँग्रेस अशी राजकीय स्पर्धा दिसते. भाजपला निमशहरी भागात शे.३०.१ टक्के आणि राष्ट्रवादी काँग्रेस पक्षाला शे. १८.५ टक्के मते मिळाली आहेत. मात्र, निमशहरी भागात मतांच्या संदर्भात काँग्रेस (१८.३ टक्के) आणि शिवसेना (१७.८ टक्के) देखील राजकीय स्पर्धक आहेत. म्हणजेच निमशहरी भागात शिवसेना आणि काँग्रेस मतांच्या संदर्भात पूर्णपणे पराभूत झालेले पक्ष नाहीत.

ग्रामीण महाराष्ट्रातील राजकीय स्पर्धा देखील बदलली आहे. शहरी मतदारसंघामध्ये वाढ झाल्यामुळे ग्रामीण मतदारसंघांची संख्या कमी झाली आहे. ग्रामीण भागात २८८ पैकी १३५ मतदारसंघ पूर्णपणे ग्रामीण स्वरूपाचे राहिले आहेत. या भागातील राजकीय स्पर्धेमध्ये चार बदल झाले आहेत. एक, ग्रामीण भागामध्ये दोन्ही काँग्रेस आणि शिवसेना पक्षांना मागे टाकून भाजप पुढे गेला आहे. १३५ पैकी ४२ जागा भाजपला मिळाल्या आहेत (३१.११ टक्के जागा). भाजप हा शहरी पक्ष होता. त्या पक्षाने ग्रामीण भागात देखील विस्तार केलेला दिसतो. मात्र, हा विस्तार मर्यादित स्वरूपाचा आहे. कारण, ग्रामीण भागातील जवळजवळ ६९ टक्के जागा भाजपच्या नियंत्रणाखाली आल्या नाहीत. मथितार्थ, भाजपचा ग्रामीण भागात विस्तार होऊनही भाजप ग्रामीण भागात तसा दुबळा पक्ष आहे. दुसरे म्हणजे, ग्रामीण भागात शिवसेना पक्षाला दुसऱ्या क्रमांकाच्या जागा मिळाल्या आहेत (१३५ पैकी ३१). मात्र, मतांच्या संदर्भात शिवसेनेचे स्थान तिसऱ्या क्रमांकाचे आहे; त्यामुळे शिवसेना हा एकमेव भाजपचा ग्रामीण भागातील स्पर्धक नाही. तिसरे म्हणजे, तिसऱ्या क्रमांकाच्या जागा काँग्रेस पक्षाला मिळाल्या आहेत (१३५ पैकी २७). मात्र, मते चौथ्या क्रमांकाची मिळाली आहेत (१९ टक्के). चौथे म्हणजे, राष्ट्रवादी काँग्रेस पक्षाला चौथ्या क्रमांकाच्या जागा मिळाल्या आहेत. मात्र, मते दुसऱ्या क्रमांकाची मिळाली आहेत (२१.८ टक्के). यामुळे भाजपचा नेमकेपणे ग्रामीण भागात एक राजकीय स्पर्धक नाही. भाजपला ग्रामीण भागात तीन राजकीय स्पर्धक आहेत; तसेच दोन्ही काँग्रेस आणि शिवसेना यांना ग्रामीण भागात मतांच्या आधारे आधार आहे, असे दिसते. त्यामुळे ग्रामीण भागात भाजपपुढे दोन्ही काँग्रेस आणि शिवसेना या पक्षांचे प्रबळ आव्हान आहे. शहरी, निमशहरी आणि ग्रामीण या तीन भागांमध्ये भाजप प्रथम स्थानावर आहे. या तीन भागांपैकी शहरी भागात भाजपचे वर्चस्व आहे. शहरी भागात भाजप आणि शिवसेना अशी स्पर्धा उदयास आली आहे. निमशहरी आणि ग्रामीण भागात मात्र सरळ द्विपक्षीय पक्ष दिसत नाही. इथे चौरंगी स्पर्धा २०१४ च्या विधानसभा निवडणुकीमध्ये दिसून आली आहे. चौरंगी स्पर्धेत भाजप प्रथम स्थानावर गेला आहे. मात्र, एकूण राज्यात भाजपचे वर्चस्व निर्माण झालेले नाही.

सामाजिक आधार

महाराष्ट्रातील सर्वांत मोठा पक्ष म्हणून भाजपने विलक्षण यश संपादन केले आहे (१२२ जागा आणि २७ टक्के मत). भाजपची मते प्रत्येक विधानसभा निवडणुकीत वाढत गेली आहेत. १९९५ च्या तुलनेत १९९९ मध्ये भाजपची मते घटली होती. मात्र, १९९९ नंतर सतत मतांमध्ये वाढ होत गेली; हा चित्तवेधक फेरबदल नरेंद्र मोदींनी केला. त्यासाठी त्यांनी 'सर्वजन हिताय' ही नवीन संकल्पना वापरली. ही संकल्पना 'बहुजन हिताय, बहुजन सुखाय' या संकल्पनेचा सामाजिक आधार कमी करण्यासाठी उपयुक्त ठरली. या संकल्पनेमध्येच भाजपच्या यशाचा अर्थ सामावलेला आहे. ही संकल्पना महाराष्ट्रातील विविध समूहांना भाजपकडे आकर्षित करत होती. या संकल्पनेच्या मदतीने भाजपने महाराष्ट्रातील सर्व सामाजिक समूहांमध्ये आधार मिळविण्याचा प्रयत्न केला. सामाजिक आधार काँग्रेस आणि राष्ट्रवादी काँग्रेसकडून भाजपकडे स्थलांतरित झाला. मथितार्थ, भाजपच्या सामाजिक आधारामध्ये वाढ झालेली स्पष्टपणे दिसते. हा मुद्दा लोकनीती–सी.एस.डी.एस. आणि चाणक्य यांच्या पहाणीत स्पष्ट होतो. कुणबी समाजातून शिवसेना (३०–३१ टक्के), भाजप (२४ टक्के), राष्ट्रवादी काँग्रेस (१८–२२ टक्के) आणि काँग्रेस (११–१३ टक्के) अशा क्रमाने पाठिंबा मिळाला. मथितार्थ, पन्नास टक्क्यांपेक्षा जास्त मराठा कुणबी समाज शिवसेना व भाजप या पक्षांचा आधार झाला आहे; तर दोन्ही काँग्रेस पक्षांना केवळ शे. तीस–पस्तीस टक्के मराठा–कुणबी समाजातून पाठिंबा मिळाला. या फेरबदलामुळे भाजप दोन्ही काँग्रेस पक्षांवर सहज विजय संपादन करू शकला. याखेरीज महाराष्ट्रामध्ये निवडणुकीवर प्रभाव टाकण्याची क्षमता असलेला समूह ओ.बी.सी. हा आहे. या समूहांमधून देखील भाजपला जास्त पाठिंबा मिळाला आहे, असे दिसते. भाजप (३८–४५ टक्के) ला सर्वांत जास्त पाठिंबा ओ.बी.सी. समाजातून मिळाला आहे. शिवसेना (१८ टक्के), राष्ट्रवादी काँग्रेस (११–२० टक्के) आणि काँग्रेस (१२–१३ टक्के) यांना भाजपच्या तुलनेत फारच कमी ओ.बी.सी. समाजातून पाठिंबा मिळाला आहे. अर्थातच मराठा–कुणबी समाजाप्रमाणे ओ.बी.सी. समूहामधील पन्नास टक्क्यांपेक्षा जास्त मते दोन्ही काँग्रेस पक्षांच्या विरोधी गेली; यावरून मराठा–कुणबी आणि ओ.बी.सी. या दोन मोठ्या समाज घटकांनी दोन्ही काँग्रेसविरोधी मते नोंदविली. याउलट, हे समूह भाजपचे समर्थक झाले आहेत. अनुसूचित जमातींमध्ये देखील भाजपचा आधार इतर पक्षांच्या तुलनेत तिपटीने जास्त आहे. शिवसेना (१९ ते ०९ टक्के), भाजप (३३ ते ३४ टक्के), राष्ट्रवादी काँग्रेस (१६ ते १४ टक्के) आणि काँग्रेस (१४ ते २१ टक्के) अशा क्रमाने पाठिंबा अनुसूचित जमातींमध्ये मिळाला. अनुसूचित जातींमध्ये मात्र भाजपच्या तुलनेत काँग्रेसकडे पाठिंब्यांचा कल झुकलेला दिसतो. या

समूहामधून शिवसेना (१३ ते ०८ टक्के), भाजप (१९ ते ३२ टक्के), राष्ट्रवादी काँग्रेस (१७ ते १३ टक्के) आणि काँग्रेस (२८ ते ३६ टक्के) अशा क्रमाने पाठिंबा मिळाला. अनुसूचित जाती देखील काही अंशी भाजपकडे झुकलेल्या आहेत. मात्र, काँग्रेस-भाजप अशी स्पर्धा या समूहामध्ये सध्या आहे; तसेच याखेरीज राष्ट्रवादी काँग्रेस पक्षाला देखील या जातिगटामधून बऱ्यापैकी पाठिंबा मिळतो. उच्च जाती आणि इतर हे दोन समूह भाजपचा या निवडणुकीतील कणा होते. भाजपला उच्चजातींमधून एकमुखी पाठिंबा मिळाला (५२ ते ६५ टक्के). या तुलनेत इतर पक्षांना या समाजातून फार कमी पाठिंबा मिळाला. उदा. शिवसेना पक्षाला ९ ते ८ टक्के, काँग्रेस पक्षाला १६ ते १२ टक्के, राष्ट्रवादी काँग्रेस पक्षाला १० ते ९ टक्के; म्हणजेच उच्च जाती ही भाजपची मतपेटी (व्होट बँक) आहे; तर इतर समाज गटांमधून भाजपला ३२ ते ४४ टक्के पाठिंबा मिळाला आहे. हा पाठिंबा इतर पक्षांच्या तुलनेत दुपटीने जास्त आहे. त्यामधून देखील एका मतपेटीने आकार घेतला आहे. मुस्लीम समाजातून काँग्रेस पक्षाला ५३ ते ६१ टक्के पाठिंबा मिळाला आहे; तर भाजप (१३ ते १४ टक्के) आणि राष्ट्रवादी काँग्रेस पक्षाला (१६ ते १५ टक्के) जवळजवळ समान पाठिंबा मिळाल्याचे चित्र दिसते आणि शिवसेना पक्षाला फारच कमी पाठिंबा मुस्लीम समाजातून मिळाला (११ ते ०४ टक्के). यावरून पुढील सामान्यीकरण दिसून येते. एक म्हणजे, उच्च जातींमध्ये मतपेढी संकल्पना आकाराला आली आहे. त्या मतपेढीचा संबंध भाजपशी आहे. दुसरे म्हणजे, इतर या समूहांमध्ये देखील भाजप समर्थक मतपेढीने आकार घेतला आहे. तिसरे म्हणजे, मुस्लीम, ओ.बी.सी., दलित आणि मराठा या मतपेढ्यांची संकल्पना या निवडणुकीमध्ये कृतिशील नव्हती; त्यांचे समूहामध्ये विभाजन झाले. अर्थातच 'सर्वजन हिताय' या संकल्पनेमध्ये विविध समूहांचे एकसंघीकरण झाले. या संकल्पनेशी विविध समूह समरस झाले. या प्रकारची राजकीय कृतिप्रवणता नरेंद्र मोदींनी महाराष्ट्रात सामाजिक आधारांच्या संदर्भात केली.

तक्ता क्र. २ : भाजपची निवडणूक कामगिरी

निवडणूक वर्ष	लढविलेल्या जागा	जिंकलेल्या जागा	मते	मतांची टक्केवारी
१९९०	१०४	४२	३१८०४८२	१०.७
१९९५	११६	६५	४९३२७६७	१२.८०
१९९९	११७	५६	४७७६३०१	१४.५४
२००४	११३	५४	५७१७२८७	१३.६७
२००९	११९	४६	६३५२१४७	१४.२
२०१४	२६०	१२२	१४७०९४५५	२७.८

(स्रोत : निवडणूक आयोगाचे संकेतस्थळ)

तक्ता क्र. ३ : भाजप : सामाजिक आधार (२०१४)

जातिगट	सीएसडीएस	चाणक्य	सीएसडीएस	चाणक्य	सीएसडीएस	चाणक्य	सीएसडीएस	चाणक्य
	भाजप		शिवसेना		काँग्रेस		राष्ट्रवादी काँग्रेस	
उच्च जाती	५२	६५	०९	८	१६	१२	१०	०९
मराठा-कुणबी	२४	२४	३०	३१	११	१३	१८	२२
ओ.बी.सी.	३८	४५	१८	१८	१३	१२	२०	११
अनु. जाती	१९	३२	१३	०८	२८	३६	१२	१३
अनु. जमाती	३३	३४	०९	१९	१४	२१	१६	१४
मुस्लीम	१३	१४	११	०४	५३	६१	१६	१५
इतर	३२	४४	१७	१८	१८	१६	१५	१३

(स्रोत : सी.एस.डी.एस.ची आकडेवारी सुहास पळशीकर, The Indian Express आणि चाणक्यची आकडेवारी आय.बी.एन. लोकमत यांच्याकडील घेतली आहे.)

सामाजिक आधारांचा परिणाम

भाजप व शिवसेनेचे उमेदवार अल्पसंख्याक (धर्मीक) वगळता सर्व जाती-गटांतून निवडून आले आहेत. काँग्रेस व राष्ट्रवादी काँग्रेस पक्षाचे उमेदवार उच्च जाती वगळता सर्व स्तरांतून निवडून आले आहेत. मथितार्थ, भाजप-शिवसेना पक्षांमध्ये मुस्लीम समावेशन झाले नाही, तर दोन्ही काँग्रेस पक्षांमध्ये उच्च जातींचे समावेशन झाले नाही. मराठा-कुणबी समाजातील एकूण २८८ पैकी ११३ आमदार झाले. संख्यात्मक दृष्टिकोनातून हे मराठ्यांचे प्रभुत्व दिसते. मात्र, मराठा-कुणबी आमदार चार पक्षांमध्ये विभागले आहेत; त्यामुळे त्यांचे राजकारण हे पक्षीय पातळीवर घडेल. मात्र, मराठा म्हणून राजकारण घडण्यास मर्यादा आली आहे. मात्र, सरंजामी आणि कॉर्पोरेट यांच्याशी युती करण्याची लवचिकता मराठ्यांकडे दिसते. ओ.बी.सी. आमदारांची संख्या देखील पक्षीय पातळीवर विभागली आहे. मात्र, काँग्रेस पक्षाचा व ओ.बी.सी. आमदारांचा संबंध फारच दुबळा झालेला दिसतो. अनुसूचित जाती आणि जमातींचे आमदार विभागले आहेत. मात्र, भाजपकडे सुस्पष्टपणे झुकलेला कल दिसतो. अमराठी समाजाचे प्रतिनिधित्व थेट भाजप करत आहे (पहा तक्ता क्र. ३).

आमदारांचे जातिगट निहाय वर्गीकरण (२०१४)

	भाजप	शिवसेना	काँग्रेस	राष्ट्रवादी	इतर	एकूण
उच्च जाती	०९	०६	००	००	००	१५
मराठा	३२	२१	१९	१७	००	८९
कुणबी	१०	०६	०२	०२	०४	२४
ओ.बी.सी.	२५	१२	०४	१२	०९	६२
मध्यम जाती	०९	०४	०२	०१	०३	१९
अ.जाती	१५	०९	०३	०३	००	३०
अ.जमाती	११	०३	०६	०४	०१	२५
मुस्लीम	००	००	०५	०१	०३	०९
अमराठी	११	०२	०१	०१	००	१५
एकूण	१२२	६३	४२	४१	२०	२८८

(इतरमध्ये भाजप आघाडीतील एक जागा आहे.)

निष्कर्ष

या विधानसभा निवडणुकीवर शहरीकरण या घटकांचा ठळकपणे प्रभाव दिसतो. शहरी भागातील पक्षांना निमशहरी आणि ग्रामीण भागात शिरकाव करता आला. निवडणूक निकालावर शहरी अर्थकारणाची मुद्रा उमटलेली दिसते. या प्रक्रियेची देखील तीन सूत्रे आहेत. एक म्हणजे, भाजप हा ग्रामीण भागातील सर्वांत मोठा पक्ष म्हणून उदयास आला आहे. ग्रामीण विभागातील १३५ मतदारसंघांपैकी ४२ मतदारसंघ भाजपने जिंकले; तर सर्वांत जास्त मते ही भाजपला मिळाली आहेत (२५.३ टक्के). यास अपवाद मात्र कोकण विभागातील ग्रामीण विभागात भाजपला केवळ एक जागा मिळाली आहे. भाजपनंतर ग्रामीण भागातील पक्ष म्हणून शिवसेनेचे दुसरे स्थान दिसते; कारण शिवसेना पक्षाने ३१ जागा मिळविल्या आहेत. मात्र, शिवसेनेची ग्रामीण भागातील मते राष्ट्रवादी काँग्रेस पक्षाच्या तुलनेत कमी आहेत. २७ जागा मिळवून ग्रामीण भागात तिसऱ्या स्थानावर काँग्रेस पक्ष आहे. मात्र, या पक्षाला राष्ट्रवादी काँग्रेस आणि शिवसेनेच्या तुलनेत कमी मते ग्रामीण भागात मिळाली आहेत. राष्ट्रवादी काँग्रेस पक्षाच्या २६ जागा म्हणजे इतर पक्षांच्या तुलनेत सर्वांत कमी जागा ग्रामीण भागात निवडून आल्या आहेत. परंतु, मते मात्र भाजपनंतरची दुसऱ्या क्रमांकाची राष्ट्रवादी काँग्रेस पक्षाला मिळाली आहेत (२१.८ टक्के). मथितार्थ, ग्रामीण भागातील पक्षांचा प्रभाव कमी झाला आणि शहरी भागातील पक्षांनी ग्रामीण भागात विस्तार केला.

दुसरे म्हणजे, निवडणुकीवरील शहरीकरणाच्या प्रभावाचे दुसरे सूत्र निमशहरीकरण हे आहे. कारण, ग्रामीण भागाच्याखेरीज निमशहरी भागात भाजपला ५३ पैकी २८ म्हणजे सर्वांत जास्त जागा मिळाल्या आहेत. विशेष म्हणजे ग्रामीण भागाच्या तुलनेत, निमशहरी भागातील भाजपच्या मतांची संख्या जास्त आहे (३०.१ टक्के). इतर पक्षांच्या तुलनेत जवळजवळ १२-१३ टक्के मते भाजपला जास्त मिळाली आहेत. दुसऱ्या स्थानावर राष्ट्रवादी काँग्रेस निमशहरी भागात आहे. या पक्षाला ११ जागा व १८.५ टक्के मते निमशहरी भागात मिळाली आहेत. काँग्रेस आणि शिवसेना पक्षाच्या प्रत्येकी सहा जागा ग्रामीण भागात निवडून आल्या आहेत; म्हणजेच निमशहरी भागात भाजप समर्थक झाल्याचे चित्र स्पष्टपणे दिसून येते.

तिसरे म्हणजे, शहरीकरणाच्या प्रभावाचे तिसरे सूत्र अर्थातच 'बहुसांस्कृतिक शहरे' हे आहे. ग्रामीण आणि निमशहरी भागाच्या खेरीज शहरी भागात देखील भाजप सर्वांत मोठा पक्ष म्हणून उदयास आला आहे. शहरी भागातील शंभर मतदारसंघांपैकी निम्म्यापेक्षा जास्त मतदारसंघात भाजपचा विजय झाला आहे. भाजपला ५३ जागा आणि ३४.५ टक्के मते शहरी भागात मिळाली आहेत. जागा आणि मते या दोन्ही संदर्भात शिवसेना शहरी भागातील दुसऱ्या क्रमांकाचा पक्ष ठरला आहे (२६ जागा आणि २०.६ टक्के मते). मुंबई, ठाणे या शहरी भागातील राजकारण भाजप व शिवसेना पक्षात विभागले गेले आहे. पुणे आणि नागपूर येथे केवळ भाजपचे नियंत्रण शहरी भागांवर आहे. दोन्ही काँग्रेस पक्षांचे शहरी भागातील आधार फारच कमी झाले आहेत. काँग्रेस पक्षाला केवळ ०९ जागा आणि १६.२ टक्के मते मिळाली आहेत. राष्ट्रवादी काँग्रेसचे शहरी भागात स्थान राहिले नाही; कारण केवळ चार जागा आणि ९.५ टक्के मते राष्ट्रवादी काँग्रेस पक्षाला मिळाली आहेत. शहरी भागात भूमिपुत्र विरोधी अमराठी असे ध्रुवीकरण शिवसेना व मनसे करत होते. मात्र, या ध्रुवीकरणापेक्षा जास्त प्रभावी मुद्दा बहुसांस्कृतिक स्वरूपाचा ठरला; कारण मुंबई शहरात केवळ एक चतुर्थांश भूमिपुत्र या संकल्पनेशी संबंधित मतदार होते; तर तीन चतुर्थांश समाज हा बहुसांस्कृतिक होता. त्यामधून भाजपने मते मिळवली आहेत; म्हणजेच भाजपचा आधार बहुसांस्कृतिक घटक हा देखील झाला होता. त्यावर कॉर्पोरेट क्षेत्र, नागरी समाज आणि मार्केट या तीन घटकांचा प्रभाव होता; म्हणजेच शहरी अर्थकारणाचा प्रभाव दिसून आला; म्हणून २०१४ च्या विधानसभेत कॉर्पोरेट राजकारणाचे नवे क्षेत्र उदयास आले. हे क्षेत्र सार्वजनिक राजकारणाची जागा व्यापत आहे; म्हणजेच सार्वजनिक राजकारणाची जागा कमी होण्यास अधिकृतपणे आरंभ झाला आहे. (Carl Boggs, 2000 : 25 and 68)

प्रादेशिक असमतोल

कॉर्पोरेट क्षेत्र, नागरी समाज आणि मार्केट या तीन घटकांच्या प्रभावामुळे प्रादेशिक असमतोलदेखील निर्माण झाला आहे. भाजपच्या निकालामध्ये विभागीय समतोल दिसतो. परंतु, विदर्भ विभागावर भाजपने पूर्ण नियंत्रण मिळवले आहे. भाजपला विदर्भ विभागातून वर्चस्व निर्माण करता आले आहे. या विभागात भाजपला ६२ पैकी ४४ मतदारसंघात विजय मिळाला आहे. या पेक्षा विशेष म्हणजे पूर्व विदर्भात भाजपला जवळजवळ ४० टक्के मते मिळाली आहेत; तर पश्चिम विदर्भात तीस टक्के मते मिळाली आहेत. मात्र, कोकण विभागात भाजपला १५ पैकी केवळ एक जागा मिळाली आहे; यामुळे भाजपच्या निकालामध्येदेखील असमतोल दिसतो. शिवसेना पक्षाच्या निकालामध्ये देखील प्रादेशिक असमतोल दिसत आहे. विदर्भ विभागात शिवसेना पक्षाला केवळ चार जागा मिळाल्या आहेत. पूर्व विदर्भात तर, शिवसेनेला केवळ नऊ टक्के मते मिळाली आहेत. काँग्रेस पक्षाला देखील कोकण, मुंबई, ठाणे, विदर्भ या विभागात फारच कमी यश मिळाले आहे. राष्ट्रवादी काँग्रेस पक्षाला विदर्भात केवळ एक जागा मिळाली आहे; तर पूर्व विदर्भात एकही जागा मिळाली नाही. यावरून पक्ष आणि विभाग यांच्यामध्ये असमतोल निर्माण झाल्याचे चित्र स्पष्टपणे दिसते.

गेल्या साठ वर्षांतील राजकारणाच्या तुलनेत महाराष्ट्र विधानसभा निवडणुकीचा निकाल हा वेगळा आहे. या निवडणूक निकालाने शेती आणि उद्योग यांच्यातील समझोता आणि स्पर्धा संपुष्टात आली. किंबहुना, उद्योगक्षेत्रातून देखील नवीन कॉर्पोरेट क्षेत्राचा उदय झाला. उद्योगक्षेत्रातून कॉर्पोरेट क्षेत्र, नागरी समाज आणि मार्केट अशा तीन घटकांचा या निवडणुकीत समझोता झाला होता; त्यामुळे निवडणुकीचा निकाल गेल्या साठ वर्षांच्या तुलनेत भिन्न लागला. कॉर्पोरेट क्षेत्र, नागरी समाज आणि मार्केट ही त्रिसूत्री भाजपच्या विजयाचा मुख्य आधार आहेत.

लोकसभा निवडणुकीपाठोपाठ विधानसभा निवडणुकीचा निकालदेखील भाजपकेंद्रित लागला. याचे नेमके कारण सरंजामी मूल्यव्यवहाराशी संबंधित आहे. सरंजामी मूल्यव्यवहार विरोध आणि रूढीवाद समर्थन हा या निवडणुकीतील कळीचा मुद्दा होता. या मुद्यांचे पाच मोठे कंगोरे होते. एक म्हणजे, काँग्रेस आणि राष्ट्रवादी काँग्रेस अंतर्गत स्पर्धा हे मुख्य कारण आहे. या दोन्ही पक्षांमधील 'स्पर्धा' हा शब्दप्रयोग खूप वरवरचा आहे. या दोन्ही पक्षांच्यामध्ये सरंजामी मूल्यांची स्पर्धा होती. राष्ट्रवादी काँग्रेस पश्चिम महाराष्ट्राचा पक्ष तर काँग्रेस पश्चिम महाराष्ट्राचा पक्ष पाहिजे; अशी महत्त्वाकांक्षा काँग्रेसमध्येदेखील होती; यामध्ये खोलवर सरंजामी वृत्ती होती; त्यामुळे काँग्रेसने त्यांचा भक्कम पाया असलेल्या विदर्भ विभागाकडे सत्तावाटपामध्ये

लक्ष दिले नाही. हा काँग्रेस पक्षाचा सरंजामी व्यवहार होता. दुसरे म्हणजे, सत्ता, प्रतिष्ठा, संपत्ती आणि अधिकार या चार गोष्टीस सरंजामी अर्थ प्राप्त झाला होता. सत्तेच्याभोवती नारायण राणे, अजित पवार, विजयसिंह मोहिते-पाटील, छगन भुजबळ यांच्या प्रतिमा स्थिर झाल्या होत्या. तिसरे म्हणजे, सत्ता आणि घराणे हे दोन घटक एकमेकांमध्ये गुंतलेले होते. घराण्याच्या बाहेर सत्ता जात नव्हती; त्यामुळे घराणे हा घटक सरंजामी मूल्यांच्या प्रचाराचा मध्यवर्ती घटक होता. तीन पवार (शरद पवार, अजित पवार, सुप्रिया सुळे), तीन भुजबळ (छगन भुजबळ, पंकज भुजबळ, समीर भुजबळ), दोन नाईक (गणेश नाईक, संजीव नाईक), दोन राणे (नारायण राणे, नीलेश राणे) इत्यादी. चौथे म्हणजे, सरंजामी मूल्यांमुळे लोकशाहीचा ताबा व्यक्तिगत महत्त्वाकांक्षांनी घेतला होता. व्यक्तिगत महत्त्वाकांक्षांनी सामूहिक भावनेचा अंत केला. सामूहिक भावनेच्या अभावामुळे दोन्ही काँग्रेस पक्ष केवळ घराण्याच्या सत्ता, प्रतिष्ठा, अधिकार आणि संपत्तीभोवती फिरत होते; म्हणजे दोन्ही काँग्रेस पक्षांचा लढा भाजप किंवा शिवसेना विरोधी नव्हता; त्यांचा लढा घराण्याशी होता. पाचवे म्हणजे, राजकारण हे व्यापारी असते. राजकारणात नैतिक मूल्यांचे स्थान दुय्यम असते, अशी भूमिका दोन्ही काँग्रेस पक्षांची होती; त्यामुळे जनतेच्या मनामध्ये दोन्ही काँग्रेस नैतिक मूल्यांच्या संदर्भात खूपच घसरली होती. त्यांचा राजकीय सत्ता संपत्ती मिळवण्याचा मार्ग ठरली होती; त्यामुळे दोन्ही काँग्रेस पक्षांमध्ये नैतिक मूल्यांचा ऱ्हास झाला. या गोष्टीमुळे राज्यात प्रगती झाली असूनही दोन्ही काँग्रेस पक्षाला जनतेने नाकारले. थोडक्यात, सत्तांतरांची कारणे आणि सत्तांतर या परिणामांमुळे महाराष्ट्राच्या राजकारणाचा पोत बदलला आहे. त्याचे स्वरूप सरंजामी कॉर्पोरेट या प्रकाराकडे वळले आहे. या प्रकारच्या राजकारणास मोठा धोका आणि मोठे बक्षीस संबोधिता येते. ही कॅसिनो भांडवलशाहीची वैशिष्ट्ये आहेत (Casino Capitalism). कॅसिनो भांडवलशाही म्हणजेच 'नवभांडवलशाही' होय. धोरण निश्चित नसणे, संघटना मोडणे, नेतृत्वाने संघटना त्यांच्या लाभासाठी वापरणे हा सर्वसाधारण मोठा धोका स्वीकारला जातो. सध्या भाजप आणि मराठा राजकारणाने हा मोठा धोका स्वीकारला आहे. मराठा राजकारण सरंजामी आणि कॉर्पोरेट या दोन संरचना आणि मूल्यांचा संयोग करत आहे; तसेच भाजप या दोन रचना आणि मूल्यांचा संयोग करत आहे; त्यामुळे मराठा राजकारण भाजपकडे आशावादी दृष्टिकोनातून पहात आहे; तर भाजपने सत्तांतराचे ऐतिहासिक कार्य मराठ्यांना बरोबर घेऊन केले आहे. (कारण भाजपचे १२२ पैकी ४२ मराठा कुणबी समाजातील आमदार आहेत.) मथितार्थ, सरंजामी आणि कॉर्पोरेट या दोन आधारांवर नवीन समझोता झाला आहे. हा समझोता म्हणजेच भाजप आणि मराठा राजकारणाची नवी दिशा ठरू शकते. त्यास महाराष्ट्राच्या

राजकारणाचा बदलता पोत म्हणता येते. थोडक्यात, भाजप आणि मराठा राजकारण त्यांची कोंडी फोडत आहेत किंवा कात टाकून नवीन रूप धारण करत आहेत. तिचे वर्णन सरंजामीकॉर्पोरेट असे करता येते; कारण यामध्ये राजकीय पोकळी व सांस्कृतिक पेचप्रसंग यातून बाहेर पडण्याचा एक गुप्त मार्ग त्यांना दिसतो; म्हणून हाच भाजपच्या वर्चस्वाचा एक मोठा आधार ठरला आहे.

चाकोरीबाह्य निवडणूक

महाराष्ट्र विधानसभेची निवडणूक चाकोरीबाह्य पद्धतीची झाली. या निवडणुकीने महाराष्ट्राच्या राजकारणाला कलाटणी दिली. आघाडी पर्वाचा शेवट झाला, म्हणून ही निवडणूक चाकोरीबाह्य नव्हे! कारण प्रमुख चार पक्षांशी छोट्या पक्षांनी आणि गटांच्यासोबत आघाडी केली होती. भाजपने राष्ट्रीय समाज पक्ष, स्वाभिमानी शेतकरी संघटना, आरपीआय आठवले गट अशी आघाडी केली होती; यामुळे आघाडी पर्वाचा अंत झाला नाही; याखेरीज महाराष्ट्राच्या राजकारणात मध्यवर्ती भूमिकेत भाजप हा पक्ष आला. या अर्थाने महाराष्ट्राच्या राजकारणाला नवे वळण मिळाले आहे त्यामुळेदेखील या निवडणुकीस 'चाकोरीबाह्य' म्हटले जाईल. महाराष्ट्राच्या राजकारणात भाजप मध्यवर्ती भूमिकेत येण्यामुळे राजकारणाची दिशा बदलली जाणार हे निश्चित आहे. या संदर्भातील फेरबदल होत राहतील. परंतु, निवडणूक काळामध्येच सर्व राजकीय पक्ष आणि नेतृत्व लोकशाहीविरोधी जात होते. प्रत्येक निवडणूक, पक्ष आणि नेतृत्वाचा प्रत्येक राजकीय व्यवहार लोकशाही पूरक असतोच असे नव्हे; निवडणुकीच्या पेहरावात देखील लोकशाहीविरोधी अनेक घडामोडी घडत असतात; त्यांची जंत्री देता येईल. परंतु, लोकशाही राजकारण घडविणाऱ्या घटकांकडून लोकशाहीविरोधी राजकीय प्रक्रिया घडवली गेली. या अर्थाने महाराष्ट्रातील ही निवडणूक 'चाकोरीबाह्य' म्हटली पाहिजे.

राजकीय पक्षांमध्ये चुरस आणि स्पर्धा असते. ती स्पर्धा महाराष्ट्रात बहुपक्षांमध्ये होती. या पातळीवर लोकशाहीविरोधी मुद्दा उपस्थित होत नाही. निवडणूक प्रचारात पक्षीय स्पर्धा एकदम लोकशाहीविरोधी बाजूला गेली. राजकीय पक्ष आणि नेतृत्वाने राजकारणास आकार देताना त्यास व्यक्तिकेंद्री, भावनिक, रूढीवादी, अन्यवर्जक आणि परद्वेषाचा प्रतिसाद दिला. व्यक्तीपूजा हा लोकशाहीविरोधी घटक असल्याची चर्चा डॉ. बाबासाहेब आंबेडकरांनी केली होती. या अर्थाने निवडणुकीमध्ये व्यक्तीपूजा हा मध्यवर्ती भाग होता. नरेंद्र मोदी, पृथ्वीराज चव्हाण, उद्धव ठाकरे, राज ठाकरे, अजित पवार, नारायण राणे अशी विविध उदाहरणे या निवडणुकीमध्ये व्यक्ती पुजेची होती. 'निवडणूक प्रचार' या नेतृत्वाच्याभोवती फिरत होता; व्यक्ती

माहात्म्य या मुद्द्यामुळे त्या व्यक्तीच्या वैशिष्ट्यांच्याभोवती राजकारण घडविण्यात आले. व्यक्ती माहात्म्याच्या पुढे राजकारण सरकण्यास मोठी मर्यादा पडली होती. व्यक्ती माहात्म्याच्याखेरीज व्यक्तीचा द्वेष हा धारदार झाला होता. व्यक्ती द्वेषाचा प्रचार मनसेना, शिवसेना, राष्ट्रवादी काँग्रेस यांनी भाजप विरोधात केला. विशेषतः नरेंद्र मोदी आणि अमित शहांच्या विरोधात प्रचार केला गेला; तर भाजपने शिवसेना पक्षाच्या संदर्भात व्यक्तीच्या द्वेषाची धार बोथट केली होती. मात्र, भाजपने राष्ट्रवादी काँग्रेस आणि काँग्रेस या पक्षांच्या विरोधात व्यक्तीच्या द्वेषाचा मुद्दा प्रचारात ठेवला होता.

व्यक्तीपूजेच्याखेरीज भावनिकता हा मुद्दा लोकशाहीविरोधी अवकाश व्यापणारा आहे. भावनिकतेला विवेकाची जोड नसल्यास त्याचे रूपांतर लोकशाहीविरोधी रसायनामध्ये सहजपणे होते. संसदीय लोकशाहीचा अर्थ 'विवेकशीलता' हा आहे. वाद-विवाद, परिचर्चा, मतभिन्नता यास लोकशाहीमध्ये मोठी जागा उपलब्ध आहे. या गोष्टी मतभिन्नतेच्या तुलनेत मतभेदात रूपांतरित झाल्या. सदसद्विवेक बुद्धीची जागा भावनेने काबीज केली. मराठा आरक्षण, धनगर समाजाचा अनुसूचित जमातींमध्ये समावेश, मुंबईमधील मराठीवाद अशा विविध प्रश्नांमध्ये विवेकशीलता फार फार पातळ झाली होती. या प्रश्नावर खुलेपणे वाद-विवाद, परिचर्चा, मतभिन्नता या निवडणुकीत नोंदवली गेली नाही; यामुळे नागरिकांचे रूपांतर कळपांमध्ये घडत होते. नागरिकांनी स्वत: नागरिक म्हणून राजकीय कृती करण्यापेक्षा त्यांच्याकडून भावनिककृती करवून घेतल्या जात होत्या. मथितार्थ, नागरिक हा 'परिणामकारक राजकीय घडामोडी करतो', या गोष्टींवर मर्यादा आल्या. संवेदनशीलता हा भावनिकतेशी संबंधित मुद्दा आहे. परंतु, याखेरीज संवेदनशीलतेमध्ये विवेकशीलता देखील असते. संवेदनशीलपणामधून विवेकशक्ती बाजूला गेली होते; त्यामुळे संवेदनहीन किंवा भावनाशून्य राजकीय पक्ष आणि नेतृत्वाची राजकीय कृती मोठ्या प्रमाणावर घडली आहे; या गोष्टींमध्ये सर्वच पक्षांचा समावेश होता. परंतु, विशेष करून कुडाळ, तासगांव व बारामती मतदारसंघातील नेतृत्वाच्या संदर्भात या परिचर्चा ठळकपणे दिसून आल्या.

भावनिकतेशी संबंधित पुराणमतवाद हा मुद्दा देखील लोकशाही विरोधी होता. दोन्ही काँग्रेस पक्षांच्या विरोधात पुराणमतवाद कृतिशील होता. विशेष करून मराठा समाजातील 'सरंजामी मूल्य व्यवस्था' पुराणमतवादाची निर्मिती करत होती. सोशल मीडियावरती महिला आरक्षणाच्या संदर्भात पुराणमतवादी पोस्टच्या मदतीने प्रचार केला गेला; यामध्ये 'परिवर्तनशील धोरणास विरोध' हा मध्यवर्ती भाग होता. थोडक्यात, पुरुषसत्ताक पद्धतीचा प्रचार निवडणुकीत केला गेला. विशेष करून

तर्कानुसार काही मते नव्हती; ‘विरोधाभास’ मोठ्या प्रमाणावर प्रचारात होता. जो जो मुद्दा उपयुक्त त्या त्या मुद्द्यावर आधारित मतदारांना आवाहन करण्यात आले होते; त्यामुळे उपयुक्ततेचे मूल्य प्रत्येक गोष्टीस होते. छत्रपती शिवाजीमहाराजांचे मिथकदेखील या वादाच्या भोवऱ्यात अडकवले गेले. विशेषतः भाजप, शिवसेना आणि राष्ट्रवादी यांनी छत्रपती शिवाजीमहाराजांच्या मिथकाभोवती राजकीय कृतिप्रवणता घडविली होती; त्यामध्ये भावना, पुराणमतवाद आणि उपयुक्तता यांची सरमिसळ मोठ्या प्रमाणवर झाली. या घडामोडी निश्चितच विवेकाला आव्हान देणाऱ्या होत्या. विवेकशक्तीचा ऱ्हास घडवित होत्या. या अर्थाने पुराणमतवाद लोकशाही विरोधी कृतिप्रवणता घडवत होता.

‘अन्यवर्जकता’ हा मुद्दा लोकशाहीविरोधी आहे. या मुद्यावर मोठ्या प्रमाणावर भर दिला होता. चेतावणी आणि नाट्यमयता या पद्धतीने निवडणूक प्रचारात हा मुद्दा होता. अमराठी विरोध हा त्यांचा गाभा होता; त्यामुळे लोकशाहीतील सर्वसमावेशता कमी झाली. अमराठी समूहामध्ये भीती होती. मतदारांवर या गोष्टीचा परिणाम झाला; म्हणजेच लोकशाहीमध्ये निर्भय आणि मुक्त वातावरणात निवडणुका होतात; या गोष्टीवर परिणाम झाला. भाजप आणि शिवसेना-मनसेना या पक्षांच्या राजकीय स्पर्धेचा एक कोन अन्यवर्जकता या बाजूकडे झुकला होता; तसेच विधानसभा मतदारसंघात जातीचे कळप तयार झाले होते. जातींचे कळप अन्यवर्जकता या तत्त्वावर आधारले होते; त्यामुळे एकूण मतदारसंघात लोकशाहीविरोधी प्रक्रिया गतिशील झाली होती.

उमेदवारांच्या गुन्हेगारी पार्श्वभूमी हा मुद्दा लोकशाहीविरोधी प्रक्रिया गतिशील करतो. प्रमुख पाच पक्षांच्या १३१८ उमेदवारांपैकी ६४० उमेदवारांची प्रतिमा ही गुन्हेगारी प्रकारची होती; म्हणजे जवळजवळ निम्म्या उमेदवारांचा संबंध गुन्हेगारीशी होता (४९ टक्के). तर ४९ टक्क्यांपैकी ३२ उमेदवारावर गंभीर गुन्हेगार होते, अशी ‘नॅशनल इलेक्शन वॉच’ची पाहाणी आहे; त्यामुळे स्वच्छ प्रतिमा आणि लोकशाही पद्धतीचे वर्तन या गोष्टींच्या विरोधात निवडणुकीत प्रक्रिया घडत होती. ‘नॅशनल इलेक्शन वॉच’च्या पाहणीमधील दुसरा मुद्दा म्हणजे २३३६ उमेदवारांपैकी १,०९५ उमेदवार कोट्यधीश होते. मथितार्थ, ४७ टक्के उमेदवार कोट्यधीश होते. निवडणुकीवर छाप कोट्यधीशांची आणि गुन्हेगारी उमेदवारांची होती. या दोन्ही गोष्टी लोकशाही प्रक्रियेमध्ये काम करत आहेत; त्यामुळे निवडणुकीमध्ये लोकशाही मूल्यांच्याखेरीज लोकशाहीविरोधी मूल्यांचेही संस्कार होत राहिले; यामुळे मतदारास स्वातंत्र्र मिळण्यास मर्यादा आहे. हा मोठा यक्षप्रश्न आहे. मतदारांच्या मताधिकारावर अशा विविध गोष्टीचे नियंत्रण वाढत गेले आहे.

राजकारण हा विषय लोकशाही पूरक आहे; राजकारण करता येणे म्हणजे ‘लोकशाही’ होय. राजकारण करता न येणे हा ‘लोकशाहीविरोधी’ मुद्दा आहे. महाराष्ट्रामध्ये बहुपक्ष आणि बहुसंख्य नेते असूनही राजकारण करता येत नाही, हा लोकशाही विरोधाचा अवकाश उदयास आला आहे असे सूचित करतो. विधान सभा, विधान परिषद, स्थानिक शासन संस्था, राजकीय पक्ष, राजकीय नेतृत्व यांनी राजकारण करण्याची क्षमता हरवली आहे. दोन्ही काँग्रेस सरंमजामी राजकारणाच्या बाहेर गेली नाही. शिवसेना मराठीवादाच्या पुढे सरकली नाही; महाराष्ट्रातील भाजप गोपीनाथ मुंडेंच्याखेरीज हतबल होता. काँग्रेस पक्षांमध्ये जनाधाराचे नेतृत्व नव्हते; मनसेनेच्या नेतृत्वाने अनेकदा धरसोड केली होती; यामुळे राजकारण राजकीय पक्ष आणि नेतृत्व करू शकत नव्हते; ही महाराष्ट्रातील लोकशाहीची चित्तरकथा झाली आहे. राजकारण ही गोष्टच मुळात त्यांच्यादृष्टीने सत्ता, संपत्ती, अधिकार आणि प्रतिष्ठा यांच्याबाहेर जात नाही; त्यामुळे राजकारण करण्याची एक पोकळी तयार झाली आहे. राजकारणांची पोकळी ही गोष्ट लोकशाही विरोधी अवकाश व्यापते. या संदर्भातील घडामोडी २०१४ च्या विधानसभा निवडणुकीत सातत्याने घडत गेल्या आहेत; यामुळे महाराष्ट्राचे राजकारण ग्रामीण अभिजनांच्या हातून निसटले आहे; तसेच शहरी भागांमध्ये राजकारणावर हे नियंत्रण भणंग वर्गांचे आले आहे. राजकारण हे सदसद्‌विवेकाच्या पार्श्वभूमीवर होते; त्यामध्ये ‘सार्वजनिक विवेक’ व ‘सामूहिकता’ असते; या गोष्टी भाजप, काँग्रेस, राष्ट्रवादी काँग्रेस, शिवसेना आणि मनसेना यांच्या पक्षीय राजकारणात विरळ झाल्या आहेत; म्हणून निवडणुकीमध्ये राजकारण करणारा नवीन घटक म्हणून कॉर्पोरेट क्षेत्राचा उदय झाला आहे. त्यामध्ये सोशल मीडिया, इलेक्ट्रॉनिक मीडिया यांनी राजकारण करण्याची नवी भूमिका घेतली आहे. यापूर्वी प्रसारमाध्यमे लोकशाहीचा ‘तिसरा खांब’ म्हटले जात होते. तिसऱ्या खांबाचे लोकशाहीवर नियंत्रण होते; मात्र, तो राजकारणाचा निर्माता फार कमी होता. २०१४ च्या विधानसभेच्या निवडणुकीमध्ये कॉर्पोरेट क्षेत्राची राजकारणातील जिज्ञासा वाढली आहे. हे क्षेत्र राजकारण करण्याची इच्छाशक्ती धारण केलेले उदयास आले आहे. त्यांच्याकडून राजकारणाचे हुकूम दिले जात होते. मथितार्थ, राजकारणाचा अधिकार पक्षांकडून कॉर्पोरेट क्षेत्राकडे वळला आहे. हा फेरबदल देखील निवडणुकीच्या संदर्भात झाला आहे; त्यामुळे राजकारण हे क्षेत्र महाराष्ट्राच्या राजकीय अभिजनांच्या बाहेर सरकले आहे. या अर्थाने ही निवडणूक कलाटणी देणारी किंवा चाकोरीबाह्य ठरणारी आहे.

१३ राजकीय प्रक्रियेतील मध्यस्थ घटक : पक्ष, नेतृत्व आणि संघटना

राजकीय प्रक्रिया जात, धर्म हे घटक घडवितात. याखेरीज पक्ष, संघटना, नेतृत्व आणि विचारप्रणाली हे चार घटक राजकीय प्रक्रिया घडविण्यात मध्यवर्ती भूमिका पार पाडतात, म्हणून ते महत्त्वाचे आहेत. यामुळे इथे महाराष्ट्राच्या राजकारणातील पक्ष पद्धत, संघटना, नेतृत्व आणि विचारप्रणाली या चार घटकांची चिकित्सा केली आहे.

पक्ष पद्धत

१ मे १९६० रोजी महाराष्ट्राची स्थापना झाली. साठ व सत्तरीच्या दशकात प्रभुत्वशाली एक पक्षपद्धती होती. १९६२ साली महाराष्ट्राची पहिली निवडणूक झाली. या निवडणुकीत काँग्रेस या पक्षाला स्पष्ट बहुमत मिळाले. तेव्हापासून ते १९७२ पर्यंत काँग्रेस पक्षांचे महाराष्ट्रातील स्थान एक प्रभुत्वशाली पक्ष या स्वरूपाचे होते. प्रभुत्वाचा अर्थ केवळ वर्चस्व नव्हे तर आम जनतेची संमती असा या काळात होता. १९७८ मध्ये महाराष्ट्रातील पक्ष पद्धतीचे स्वरूप बदले. एक प्रभुत्वशाली पक्षाच्या जागी तुलनात्मक बहुपक्ष पद्धती उदयास आली. त्यामधून केवळ चार महिन्यांचे मंत्रिमंडळ सत्तेवर आले. १९७८ ते १९८० या दरम्यान केंद्राचे नियंत्रण राज्यांवर होते. ऐंशीच्या दशकांमध्ये दुबळ्या बहुपक्ष पद्धतीचा विस्तार झाला. दोन निवडणुकांमध्ये दुबळ्या बहुपक्ष पद्धतीचा विस्तार झाला (१९८० व १९८५). दुबळ्या बहुपक्ष पद्धतीच्या पोटातून नव्वदीच्या आरंभाला आघाडी परंतु, बहुपक्ष पद्धतीचा उदय झाला (काँग्रेस, तिसरी आघाडी व शिवसेना-भाजप युती). हा टप्पा साधारणपणे १९९० ते १९९९ पर्यंत महाराष्ट्रात राहिला. यानंतर महाराष्ट्राचे राजकारण द्विध्रुवीय आघाड्यांच्या पक्षांमध्ये विभागले गेले (२००४ व २०१५). शिवसेना-

भाजप युती व काँग्रेस-राष्ट्रवादी काँग्रेस आघाडी अशा दोन मुख्य आघाड्यांमध्ये राजकारण घडत गेले. या प्रकारचे राजकारण विधानसभा पातळीवरील होते. लोकसभा पातळीवर मात्र यामध्ये काही छोटे बदल झाले. उदा. तुलनात्मक दोन पक्ष पद्धती (१९७७) व पुन्हा एक प्रभुत्वशाली पक्ष (१९८० व १९८४) हा लोकसभा पातळीवर एक महत्त्वाचा बदल विधानसभा निवडणुकांच्या खेरीजचा होता. परंतु, जनतेचे संघटन पक्ष पातळीवर केले जात होते.

संघटना

महाराष्ट्राचे राजकारण मोठ्या तीन परिवारांमध्ये विभागले आहे- १) काँग्रेस परिवारातील संघटना (काँग्रेस, काँग्रेस (एस), काँग्रेस (अर्स), काँग्रेस (आय) व राष्ट्रवादी काँग्रेस) २) आंबेडकरवादी विचार परिवारातील संघटना (आरपीआय, भारिप-बहुजन महासंघ, बहुजन समाज पक्ष) ३) हिंदुत्व परिवारातील संघटना (जन संघ, भाजप, शिवसेना, इत्यादी). या तीन परिवारातील संघटनांमध्ये महाराष्ट्रातील राजकीय स्पर्धा आहे. नव्वदीनंतर बहुपक्ष पद्धत असूनही मुख्य दोन आघाड्यांमध्ये सत्तेची स्पर्धा आहे, असे स्वरूप महाराष्ट्राच्या राजकारणाला आले आहे. यामध्ये आंबेडकरवादी परिवारातील संघटनांची उरलेल्या दोन्ही परिवारांकडून ओढाताण झाली.

नेतृत्व

महाराष्ट्राच्या राजकारणाचे नेतृत्व यशवंतराव चव्हाण, वसंतराव नाईक, शरद पवार व सुधाकर नाईक हा एक नेतृत्वाचा प्रकार दिसतो. वसंतदादा पाटील, ए. आर. अंतुले, विलासराव देशमुख, सुशीलकुमार शिंदे, अशोक चव्हाण आणि पृथ्वीराज चव्हाण हा काँग्रेस पक्ष श्रेष्ठींवर विश्वास व्यक्त करणारा दुसरा गट दिसतो. मनोहर जोशी व नारायण राणे यांचे नेतृत्व बाळासाहेब ठाकरे यांच्या प्रभाव क्षेत्रातील आहे. यामध्ये यशवंतराव चव्हाण, वसंतराव नाईक व शरद पवार यांचा विशेष प्रभाव महाराष्ट्राच्या राजकारणावर आहे. सार्वजनिक धोरणांची आखणी यशवंतराव चव्हाण यांनी सामाजिक निकषांवर आधारित केली होती. यशवंतराव चव्हाण यांनी राजकारण व सत्ताकारण यांच्याबरोबरच समाजकारण देखील केले- १) यशवंतराव हरिजन वस्तीत शाळा चालविण्यासाठी शिक्षक म्हणून जात होते. शिवाय वि. रा. शिंदे यांच्या अटी मान्य करून शिंदे यांना कऱ्हाडला चव्हाण यांनी आमंत्रण दिले होते. २) महारवतनाचे स्वरूप बदलण्यासाठी त्या समाजातून १९३७ मध्ये आंदोलन केले गेले (महार वतन बिल). तेव्हा महारवतनाचे स्वरूप बदलण्याची बाजू केवळ यशवंतराव चव्हाण व आत्माराम बापू या दोघांनी घेतली होती; तेव्हा काँग्रेसने आंदोलकांची बाजू घेतली

नाही. १९५८ मध्ये यशवंतराव चव्हाण यांनी पुढाकार घेऊन 'बॉम्बे इन्फिरिअर व्हिलेज वॉन्टस अबॉलिश ॲक्ट' पास केला. ३) ऑक्टोबर १९५६ मध्ये डॉ. बाबासाहेब आंबेडकरांनी त्यांच्या लाखो अनुयायांसह बौद्धधर्माची दीक्षा घेतली. त्यानंतर हिंदू अनुसूचित जातींना संविधानातील तरतुदींनुसार दिल्या जाणाऱ्या सवलती नवबौद्धांना द्यावयाच्या की नाही, यावर मंत्रिमंडळाच्या बैठकीत कडाक्याची चर्चा झाली होती. यशवंतराव चव्हाण व इतर तीन सदस्य सवलती चालू ठेवण्याच्या बाजूचे होते. चव्हाण यांचे असे मत होते की, धर्मबदल झाला म्हणून मागासलेपण जात नाही. या प्रश्नावर मुख्यमंत्रीच अल्पमतांमध्ये असा विचित्र प्रसंग प्रथमच निर्माण झाला होता (नेहरूंनी सवलती पुढे चालू ठेवण्याचा आदेश दिला व सवलती पुढे चालू राहिल्या). ४) पंचायत राज्याची स्थापना झाल्यानंतर जिल्हा परिषदांचे अध्यक्ष व अन्य पदाधिकारी निवडताना सर्व जातीजमातींना विशेषत: मागासवर्गीय जातींना योग्य प्रतिनिधित्व मिळावे, असा यशवंतराव चव्हाण यांचा खास आग्रह होता. मागासवर्गीय जमातीचा अध्यक्ष होऊ शकत नाही, अशा जिल्ह्यांत अध्यक्ष सोडून अन्य पदाधिकाऱ्यांमध्ये संख्या कायद्यात बदल करून ती वाढविण्यात आली. ती संख्या चार वरून ती पाचवर नेण्यात आली होती. पुणे महानगरपालिकेचे महापौर पद भाऊसाहेब चव्हाण यांना दिले (नवबौद्ध). ५) रूपवते यांना विश्वकोशाचे उपसंपादक केले होते. या तथ्य घटकांवरून असे दिसते की, यशवंतराव चव्हाण यांनी कायद्यात बदल केला, राखीव जागा नवबौद्ध समाजाला पुढे चालू ठेवण्याची ठाम भूमिका घेतली, पंचायत राज्याच्या संरचनेत सहभागी करून घेतले व साहित्य आणि संस्कृति मंडळांची सत्ताही दिली; याशिवाय, यशवंतराव चव्हाण यांना डॉ. बाबासाहेब आंबेडकरांवर चरित्र लिहायचे होते, यावरून यशवंतराव चव्हाण यांचे नेतृत्व राजकारणासोबत समाजकारण करत होते, असे स्पष्टपणे दिसते.

जातीयविषमता यशवंतराव चव्हाण यांनी अनुभवली होती. कोकण विभागातील पंक्तिभेदाचा अनुभव यशवंतराव चव्हाण यांना आला होता. शिक्षणातील मराठी–संस्कृत भाषा भेद त्यांनी अनुभवला होता. उच्च जातीय शास्त्रींनी यशवंतराव चव्हाण यांना स्पष्टपणे म्हटले होते की, 'मी अब्राह्मणांना संस्कृत ही देववाणी शिकविणार नाही.' यामुळे यशवंतराव चव्हाण यांना इच्छा असूनही संस्कृत शिकता आले नाही. चव्हाण मराठी व अर्धमागधी शिकले. आईबरोबर त्यांनी पंढरपूर येथे भक्त–ईश्वर यांच्यामधील मध्यस्थाची अरेरावीही अनुभवली होती. देवराष्ट्र गावात उच्चजातींना अधिक मिळणाऱ्या प्रतिष्ठेचे व भेदभावपूर्ण वर्तनांचेही निरीक्षण यशवंतराव चव्हाण यांनी नोंदविले होते. अशा अनेक मुद्यांचे विश्लेषण रा. ना. चव्हाण यांनी केले आहे. यावरून यशवंतराव चव्हाण यांना सामाजिक प्रतिष्ठा, शैक्षणिक–सांस्कृतिक, धार्मिक

अशा विविध क्षेत्रांत जातीयविषमता आहे, हा विचार समजलेला होता. किंबहुना, मराठा जातीतील व्यक्तीला हा अनुभव येतो; त्यामुळे मराठा ही जात देखील जातीयविषमतेमुळे अशुद्ध व अपवित्र मानली जात होती, असा अनुभव त्यांचा होता.

सार्वजनिक धोरण समाजकारणाच्या चौकटीत आखण्याचा यशवंतराव चव्हाण यांचा वारसा शरद पवार यांनी पुढे राबविला. मराठवाडा विद्यापीठाचे डॉ. बाबासाहेब आंबेडकर मराठवाडा विद्यापीठ, महिलांसाठी व ओ.बी.सीं.साठी राखीव जागा अशा विविध मुद्यांवर असे दिसते की, १९९५ पर्यंत महाराष्ट्रात चव्हाण-पवार यांचा प्रभाव होता. १९९५ नंतर नेतृत्वात बदल झाला. बाळासाहेब ठाकरे यांचा प्रभाव असलेले नेतृत्व सत्तेवर आले. मनोहर जोशी व नारायण राणे यांनी शहरी राजकारण पुढे रेटले; याशिवाय, हिंदुत्वाच्या चौकटीत सार्वजनिक धोरणांची आखणी करण्याचा आग्रह राहिला. शरद पवार यांच्या धोरणांना विरोध केला, मात्र, शरद पवार यांचे खाजगीकरण, उदारीकरण व मुक्त अर्थव्यवस्था हे धोरण मनोहर जोशी व नारायण राणे यांनी पुढे राबविले. विलासराव देशमुख, सुशीलकुमार शिंदे, अशोक चव्हाण आणि पृथ्वीराज चव्हाण या नेत्यांनी केंद्रातील काँग्रेस पक्ष श्रेष्ठींवर निष्ठा व्यक्त केली होती; त्यामुळे महाराष्ट्राची सार्वजनिक धोरणे काँग्रेस पक्ष श्रेष्ठींकडून निश्चित केली जात होती.

विचारप्रणाली : सकलजनवाद (बहुजनवाद) ते हिंदुत्व

महाराष्ट्राच्या राजकारणात सकलजनवाद (बहुजनवाद), आंबेडकरवाद, मार्क्सवाद, समाजवाद व हिंदुत्व अशा मुख्य विचारप्रणाली दिसतात. बहुजनवाद हा विचार काँग्रेस पक्षाने मांडला. महाराष्ट्राच्या राजकारणातील यशवंतराव चव्हाण व शरद पवार यांचे नेतृत्व लोकशाही, समाजवाद यांचा प्रभाव असलेले आहे. धार्मिक क्षेत्रात या नेतृत्वाने पुरोगामी भूमिका घेतली आहे. धर्माच्या क्षेत्रात यशवंतराव चव्हाण पुरोगामी होते. चव्हाण धार्मिक होते. त्यांच्या घरीदारी धार्मिक वर्तन होत होते. एव्हाना यशवंतराव चव्हाण अज्ञेयवादी नव्हते. चव्हाण यांची धर्मसंकल्पना टोकाची आग्रही नव्हती. आंतरिक समाधान हा त्यांच्या धर्मसंकल्पनेचा एक भावार्थ होता; तर दुसरा भावार्थ हा मानवमात्रांचा विकास हा होता. या संदर्भात यशवंतराव चव्हाण म्हणतात की, ''युगानुयुगे चंद्रभागा विठ्ठलाच्या पायापासून वाहात होती. तिला उजणी येथे आम्ही अडविली आहे. यानंतर विठ्ठलाने चंद्रभागेला भेटण्यासाठी वारकरी, शेतकऱ्यांच्या झोपडीत जावे.'' यावरून यशवंतराव चव्हाण यांची धर्म संकल्पना काळ, स्थळ याप्रमाणे बदलते. त्यांच्या धर्म संकल्पनेत पावित्र, शुद्धता, श्रेष्ठ धर्म तत्त्वे नाहीत. शिवाय, त्यांची धर्मसंकल्पना ही नियामक मंडळाचे स्वरूप धारण करत नाही, यामुळे खऱ्या धर्मांचा विकास चव्हाण यांच्या धर्म संकल्पनेत

आहे. याउलट, चव्हाण नियामक स्वरूप धारण करणारी धर्मसंकल्पना नाकारतात (कायदेमंडळ, कार्यकारी मंडळ, न्यायमंडळ यांचे अधिकार धर्माकडे घेणे). त्यामुळे यशवंतराव चव्हाण यांचा मूलतत्त्ववाद व जमातवादाला विरोध होता.

व्यक्तीच्या विकासाचे मुख्य साधन 'शिक्षण' आहे. शिक्षण घेऊन व्यक्ती, समाज व राष्ट्र यांची प्रगती होईल, असे चव्हाण यांचे मत होते. चव्हाण शिक्षणाकडे इंग्रजांप्रमाणे बळ म्हणून पाहात नव्हते किंवा वैदिकाप्रमाणे वर्चस्वाचे साधन म्हणूनही पाहात नव्हते. चव्हाण यांनी शिक्षणाचा विचार म. फुले यांच्या विचारातून घेतला होता. विद्येचा संबंध त्यांनी मनुष्य असण्याशी जोडला होता. 'ज्ञानवंत होणे' हा मुद्दा मनुष्याला पशुपासून वेगळा करतो व पशुचे रूपांतर मनुष्यामध्ये होते; त्यामुळे चव्हाणांनी शिक्षणासाठी मुख्यमंत्रिपद पणाला लावले होते. दारिद्र्यामुळे ज्यांना शिक्षण घेता येत नाही अशा सर्व जाती-धर्मातील गरिबांच्या मुलांना मोफत शिक्षण द्यावे, या प्रस्तावाला वित्तमंत्री जीवराज मेहता यांनी विरोध केला; तेव्हा इतकी आवश्यक व पुरोगामी योजनाही आम्ही हाती घेणार नसू तर हे मुख्यमंत्रिपद काय कामाचे, असे म्हणून यशवंतराव चव्हाण बैठकीतून उठून गेले. यशवंतराव चव्हाण यांनी शिक्षणासाठी मुख्यमंत्रिपद पणाला लावले होते. यानंतर बी.सी. व ईबीसीचे नाममात्र फॉर्म भरून घेतले जात व त्यांना मोफत शिक्षण दिले गेले. शिवाजी विद्यापीठ, डॉ. बाबासाहेब आंबेडकर मराठवाडा विद्यापीठ, स्वामी विवेकानंद शिक्षण संस्था, रयत शिक्षण संस्था यांच्या विकासासाठी यशवंतराव चव्हाण यांनी कष्ट केले. या संस्थांचे कार्यक्षेत्रच मूलतः मुख्य शहरांच्या बाहेर होते; त्यामुळे चव्हाण यांनी ग्रामीण भागात शिक्षण नेले. तेथे मानवता हा दृष्टिकोन तयार होईल असा आशावाद निर्माण केला. शिक्षणाचे व्यापारीकरण त्यांच्या विचारात नव्हते. 'शिक्षणाचे व्यापारीकरण' हा मुद्दा वसंतदादा पाटील यांनी आणला; त्याचा संबंध यशवंतराव चव्हाण यांच्या विचारांशी येत नाही. स्वातंत्र्योत्तर भारत सरकारचे शिक्षण विषयक सार्वजनिक धोरण अभिजनांसाठी विशेष शिक्षण व सामान्यांसाठी दुय्यम शिक्षण अशा स्वरूपाचे होते. यशवंतराव चव्हाण याही मुद्यापासून वेगळे होते, असे दिसते.

यशवंतराव चव्हाण यांची वैचारिक जडणघडण स्वतंत्रपणे झाली होती. यशवंतराव चव्हाण यांच्यावर टिळक यांचे संस्कार झाले होते. मात्र, चव्हाण यांनी सामाजिक, राजकीय, धार्मिक क्षेत्रांत टिळकांचा विचार स्वीकारला नाही. मात्र, टिळक यांच्यातुलनेत यशवंतराव चव्हाण यांच्यावरील त्यांच्या कुटुंबातील सामाजिक-धार्मिक संस्कार जास्त महत्त्वाचे होते. आई व बंधू यांच्याकडून सामाजिक-धार्मिक संस्कार झाले. हे संस्कार यशवंतराव चव्हाण यांना टिळकांच्या विचारांपासून वेगळे करणारे होते. राष्ट्रीय स्वातंत्र्याचा व राजकारणाचा मुद्याही टिळक यांच्या संस्काराबाहेर

जातो, असे रा. ना. चव्हाण यांनी मत नोंदविले आहे. हा मुद्दा रा. ना. चव्हाण यांनी पुढे आणला आहे. यशवंतराव चव्हाण यांच्या व्यक्तिमत्त्वावर झालेले संस्कार हे सदसद्विवेकबुद्धीच्या निकषांवर आधारित झाले होते. सदसद्विवेकबुद्धीच्या आधारे यशवंतराव चव्हाण यांनी समाजकारण व राजकारणात फरक केला. सदसद्विवेकबुद्धी चव्हाणांमध्ये शिक्षण घेण्याच्या काळापासून दिसून येते; चव्हाण यांच्यावर टिळक यांचे संस्कार जरी असले, तरी सामाजिक स्वातंत्र्याच्या तुलनेत राष्ट्रीय स्वातंत्र्याचा पुरस्कार करण्याचे मुख्य कारण भगतसिंग यांच्या फाशीमध्ये होते; त्यामुळे 'बालवयातील संस्कार' असा मुद्दा नसून विचारपूर्वक स्वीकारलेला मुद्दा 'राष्ट्रीय स्वातंत्र्याचा' होता. ब्राह्मणेतर चळवळी पासून अलिप्त राहण्याचा मुद्दा हा होता की, ब्राह्मण जातीचा द्वेष करून सामाजिक-राजकीय प्रश्न सुटत नाही; त्यामुळे यशवंतराव चव्हाण यांनी ब्राह्मण जातीचा द्वेष केला नाही. 'ब्राह्मणांचा द्वेष' हा मुद्दा वेगळा व 'ब्राह्मण्यवादाला विरोध करणे' वेगळे असा फरक म. फुले व डॉ. बाबासाहेब आंबेडकर यांनी केला होता; नेमका तशाच पद्धतीचा फरक यशवंतराव चव्हाण यांनी केला. हा मुद्दा समजून-उमजून घेऊन चव्हाण यांनी स्वतःला ब्राह्मण द्वेषापासून दूर ठेवले. परद्वेषाचे तत्त्व चव्हाणांनी जाणीवपूर्वक वगळले होते. 'ब्राह्मण' हा देखील मनुष्य आहे; तो उच्च जातीय असला तरी त्यालाही समस्या आहेत. हे आत्मभान यशवंतराव चव्हाण यांच्याकडे होते; पानशेत धरण फुटल्यानंतर एक-दोन ब्राह्मण कुटुंबीयांचे नव्हे तर अनेक ब्राह्मण कुटुंबीयांचे आर्थिक नुकसान झाले. त्यांना चव्हाण यांनी सरकार मार्फत मदत केली होती. चव्हाण यांनी उच्चभ्रू जातींकडून केला जाणारा जातिभेद, जातीयविषमता अनुभवली होती. शिक्षणातील मराठी-संस्कृत भाषा भेद इत्यादी प्रकारची विषमता चव्हाण यांनी अनुभवली होती. जातीयविषमता, जातीनिष्ठ विचार, मूलतत्त्ववाद व जमातवाद यांना चव्हाण यांनी स्पष्टपणे नाकारले होते. अशा उदाहरणांवरून असे दिसते की, चव्हाण हे चांगले-वाईट यामध्ये फरक करत होते. समाजाच्या हिताचा मुद्दा सदसद्विवेकबुद्धीवर आधारित त्यांनी निवडला होता; हाच निकष त्यांनी ब्राह्मणेतर चळवळीला लावला होता; त्यामुळे चव्हाण यांनी जातीचे हित व राष्ट्राचे हित यांपैकी राष्ट्रीय हिताचा मुद्दा स्वीकारला. जातीचा मुद्दा तर स्वकीयांच्या बद्दलचा होता. एवढेच नव्हे तर; ब्राह्मणेतर चळवळीत त्यांच्या भावापासूनचे लोक होते. नातेसंबंधाना देखील दूर करून विवेकावर आधारित यशवंतराव चव्हाण यांनी निर्णय घेतले. परंतु, यशवंतराव चव्हाण यांनी असा फरक करत असताना सत्यशोधक चळवळीने ऐरणीवर आणलेला शिक्षणाचा व शेतकऱ्यांचा मुद्या सोडून दिला नाही; मागास जातीच्या राखीव जागांचा मुद्दा शाहू व गायकवाड यांनी पुढे आणलेला सोडून दिला नाही; याचा अर्थ यशवंतराव चव्हाणांनी सत्यशोधक-ब्राह्मणेतर चळवळीतील

सत्ता, अधिकार, प्रतिष्ठा व संपत्ती-शिक्षण हे मुद्दे मात्र विचार म्हणून स्वीकारले. त्यामुळे चव्हाण यांच्या वैचारिक जडणघडणीचा केंद्रबिंदू म. फुले,-शाहू-शिंदे-सयाजीराव गायकवाड होते, असा निष्कर्ष रा. ना. चव्हाण यांनी काढलेला; हीच यशवंतराव चव्हाण यांची विचारप्रणाली होती.

चव्हाण यांनी महाराष्ट्राच्या सामाजिक-राजकीय चळवळीचे सातत्य पुढे नेले. यशवंतराव चव्हाण व लोकमान्य टिळक यांच्यामध्ये सामाजिक सुधारणांच्या मुद्यावर फरक दिसतो. 'लोकमत' विरोधात जाईल या मुद्यावर टिळक सुधारणांच्या बाजूला जात नव्हते. मात्र, यशवंतराव चव्हाण यांनी लोकमताचा विचार न करता अल्पमतामध्ये येऊन राखीव जागा व शिक्षणाचा मुद्दा लावून धरला होता हे आपण वर पाहिलेच आहे. स्वराज्य, राजकारण, सत्ताकारण यांच्यासाठी चव्हाण कोणतेही साधन वापरत नव्हते. या मुद्यावर चव्हाण हे टिळकांच्या विचारांपासून अलिप्त दिसतात. टिळक हे साधनाम अनेकतावादी होते. कोणतेही साधन टिळक योग्य मानत होते. चव्हाण मात्र लोकशाही, पक्षशिस्त व नीतिमूल्य मानणारे होते. या अर्थाने चव्हाण टिळकांपेक्षा वेगळे दिसतात. त्यामुळे चव्हाणांची वैचारिक परंपरा ही म. फुले-शाहू-शिंदे-सयाजीराव गायकवाड यांची होती. शिवाय, त्यांच्या वैचारिकतेचा आधार म. गांधी विचारांमध्ये देखील होता.

सत्ताकारणाची कसोटी समाजकारण

यशवंतराव चव्हाण यांनी सत्ताकारण, राजकारण, समाजकारण व अर्थकारण एकत्रितपणे केले. द्विभाषिक मुंबई राज्याचे मुख्यमंत्री, संरक्षण मंत्री, गृहमंत्री किंवा पंतप्रधान पदाची संधी या सर्वच मुद्यांवर चव्हाण सत्ताकारणी, धूर्त, संधिसाधू, कुंपणावरील नेते, व्यवहार कुशल व हिशोबी राजकारणी होते, असे अनेकांना वाटते. त्यांच्यालेखी राजकारणाचा आखाडा सत्ताकारणी, धूर्त, संधिसाधू, कुंपणावरील नेते, व्यवहारकुशल व हिशोबी असा होता. परंतु, यशवंतराव चव्हाण यांच्या दृष्टिकोनातून राजकारण व सत्ताकारण हे निर्णय निश्चितीचे एक क्षेत्र होते. या क्षेत्रात समाजहिताचा व राष्ट्रहिताचा निर्णय यशवंतराव चव्हाण यांनी सामूहिक कल्याणाच्या निकषांवर आधारित घेतला. सातत्याने समाजकारण व अर्थकारण हे समाजाच्या व राष्ट्राच्या विकासाचे असावे, असा त्यांचा व्यापक दृष्टिकोन होता.

कायदेभंगाच्या चळवळीत सहभाग (१९३०-३३), समाजवादी पक्षाची स्थापना (१९३५), एम.एन रॉय यांचा प्रभाव व काम (१९३६-३८), सातारा जिल्हा काँग्रेसचे अध्यक्ष (१९४०), चले जाव व भारत छोडो चळवळीत सहभाग (१९४२), राजकीय स्वातंत्र्यांच्या मुद्यांवर कारावास (१९४४-४५), ही कामे त्यांची शुद्ध

राजकारणाची व सत्ताकारणाची नव्हेत. या कामांमधून चव्हाण हे समाजकारण करत होते, हा मुद्दा पुढे येतो. द्विभाषिक मुंबई राज्याचे मुख्यमंत्री यशवंतराव चव्हाण झाले (१ नोव्हेंबर १९५६). तोपर्यंत त्यांनी मुख्यमंत्री पातळीवरील सत्तेची अपेक्षाही केली नव्हती. त्या अगोदरचे काम चव्हाण यांनी सामाजिक व राष्ट्रीय काम म्हणून केले होते. १ नोव्हेंबर १९५६ ते १ मे १९६० पर्यंतचे काम यशवंतराव चव्हाण यांनी खूपच कुशलपणे केले. त्या काळातील चव्हाण यांच्या कामास 'सामाजिक बाजू' होती. या काळात मुरारजी देसाई यांनी त्यांच्या विरोधातील असंतोष यशवंतराव चव्हाण यांच्याकडे कळविला होता; हा असंतोष चव्हाण यांनी कमी केला. यशवंतराव चव्हाणांनी मराठी भाषिकांचा असंतोष नेहरूंच्या लक्षात आणून दिला. नेहरू-पंत व इंदिरा गांधी यांच्या मदतीने संयुक्त महाराष्ट्राच्या वाटाघाटी केल्या. महाराष्ट्रातील वेगवेगळे विभाग, शेतकरी, उद्योगपती, उच्च जाती ते आदिवासी यांना विश्वासात घेतले. काँग्रेसपासून दूर गेलेल्या गटास जवळ केले. देसाई यांनी मुख्यमंत्री पदाची सत्ता चव्हाणांना दिली होती. देसाई यांच्याबरोबर न राहता यशवंतराव चव्हाण संयुक्त महाराष्ट्राबरोबर गेले. यशवंतराव चव्हाणांचे राजकारण हे समाजकारणाचे ठरले. चव्हाण यांनी देसाई यांच्या विरोधात जाऊन संयुक्त महाराष्ट्राची मागणी नेहरूंकडे केली होती; त्यामुळे चव्हाण सत्तेच्या तुलनेत समाजकारण जास्त महत्त्वाचे मानत होते. महाराष्ट्राच्या स्थापनेनंतर चव्हाणांनी राजकारणातील धोका पत्करून सामाजिक व आर्थिक निर्णय घेतले. पंचायती राज्याची स्थापना झाल्यानंतर जिल्हा परिषदेवर मागास समाजाचा प्रतिनिधी असावा, असा चव्हाण यांनी निर्णय घेतला. शिक्षणाचा विस्तार करण्यास सहकार्यांनी नकार दिला. तेव्हा चव्हाण यांनी 'अशिक्षित बंडखोरांच्या तुलनेत सुशिक्षित बंडखोर चालतील' अशी भूमिका घेतली होती. शेती व उद्योग या दोन क्षेत्रांचा समतोल चव्हाण यांनी राखला होता. उद्योगाच्या तुलनेत शेतीची परवड व आबाळ होऊ दिली नाही. महाराष्ट्र राज्य साहित्य संस्कृती मंडळाची स्थापना केली (२१ डिसेंबर १९६०). यावरून असे म्हणता येते की, यशवंतराव चव्हाण यांचे सत्ताकारण व राजकारण हे समाजकारणाच्या ध्येयाने प्रेरित झालेले होते.

भारत सरकारचे यशवंतराव चव्हाण संरक्षणमंत्री झाले (२२ नोव्हेंबर १९६२). तेव्हा त्यांना महाराष्ट्राप्रमाणे दिल्लीमध्ये निर्णय घेण्याचे मुखत्यार नव्हते. नेहरूंप्रमाणे शास्त्री यांनीदेखील चव्हाण यांना निर्णय घेण्याचे मुखत्यार दिले नव्हते. तरीही त्यांनी या पातळीवरील सत्ता राष्ट्रकारणासाठी वापरली. सीमावर्ती सडकांच्या निर्मितीसाठी स्थापन केलेल्या संघटनेत कृष्णा मेनन यांचा समावेश केला होता व चव्हाण यांना उपाध्यक्ष पद न देता ते पद रद्द केले होते. चव्हाण यांच्यावर समन्वयमंत्री म्हणून टी. टी. कृष्णम्माचारी यांना नेमले होते. बिजू पटनाईक यांना परराष्ट्रीय खात्यात एक

स्वतंत्र खोली दिली होती. या तथ्यावरून असे म्हणता येते की, त्यांना महाराष्ट्राप्रमाणे दिल्लीमध्ये निर्णय घेण्याचे मुखत्यार नव्हते. संरक्षण मंत्र्यांना विश्वासात घेतले जात नव्हते. मात्र, त्यांच्यावर जबाबदारी टाकली जात होती; असे दिल्लीतील राजकारणाचे स्वरूप होते. या पार्श्वभूमीवर चव्हाण यांनी काम केले. चव्हाण यांनी सैन्य प्रबळ करण्याचे काम केले. संरक्षण खात्यावरील खर्च वाढविला. चीनबरोबरच्या युद्धात भारताची नामुष्की झाली होती. पुढील दोन वर्षांत चव्हाण यांनी सैन्याचे शिक्षण, नैतिक बळ व आधुनिक शस्त्रास्त्रे या पातळीवर भारताची परिस्थिती सुधारली होती; १९६५ मध्ये कच्छवर आक्रमण झाले काश्मीरमध्ये पाकिस्तानने घुसखोर घुसवले. तेव्हा भारताताला प्रचंड यश मिळाले. वास्तववादी धोरण यशवंतराव चव्हाण यांनी आखले, त्या धोरणाप्रमाणे ते पुढे गेले; त्यामुळे भारताची पत जागतिक पातळीवर पुन्हा उंचावली गेली. हे यशवंतराव चव्हाण यांचे राजकारण किंवा सत्ताकारण नव्हते तर ते राष्ट्रकारण होते. राष्ट्रकारण हा समाजकारणाचा गाभा आहे. यशवंतराव चव्हाण गृहमंत्री झाले (१४ नोव्हेंबर १९६६); या कालावधीत भारतीय राजकारणात बदल झाले. काँग्रेस पक्षांचे बहुमत आणि अमर्याद सत्ता कमी झाली होती. राज्यांत बिगर काँग्रेस मंत्रिमंडळे सत्तेवर आली होती. केंद्र व राज्य यांच्यात नवा समतोल निर्माण झाला होता. गृहखात्यांचा कारभार गुलझारीलाल नंदा यांच्या नियंत्रणाच्या बाहेर गेला होता. 'गोवध बंदी'च्या मुद्यावर आंदोलन उभे राहिले होते. अशा पार्श्वभूमीवर यशवंतराव चव्हाण गृहमंत्री झाले. विद्यार्थ्यांचे आंदोलन, गोवधविरोधी आंदोलन, संत फत्तेसिंगांचे उपोषण हे तीन प्रश्न युवा शक्ती, धर्म व भावनिक अशा स्वरूपाचे होते. ते यशवंतराव चव्हाणांनी गृहमंत्री झाल्यानंतर सोडविले. युवकांमधील असंतोष सामाजिक व आर्थिक परिस्थितीतून निर्माण झाला आहे, असे चव्हाण यांचे सूक्ष्म निरीक्षण होते. चव्हाण यांनी पोलीस खात्यामध्ये संशोधन विभाग सुरू केला. शेतकऱ्यांतील असंतोष व हिंदू-मुस्लीम जातीय दंगे याविषयावर शास्त्रशुद्ध संशोधने करून घेतली. किमान वेतन कायदा मृतवत झाला आहे; या मुद्यापर्यंत चव्हाण आले होते. राजकीय पक्ष जात किंवा जमातींना चिथावणी देतात. राजकीय पक्षांनी सत्ता मिळविण्यासाठी धर्माचा वापर करण्यास कायद्याने बंदी घालावी, असे चव्हाण यांचे मत होते. या उदाहरणावरून यशवंतराव चव्हाण गृहमंत्री अभ्यासपूर्ण पद्धतीने चालवत होते. सत्ता उपभोगण्यासाठी त्यांनी खात्यांचा वापर केला नाही. यशवंतराव चव्हाण यांना पंतप्रधान पदाची संधी दोन वेळा चालून आली होती, असे शरद पवार व मधु लिमये यांचे मत होते. यशवंतराव चव्हाण हे केवळ सत्तेचा विचार करणारे असते तर त्यांनी या दोन पैकी एक संधी घेतली असती. परंतु, पक्षशिस्त व पक्षनिष्ठाही त्यांची सत्तेच्या तुलनेत जास्त मोठी होती; त्यामुळे यशवंतराव चव्हाण हे सत्ताकारण करणारे

असले तरी सत्तेशिवाय समाजकारणाचा विचार करणारे नेते होते. हा महाराष्ट्राच्या राजकारणाचा पोत आहे. मात्र, १९९० पासून महाराष्ट्रात 'हिंदुत्व' हा एक विचार स्वीकारला गेला आहे. हिंदुत्व दोन प्रकारचे होते. त्यापैकी एका हिंदुत्वाचा अर्थ दिल्ली विरोध, मुस्लीम विरोध, नवबौद्ध विरोध हा एक आहे, तर दुसरा अर्थ हा हिंसेचा पुरस्कार हा आहे.

ओ.बी.सी. राजकारणाची कोंडी

भारतीय राजकारणात ओ.बी.सी. या वर्गवारीची चर्चा पन्नाशीच्या दशकात सुरू झाली. या वर्गवारीमध्ये काँग्रेस पक्षाला रस नव्हता. साठीच्या दशकात समाजवादी पक्षांनी ओ.बी.सी. या वर्गवारीचे समर्थन केले; यामधून 'पिछडे पावे सौ में साठ' ही चित्तवेधक घोषणा पुढे आली. ऐंशीच्या शेवटी आणि नव्वदीच्या दशकाच्या आरंभी ओ.बी.सी. वर्गवारीचा वादविषय राजकारणाच्या मध्यभागी आला. जनता दलाने ओ.बी.सी. वर्गवारीचा मुद्दा आक्रमक केला. ओ.बी.सी. वर्गवारीच्या आधारे ओ.बी.सी. अस्मिता घडविण्याचा प्रयत्न गेली बावीस-तेवीस वर्षे होत आला आहे. यामध्ये तीन यादवांचा मुख्य सहभाग होता; कारण ते राम मनोहर लोहियांचे शिष्य होते (लालू प्रसाद यादव, शरद यादव, मुलामसिंग) त्यामुळे 'पिछडे पावे सौ में साठ' हे बहुसंख्याकवादाचे तत्त्वज्ञान त्यांच्या राजकीय संघटनांचा मुख्य आधार ठरला. या गोष्टीचा परिणाम काँग्रेस आणि हिंदुत्ववादी पक्ष यांच्यावर झाला; कारण ओ.बी.सी. ही वर्गवारी काँग्रेसच्या आणि हिंदुत्वाच्या सामाजिक आधाराला खिंडार पाडत होती. याचा अर्थ ओ.बी.सी. ही वर्गवारी आणि काँग्रेस, भाजप, शिवसेना यांचे नाते शत्रुभावी झाले. या नात्यामध्ये पुढे राष्ट्रवादी काँग्रेस पक्षाचा प्रवेश झाला; म्हणजेच चार पक्ष एका बाजूला आणि ओ.बी.सी. वर्गवारी त्यांच्या पुढील मुख्य आव्हान असे राजकारणाचे ध्रुवीकरण झाले. या पार्श्वभूमीवर ओ.बी.सी. राजकारण, छगन भुजबळ शिवसेना आणि काँग्रेस पक्षांमध्ये करत होते. सध्या ते राष्ट्रवादी काँग्रेस पक्षांमध्ये राहून ओ.बी.सी. राजकारण करत आहेत.

ओ.बी.सी. राजकारणाचा कणा 'ओ.बी.सी. अस्मिता' हा आहे. ओ.बी.सी. अस्मिता कशी घडवावी, हा नेत्यांपुढील मुख्य प्रश्न आहे. जातिभेद व धर्मभेद हे ओ.बी.सी. राजकारणापुढील एक आव्हान आहे, असे खुद्द भुजबळांचे मत आहे; कारण जात अस्मिता आणि ओ.बी.सी. अस्मिता यांच्यामध्ये ओ.बी.सी. अस्मिता जात अस्मितेच्या तुलनेत दुय्यम ठरते; तर मुस्लीम ओ.बी.सी. अस्मितेच्या तुलनेत मुस्लीम अस्मिता वरचढ ठरते. ही राजकारणातील वस्तुस्थिती आहे. काँग्रेस, राष्ट्रवादी काँग्रेस, भाजप आणि शिवसेना हे पक्ष ओ.बी.सी. अस्मितेऐवजी जात

अस्मिता आणि मुस्लीम ओ.बी.सी. अस्मितेच्या खेरीज हिंदू-मुस्लीम अस्मिता असे राजकारणाचे ध्रुवीकरण करतात. हे वास्तव भेदण्याचे काम ओ.बी.सी. राजकारणास करावयाचे आहे.

ओ.बी.सी. राजकारण उभे करण्यासाठी जात, धर्म, प्रभुत्वशाली जात यांच्या विरोधी संघर्ष करावा लागतो. या संघर्षात ओ.बी.सी. समाजातील प्रश्न सर्व ओ.बी.सीं.चे समान प्रश्न म्हणून मांडून दाखवण्याचा प्रयत्न गेली तेवीस वर्षे केला जात आहे. त्यामधून तरी ओ.बी.सीं. चे राजकारण साकारेल अशी अटकळ दिसते; म्हणून केंद्रात ओ.बी.सीं.चे स्वतंत्र मंत्रालय, ओ.बी.सीं.ची जनगणना आणि लोकसभा पातळीवरील महिलांच्या आरक्षणात ओ.बी.सी. महिलांना स्वतंत्र आरक्षण हे मोठे व सर्व भारतभर उपयुक्त ठरणारे मुद्दे उठवले गेले. छगन भुजबळ, मुंडे, शरद यादव, शब्बीर अन्सारी यांनी या मुद्यांचा सध्या पाठपुरावा केला. यातून ओ.बी.सी. ही एक अस्मिता रचली जाते. परंतु, या प्रकारच्या राजकारणास ओ.बी.सी. समाजाच्या बाहेरून प्रभुत्वशाली जात व हिंदुत्वाचा एक विरोध आहे; तर दुसरा विरोध हा ओ.बी.सी. अंतर्गत जातींमधून विकासाच्या मुद्यावर होत आहे. या मुद्यामुळे ओ.बी.सी.चे शेतकरी ओ.बी.सी. व बारा बलुतेदार ओ.बी.सी. असे ध्रुवीकरण होत आहे. सत्यशोधक ओ.बी.सी. संघटना, छत्रपती राजश्री शाहू समता परिषद यासारख्या संघटना प्रगत ओ.बी.सी. विरुद्ध मागस ओ.बी.सी. असे राजकारणाचे ध्रुवीकरण करत आहेत. त्यांनी प्रगत ओ.बी.सीं.चे राजकारण हे मागास ओ.बी.सीं.च्या हितसंबंधांची जपणूक करणारे नव्हे, अशी भूमिका घेतली आहे. किंबहुना, ओ.बी.सी. विकास महामंडळ हे शेतकरी ओ.बी.सीं.च्या नातेवाइकांची प्रायव्हेट लिमिटेल कंपनी आहे, अशी टीका वेळोवेळी केली आहे. याचा अर्थ, प्रगत ओ.बी.सी. आणि मागास ओ.बी.सी. अशी एका बाजूने राजकीय प्रक्रिया घडत आहे; तर दुसऱ्या बाजूने प्रगत ओ.बी.सीं.मधील नेते एकच व्यापक ओ.बी.सी. अस्मिता घडवत मागास ओ.बी.सी. ही अस्मिता दुय्यम करत आहेत, अशीही प्रक्रिया घडते, असे दिसते. ही प्रक्रिया केवळ महाराष्ट्रातच घडते असे नव्हे; बिहारमध्ये ही प्रक्रिया जास्त गतिशील झाली आहे. यादव समुदाय हा प्रगत ओ.बी.सी. तर कुर्मी समुदाय हा मागास ओ.बी.सी. या स्वरूपात राजकारण तेथे करतो. यादव यांच्याकडून कुर्मींकडे सत्तांतर घडले. यावरून बिहारमध्ये प्रगत व मागास असा राजकारणाचा टप्पा प्रगट झाला आहे. महाराष्ट्रात प्रगत ओ.बी.सीं.पुढे मागास ओ.बी.सीं.चे आव्हान मोठे आहे; यासाठी सातत्याने प्रगत ओ.बी.सीं.कडून ओ.बी.सी. ऐक्याचा नारा दिला जातो; तर दुसऱ्या बाजूने २०१६ पर्यंत ओ.बी.सीं.चे बौद्ध धर्मात धर्मांतर असा नारा दिला जातो. यामधून प्रगत व मागास ओ.बी.सीं.मधील विकासाचा

वेगवेगळा अर्थ व्यक्त झाला आहे. शेतकरी ओ.बी.सी. म्हणजेच प्रगत ओ.बी.सी. होय. त्यांचे राजकीय आणि आर्थिक हितसंबंध समान आहेत. कॉंग्रेस परिवार व हिंदुत्व परिवार याखेरीज जात व धर्म यांच्याआधारे ओ.बी.सीं.ची फाटाफूट हे प्रगत ओ.बी.सीं.चे शत्रू ठरतात; त्यामुळे समान राजकीय आणि आर्थिक शत्रुंच्या विरोधातील लढा म्हणून पक्षबाह्य दोन ओ.बी.सी. नेत्यांची युती गेली दशकभर दिसते. त्यांचे ओ.बी.सी. हिताच्या आधारे जाहीर प्रकटीकरण केले गेले. यामध्ये प्रगत ओ.बी.सीं.चे एकच तत्त्वज्ञान दिसते ते म्हणजे बहुसंख्याकवाद होय; त्यास समान राजकीय समावेशन आणि सामाजिक न्याय या सुत्रांची फार बाजू दिसत नाही. ही महाराष्ट्रातील ओ.बी.सी. राजकारणाची एक मर्यादा आहे. त्यामुळे ओ.बी.सीं.चे राजकारण महाराष्ट्रात उभे राहिले नाही. परंतु त्यांचा मराठा वर्चस्वाविरोधी सत्तासंघर्ष सुरु आहे.

उथळवादात समतेचे घटनात्मक तत्त्वज्ञान परिघावर

मराठा आरक्षणाच्या मुद्यावर चर्चा फार गंभीरपणे होत नाही. त्यांचे विविध कंगोरे वरवरचे मांडले जातात. आरक्षणाचे दावेदार आणि आरक्षणाचे विरोधक केवळ आरक्षण हाच आर्थिक विकास आणि प्रगतीचा मार्ग आहे, असा विचार करतात; यामुळे आरक्षण म्हणजे 'गरिबी हटाव मोहीम' ठरते. दारिद्र्यनिर्मूलन हा आरक्षणाचा गाभा नाही; यामुळे मराठा समाजाला आरक्षण द्यावे की देऊ नये, असा मुद्दा उपस्थित होत नाही; कारण आरक्षण देण्यासंदर्भात भारतीय राज्यघटनेची 'समता' आणि 'न्याय' अशी दोन तत्त्वे आहेत. या दोन वैचारिक तत्त्वांच्या संदर्भात आरक्षण या मुद्याचा विचार विकसित होतो. या पायावर आरक्षणाचे समर्थन केले जाते किंवा विरोध केला जातो; म्हणून आरक्षण आणि घटनात्मक तरतुदी यांचे संबंध समजून घेणे आवश्यक ठरते.

दलित आणि आदिवासी समाजाला सरकारी नोकरीत प्रतिनिधित्व मिळावे म्हणून आरक्षण देण्यात आले आहे (कलम ३३५). याखेरीजच्या मागास वर्गास इतर मागास वर्ग म्हणून सरकार आरक्षण देऊ शकते. मात्र, त्यासाठी देखील राज्यघटनेचे निकष आहेत. हे निकष समतेच्या कलमांशी संबंधित आहेत. सरकारी नोकरीतील प्रमाण फारच कमी असल्यास सरकार आरक्षण देऊ शकते; तसेच सामाजिक आणि शैक्षणिक मागास समाजाच्या हितासाठी सरकार तरतुदी करू शकते; हा अर्थ समतेच्या कलमामधून स्पष्ट होतो; म्हणजेच 'न्याय' आणि 'समता' यावर आक्षणाचा मुद्दा आधारलेला आहे. सामाजिक या घटकाच्या आधारे समूह वंचित राहतो किंवा वगळला जातो; यामुळे समता हे आरक्षणाचे मुख्य तत्त्वज्ञान आहे. हा संदर्भ लक्षात घेऊन चर्चा करण्याची गरज असते.

समतेच्या चौकटीत मराठा समाजाची चर्चा केली जात नाही; म्हणजेच मराठा समाजात विषमता किती आहे; त्या विषमतेचे मोजमाप कसे करावे; मराठा समाजातील विषमतेच्या मोजमापाचे निकष कोणते असावेत, यावर फार चर्चा होत नाही, झाली तर ती उथळ स्वरूपाची असते; या कारणामुळे मराठा आरक्षणाच्या संदर्भात खूपच अज्ञान असल्याचेही दिसते. मराठा समजाला आरक्षण देण्यासाठी, निर्णय घेण्यासाठी सामाजिक आणि शैक्षणिक क्षेत्रातील मोजमाप करणाऱ्या मूलभूत गोष्टींची पूर्तता होणे गरजचे आहे. शैक्षणिक क्षेत्रात मराठा समाजाचा विकास झाला नाही. या संदर्भातील सरकारने मोजमाप केलेले नाही; त्यामुळे मराठा समाजात शिक्षणाचे प्रमाण किती आहे? मराठी, हिंदी आणि इंग्रजी अशा मध्यमांमध्ये शिक्षणाचे प्रमाण किती आहे? यांची अधिकृत आकडेवारी सरकारकडेच नाही; त्यामुळे या निकषांवर आधारित मोघमपणे मराठा समाजाला मागास ठरविण्यास विरोध होतो. अशाच प्रकारचा दुसरा मुद्दा उपस्थित होतो, सरकारी नोकरीमध्ये मराठा समाजाचे पुरेसे प्रतिनिधित्व आहे का? मराठा समाजाचे पुरेसे प्रतिनिधित्व आहे किंवा नाही, याचीही सरकारकडे आकडेवारी नाही. नोकरशाहीमध्ये देखील विविध प्रकार आहेत. त्यांची आकडेवारी मराठा समाजाच्या संदर्भात उपलब्ध नाही; यामुळे देखील सरकार त्यावर निर्णय घेताना अडचण निर्माण होते. हा मुद्दा समजण्यासाठी खूपच साधा व सोपा आहे; कारण शेती करण्यासाठी जशी पाण्याची गरज असते तसेच नेमके त्याप्रमाणेच निर्णय घेण्यासाठी आकडेवारी व विश्वासयोग्य अहवालाची गरज असते. अशा गोष्टी सरकारने मराठा आरक्षणाची मागणी केली जाते तेव्हापासून म्हणजेच ऐंशीच्या दशकापासून गोळा केलेल्या नाहीत; फार तर मराठा समाजाचे तात्पुरते समाधान करण्यासाठी आयोग नेमले. त्यामधून फार काही माहिती सरकारच्या हाती आली, असे दिसत नाही; एवढेच नव्हेतर मराठा समाजातील संघटना आरक्षणाची मागणी करतात. त्यांनी देखील अशा प्रकारची माहिती गोळा केली नाही; त्यामुळे या मागणीचा पाया पोकळ स्वरूपाचा राहिला आहे.

महाराष्ट्रातच नव्हे तर भारतभर आरक्षण या मुद्यावर मोठाच वाद सुरू आहे. प्रगत आणि मागास अशी वर्गवारी प्रगत आणि मागास या दोन्ही समूहांना मान्य नाही. प्रगत समूह मागास वर्गवारीचा दावा करतात, तर मागास समूह अतिमागास समूहाचा दावा करत आहेत; यामुळे वर्गवारी करणे, वर्गवारीचा दावा करणे आणि वर्गवारीवर आधारित अस्मिता घडवणे ही राजकीय प्रक्रिया गेली पाच-सहा दशके सातत्याने चालू आहे. या प्रक्रियेमध्ये मराठा समाजातील जात संघटना आणि मराठा जातीतील अभिजन यांनी देखील सहभाग घेतल्याचे दिसते; म्हणजेच वर्गवारी हेच एक राजकारण ठरते. वर्गवारीसाठी किंवा वर्गवारीत सामील करण्यासाठीचा संघर्ष संघटना आणि पक्ष

करत आहेत. या संदर्भात विविध युक्तिवाद केले जातात. एक म्हणजे, मराठा समाज हा ओ.बी.सी. वर्गवारीचा दावा करत ओ.बी.सी.च्या जागा मराठ्यांच्याकडे ठेवत किंवा वळवत आहे. हा मराठा समाजातील नेत्यांच्या व्यूहरचनेचा भाग अनेकांना वाटतो. दुसरे म्हणजे, राजकीय सत्तेवर मराठ्यांचे नियंत्रण होते; त्यामुळे त्यांची मागणी न्याय्य नाही; अशी मागणी करण्यातून समतेच्या मूल्यांची पायमल्ली होते. कारण ८९७ पैकी ४०० मंत्री मराठा समाजातील होते. तिसरे म्हणजे, राजकीय सत्तेच्या मदतीने मराठा समजाने प्रगती केली, असाही एक दावा केला जातो (शेती, सहकार आणि शिक्षणसंस्था). प्रगतीमधून मराठा समाजामध्ये नवश्रीमंत वर्ग तयार झाला आहे. चौथे म्हणजे, मराठा समाजातील नेते त्यांची प्रगती करत नाहीत; तर त्यांची जबाबदारी कोणाची, हा युक्तिवादाचा पुढील मुद्दा असतो. या युक्तिवादामध्ये प्रत्येक समाजाची प्रगती करण्याची जबाबदारी त्या त्या जातीतील नेत्यांची गृहीत धरली आहे; इतर जातीतील नेते अन्य जातींच्या प्रगतीसाठी काही करणार नाहीत; यामध्ये जात आणि त्या जातीमधील नेते यांचे एक मिथक तयार केले गेले आहे. पाचवे म्हणजे, शूर वीर असलेल्या समाजाने इतके हतबल होऊ नये किंवा २८-२९ टक्के समाज म्हणजे पाठींचा कणा आहे, तो मोडला तर महाराष्ट्राचे काय होणार, अशी रंगतदार चर्चा होते; असे चार-पाच नव्हे तर अनेक युक्तीवाद केले जातात. अशा वादविवादाच्या पार्श्वभूमीवर आधारलेला प्रश्न कसा सोडवावा, याबद्दलचे देखील पुन्हा दोन मार्ग सुचविले गेले आहेत-एक म्हणजे, आर्थिक निकषांवर आधारित आरक्षण ठेवावे. दुसरा मार्ग म्हणजे, आरक्षणाचा निकष हा 'आर्थिक' नसून 'सामाजिक' हा आहे; यामुळे एकूण आरक्षण मुद्याचा गुंता जास्तच गुंतागुंतीचा झाला आहे. या पार्श्वभूमींवर मराठा जातीतील जात संघटना आणि नेते मराठा आरक्षणाच्या संदर्भात सकारात्मक भूमिका मांडत आहेत; त्यामध्ये राष्ट्रवादी काँग्रेस पक्षाने आर्थिक निकषांवर आधारित आरक्षण देण्यास पाठिंबा दिला आहे; या मुद्याशी मतभिन्नता प्रवीण गायकवाड यांनी नोंदवली आहे. त्यांनी माळी, लेवा आणि मराठा हे एकाच प्रकारचे आहेत; अशी भूमिका घेत मराठ्यांना कुणबी वर्गवारीत सामील करण्याची भूमिका मांडली आहे. मराठा समाजाचा कुणबी समाजात सामील झाला, तर तो दावा थेट ओ.बी.सी.च्या राखीव जागेवरचा होतो; यामुळे ओ.बी.सी. वर्गवारीतील मागास समूहांचा त्यास तीव्र विरोध आहे; याचा अर्थ, ओ.बी.सी. समूहातील नेत्यांचा व अभ्यासकांचा मराठा समाजास विरोध आहे, असा होत नाही. त्यांचा विरोध हा मागासांमध्ये त्यांच्यापेक्षा जास्त प्रगत समाजाचा चंचूप्रवेश करण्यास आहे.

आर्थिक निकषांवर आरक्षण द्यावे, या मुद्यांची चर्चा खुद्द मराठा महासंघाने ऐंशीच्या दशकात सुरू केली होती. एकविसाव्या शतकाच्या दुसऱ्या दशकात आर्थिक

निकषांवर आरक्षण द्यावे, या मुद्यांचे समर्थन प्रमुख चार पक्षांतील विविध नेते करतात. या मुद्यांचे समर्थन करताना, राष्ट्रवादी काँग्रेस पक्षाने उच्च जाती आणि मुस्लीम समाज यांचाही त्या मागणीमध्ये समावेश केला आहे; यामुळे आर्थिक निकषांवर आरक्षण ही मागणी सकृतदर्शनी एक जातीय राहात नाही. शिवाय जातीच्या बाहेर तिला एक धार्मिक संदर्भही आहे; यामुळे मराठा जात संघटनांच्या मागणीच्या तुलनेत ही मागणी जास्त व्यापक ठरते. शिवाय काही मराठा संघटनांना ती मागणी योग्य वाटत नाही, असेही दिसते; यामुळे काही मराठा संघटना या मागणीस तीव्र विरोध करतात हे स्पष्टपणे दिसते; यातून मराठा समाजाला आरक्षण मिळेल, हा मुद्दा बाजूला जातो आणि आरक्षणाच्या मुद्यावर मराठा समाजाचे राजकीय संघटन होते; म्हणून वृत्तपत्रे आणि वाहिन्या देखील यामध्ये पुढाकार घेत होत्या.

राजकीय पक्षांचे नेते आणि संघटनांचे नेते यांच्यामध्ये मराठा समूहाच्या संघटनांसाठी गुपित पण उघडपणे समझोता होत राहिला आहे. यामध्ये राजकीय पक्षांचे नेते संघटनांवर नियंत्रण ठेवण्यात आणि गरजेप्रमाणे त्यांची उपयुक्तता लक्षात घेऊन वापर करण्यात कसबी ठरले होते. मात्र, या दशकात संघटनांचे नेते पक्षांच्या नेत्यांच्या मानेवर बसलेले दिसू लागले आहेत; किंबहुना, संघटनांच्या नेत्यांनी पक्षांच्या नेत्यांना आरक्षणाच्या कामाला जुंपले आहे; यातून विशिष्ट अशा एखाद्या समाजापेक्षा राजकीय पक्षांची हतबलता जास्त दिसत आहे. किंबहुना, पक्ष चक्रव्यूहामध्ये अडकले आहेत; यामध्ये राष्ट्रवादी काँग्रेस खेरीज इतर सर्व पक्षांची अवस्था अशीच आहे. सर्व पक्षांमध्ये मराठा समाजाचे नेते आहेत. ते या मुद्यावर हतबल झाले आहेत. या मुद्यांच्या पुढे जाण्याचा मार्ग पक्षीय पातळीवर शोधला गेला नाही.

राजकीय पक्ष आणि संघटना यांनी मराठा समाजातील सर्व लोक एकसारखेच मागासलेले मानले आहेत. मात्र, अशी वस्तुस्थिती नाही, हे लक्षात घेतले पाहिजे. प्रतिष्ठा, स्त्रियांचे स्थान, शिक्षण, उत्पन्न, राहणीमानाचा दर्जा या संदर्भात मराठा समाजांतर्गत समता नाही. देशमुख, पाटील, राजे यांची तुलना सामान्य मराठा समाजाबरोबर केली जाते. देशमुख, पाटील, राजे यांच्या तुलनेत शिक्षण आणि सामाजिक राहणीमान सामान्य मराठ्यांचे फार चांगले नाही. मात्र, सर्वांचे मोजमाप एकत्र केले तर सरासरी पातळीच्या वरच सर्व मराठ्यांचे स्थान दिसते. किंबहुना, प्रत्येक जिल्ह्यातील मराठ्यांकडील शिक्षण संस्था ही त्यांची उत्पादन शक्ती आहे. 'मराठ्यांच्या शिक्षण संस्था' म्हणजे सामान्य मराठ्यांच्या प्रगती आणि विकासाची प्रतीके नाहीत. श्रीमंत मराठा ज्ञान निर्मितीपेक्षा ज्ञानाची खरेदी-विक्री करणारा असतो; त्यामुळे तो ज्ञानापासून दूर असतो, हे एक जुने गृहीतक आहे. नव्वदीच्या दशकानंतर तर 'शिक्षण' हा घटक भांडवल झाला आहे. शिक्षण या उत्पादन शक्तीवर नियंत्रण

म्हणजे 'भांडवलदार' होय. असा हा भांडवलदार आणि गरीब मराठा यांचे सामाजिक संबंध शोषक-शोषित या स्वरूपात अभिव्यक्त झाले आहेत. याप्रमाणे सामान्य मराठ्यांची देखील अवहेलना केली जाते; मराठा समाजाला माणूस म्हणून अनेकदा स्थान नाकारले जाते. 'मराठा समाजाचे ज्ञान किती' हा प्रश्न सातत्याने विचारला जातो. प्रत्येक मनुष्याकडे बुद्धी असते; तरीदेखील मराठा समाजाकडे ती कमी कशी याची रसभरीत चर्चा केली जाते. अशा सामाजिक क्षेत्रातील अभ्यास शास्त्रशुद्धपणे प्रथम उपलब्ध झाले पाहिजेत; तर आरक्षणाच्या मुद्द्याची चर्चा होऊ शकते; केवळ मराठा समाजासारख्या अन्य जातींशी तुलना करण्यातून आरक्षणाच्या मुद्द्याचा पाया भक्कम होत नाही; तसेच सरकारला देखील हा प्रश्न निश्चितपणे सोडवावयाचा असल्यास त्यांनी देखील मराठा समाजाचेच नव्हे तर सर्व समाजाचे मोजमाप करण्याची गरज आहे. अन्य उथळवादात समतेचे घटनात्मक तत्त्वज्ञान परिघावर जाण्याची प्रक्रिया घडत राहिल.

टिपा :

१) जयंत लेले यांनी यशवंतराव चव्हाणांच्या मुलाखती घेतलेल्या संदर्भ म्हणून वापरल्या आहेत.

२) उदा. 'उठा उठा सकल जन' किंवा 'वैष्णव जन' असे म्हटले जाते; यातून देखील सकल शब्दांची व्याप्ती सर्वसमावेशक दिसते.

३) युरोपमध्ये सकलजनवादी चळवळ उदयास आली होती. त्यामध्ये सांस्कृतिक-राजकीय ऐक्याचा मुद्दा होता; तसेच शांतता व सहकार्य हा मुद्दा होता. यांचे सिद्धान्तन रुसो व कांट यांनी केले होते. यांच्याशी साम्य चव्हाणांच्या भूमिकेचे दिसते.

भाग - ३ : लोकसभा निवडणूक आणि जात

१४ लोकसभा : उमेदवारांच्या जातींचे समीकरण (१९९६)

लोकसभा निवडणुकीत युतीने ३३ जागांवर यश मिळवून गलितगात्र झालेल्या काँग्रेसचा पराभव केला. काँग्रेसच्या पराभवाची वेगवेगळी कारणे आहेत. त्यांपैकी उच्च जातीयांच्या राजकीय वर्चस्वाला धक्का देण्यासाठी एकत्रितपणे निवडणुका लढविणाऱ्या तिसऱ्या आघाडीचेही कारण सांगितले जाते. मुस्लीम व दलितांचे मतदान तिसऱ्या आघाडीच्या एकमुखी राजकीय वर्तनामुळे काँग्रेस व तिसऱ्या आघाडीमध्ये विभागले गेले; तर दुसऱ्या बाजूला युतीने हिंदुत्वाचा टिळा इतर मध्यम जातींना लावल्याने त्या जाती पावन झाल्या. यातून वरकरणी बहुजनवादाचा पुरस्कार करणारे व दुसऱ्या बाजूला भांडवलवाद आणि सांप्रदायिक अधिसत्तावाद अशी दोन राजकीय प्रारूपे दिसतात. यांपैकी भांडवलवाद व सांप्रदायिक अधिसत्तावादाच्या प्रारूपांची सरशी झाली आहे. हिंदुत्वाचे आकर्षण किंवा भांडवलवादाचा पुरस्कार यापेक्षाही युतीने 'तिकीट वाटपात साधलेला समतोल' हे कारण महत्त्वाचे दिसते. जातीय संघटनांचा पाठिंबा मिळविण्यासाठीची धडपड त्यासाठी प्रभावी जातीस तिकीट वाटपात प्राधान्य देणे, या घटनांमधून राजकारणातील जातींचा प्रभाव दिसून येतो; म्हणजेच, बहुजनवादी तिसऱ्या आघाडीनेच इतर मागासवर्गीय दलित व मुस्लीम असे जातींचे समीकरण मांडले असे नव्हे, तर काँग्रेस व युतीनेही प्रभुत्वशाली जातींचे उमेदवार देऊन जातींचे समीकरण मांडलेले होते. त्या जातींच्या समीकरणांची चर्चा करण्याचा उद्देश येथे आहे.

पश्चिम महाराष्ट्र

पश्चिम महाराष्ट्र मराठा धुरीणत्वाचा बालेकिल्ला समजला जातो; कारण मराठा जातिसमूहाचे संख्याबळ पश्चिम महाराष्ट्राच्या एकूण लोकसंख्येच्या ३१ टक्के आहे. वरकरणी मराठा जातिसमूह एकसंघ दिसत असला तरी सरंजामदार, वतनदार, खानदानी

९६ कुळी मराठे इतर मराठा वर्गास कनिष्ठ लेखतात. कनिष्ठ लेखला जाणारा मराठा वर्ग आर्थिकदृष्ट्या मागास आहे; त्यामुळे येथे श्रीमंत मराठा व शरद पवारांचे नेतृत्वही मान्य करण्यास या श्रीमंत ९६ कुळी मराठ्यांनी खळखळ केली होती, असा सामाजिक संघर्ष मराठ्यांमध्ये आहे. अनुसूचित जातीची टक्केवारी ८.६५ टक्के; इतर मागासवर्गीयांपैकी माळी, धनगर, वंजारी समाजही बेरजेच्या राजकारणाची समीकरणे बदलविण्याइतपत प्रभावी आहे. ही चौकट समोर ठेवून पक्षांनी जातिनिहाय उमेदवार दिलेले दिसतात. काँग्रेसने ८ मराठा दिले त्यांपैकी ६ जागा तिला जिंकता आल्या; इतर मध्यम जाती व इतर मागासवर्गीय जातींपैकी प्रत्येकी एक एक उमेदवार दिला त्यांपैकी इतर मध्यम जातींची एक जागा मिळाली. लातूरमध्ये लिंगायत व सोलापूरमध्ये पद्मसाळी समाजाचा प्रभाव लक्षात घेऊनच इतर मध्यम व इतर मागासवर्गीय असे दोन उमेदवार काँग्रेस पक्षाने दिले असावेत. पुण्यात बिगरमहाराष्ट्रीयन पण ब्राह्मणच आणि एक मातंग असे उमेदवार दिले होते. युतीने मराठा प्रभुत्वशाली जात ओळखून ३ उमेदवार दिले तर ४ मराठा अपक्ष उमेदवारांना पुरस्कृत केले. इतर मागासवर्गीय जातींपैकी एक एक नवबौद्ध आणि एक पारशी उमेदवार दिला होता; येथे युतीस दोन मराठा, एक इतर मागासवर्गीय उमेदवार निवडून आणता आला; तर चार पुरस्कृत मराठा हे मराठा विरोधी मराठा होते, या उमेदवारांना पाठिंबा देण्यामागे मराठा समाजात फूट पाडण्याचा उद्देश स्पष्टपणे दिसतो; तर तिसऱ्या आघाडीने ५ मराठा, एक इतर मध्यमजातीय, ३ नवबौद्ध आणि एक जैन उमेदवार दिला होता. हे उमेदवारीचे वाटप प्रमुख जातींना प्राधान्य देण्याचे दिसते (तक्ता क्र. १ पाहावा.). थोडक्यात मराठा-मराठेतर वाद स्पष्टपणे दिसतो.

उत्तर महाराष्ट्र

उत्तर महाराष्ट्रातील मालेगाव, धुळे व नंदुरबार या मतदारसंघात आदिवासी समाजाची लोकसंख्या जास्त आहे; तर नाशिक, जळगांव द एरंडोल मतदारसंघात मराठा व लेवापाटील या प्रभुत्वशाली जाती आहेत. याबरोबरच वंजारी, माळी व मुस्लीम समाज बेरजेच्या राजकारणात प्रभावी ठरतो. ही चौकट समोर ठेवून प्रमुख पक्षांनी प्रत्येकी ३ आदिवासी उमेदवार दिले. त्यांपैकी युतीला दोन व काँग्रेसला एक जागा मिळाली. काँग्रेसचे दोन मराठा उमेदवार पराभूत करून युतीने दोन जागा मराठा उमेदवारांना मिळविल्या. लेवापाटील उमेदवार प्रमुख तिनही पक्षांनी दिले होते; ती जागा युतीकडेच गेली. या जातीय चौकटीनुसार युतीने उत्तर महाराष्ट्रात आदिवासी मराठा, लेवापाटील समाजातही शिरकाव केलेला दिसतो. तिसऱ्या आघाडीने एक इतर मध्यम जाती एक इतर मागास वर्गीय उमेदवार (वंजारी, लेवापाटील) दिला

होता. परंतु, ओ.बी.सी. समाजात तिसऱ्या आघाडीस शिरकाव करता आला नाही. उत्तर महाराष्ट्रातील माळी, वंजारी या इतर मागासवर्गीय जातींचा पाठिंबाही युतीस आहे, असे दिसते; त्यामुळे मराठा अधिक इतर मागासवर्गीय अधिक इतर मध्यमजातींपैकी लेवापाटील, अधिक आदिवासी ही युतींची जातीय व्यूहरचना प्रभावी ठरलेली असावी. (अधिक खुलासा तक्ता क्रमांक २ मधूनही होतो, तो पहावा.) या विभागातदेखील मराठा विरोधी राजकारण घडत होते.

कोकण

कोकणातील समाजव्यवस्थेत मराठा-कुणबी जातीसमूह ३८ टक्के असावा. मात्र, मराठ्यांपेक्षा कुणबी संख्येने अधिक आहेत. इतर मागासजातींपैकी भंडारी, आगरी, कोळी व माळी जातींचे संख्याबलही बऱ्यापैकी आहे. राज्यातल्या इतर भागांपेक्षा कोकणात ब्राह्मण, सारस्वत व सी.के.पी. (प्रभू) जातींची लोकसंख्या जास्त म्हणजे ५ टक्क्यांच्या आसपास असावी. अनुसूचित जाती ६ टक्के तर नवबौद्ध ४ टक्के आहेत. अनुसूचित जमातींचे संख्याबळ ठाणे जिल्ह्यात ३७ टक्के आणि रायगड जिल्ह्यात १० टक्के इतके आहे; त्यामुळे डहाणू लोकसभा मतदारसंघ, आदिवासी राखीव मतदारसंघ आहेत. ही सामाजिक रचना पाहून कोकणातील तिकीट वाटप पक्षांनी केलेले दिसते. काँग्रेसने दोन मराठा, एक आदिवासी व एक मुस्लीम व एक बिगर महाराष्ट्रीयन उमेदवार दिला होता. या समीकरणातून एक जागा मिळविता आली. युतीने दोन ब्राह्मण, एक कुणबी, एक इतर मागासवर्गीय जातीतील कोळी व एक आदिवासी असे जागांचे वाटप केले. या व्यूहरचनेतून ४ जागा मिळवल्या; तर जनता दलाने १ ब्राह्मण, समाजवादी पार्टीने एक आगरी, शे.का.प.ने एक आगरी, भाकपने एक आदिवासी व आघाडी पुरस्कृत १ मुस्लीम असे जागांचे वाटप केले. त्यामध्येही प्रभावी जातींनाच उमेदवारी दिलेल्या दिसतात (तक्ता क्र. ३ पाहावा).

मुंबई

मुंबई शहराची समाजरचना वैविध्यपूर्ण आहे त्यात उच्चजातीय मराठी भाषिक, अमहाराष्ट्रीयन समाजही बहुसंख्य आहे. त्याबरोबर मुस्लीम, दलित समाजाचा प्रभाव दिसतो. तिकीट वाटपामधूनही हे चित्र स्पष्ट दिसते. काँग्रेसने ३ ब्राह्मण, १ मुस्लीम, २ अमहाराष्ट्रीयन (सवर्णीय) उमेदवार दिले. युतीने चार ब्राह्मण, एक मराठा, एक अमहाराष्ट्रीयन (सवर्णीय) उमेदवार दिले. तिसऱ्या आघाडीने इतर मागासवर्गीय १, नवबौद्ध २, पारशी १ असे उमेदवार दिले. या व्यूहरचनेचा युतीस लाभ झाला. त्यांनी सहापैकी सहा जागा स्वतःकडे ठेवण्यात यश मिळवले. त्यामध्ये ४ ब्राह्मण व एक अमहाराष्ट्रीयन आहेत; म्हणजेच उच्चजातीयांचा प्रभाव मुंबईत दिसतो (तक्ता क्र. ४ पाहा).

मराठवाडा

मराठवाड्यात मराठा जातीसमूहाचा प्रभाव जास्त आहे कारण त्यांची संख्या विभागाच्या एकूण लोकसंख्येच्या ३० टक्के पेक्षा जास्त आहे. जमीनदारी पद्धती आणि सरंजामी मूल्यांचा पगडा असल्याने वतनदार मराठ्यांचे कनिष्ठ मराठा समाजावर आधिपत्य आहे. इतर मागासजातींचे प्रमाण पश्चिम महाराष्ट्रापेक्षा अधिक म्हणजेच ३२ टक्के असावे. अनुसूचित जाती व नवबौद्ध १७ टक्के, मुस्लीम ११ टक्के तर ब्राह्मण जाती ४ टक्क्यांच्या दरम्यान असाव्यात. मराठवाड्यात मराठा जात प्रभुत्वशाली आहे. हे पाहून काँग्रेसने चार तर युतीने ५ मराठा उमेदवार दिले. तिसऱ्या आघाडीने दोन मराठा उमेदवार दिले होते; इतर मागासवर्गीयांना काँग्रेसने ३, युतीने २ व तिसऱ्या आघाडीने ४ जागा दिल्या होत्या. काँग्रेस व युतीने इतर मागासवर्गीय माळी, धनगर व वंजारी जातीपेक्षा इतर मध्यमजातीतील कोमटी, राजपूत, कलार हे उमेदवार दिले होते. परंतु, तिसऱ्या आघाडीने वंजारी, धनगर व बंजारा या इतर मागासवर्गीय जातींना उमेदवाऱ्या दिल्या होत्या.

मराठवाड्यात दलित समाजामध्ये चर्मकार समाज संख्येने मोठा गट असल्याने काँग्रेस व युतीने चर्मकारांना उमेदवारी दिली; पण नवबौद्धांपासून सुटकाही करून घेतलेली दिसते; यावरून काँग्रेसचे व युतीचे मराठा व मध्यम जाती, इतर मागमासवर्गीय जाती व दलित समाजातील चर्मकार व मातंग असे जातीय समीकरण असावे. ८ पैकी ६ जागा या समीकरणाद्वारे युतीने मिळवल्या.

मराठा प्रभुत्वाची गोम ओळखून युतीने ५ मराठा उमेदवार दिले होते. युतीकडे ओ.बी.सी. गट असताना आणि ३२ टक्के इतका मागसवर्गीय समाज असतानाही एकही उमेदवार दिलेला नाही. परंतु, युतीने दिलेल्या मराठा व इतर मध्यमजातीच्या उमेदवारांना ओ.बी.सी. उमेदवार असतानाही ते पराभूत झालेले आहेत. यातून दोन निष्कर्ष नोंदविता येतात, एक म्हणजे, ओ.बी.सी. जातीसमूहांतील जातींचे ओ.बी.सी. म्हणून एकत्रित राजकीय वर्तन होत नाही; तर दुसरे म्हणजे, राज्यपातळीवर ओ.बी.सी. व राष्ट्रीय पातळीवर मराठा असा समतोल युतीने साधलेला आहे. मराठा व ओ.बी.सी. असा समझोता टिकल्यास मराठवाड्यात युती टिकून राहू शकते. बहुजनवादी राजकारणांचा कार्यक्रम ओ.बी.सीं.मध्ये कसा शिरकाव करून घेणार, यावरही युतीचे यश अवलंबून असेल. मराठा व ओ.बी.सी. असा संघर्ष उभा राहू शकतो कारण मंडल आयोगाचा रेटाच जबरदस्त आहे. या संघर्षाद्वारेही शिरकाव करणार का? हा प्रश्न महत्त्वाचा आहे (तक्त क्र.५ पाहावा.)

विदर्भ

विदर्भाची सामाजिक रचना राज्याच्या इतर भागांपेक्षा वेगळी आहे; तसेच नागपूर व वऱ्हाड असे दोन भागही होतात. या दोन भागातील समाजरचना वेगवेगळी आहे. परंतु, एकूणच विदर्भाच्या लोकसंख्येत मराठा-कुणबी जातीसमूह प्रभुत्वशाली आहे; इतर मागास जातींचे प्रमाण ३० टक्क्यांहून अधिक आहे. दलित व आदिवासींची एकत्रित टक्केवारी ३४ हून अधिक असावी; यावरून असे म्हणता येईल की, २६ टक्के असणाऱ्या मराठा-कुणबी जातीसमूहापेक्षा दलित, आदिवासी व इतर मागासवर्गीय समाजांचे प्रमाण खूपच मोठे आहे. यामध्ये तेली, माळी, बारी, वंजारी या जातींचे संख्याबल जास्त आहे; तसेच मुस्लीम समाजही बेरजेचे राजकारण बदलविणारा आहे. हे लक्षात घेऊन मराठा-पाटील-देशमुखेतरांना उमेदवारी देण्यावर पक्षाचा भर दिसतो. या प्रक्रियेस मंडल आयोगामुळे चालना मिळालेली दिसते.

कुणबी समाजास काँग्रेसने ३, व युतीने ७ जागा दिल्या होत्या. काँग्रेसने ३ कुणबी उमेदवारांच्या बदल्यात इतर मध्यम जातीतील एक व तीन इतर मागासजातीतील उमेदवार दिले. युतीने मात्र इतर मध्यम जातींपैकी दोन (वाणी आणि कोमटी) उमेदवार दिले होते. इतर मागासवर्गीय जातींना उमेदवारी दिलेली नव्हती. युतीने मराठवाड्याप्रमाणेच राज्यपातळीवर ओ.बी.सी. नेतृत्व व राष्ट्रीय पातळीवर कुणबी असा समझोता केल्याचे दिसते. येथील माळी, तेली नेतृत्व युतीच्या दावणीला बांधलेले असल्याने तिसऱ्या आघाडीस ओ.बी.सी. मध्ये मोठ्या प्रमाणात शिरकाव करता आला नाही. मुस्लीम मतदार द्विधा अवस्थेत असल्याने मतदानांचे विभाजन झाले असावे. परंतु, ओ.बी.सी. व कुणबी समाजात युतीने शिरकाव करून आपला सामाजिक पाया विदर्भात व्यापक केल्याचे ११ पैकी ९ जागा जिंकण्यावरून दिसते. (तक्ता क्र. ६ पाहावा.).

राखीव मतदारसंघ

बुलढाणा, उस्मानाबाद, पंढरपूर हे तीन मतदारसंघ मागासवर्गीयांसाठी राखीव आहेत. या जागा १९९१ च्या निवडणुकीत काँग्रेसकडे गेल्या होत्या. या निवडणुकीत त्यांपैकी २ जागांवर युतीने शिरकाव केलेला आहे; तर एक जागा काँग्रेसकडे गेली आहे. नवबौद्धसमाजापेक्षा चर्मकार व मातंग समाजास हिंदुत्वाचा टिळा लावून युतीने या समाजात शिरकाव केलेला दिसतो. तिसऱ्या आघाडीस या तीन जागांपैकी एकही जागा मिळवता आलेली नाही.

बिगर मराठी व ब्राह्मण

मुंबईच्या सहा लोकसभेच्या जागांपैकी चार ठिकाणी बहुरंगी संस्कृतीच्या प्रभावामुळे बिगर महाराष्ट्रीय उमेदवार उभे केले जातात. उरलेल्या दोन ठिकाणी उच्च जातीयतेची प्रमुख लढत होते. याबरोबरच ठाणे, नागपूर व पुणे या ठिकाणीही या वेळी बिगर महाराष्ट्रीयन उमेदवार दिले होते. एकूण सहा बिगर महाराष्ट्रीयन उमेदवार उभे होते. त्यांपैकी दोन जागा युतीस व दोन जागा काँग्रेसला मिळाल्या. या बिगर महाराष्ट्रीयन उमेदवारांतही उच्चजातीयांचा ठसा स्पष्टपणे दिसतो; म्हणजेच मुंबईसारखे बहुरंगी महानगर असो अगर पुण्यासारखा मतदारसंघ असो, तेथेही सवर्णीय प्रभावी आहेत. १९९१ च्या निवडणुकीत ब्राह्मण समाजातील ८ जागा काँग्रेसने दिल्या होत्या. त्यांपैकी ४ जागा घेतल्या; तर युतीने १६ ब्राह्मण उमेदवार उभे केले होते, त्यांपैकी ३ जागा मिळाल्या होत्या. या वेळी काँग्रेसचे ४ व युतीचे ८ ब्राह्मण उमेदवार होते. त्यांपैकी युतीचेच ६ उमेदवार विजयी झाले. १९९१ च्या लोकसभेत ७ जागा मिळाल्या होत्या. १९९१ व १९९६ ची तुलना करता एका जागेची घट झाली आहे; परंतु, पुणे आणि नागपूर येथील विजयी उमेदवार बिगरमहाराष्ट्रीयन पण ब्राह्मणच आहेत; त्यामुळे ८ ब्राह्मण लोकसभा मतदारसंघात उच्चजातीयांचा प्रभाव आहे असे दिसते.

लोकसभेच्या १९९१ च्या निवडणुकांपर्यंत मराठा–कुणबी जातीसमूहाने एक समूह म्हणून राजकीय वर्तन केल्यामुळे त्यांचा महाराष्ट्रांच्या राजकारणावर प्रभाव पडलेला दिसतो. मराठा–कुणबी जातीसमूह ३० टक्के असल्याने व ग्रामीण अर्थकारणावर वर्चस्व असल्याने मराठा–कुणबी जातीसमूह प्रभुत्वशाली ठरत आला आहे. परंतु, १९९५ च्या विधानसभा निवडणुकांपासूनच मराठा–कुणबीत फूट पडण्यास सुरुवात झाली; त्यामुळे मराठा वर्चस्वास धक्का बसला तर १९९६ च्या लोकसभा निवडणुकीत खिंडारे पडलेली दिसतात; याचे कारण म्हणजे मराठा–कुणबी व मराठा विरोधी मराठा असा संघर्ष उभा केला गेला. १९९१ च्या निवडणुकीत काँग्रेसने २० मराठा व २ कुणबी उमेदवार दिले होते; तर युतीने ७ मराठा व २ कुणबी उमेदवार दिले होते. त्यांपैकी काँग्रेसच्या १७ मराठा व २ कुणबी व युतीच्या १ मराठा अशा मिळून २० जागांवर मराठा–कुणबी समाजांचा प्रभाव होता. १९९१ च्या लोकसभेत युतीकडे केवळ १ जागा होती; म्हणजेच १९९१ मध्ये कुणबी–मराठा एकसंघपणे काँग्रेसकडे होते. या निवडणुकीत काँग्रेसने १६ मराठा व ३ कुणबी तर युतीने १६ मराठा व ८ कुणबी उमेदवार दिले होते; त्यांपैकी काँग्रेसचे ७ मराठा व १ कुणबी आणि युतीचे ८ मराठा व ६ कुणबी उमेदवार निवडून आले आहेत; मराठा १५ व कुणबी ७ मिळून २२ उमेदवार निवडून आले आहेत; यातून मराठा–कुणबी समाजांचा प्रभाव दाखविता

येतो. परंतु, कुणबी समाजाच्या उमेदवारांच्या जागा सूक्ष्मपणे पाहिल्यास असे दिसते की, कोकण विदर्भात मराठा विरोधी कुणबी, तर नाशिक, एरंडोल, हिंगोली, नांदेड, परभणी, कोपरगांव व खेड, सातारा या आठ जागांवर मराठा विरोधी मराठा असा (काँग्रेस व युतीच्या उमेदवारांत) राजकीय सामना झाला. बारामती, कराड, सांगली, इचलकरंजी अशा चार ठिकाणी युतीने मराठा विरोधी मराठा उमेदवारांना पुरस्कृत करून पाठिंबा दिला; म्हणजेच युतीने जाणीवपूर्वक मराठा–कुणबी जातीसमूहांचा पाठिंबा मिळविण्यासाठी मराठा–कुणबी उमेदवारांना उमेदवाऱ्या दिल्या. परंतु, त्याबरोबर काँग्रेसवासी मराठा व युतीवासी मराठा–कुणबी असा संघर्ष यामुळे उभा राहिला आहे, असे दिसते! पण काँग्रेसचे वाहन सोडून मराठा–कुणबी युतीच्याद्वारे आपले प्रभुत्व टिकविणार का? हा प्रश्न निर्माण होतो; पण युतीने कुणबी सेना (कोकण) बावणे कुणबी सेवा संघ (वऱ्हाड) या संघटना स्थापन केल्या आहेत. ९६ कुळी मराठ्यांपासून वेगळी अस्मिता दाखवत आहेत. हे एक कारण व दुसरे म्हणजे युतीमध्ये ओ.बी.सी. समाजाचे नेते आहेत त्यामुळे ओ.बी.सी. व कुणबी विरोधी मराठा असा संघर्ष युतीमध्ये उभा राहील का? असाही प्रश्न उपस्थित होतो. राज्यपातळीवर कुणबी व राष्ट्रीय पातळीवर मराठा–कुणबी असा युतीने समझोता केलेला असावा; पण त्यांच्यात सत्ता व सुविधातील वाटा यावरून संघर्ष उभा राहण्याची शक्यता नाकारता येत नाही. हा संघर्ष ज्या प्रमाणात बहुजनवादी ओळखतील त्या प्रमाणात त्यांना ओ.बी.सी. मध्ये शिरकाव करून घेण्याची संधी मिळेल. १९९१ च्या निवडणुकीत काँग्रेसने इतर मध्यम जातींना ४ व इतर मागासजातींना ५ जागा दिल्या होत्या. त्यांपैकी प्रत्येकी ३ जागा मिळाल्या होत्या तसेच युतीने ४ व ५ जागा दिल्या होत्या. त्यांपैकी इतर मध्यमजातीस २ जागा मिळाल्या होत्या; म्हणजेच एकूण मध्यमजातींना ५ जागा तर इतर मागासवर्गीय जातींना २ मिळून ७ जागा मिळाल्या होत्या. या निवडणुकीत काँग्रेसने मध्यम जातींना व इतर मागासवर्गीय जातींना प्रत्येकी ५ जागा दिल्या होत्या. यांपैकी इतर मध्यमजातींना २ जागा मिळाल्या आहेत; तर युतीने मध्यमजातींना ५ जागा व इतर मागासवर्गीयांना २ जागा दिल्या होत्या. त्यांपैकी ५ जागा इतर मध्यमजातींना व १ जागा इतर मागासवर्गीय जातींना मिळाली, एकूण जागांपैकी १ जागेवर इतर मागासवर्गीय जातींना व ७ जागांवर इतर मध्यमजातींना स्थान मिळालेले आहे. मागील निवडणुकीच्या तुलनेत इतर मागासवर्गीय जातींचा दोन जागी तोटाच झाला आहे. मराठा–कुणबी व इतर मागासवर्गीयांचे स्थान पाहाता इतर मागासवर्गीय समाजास यश मिळालेले दिसत नाही. परंतु, युतीकडील ओ.बी.सी. गट, मराठा–कुणबी गट यांच्यात समझोता होणार का? की, ओ.बी.सी. मराठा–कुणबी असा संघर्ष उभा राहाणार, हा प्रश्नही महत्त्वाचा ठरतो.

दलित, मुस्लीम व इतर मागसवर्गीय समाज असे राजकीय समीकरण करणाऱ्या तिसऱ्या आघाडीस यश मिळाले नाही, परंतु, त्यांनी मिळवलेली मते ही दुर्लक्षित करण्यासारखी नाहीत. युतीस मराठा-कुणबी व ओ.बी.सी. असा समझोता करता न आल्यास या समाजगटांचा पाठिंबा मिळविण्याची संधी आहे.

आदिवासी समाज उत्तर महाराष्ट्राबरोबर विदर्भात (चंद्रपूर, भंडारा, यवतमाळ मतदारसंघात) आहे. तेथील आदिवासी समाजातील गोवारी, आंध पोवार, माना, कौल समाजांच्या संघटनांनी एकत्रितपणे निवडणूक लढविण्याची भूमिका घेतली होती. गोवारी समाज संघटना, अखिल भारतीय भोई समाज, हलबा समाज अशा संघटना एकत्र आल्या होत्या. त्यांच्यात फूट पडली, तर संभाजी पांडे व रामू पटेल या आदिवासी नेत्यांनी स्वतंत्रपणे निवडणुका लढवल्या. हे चित्र पाहात उत्तर महाराष्ट्रापेक्षा विदर्भातील आदिवासी स्वतंत्रपणे राजकारण करण्याची भूमिका घेत आहेत, असे दिसते.

उच्चवर्णीय समाजाबरोबरच मराठा-कुणबी इतर मध्यमजाती, इतर मागासवर्गीय जाती, दलित समाजातील चर्मकार व मातंग, आदिवासी समाजात शिरकाव करून युतीने महाराष्ट्रात आपला पाया व्यापक केलेला दिसतो. तिसऱ्या आघाडीने दलित-मुस्लीम व इतर मागासवर्गीय समाजाच्या मतदानांचा दावा केला पण हे मतदान विभागून गेले; त्यामुळे तिसऱ्या आघाडीचा सामाजिक पाया व्यापक होऊ शकला नाही. ओ.बी.सी. व आदिवासी (विदर्भ) यांना या निवडणुकीत योग्य स्थान दिले गेले नाही. ही पोकळी पाहून बहुजनवाद्यांना तेथे शिरकाव करण्याची संधी आहे.

तक्ता क्र. १ : १९९६ लोकसभा निवडणुकीतील पश्चिम महाराष्ट्रातील प्रमुख पक्षांचे जातीनिहाय उमेदवार

	काँग्रेस	भाजप	शिवसेना	तिसरी आघाडी							
				ज.द.	भारिप	सपा	शेकाप	माकप	भाकप	युती पुरस्कृत	एकूण
ब्राह्मण	–	१	१	–	–	–	–	–	१	–	३
मराठा	८(६)	१(१)	२(१)	२	–	१	१	–	१	४	२०
इतर मध्यम जाती	१	–	–	१	–	–	–	–	–	–	२
इतर मागासवर्गीय जात	१	१(१)	–	–	–	–	–	–	–	–	२
बौद्ध	–	१	–	–	३	–	–	–	–	–	४
मातंग	१(१)	–	–	–	–	–	–	–	–	–	१
बिगर महाराष्ट्रीयन	१(१)	–	–	–	–	–	–	–	–	–	१
इतर		–	१	–	–	–	–	१	–	–	२

(कंसातील आकडे विजयी उमेदवारांचे)

तक्ता क्र. २ : उत्तर महाराष्ट्रातील प्रमुख पक्षांचे जातीनिहाय उमेदवार

	काँग्रेस	भाजप	शिवसेना		तिसरी आघाडी			
जात				ज.द.	भारिप	बमा	सपा	एकूण
मराठा	२	१(१)	१(१)	–	–	–	–	४
इतर मध्यम जाती	१	१(१)	–	–	–	१	–	३
इतर मागासवर्गीय जाती	–	–	–	–	–	१	–	१
नवबौद्ध	–	–	–	–	१	–	–	१
आदिवासी	३(१)	३(२)	–	२	–	–	१	९

(कंसातील आकडे विजयी उमेदवारांचे आहेत.)

तक्ता क्र. ३ : कोकण विभागातील प्रमुख पक्षांचे जातीनिहाय उमेदवार

	काँग्रेस	भाजप	शिवसेना	तिसरी आघाडी					
जात				ज.द.	आघाडी पुरस्कृत	स.पा.	शे.का.प.	भा.क.प.	एकूण
ब्राह्मण	–	–	२(२)	१	–	–	–	–	३
मराठा	२	–	–	–	–	–	–	–	२
कुणबी	–	–	१	–	–	–	–	–	१
इतर मागासवर्गीय जाती	–	–	१	–	–	१	१	–	३
आदिवासी	१	१(१)	–	–	–	–	–	१	३
मुस्लीम	१(१)	–	–	–	१	–	–	–	२
बिगर महाराष्ट्रीयन	१	–	–	–	–	–	–	–	१

(कंसातील आकडे विजयी उमेदवारांचे आहेत.)

तक्ता क्र. ४ : मुंबई विभागातील प्रमुख पक्षाचे जातीनिहाय उमेदवार

	काँग्रेस	भाजप	शिवसेना	तिसरी आघाडी				
जात				ज.द.	भारिप	स.पा.	कामगार आघाडी	एकूण
ब्राह्मण	३	२(२)	२(२)	–	–	–	१	८
मराठा	–	–	१(१)	–	–	–	–	१
इतर मागासवर्गीय जाती	–	–	–	१	–	–	–	१
नवबौद्ध	–	–	–	–	२	–	–	२
मुस्लीम	१	–	–	–	–	१	–	२
अमहाराष्ट्रीयन	२	१(२)	–	–	–	–	–	३
इतर	–	–	–	–	–	१	–	१

(कंसातील आकडे विजयी उमेदवारांचे आहेत.)

तक्ता क्र. ५ : मराठवाडा विभागातील प्रमुख पक्षांचे जातीनिहाय उमेदवार

	काँग्रेस	भाजप	शिवसेना	तिसरी आघाडी					
जाती				ज.द.	भारिप	ब.म.	स.पा.	शेकाप	एकूण
मराठा	४(१)	३(१)	२(२)	१	–	–	१	–	११
इतर मध्यम जाती	२(१)	१(१)	१(१)	–	–	–	–	–	४
इतर मागासवर्गीय जाती	१	–	–	१	१	१	–	१	५
नवबौद्ध	–	–	–	–	१	–	–	–	१
चर्मकार	१	–	१(१)	–	–	–	–	१	३

(कंसातील आकडे विजयी उमेदवारांचे आहेत.)

तक्ता क्र. ६ : विदर्भ विभागातील प्रमुख पक्षांचे जातनिहाय उमेदवार

	काँग्रेस	भाजप	शिवसेना	तिसरी आघाडी				
जात				ज.द.	भारिप	न.म.	माकप	भाकप
ब्राह्मण	१	–	–	–	–	–	–	–
कुणबी	३(१)	६(४)	१(१)	–	–	–	–	–
इतर मध्यम जाती	१	१(१)	१(१)	–	१	–	–	–
इतर मागासवर्गीय जाती	३	–	–	२	–	१	१	–
बौद्ध	१	–	–	१	३	–	–	१
चांभार	–	१(१)	–	–	–	–	–	–
मुस्लीम	१	–	–	१	–	–	–	–
बिगर महाराष्ट्रीयन	१(१)	१(१)	–	–	–	–	–	–

(कंसातील आकडे विजयी उमेदवारांचे आहेत.)

१५ पक्षांचे बदलते जातीय आधार आणि निकाल (१९९८)

१९९६ च्या लोकसभा निवडणुकीत सेना-भाजप युतीने मिळवलेले यश म्हणजे काँग्रेसच्या 'जातीय' राजकारणाला दिलेला काटशह असल्याचे मानले गेले. पण या लोकसभा निवडणुकीत काँग्रेस आणि रिपब्लिकन पक्षाच्या आघाडीने ४८ पैकी ३७ जागा जिंकून घवघवीत यश संपादित केले आहे.

हे बदलते वास्तव लक्षात घेतले तर गेल्या दीड वर्षांत काँग्रेसच्या जातीय आधारात कोणते बदल झाले, या लोकसभा निवडणुकांत मराठा-कुणबी, दलित, आदिवासी, इतर मागासवर्गीय आणि मुस्लीम समाजाचे राजकीय वर्तन नेमके कसे होते? याचा शोध इथे घेतला आहे.

महाराष्ट्राच्या राजकारणात उच्चजातीय सातत्याने सत्तेवर आलेले आहेत. मंडळ आयोगामुळे १९८० नंतर राज्यामध्ये सामाजिक बदल होऊन इतर मागासवर्गीय समाज उच्च जातीयांना सत्ता-संपत्ती-प्रतिष्ठा आणि अधिकारांच्यादृष्टीने आव्हान ठरला आहे. त्यात १९९० नंतर मराठा-कुणबी जातीसमूहांची पक्षीय पातळीवर फूट होत असल्याने इतर मागासवर्गीय समाजाची भूमिका अधिकच महत्त्वाची ठरत आहे. १९९८ च्या लोकसभा निवडणुकीत त्याचे पडसाद उमटलेले दिसतात. ते स्पष्ट होण्यासाठी महाराष्ट्रातील विविध जातीसमूहांच्या अंगाने राजकीय विश्लेषण करणे गरजेचे आहे.

१९९१ च्या जनगणनेनुसार महाराष्ट्राची नागरी लोकसंख्या ३८.७ टक्के आहे. शहरांची आणि नगरांची संख्या ३२६ झाली आहे. शहरांमध्ये आणि नगरांमध्ये संमिश्र लोकवस्ती असली तरी उच्च किंवा कनिष्ठ जातीसमूहांचे लोक वस्ती करून राहात असल्याने त्यांचा परिणाम निवडणुकांवर दिसून येतो. उच्चभ्रू जातींबरोबरच दलित, मुस्लीम, बिगर महाराष्ट्रीयन जातीसमूहांची शहरी भागातील लोकसंख्या

निवडणुकांची समीकरणे रंगवणारी किंवा बदलवणारी ठरत आहेत. मुंबईच्या सर्व मतदारसंघाबरोबर पुणे, सोलापूर, अमरावती, नागपूर या शहरांमध्ये बिगर महाराष्ट्रीयन समाजाचा राजकारणात जो पुढाकार दिसून येतो तो त्यांच्या संख्याबळामुळेच, हे समाजवास्तव लक्षात घेऊन भाजप, सेना, काँग्रेस या तिन्ही राजकीय पक्षांनी शहरी भागातील बिगर महाराष्ट्रीयन समाजाचा पाठिंबा मिळविण्याचा प्रयत्न केलेला दिसतो. बिगर महाराष्ट्रीयन समाजापैकी उच्चभ्रू समाज भाजपसेनेकडे झुकला परंतु, इतर जातीय समाजाने मोठ्या प्रमाणावर काँग्रेस पक्षाला मतदान केले. मुंबईतील सर्व मतदारसंघ, सोलापूर, अमरावती, नागपूर इथे बिगर महाराष्ट्रीयन समाजाचा पाठिंबा मिळवण्यासाठी काँग्रेस पक्षाने बिगर महाराष्ट्रीयन उमेदवार दिले; तर सुशीलकुमार शिंदे (सोलापूर), रा.सु.गवई (अमरावती) या महाराष्ट्रीयन काँग्रेस आणि भारिपच्या उमेदवारांना बिगर महाराष्ट्रीयन मते दिली. संख्यात्मक बळाबरोबर शहरी भागातील आर्थिक बळही निवडणुकांवर परिणाम करणारे ठरत आहे. शहरी अर्थव्यवस्थेचं बळ बिगर महाराष्ट्रीयन उच्चभ्रू आणि बलुतेदार जातीच्या हाती एकवटत आहे; त्यामुळे यांची भूमिका महत्त्वाची ठरलेली दिसून येते. त्यासाठी सुरेश कलमाडी आणि बनवारीलाल पुरोहित ही दोन उदाहरणे घेता येतील. त्यांनी राजकीय पक्षांना उघडपणे आर्थिक मदत केल्याची चर्चा आहे. हाच शहरी समाजवास्तवाचा आणि अर्थव्यवस्थेचा ठसा १९९८ च्या लोकसभा निवडणुकीवर दिसून येतो.

मराठा-कुणबी जातीसमूहांची लोकसंख्या २९-३१% च्या आसपास आहे. हे बळ पश्चिम महाराष्ट्रात आणि मराठवाड्यात आहे. कोकण, विदर्भ, उत्तर महाराष्ट्रात ही टक्केवारी कमी कमी होत जाते. याउलट, विदर्भ आणि कोकण इथे कुणबी समाज संख्यात्मकदृष्ट्या प्रभावी आहे. धनगर, माळी, वंजारी, बंजारी, तेली या शेतकरी ओ.बी.सी. जातींची टक्केवारी १०%च्या आसपास जाते; तर १०% बलुतेदार ओ.बी.सी. जातीय आहेत. १२% दलित समाजांचे मतदान आहे. ९.३०% मुस्लीम आणि ६% आदिवासी मतदान आहे. हे जातीसमूह मराठ्यांबरोबर राजकारणात सहभागी होऊन मराठा राजकारणास छेद देऊ लागले आहेत. १९९८ च्या लोकसभा निवडणुकीत मराठा मतांचे विभाजन झाल्याने इतर मागासवर्गीय समाज प्रभावी ठरलेला दिसून येतो.

मराठा-कुणबी जातीसमूहाचे राजकीय वर्तन

महाराष्ट्राची समाजरचना वैशिष्ट्यपूर्ण आहे. या समाजरचनेचा राजकीय प्रक्रियेवर प्रभाव पडतो. ह्या वैशिष्ट्यपूर्ण समाजरचनेत जमीन मालक आणि जमीन कसणारा मराठा-कुणबी जातीसमूह राज्याच्या एकूण लोकसंख्येत २९-३१% च्या जवळपास

आहे. ग्रामीण महाराष्ट्राची सत्ता सातत्याने मराठा नेत्यांकडे असल्याने आणि त्यांची एकूण लोकसंख्येतील टक्केवारी इतर जातीसमूहांच्या तुलनेत जास्त असल्याने 'प्रभुत्वशाली जात' असे मानले जाते. मराठा वर्चस्वाचे विश्लेषण करताना या जातिगटांतील जातींच्या लवचीक आणि संदिग्ध मर्यादा, जातीच्या गाभ्याशी असलेली पितृप्रधान कुटुंबपद्धती, इतर जातींच्या संदर्भात पूर्वापार चालत आलेली यजमानी परंपरा आणि या गुणधर्मांचा हवा तेव्हा स्ववर्चस्वाच्या समर्थनार्थ केला जाणारा उपयोग, ही चारही कारणे महत्त्वाची ठरतात (जयंत लेले, समाज प्रबोधन पत्रिका). १९९० नंतरच्या महाराष्ट्राच्या बदलत्या राजकारणात ती बाद ठरू लागली असल्याचे दिसते. जिल्हापातळीवरती मराठा नेतृत्व कसबी पंचाप्रमाणे भूमिका पार पाडत होते यातही बराच फरक पडलेला आहे. परंतु, मराठा आमदार-खासदार, मंत्रिपदाची संख्या टिकून आहे. याचे प्रमुख कारण म्हणजे परंपरागत काँग्रेसचे मराठा नेतृत्व कसबी आणि वर्चस्वाची परंपरा टिकवण्यासाठी निर्वाणीची झुंज देत आहे; तर भाजपसेनेने मराठा जाती समूहांत शिरकाव करण्यासाठी मराठा नेतृत्व उभे करण्याची भूमिका स्वीकारलेली आहे. यामुळे भाजप, सेना, काँग्रेस असे बेरजेच्या राजकारणाचे समीकरण मांडल्यास सत्तेत मराठा वर्चस्व स्पष्टपणे दिसून येते. परंतु, १९९० नंतर मराठा समाजाने एकमुखी राजकीय वर्तन केलेले नाही. उलट, मराठा-कुणबी आणि मराठा-मराठा अशी फूट पडून भाजप, सेना आणि काँग्रेस असे तीन राजकीय पक्षांमध्ये मराठा मतांचे विभाजन झालेले आहे. हा जाती संदर्भातील महत्त्वाचा 'राजकीय बदल' म्हणायला हवा.

पूर्वी मराठा महासंघ, मराठा सेवा संघ, मराठा मंडळ (कोल्हापूर), छत्रपती मराठा सेवा संघ (बारामती), मराठा सेवा संघटना (पुणे), छावा या संघटनांचा एकमुखी पाठिंबा काँग्रेस पक्षाला होता. तो १९९० पासूनच सेना, भाजप आणि काँग्रेस पक्षात विभागला गेला. १९९८ च्या लोकसभा निवडणुकीतही मराठा संघटनांनी सेनाभाजपला प्राधान्यानी पाठिंबा दिला. याबरोबरच मराठा संघटनांचे दोन-तीन गटांमध्ये विभाजनदेखील झाल्याचे दिसते; यामुळे मराठा मतदान भाजपसेनेच्या पाठीशी राहिले आणि काँग्रेसच्या मराठा उमेदवाराला इतर मागासवर्गीयांच्या मतांवर अवलंबून रहावे लागले. हे कदाचित मराठा समाजाच्या कसबी राजकारणाचे राज्यपातळीवरचे यश म्हणावे लागेल. परंतु, जिल्हा पातळीवरील मराठा नेतृत्वाच्या कसबीपणाचा ऱ्हास होताना दिसतो; यातूनच सोईची भूमिका घेतली जात आहे. ती म्हणजे शहाण्णवकुळी (देशमुख व पाटील) मराठे काँग्रेसमधूनच बाहेर पडताना आणि मोठ्या प्रमाणावर भाजपसेनेकडे प्रवेश करताना दिसतात. या संदर्भात शाहू महाराज आणि महादेवराव महाडीक (कोल्हापूर), निवेदिता माने (इचलकरंजी), शंभूराजे

देसाई (पाटण), उदयन राजे भोसले (सातारा) ही नावे सांगता येतात. या राजकीय बदलातून काँग्रेस पक्षाचा सामाजिक पाया आता इतर मागासवर्गीय समाजाचा होऊ लागलेला आहे. महाराष्ट्रात हा बदल शरद पवारांनी जाणीवपूर्वक करण्यास सुरुवात केली आहे. या अर्थाने, 'राज्यपातळीवरील मराठा नेतृत्व कसबी आहे' असे म्हणता येते, परंतु, जिल्हापातळीवर काँग्रेस पक्षांतर्गत नवे नेतृत्व उभे राहण्याची प्रक्रिया सुरू झाल्याने जिल्हापातळीवरील मराठा नेतृत्वाच्या कसबीपणाचा ऱ्हास होताना दिसतो. उदा. १९९८ च्या लोकसभा निवडणुकीत जिल्हापातळीवरील मराठा नेत्यांनी प्रचारात पुढाकार घेतला नाही; केवळ बघ्याची भूमिका स्वीकारली (राजेश टोपे–जालना, विलासराव देशमुख इ.). गेल्या विधानसभा, लोकसभेतील राजकीय वर्तनाप्रमाणे मराठा–कुणबी जाती समूहाने एकमुखी राजकीय वर्तन न करता काँग्रेस आणि भाजप सेना असे दुहेरी राजकीय वर्तन केलं. नाशिक, एरंडोल, वर्धा, यवतमाळ, हिंगोली, नांदेड, परभणी, बीड, अमहदनगर, कोपरगाव, खेड, बारामती, सातारा, कराड, कोल्हापूर या लोकसभा मतदारसंघात काँग्रेस आणि भाजपसेनेचे उमेदवार मराठा होते. तिथे मराठा समाजाची बहुसंख्य मते कोणास गेली, असा प्रश्न उपस्थित केल्यास बहुसंख्य मराठा समाजाची मते भाजपसेनेच्या उमेदवारांना मिळालेली आहेत; कारण भाजपसेनेचे मराठा उमेदवार शहाण्णव कुळी आणि काँग्रेसचे बिगर शहाण्णवकुळी होते. १८ ते ३५ वयोगटातील मराठा मतदारांचा भाजप सेनेकडे झुकता कल प्रचारावरूनही स्पष्टपणे दिसून येतो. मुस्लीम विरोध, दलित विरोध आणि समान नागरी कायद्यांच्या इश्यूवर १८ ते ३०–३५ वयोगटातील मराठावर्ग हिंदू अस्मितेकडे झुकू लागला आहे. हा मराठा वर्ग राष्ट्रीय स्वयंसेवक संघाद्वारे मराठा समाजाचे मेळावे, महिला मेळावे घेताना पहायला मिळतो. तसेच बहुसंख्य तरुण मराठा वर्ग बेरोजगार असल्याने या बेरोजगार मराठा वर्गांचा काँग्रेसमधील उच्चभ्रू मराठा वर्गास विरोध आहे. अशा अनेक कारणांमुळे मराठा बहुल १५ लोकसभा मतदारसंघांपैकी बारामती, नाशिक, यवतमाळ वगळता इतर सर्वच १२ मतदारसंघात भाजप सेनेच्या मराठा उमेदवारांचे मतदान वाढलेले दिसते. इथे ३५ वयोगटाच्या पुढील मराठा जातींनी काँग्रेसला मतदान केले.

रामटेक, औरंगाबाद, पुणे, सांगली इथे काँग्रेसचे मराठा उमेदवार तर भाजपसेनेचे अनुक्रमे बडगुजर, कलार, ब्राह्मण आणि धनगर ह्या जातीचे होते. वाशिम, लातूर, इचलकरंजी इथून भाजपसेनेने मराठा आणि जालना इथे रजपूत तर काँग्रेसने अनुक्रमे बंजारा, लिंगायत, वंजारी उमेदवार उभे केले होते. इथल्या मराठा जातीसमूहाचे राजकीय वर्तन एकमुखी झाले. त्यांनी पक्षाऐवजी जातीस प्राधान्य देऊन मतदान केले.

चिमूर, अमरावती, अकोला, सोलापूर इथे भारिपचे तीन नवबौद्ध आणि एक ढोर (काँग्रेस) तर भाजपसेनेचे अनुक्रमे कुणबी, वाणी, कुणबी, पद्मशाली या जातीसमूहांचे उमेदवार दिले होते. इथे मराठा मतदारांनी भारिप, काँग्रेस ऐवजी भाजपसेनेच्या उमेदवारांना मते दिली. १९९८ च्या निवडणुकीत बुलढाणा, उस्मानाबाद, पंढरपूर या राखीव मतदारसंघातील काँग्रेसचे उमेदवार निवडून आणण्यात जिल्हा पातळीवरील मराठा नेतृत्वाने पुढाकार घेतला; यामुळे मराठा मतदान बऱ्यापैकी काँग्रेसच्या राखीव उमेदवारांना मिळाले. थोडक्यात, रामटेक, औरंगाबाद, पुणे, सांगली, उस्मानाबाद, पंढरपूर, बुलढाणा वगळता सर्व ग्रामीण आणि शहरी भागातील बहुसंख्य मराठ्यांनी भाजपसेनेला मतदान केले.

१९९६ च्या लोकसभा निवडणुकीत जनता दल अपक्ष युवा पुरस्कृत मराठ्यांचे मतदान सेनाभाजपकडे गेले होते. लातूर, सोलापूर, कोपरगांव, खेड इथले जनता दलाच्या मराठा मतदार भाजपसेनेच्या शहाण्णवकुळी उमेदवाराच्या कव्यात गेले. जनता दलाच्या संभाजी काकडेंनी भाजपचा प्रचार केला. युती पुरस्कृत मराठा या निवडणुकीत सेनेच्या तंबूत सामील झाले. मराठा महासंघाने महाराष्ट्र विकास पक्ष स्थापन करून बीडमध्ये काँग्रेसला तर उर्वरित महाराष्ट्रात भाजपसेनेला पाठिंबा दिला. ज्या मराठा महासंघाच्या कार्यकर्त्यांनी काँग्रेसला पाठिंबा दिला त्यांना महासंघातून काढून टाकण्यात आले यावरून मराठा मते भाजपसेनेकडे गेली असे म्हणता येते.

इतर मागासवर्गीयांचा काँग्रेसकडे झुकता कल

इतर मागासवर्गीय समाजाची वैशिष्ट्यपूर्ण जडणघडण आहे. माळी, धनगर, बंजारी या शेतकरी जाती आहेत तर शिंपी, तेली, न्हावी, कुंभार, सुतार या (पूर्वाश्रमीच्या बलुतेदार) उद्योगधंदे करणाऱ्या जाती आहेत. सोनार, वाणी, गुजर, रजपूत या उच्चश्रेणीतील (जातीरचना) आणि लेवापाटील, कोमटी, पद्मशाली या सत्ताधारी जातीसमूहांचा मिळून इतर मागासवर्गीय समाज असल्याने हा समाज एकमुखी राजकीय वर्तन करत नाही. परंतु, माळी, धनगर, तेली, लेवापाटील, लिंगायत या संख्यात्मकदृष्ट्या प्रभावी जाती आहेत (पाहा तक्ता क्र १).

इतर मागासवर्गीय समाजाची ही संख्या लक्षात घेऊन या लोकसभा निवडणुकीत काँग्रेसने एक बंजारी (वाशिम), एक वंजारी (जालना), एक लिंगायत (लातूर), एक कोमटी (नागपूर), एक लेवापाटील (जळगांव), एक भंडारी (राजापूर) समाजाचे उमेदवार उभे केले. हे काँग्रेसचे जातीय समीकरण इतर मागासवर्गीयांचे आहे. सेना भाजपने एक वाणी (अमरावती), एक बडगुजर (रामटेक), एक कोमटी (चंद्रपूर), एक रजपूत (जालना), एक कलार (औरंगाबाद), एक लेवापाटील (जळगांव), एक

धनगर (सांगली), एक कोळी (रायगड) समाजाच्या उमेदवारांना तिकीट दिले. काँग्रेस उमेदवारांना तिकीट दिले. काँग्रेस भाजपसेनेने या इतर मागासवर्गीय समाजाला निवडणुकीत प्रतिनिधित्व दिल्यानंतर माळी, धनगर, वंजारी, तेली या संख्यात्मकदृष्ट्या प्रभावी जातींनी या तिन्ही प्रमुख पक्षांवर बहिष्कार टाकण्याची भूमिका घेतली. वंजारी सेना, भगवान सेना (बीड) वंजारी समाजाने विरोध केला. चंद्रपूर, वर्धा, रामटेक इथे तेली समाजाने जातपंचायतीची बैठक घेऊन बहिष्कार टाकण्याची भूमिका स्वीकारली. माळी आणि धनगर समाजानेही जाहीर पत्रक काढून काँग्रेस, भाजप, सेनेला मतदान न करण्याची भूमिका जाहीर केली. मात्र, तक्ता क्रमांक एकमध्ये दिलेल्या मतदारसंघात जनता दल आणि अपक्ष उमेदवार माळी, धनगर, तेली, वंजारी इ. समाजाचे होते.

तक्ता क्र. १

अ.क्र.	जात	प्रदेश
१)	माळी	रामटेक, अमरावती, अकोला, नाशिक, खेड, पुणे, सातारा, कराड.
२)	धनगर	सांगली, पंढरपूर, बारामती, नांदेड, हिंगोली.
३)	वंजारी	बीड, जालना, लातूर, नाशिक.
४)	बंजारी	यवतमाळ, वाशिम, नांदेड, अकोला.
५)	लेवापाटील	जळगांव.
६)	लिंगायत	लातूर, सोलापूर, इचलकरंजी.
७)	तेली	वर्धा, चंद्रपूर, रामटेक.
८)	बलुतेदार ओ.बी.सी.	

बहिष्काराची ही भूमिका प्रमुख जातींनी घेतल्याने गोपीनाथ मुंडे, छगन भुजबळ, अण्णा डांगे या नेत्यांना काँग्रेस आणि भाजपने जातीसमूहांना पक्षाच्या बाजूने मतदान करण्यासाठी प्रचारात पुढे केले. त्या आधारेच गोपीनाथ मुडेंनी बीड, जलना इथले वंजारी मतदान भाजपकडे वळवण्यात यश मिळविले. त्यामुळे बीड आणि जालना इथले भाजपचे उमेदवार विजयी झाले. अण्णा डांगेंनीही सांगलीची धनगर मते मिळविण्यात यश मिळविले. परंतु, उर्वरित महाराष्ट्रात शरद पवार आणि छगन भुजबळ या दोन प्रमुख काँग्रेस नेत्यांनी माळी, धनगर, तेली समाजाच्या नेत्यांच्या भेटींवर जास्त भर दिला होता. संपूर्ण प्रचारयंत्रणेत शरद पवार आणि छगन भुजबळ स्वतंत्रपणे प्रचार करत होते. दोन्ही नेत्यांनी ४०० पेक्षा अधिक सभा घेतल्या. त्यामध्ये वेगवेगळी

भाषणाची शैली वापरली आणि व्यक्तिगत चर्चांत मराठा उमेदवार निवडून पाठवल्यावर, 'पुढील विधानसभेत माळी, धनगर, तेली या जातींना संधी देऊ' अशाच आशयाची चर्चा केली; असं धनगर, तेली, माळी समाजात बोलले जात आहे. यामुळे प्रचाराच्या पहिल्या टप्प्यातील काँग्रेसवरचा राग शेवटच्या टप्प्यात संपूर्णपणे नाहीसा करण्यात शरद पवार आणि छगन भुजबळ यांनी यश मिळवले. भाजप-सेनेकडे आमदार, मंत्री असलेल्या माळी नेत्यांनी छगन भुजबळ या माळी समाजाच्या नेत्यास भावी मुख्यमंत्री असे डोळ्यांसमोर ठेवून काँग्रेसला पाठिंबा दिला. (उदाहरणार्थ, अमरावती-लोकसभा मतदारसंघातील भाजपचे उमेदवार विनायक कोरडे). तर मराठा मतदारांनी १९९५ च्या विधानसभा निवडणुकीत धनगर, तेली, माळी उमेदवार पराभूत केले होते. त्या पराभूत नेत्यांना शरद पवार आणि छगन भुजबळांनी काँग्रेसच्या प्रचारासाठी प्रवृत्त केले. उदाहरणार्थ, बाबासाहेब शिवरकर (पुणे), शिवाजी शेंडगे (सांगली) इ.

तालुका पातळीवर आणि तालुक्यापेक्षा लहान गाव पातळीवरती इतर मागासवर्गीय संघटना स्थापन झाल्या आहेत. या संघटनांनी जाहीर पत्रके काढणे, प्रचार करणे अशा गोष्टीत मराठा जातीपेक्षा जास्त पुढाकार घेतला. या संदर्भात पश्चिम महाराष्ट्रातील सातारा, कराड, पंढरपूर, पुणे, बारामती ही उदाहरणे सांगता येतात. दलित + इतर मागासवर्गीय राजकारण करण्याची जाणीव विकसित होऊन १९९६ च्या लोकसभेत इतर मागासवर्गीय मतदार बहुजन महासंघाकडे गेले होते. उदा. वाशिम, हिंगोली, नांदेड वगैरे; पण या लोकसभा निवडणुकीत इतर मागासवर्गीय समाजाचे हे मतदान काँग्रेस पक्षाला मिळाले. थोडक्यात, इतर मागासवर्गीय समाजातील जालना, बीड इथले वंजारी आणि सांगली इथले धनगर मतदान भाजपकडे गेले; तर माळी, धनगर, तेली यांचे मतदान काँग्रेस पक्षाला मिळाले हे या लोकसभा निवडणूक निकालावरून दिसून येते.

राज्याच्या एकूण लोकसंख्येत १२% च्या जवळपास दलित समाज आहे. दलित समाजात बौद्ध (पूर्वाश्रमीचा महार) जातीसमूह संख्यात्मकदृष्ट्या प्रभावी आहे. विदर्भात एकूण लोकसंख्येच्या तुलनेत बौद्ध, महार समाजाचे प्रमाण १७.२५% इतके आहे. मराठा-कुणबी समाजाच्या खालोखाल विदर्भात बौद्धांचे संख्यात्मक बळ आहे. चर्मकार, मातंग, खाटीक, बुरूड या जाती १९९६ च्या लोकसभा निवडणुकीत भाजप-सेना पक्षाबरोबर होत्या. या जाती बौद्ध जातीच्या तुलनेत संख्यात्मकदृष्ट्या प्रभावी नाहीत. परंतु, मराठवाड्यात मातंग समाज बौद्ध समाजाइतकाच प्रभावी आहे. मातंग समाज मराठवाड्यातून विस्थापित होऊन पुणे इथे (पर्वती) स्थलांतरित झाला. या समाजावर काँग्रेसच्या शंकरराव चव्हाण आणि भाजपची

भिस्त होती; त्यामुळे १९९६ च्या लोकसभा निवडणुकीत मातंग समाजाचे विभाजन झाले होते. चर्मकार आणि खाटीक समाजास शिवसेनेने राजकीय संधी दिलेली असल्याने चर्मकार आणि खाटीक समाजाचेही विभाजन सेना आणि काँग्रेस या दोन पक्षांमध्ये झाले होते. हे लक्षात घेऊन शरद पवारांनी भारिपला चार जागा दिल्या; तर तीन राखीव मतदारसंघात प्रत्येकी एक चर्मकार, मातंग, भंगी आणि खुल्या दोन जागी ढोर आणि नवबौद्ध असे उमेदवार दिले; तर भाजप सेनेने प्रत्येकी एक चर्मकार, खाटीक आणि मातंग हे तीन उमेदवार दिले. यामुळे जातीय समीकरणाचा विचार करता भाजप-सेनेपेक्षा काँग्रेसने दलितांना झुकते माप दिले; तसेच सर्व दलित जातींचा समतोल राखला आणि खुल्या जागी सहा दलित उमेदवार दिले. यात एक ढोर, पाच नवबौद्ध होते; यामुळे दलित जातीसमूहांपैकी बौद्ध जातीने एकमुखी मतदान केले. तर मातंग, चर्मकार, खाटीक या जाती समूहांच्या मतांचे विभाजन झाले.

आदिवासी पुन्हा काँग्रेसकडे

राज्याच्या लोकसंख्येत आदिवासी समाजाची लोकसंख्या ६% आहे. हे संख्याबळ एकूण राज्याच्या लोकसंख्येत बौद्ध समाजापेक्षाही संख्यात्मकदृष्ट्या कमी प्रभावी ठरते. परंतु, डहाणू, धुळे, नंदुरबार, मालेगाव हे उत्तरेकडील मतदारसंघ आणि विदर्भातील सर्वच मतदारसंघात आदिवासी समाज आहे. चंद्रपूर, चिमूर, अमरावती, यवतमाळ या मतदारसंघात बहुसंख्य आदिवासी समाज आहे. या मतदारसंघात संख्यात्मकदृष्ट्या प्रभावी आदिवासी समाज आहे.

आदिवासी नेतृत्व कोणत्याही पक्षाने उभं केलं नाही. परंपरागत राजे घराण्यातील आणि जमीनदार आदिवासी नेतृत्व काँग्रेसच्या किंवा भाजप सेनेच्या वळचणीवर वाढलेलं आहे. गोंड, गवळी, आहिरे या आदिवासी समाजाचं नेतृत्व राजघराण्याबरोबर जमीनदारांकडे आहे. याउलट, माना, गोवारी, पोवार इ. आदिवासी जातीसमूहांचे आर्थिक शोषण मोठ्या प्रमाणावर होत असल्याने या गरीब जातीसमूहात राजकीय वर्तनाची धरसोड दिसून येते. आर्थिक शोषणांवर उपाय म्हणून आदिवासींना दिव्य वलयांकित नेतृत्वाचं आकर्षण वाटतं; म्हणूनच सोनिया गांधींच्या नेतृत्वाकडे बहुसंख्य आदिवासी समाज झुकला. नंदुरबार, मालेगांव, डहाणू, धुळे या चार आदिवासी मतदारसंघात १९९६ च्या लोकसभा निवडणुकीत भाजपने ३ जागा जिंकून आदिवासी मतदान मोठ्या प्रमाणावर स्वतःकडे ओढून घेतले होते. यंदा मात्र भाजपचे हे मतदान घटून काँग्रेसचे आदिवासी मतदान वाढले आणि आदिवासी पट्ट्यात चार जागा काँग्रेसला मिळाल्या, विदर्भातील आदिवासी समाजात रा.स्व.संघाने शिरकाव केला आहे. वनवासीचे स्वतंत्र संघटन संघपरिवाराची एक शाखा करत असते; असे

असूनही शिशुपाल पटेल, ईश्वर दयाळ पटेल, खुशाल बोपचे (भंडारा), भगवंतराम आत्रम (चंद्रपूर) या आदिवासी नेत्यांनी काँग्रेसला पाठिंबा दिला होता. शिशुपाल पटेल भाजपचे असूनही भाजपच्या विरोधात काम करत होते; म्हणजेच विदर्भातील काँग्रेस पक्षांच्या मतदानातील वाढीव आदिवासी मतदानाचा सहभाग स्पष्टपणे दिसतो.

तक्ता क्र. २ : प्रमुख पक्षांचे जातिनिहाय उमेदवार (१९९८)

जात	शेकाप	काँग्रेस	भाजप	सेना	भारिप	स.प.
ब्राह्मण	–	०२(१)	०४(१)	०४(४)	–	–
मराठा	–	१७(१४)	०७(२)	१०(२)	–	–
कुणबी	–	०२(२)	०४	०१	–	–
इतर मध्यम जाती	–	०५(४)	०४(१)	०३	–	–
इतर मागास जाती	–	०२(१)	०१	–	–	
बौद्ध	–	०१	–	–	०४(४)	–
मातंग	–	०१(१)	–	–	–	–
चर्मकार	–	०१(१)	०१	०१	–	–
भंगी	–	०१(१)	–	–	–	–
ढोर	–	०१(१)	–	–	–	–
खाटीक	–	–	–	०१	–	–
आदिवासी	–	०४(४)	०४	–	०१	
मुस्लीम	–	०१	–	–	–	०१
बिगर महाराष्ट्रीयन	–	०३(३)	–	–	–	०३
भंडारी	०१(१)	–	–	–	–	–
एकूण	०१(१)	४१(३३)	२५(४)	२०(६)	०५(४)	०४

(टीप : कंसातले आकडे विजयी उमेदवारांचे आणि इतर मध्यम जातीत लिंगायत, लेवापाटील, भंडारी राजपूत, कोमटी, वाणी, कलार इ. समावेश आहे.)

काँग्रेसला १९९६ च्या लोकसभा निवडणुकीत आदिवासी समाजाने नाकारले होते. हा काँग्रेसपासून दूर गेलेला समाजघटक सेना-भाजपच्या अत्याचारामुळे, सोनिया गांधींच्या नेतृत्वामुळे काँग्रेसकडे झुकला. काँग्रेसनेही उत्तर महाराष्ट्रात सुशिक्षित नेतृत्वास संधी दिली. प्रशासकीय सेवेतील नेतृत्व यामुळे आदिवासी समाजाला मिळाले. हा बदलही महत्त्वाचा मानायला हवा.

मुस्लीम मते

भाजप सेनेच्या पराभवाचे विश्लेषण करताना मुस्लीम हा घटक ध्यानात घेतला पाहिजे. राज्यात मुस्लिमांचे प्रमाण ९.३% आहे. विदर्भातील नागपूर, चंद्रपूर आणि वऱ्हाडातील अकोला, अमरावती आणि बुलढाणा जिल्ह्यांत मुस्लिमांची संख्या अधिक आहे. वऱ्हाड भागात मुस्लीम २० टक्क्यांच्या आसपास आहेत; पण औरंगाबाद, नांदेड, परभणी आणि बीड या मतदारसंघांत त्यांचे महत्त्व अधिक आहे. उत्तर महाराष्ट्रातील नाशिक जिल्ह्यात मालेगाव आणि नाशिक शहरात मुस्लिमांचा प्रभाव दिसून येतो. पश्चिम महाराष्ट्रातील अहमदनगर, पुणे, सांगली, सोलापूर इथेही बऱ्यापैकी मुस्लीम मतदार आहेत. मुंबईच्या सहाही मतदारसंघात मुस्लीम मतदार निर्णायक ठरतात; एकूण राज्यात मुस्लीम समाज एकसंध नाही. कोकणी, शिया, सुन्नी, मागासजातींचे मुस्लीम, अश्रफ, मोमीन, खोजा आणि बोहरा या जातीसमूहांतर्गत हा समाज विभागलेला आहे. परंतु, शरद पवारांनी समाजवादी पक्षाबरोबर मैत्री केली. त्या पाठोपाठ श्रीमती सोनिया गांधींनी मुस्लीम समाजाच्या धार्मिक भावनांना हात घालून बाबरी मशीद प्रश्नावर माफी मागितल्याने महाराष्ट्रातील जवळजवळ सर्वच मुस्लीम मतदारांनी काँग्रेसला मत देणे पसंत केले. काँग्रेसने एक मुस्लीम (रायगड) उमेदवार दिला. तो आणि समाजवादी पक्षाचे उमेदवार पराभूत झाल्याने मुस्लीम समाजास महाराष्ट्रातून राजकीय सहभागाची संधी मिळालेली नाही, असे दिसते.

१९९८ च्या लोकसभा निवडणुकीत सेना, भाजप आणि काँग्रेसला झालेले मतदान जातीआधारे ताडून पाहिले तर काँग्रेसचे यश इतर मागासवर्गीय समाजावर अवलंबून असल्याचे दिसते. महाराष्ट्रात शहरी भागात १०% बलुतेदार आणि ग्रामीण भागात १०% शेतकरी ओ.बी.सी. जातींनी काँग्रेस पक्षाला भाजप सेनेच्या तुलनेत जास्त मतदान केले. लिंगायत, बारी, भंडारी, कोष्टी यासारख्या ओ.बी.सी. जातींनीही काँग्रेस पक्षाला मते दिली. याबरोबर बिगर महाराष्ट्रीयन + दलित + मुस्लीम + मराठा मते काँग्रेस पक्षाला मिळाली. परंतु, यापैकी मराठा-कुणबी मतांची फूट झाल्याने काँग्रेस बरोबर दलित + मुस्लीम + आदिवासी + बिगर महाराष्ट्रीयन समाज घटक असतानाही काँग्रेसचे उमेदवार निवडून येणे शक्य नव्हते. ते इतर मागासवर्गीयांच्या मतामुळे शक्य झाले. इतर मागासवर्गीय समाजाच्या मतांचे महत्त्व दुसरे म्हणजे इतर मागासवर्गीयांना काँग्रेसने सत्ता, संपत्ती आणि अधिकारांची संधी न देताही हे मतदान मिळाले; यामुळेच या लोकसभा निवडणुकीत महाराष्ट्रातील काँग्रेस पक्षाच्या यशावर इतर मागासवर्गीय समाजाचा ठसा दिसून येतो.

१६ महाराष्ट्रातील राजकीय पक्षांचे बदलते जातीय आधार (१९९९)

महाराष्ट्र राज्यात सेना-भाजप, काँग्रेस व राष्ट्रवादी काँग्रेस या चारपैकी कोणत्याच पक्षाला विधानसभेत बहुमत मिळालेले नाही, तर लोकसभा निवडणुकीत शिवसेना-१५, भाजप-१३, काँग्रेस-१०, राष्ट्रवादी काँग्रेस-६, शेकाप-१, आरपीआय (आठवले गट)-१, जनता दल-१, असे उमेदवार विजयी झाले (१९९९). एखादी लाट, महत्त्वाचे प्रश्न वा अन्य बाबींबरोबर पक्षांचे बदलते जातीय आधार, हे एक महत्त्वपूर्ण कारण आहे. उच्च जाती, मराठा कुणबी, दलित, आदिवासी, इतर मागासवर्गीय, मुस्लीम आणि बिगर महाराष्ट्रीयन समाजाचे राजकीय वर्तन आणि या जातिगटांचा आर्थिक स्तर तपासला, तर निवडणूक निकालाचे वास्तव समजू शकते.

१९९९ च्या लोकसभा निवडणुकीत शिवसेनेने चार, भाजपने एक, काँग्रेसने दोन, तर जनता दलाने (धर्मनिरपेक्ष) एक असे एकूण आठ उच्च जातीय उमेदवार दिले होते. हे सर्व उच्च जातीय उमेदवार पदवीपर्यंतचे व पदव्युत्तर शिक्षण झालेले होते; तर कारखानदारी व सेवा (नोकरी, व्यवसाय, व्यापार) क्षेत्रांशी संबंधित उमेदवार होते. या आठ उच्च जातीय उमेदवारांपैकी शिवसेना-तीन, भाजप-एक, काँग्रेस-एक असे एकूण पाच उमेदवार विजयी झाले. राजापूर व उत्तर-पश्चिम-मुंबई येथे उच्च जातीय उमेदवारांनी अनुक्रमे जनता दल व काँग्रेस (आय) पक्षाच्या उच्च जातीय उमेदवारांचा पराभव केला. उत्तर-मध्यमुंबई व ठाणे येथे नवबौद्ध (आरपीआय) व आगरी (काँग्रेस) जातीच्या उमेदवारांचा पराभव उच्च जातीय उमेदवारांनी केला; तर उत्तर मुंबई मतदारसंघात उच्च जातीय उमेदवाराने बिगर-महाराष्ट्रीयन उमेदवारांचा पराभव केला. आगरी, नवबौद्ध व बिगर महाराष्ट्रीयन उमेदवारांच्या तुलनेत उच्च जातीय उमेदवार प्रभावी ठरलेले आहेत. याचे प्रमुख कारण म्हणजे शहरी भागातील कारखानदारी व सेवाक्षेत्राबरोबर उच्च जातीयांचे संबंध जवळचे आहेत; तर उच्च जातीयांच्या

तुलनेत आगरी व नवबौद्ध समाजाचे संबंध फारच कमी आहेत; म्हणून उच्च जातीय नेतृत्व येथे प्रभावी व आगरी, नवबौद्ध समाजाचे नेतृत्व निष्प्रभ ठरलेले दिसते. उच्च जातींचे संख्यात्मक बळ राज्यांत चार टक्क्यांपेक्षा कमी आहे. परंतु, शहरी भागांत ते प्रभाव निर्माण करणारे आहे. महाराष्ट्राच्या आर्थिक क्षेत्रांपैकी कारखानदारी व सेवाक्षेत्र, शेती क्षेत्राच्या तुलनेत जास्त महत्त्वाचे आहे. या क्षेत्राचे प्रतिनिधित्व उच्च जातीय राष्ट्रीय स्तरावर करत आहेत. यशवंतराव चव्हाण व शरद पवार यांचे नेतृत्व कारखानदारी व शेती क्षेत्राचा समतोल राखण्याचा प्रयत्न करणारे नेतृत्व होते, तरी त्यांच्याकडून कारखानदारी क्षेत्रास झुकते माप दिले गेले; तर १९९० नंतरचे प्रमोद महाजन व मनोहर जोशी यांचे नेतृत्व कारखानदारी व सेवाक्षेत्रांना महत्त्व देणारे आहे. हा एक महत्त्वाचा फरक आहे.

महाराष्ट्र राज्य विधिमंडळात शिवसेनेचे दोन व भाजपचे सहा उच्च जातीय प्रतिनिधी विजयी झाले. उर्वरित सर्वच पक्षांचे उच्च जातीय उमेदवार पराभूत झाले आहेत; यामुळे भाजप-शिवसेना राज्य पातळीवर व राष्ट्रपातळीवर उच्च जातीयांच्या हितसंबंधांची जपवणूक करणारी युती आहे. अशी प्रतिमा उच्च जातीतील गटांची दिसून येते.

सामाजिक वास्तव

उच्च जातींच्या बरोबर बिगर-महाराष्ट्रीय समाजाकडे राज्याच्या शहरी भागांतील अर्थकारणाच्या नाड्या आहेत. बिगर महाराष्ट्रीयन समाजाचे प्रमाण महाराष्ट्राच्या एकूण लोकसंख्येमध्ये २३ टक्के भरते. उर्दू, हिंदी, गुजराथी, कानडी, तमिळ व सिंधी बोलणारे हे महत्त्वाचे भाषिक अल्पसंख्य होत. मुंबईच्या सर्व मतदारसंघाबरोबर पुणे, सोलापूर, अमरावती, नागपूर, भंडारा या शहरांमध्ये बिगर-मराठी समाजाचे संख्याबळही शहरीकरणातून वाढलेले आहे. या शहरी भागांत इतर भाषिक मोठ्या संख्येने रोजगाराच्या निमित्ताने आलेले आहेत. हे समाज वास्तव लक्षात घेऊन लोकसभा निवडणुकीत भाजपचे पाच, काँग्रेसने चार, राष्ट्रवादी काँग्रेसने तीन बिगर-मराठी उमेदवार दिलेले होते. भाजपचे पाचपैकी पाच तर काँग्रेसचे चारपैकी एक असे एकूण सहा बिगर-महाराष्ट्रीयन उमेदवार विजयी झाले. भाजपच्या बिगर-महाराष्ट्रीयन उमेदवारांनी काँग्रेसचे कुडमुडे जोशी (पुणे), बिगर महाराष्ट्रीयन (द. मुंबई), सारस्वत ब्राह्मण (उत्तर पू. मुंबई), कुणबी (भंडारा) तर राष्ट्रवादी काँग्रेसचे मराठा (अहमदनगर) या जातिगटांचा पराभव केला. चार महाराष्ट्रीयन उमेदवारांचा पराभव करून बिगर-महाराष्ट्रीयन उमेदवारांनी महाराष्ट्रात आपला प्रभाव स्पष्ट केला.

राज्यांच्या विधानसभा निवडणुकीत २९ बिगर महाराष्ट्रीयन उमेदवार निवडून

आले आहेत. भाजप–आठ, शिवसेना–तीन, काँग्रेस (आय)–बारा, राष्ट्रवादी काँग्रेस–चार, नेटीव्ह पीपल्स पार्टी–एक, अपक्ष–एक असे एकूण २९ बिगर–महाराष्ट्रीयन आमदार पक्षनिहाय आहेत. बिगर–महाराष्ट्रीयन समाजाचा भाजप व काँग्रेसकडे झुकता कल दिसतो, तर शिवसेना व राष्ट्रवादी काँग्रेसकडे मात्र बिगर–महाराष्ट्रीयनांचा कल फारच कमी दिसून येतो. परंतु, भाजप–सेना युतीमुळे बिगर–महाराष्ट्रीयनांचा भाजपबरोबर शिवसेनेलाही सामाजिक पाठिंबा असल्याचे स्पष्ट होते. बिगर–महाराष्ट्रीयन समाजापैकी गुजराथी, सिंधी, उत्तर भारतीय यांचा प्रभाव कानडी व तमिळ यांच्यापेक्षा जास्त आहे.

मराठा, कुणबी जातीसमूह महाराष्ट्रभर पसरलेला आहे. या जातीसमूहाचे महाराष्ट्राच्या लोकसंख्येत प्रमाण जास्तीत जास्त ३१ टक्के व कमीत कमी २८ टक्के असल्याचा दावा केला जातो. या समाजाचा पाठिंबा मिळवणे सर्वच पक्षांना महत्त्वाचे वाटते. मतदारसंघातील जास्तीत जास्त मराठा समाजाच्या नामवंतांची पाठिंबादर्शक सह्या असलेली पत्रके काढण्यावर भर दिला गेला. मराठा महासंघ व इतर मराठा समाजाच्या संघटनांचा पाठिंबा मिळविण्यासाठी सर्वच राजकीय पक्षांत स्पर्धा चालू होती; यामुळे मराठा–कुणबी जातीसमूहांच्या मतांचे विभाजन भाजप–सेना, काँग्रेस–राष्ट्रवादी काँग्रेस या पक्षांमध्ये झाले. विदर्भ, मराठवाडा, कोकण या तीन विभागात मराठा–कुणबी काँग्रेस व राष्ट्रवादी काँग्रेस पक्षाच्या तुलनेत शिवसेना–भाजप पक्षाबरोबर गेले; तर पश्चिम महाराष्ट्रात मराठा काँग्रेस व राष्ट्रवादी काँग्रेस बरोबर राहिले. प. महाराष्ट्रात काँग्रेसच्या तुलनेत राष्ट्रवादी काँग्रेस पक्षाबरोबर मराठा जास्त संख्येने गेले, हे तिकिटवाटपातून व निवडून आलेल्या उमेदवारांवरून स्पष्टपणे दिसून येते. लोकसभा निवडणुकीत शिवसेनेने बारा व भाजपने नऊ असे एकूण २१ मराठा–कुणबी समाजाचे उमेदवार दिले होते. या खालोखाल राष्ट्रवादी काँग्रेसपक्षाने २० व काँग्रेसने १४ मराठा–कुणबी उमेदवार दिले होते. भाजपसेनेचे मराठा–कुणबी उमेदवार शहरी भागातील संस्थांमधून पुढे आलेले व सेवाक्षेत्रांशी संबंधित होते, तर राष्ट्रवादी काँग्रेस व काँग्रेस पक्षाचे मराठा–कुणबी उमेदवार सहकार, शेती, शिक्षण संस्थांमध्ये सक्रियपणे भाग घेणारे होते.

मराठा मतदारांचा कल

एकूण, ५५ मराठा–कुणबी उमेदवारांपैकी शिवसेनेचे सात, भाजपचे चार, काँग्रेसचे चार व राष्ट्रवादी काँग्रेसचे सहा असे एकूण २१ मराठा–कुणबी समाजाचे उमेदवार विजयी झाले.

राज्यातील विधानसभा निवडणुकीत शिवसेनेचे ३९, भाजपचे १८ असे एकूण

युतीचे ५७ मराठा-कुणबी समाजाचे उमेदवार निवडून आले, तर काँग्रेसचे २६ व राष्ट्रवादी काँग्रेसचे ३३ असे एकूण ५९ उमेदवार विजयी झाले. काँग्रेस व राष्ट्रवादी काँग्रेस पक्षाबरोबर शिवसेना भाजपकडे मराठा मतदारांचा कल दिसून येतो. काँग्रेसच्या मतदारांमध्ये दलित, आदिवासी, मुस्लीम, ओ.बी.सी. समाजाची संख्या जास्त आहे. याउलट, मराठ्यांचा सामाजिक पाठिंबा शिवसेना व राष्ट्रवादी काँग्रेस पक्षाला महाराष्ट्रात जास्त दिसून येतो. राष्ट्रवादी काँग्रेस पक्षाच्या तुलनेत शिवसेनेला महाराष्ट्रातील सर्वच विभागात मराठा-कुणबी समाजाचा पाठिंबा आहे, तर राष्ट्रवादी काँग्रेस पक्षाला केवळ पश्चिम महाराष्ट्रात मराठा-कुणबी समाजाचा पाठिंबा प्राप्त झाला आहे. युतीच्या मतांची टक्केवारी १९९५ च्या विधानसभा निवडणुकीत २९.११ टक्के होती, तर या निवडणुकीत ती ३१ टक्के झाली आहे. १.८९ टक्के मते भाजपसेनेला अधिक मिळाली आहेत. या मतांमध्ये मराठा-कुणबी समाजाची बहुसंख्य मते असावीत; असा निष्कर्ष काढता येतो.

तरुण मराठा वर्ग, खानदानी मराठा वर्ग, मध्यम वर्गांबरोबर फळ, फूल, बागायतदार मराठा-कुणबी वर्गाने शिवसेनेला सामाजिक पाठिंबा दिला. किसनराव वरखिंडेच्या प्रभावाखालील मराठा महासंघाने भाजप-शिवसेनेला पाठिंबा जाहीर केला होता. अण्णासाहेब पाटील मागासवर्गीय महामंडळाचे किरणराव वरखिंडे प्रमुख आहेत. या महामंडळाची स्थापना शिवसेना-भाजप सरकारने केली होती. जिराईत, छोटे शेतकरी व शेतमजुरांची संख्या महाराष्ट्रात मोठी आहे. त्यात मराठा-कुणबी समाजाचे प्रमाणही मोठेच आहे. या वर्गाचे शोषण १९६० पासून १९९५ पर्यंत काँग्रेस पक्षातील मराठा नेतृत्वाने केले, हे एक महत्त्वाचे कारण होते. हाच मराठा वर्ग राष्ट्रवादी काँग्रेस पक्षात सामील झाला होता. ऊस व फळ, फूल बागाइतदार, सहकारसम्राट अशी प्रतिमा असणारा राष्ट्रवादी काँग्रेस पक्ष सर्वसामान्य मराठा-कुणबी समाजाच्या हितसंबंधांची जपणूक करू शकणार नाही, असे सर्वसामान्य मराठ्यांना वाटणे साहजिकच होते. गरीब मराठा-कुणबी समूहाबरोबरची शरद पवार यांची नाळ १९८५ नंतर तुटलेली आहे. या निवडणूक निकालातून तर शरद पवार व गरीब-मराठा-कुणबी समाजाचे संबंध पूर्णपणे तुटल्याचे स्पष्ट होते.

अस्मितेचे राजकारण

गरीब मराठा-कुणबी वर्गाच्या मुद्द्याऐवजी राष्ट्रवादी काँग्रेस पक्षाने महाराष्ट्राच्या अस्मितेचा मुद्दा आक्रमकपणे मांडला. महाराष्ट्र अस्मिता म्हणजेच 'मराठा अस्मिता' असा सूर शरद पवारांनी लावला होता. मराठा महासंघाचे नेते शशिकांत पवार, नवमहाराष्ट्र पार्टीचे नेते विनायकराव मेटे (मराठा महासंघ), कुणबी संघटनेचे नेते

सुरझित झिमन यांनी राष्ट्रवादी काँग्रेस पक्षात प्रवेश केला. मराठा संघटनातील नेत्यांची महाराष्ट्रातील प्रतिमा, 'रिडल्स इन हिंदूइझम'चे दहन, नामांतर विरोध, मंडल आयोग विरोध, गायरान प्रश्नावरून दलितांवर अत्याचार, अशी होती. ही दलित, ओ.बी.सी. विरोधी आक्रमक मराठा अस्मिता विदर्भ व मराठवाड्यात राष्ट्रवादी काँग्रेस पक्षाच्या पराभवास कारणीभूत ठरली; तर दुसऱ्या बाजूने शरद पवारांनी मंडल आयोगाचे समर्थन, नामांतरावर दिलेला भर, यामुळे खानदानी मराठा वर्ग शरद पवारांच्या राष्ट्रवादी काँग्रेसपासून दूर राहिला (शरद पवार, २०१५ : ६८-७०). जन्माने परकीय असल्याचा मुद्दा राज्यघटना विरोधी म्हणून आंबेडकरविरोधी आहे, अशी टीका काँग्रेस पक्षाच्या नेत्यांनी प्रचारात केली. शरद पवारांची भूमिका मुस्लीमविरोधी असल्याचा प्रचार केला गेला. यातून महाराष्ट्र अस्मिता म्हणजे दलित, ओ.बी.सी. व मुस्लीमविरोधी आक्रमक मराठा अस्मिता म्हणून विदर्भ, मराठवाडा व मुंबई विभागात नाकाराली गेली.

शिवसेनेने एक, भाजपने तीन, काँग्रेसने तीन, राष्ट्रवादी काँग्रेसने चार, बहुजन महासंघाने एक असे एकूण १२ ओ.बी.सी. उमेदवार राजकीय पक्षांनी लोकसभा निवडणुकीत उभे केले होते. शेकापच्या आगरी (रायगड) उमेदवारांनी शिवसेनेच्या आगरी उमेदवाराचा पराभव केला, तर भाजपच्या धनगर (सांगली), बंजारा (यवतमाळ), तेली (वर्धा) या ओ.बी.सी. जातीसमूहांतील उमेदवारांचा पराभव काँग्रेस पक्षाच्या मराठा-कुणबी उमेदवारांनी केला. औरंगाबाद, अमरावती, रामटेक व ठाणे येथील राष्ट्रवादी काँग्रेस पक्षाचे ओ.बी.सी. उमेदवार तिसऱ्या क्रमांकावर फेकले गेले. बहुजन महासंघाचा ओ.बी.सी. उमेदवार दुसऱ्या क्रमांकावर राहिला (हिंगोली). काँग्रेसच्या मराठा उमेदवारांनी व शिवसेनेच्या मराठा उमेदवाराने ओ.बी.सी. जातीसमूहातील उमेदवारांचा पराभव केला. शेतकरी जातीसमूहातील ओ.बी.सी. जातीचे उमेदवार पराभूत झाले, तर सेवा (बिल्डर) क्षेत्रातील शेकापचा आगरी उमेदवार विजयी झाला. राज्यातील विधानसभा निवडणुकीत भाजप-पाच, सेना-चार, काँग्रेस-चार, राष्ट्रवादी काँग्रेस-पाच, शेकाप-चार, समाजवादी जनता पार्टी-एक असे ओ.बी.सी. जातीसमूहातील एकूण २३ शेतकरी उमेदवार निवडून आले.

ओ.बी.सीं.ची मते

मध्यम ओ.बी.सी. जातीसमूहातील भाजप-तीन, शिवसेना-नऊ, काँग्रेस-सात, राष्ट्रवादी काँग्रेस-सहा, अपक्ष-एक असे एकूण २६ उमेदवार विजयी झाले आहेत. विदर्भातील तेली-कुणबी, मराठवाड्यातील धनगर, वंजारी, लिंगायत तर पश्चिम महाराष्ट्रातील माळी, धनगर जातीसमूहांचा राष्ट्रवादी काँग्रेस पक्षाच्या तुलनेत

काँग्रेस पक्षाकडे झुकता कल राहिला. उच्च जाती, बिगर महाराष्ट्रीयन, मराठा-कुणबी व इतर मागासवर्गीय समाजाच्या विश्लेषणांवरून स्पष्ट होते की, उच्च जाती, बिगर-महाराष्ट्रीयन मराठा-कुणबी समाजाच्या पाठिंब्यावर शिवसेना-भाजप युती पुढे आली, तर पश्चिम महाराष्ट्रात राष्ट्रवादी काँग्रेस पक्षाला मराठा वर्गाचा पाठिंबा मिळाला आणि काँग्रेस पक्षाला इतर मागासवर्गीयांनी मतदान केले.

काँग्रेस-एक, शिवसेना-तीन, रिपब्लिकन आठवले गट-एक व आंबेडकर गट-एक असे अनुसूचित जातींचे एकूण सहा लोकसभा उमेदवार विजयी झाले. सहापैकी आरपीआय-आंबेडकर गट व काँग्रेस पक्ष यांचे अनुक्रमे नवबौद्ध व ढोर समाजाचे दोन उमेदवार खुल्या जागेवर निवडून आले.

राज्यांतून अनुसूचित जातींचे काँग्रेसचे पाच, राष्ट्रवादी काँग्रेसचे तीन, शिवसेनेचे सहा, भाजपचे सहा, आरपीआय (बहुजन महासंघ)-एक असे पक्षनिहाय उमेदवार निवडून आले आहेत.

अनुसूचित जमातीचे लोकसभेसाठी काँग्रेस - एक, भाजप-दोन, जनता दल-एक असे चार उमेदवार विजयी झाले.

राज्यांत काँग्रेस-पाच, राष्ट्रवादी काँग्रेस-पाच, शिवसेना-तीन, भाजप-चार, अपक्ष- दोन, बहुजन महासंघ-एक, मार्क्सवादी पक्ष-दोन, गोंडवन गणतंत्र पक्ष-एक असे एकूण २३ उमेदवार निवडून आले आहेत. राज्यांत काँग्रेसचे-आठ, राष्ट्रवादी काँग्रेसचे -दोन, शिवसेनेचा-एक, समाजवादी पक्षाचे-दोन असे एकूण १३ मुस्लीम उमेदवार विजयी झाले.

तक्ता क्र. १ : आमदारांचे सामाजिक स्तरानुसार वर्गीकरण (१९९९)

जाती	काँग्रेस	राष्ट्रवादी	भाजप	शिवसेना	इतर	अपक्ष	एकूण
उच्चजाती	- (२)	१ -	५ (५)	२ (५)	-	-	८ (१२)
मराठा-कुणबी	३० (४६)	३७	२१ (१८)	३८ (४०)	१० (०८)	- (२६)	१३६ (१३८)
ओ.बी.सी.	०९ (१२)	०३	०९ (९)	०९ (११)	०९ (१०)	- (३)	३९ (४५)
म.जाती	०५ (५)	०३	०२ (६)	०४ (३)	- (२)	०१ (३)	१५ (१९)
दलित	०५ (३)	०३	०६ (८)	५ (५)	०३ -	- (३)	२२ (१९)
आदिवासी	०५ (७)	०६	०४ (६)	०३ (३)	०४ (३)	- (४)	२२ (२३)
मुस्लीम	०८ (०२)	०१	- -	०१ (१)	- (२)	२ (३)	१२ (८)
अमराठी	१२ (०३)	०२	०९ (१३)	०४ (०२)	- -	१ (०३)	२८ (२१)
इतर	०१		०२	०३ (०३)			०६ (०३)
एकूण	७५ (८०)	५६	५८ (६५)	६९ (७३)	२६ (२५)	४ (४५)	२८८ (२८८)

(टीप : कंसातील आकडेवारी १९९५ च्या आमदारांची आहे.)

१७ लोकसभा निवडणूक व जातींची समीकरणे (२००४)

महाराष्ट्राच्या राजकारणात कोणताही एक पक्ष निर्णायक प्रभावी नाही. पक्षाच्या प्रभावी भागातही त्यांना इतर पक्ष व जातीच्या संघटनांबरोबर युती करावी लागते. काँग्रेस, राष्ट्रवादी काँग्रेस, आर.पी.आय. व जनता दल (धर्मनिरपेक्ष) यांची एक आघाडी, दुसरी भाजप सेना व शेतकरी संघटना यांची युती आणि एक भारिप बहुजन महासंघ (आंबेडकर), शेकाप, समाजवादी पक्ष, मार्क्सवादी यांची तिसरी आघाडी या लोकसभा निवडणुकीत आहे. या तिन्ही आघाड्या म्हणजे महाराष्ट्रातील वेगवेगळ्या समाजाच्या हितसंबंधांची मोट आहे; कारण या सर्वच पक्षांनी विशिष्ट समाजगटांना व समाजातील विशिष्ट स्तरांना आवाहन केले आहे. यातील एक महत्त्वाचा घटक जातीचा आहे.

निवडणुकींमध्ये जातीच्या भूमिकेबद्दल मोठ्या प्रमाणावर उथळ मते मांडली जातात. मात्र, जात हा घटक मतपेटी तयार करण्याच्या पलीकडे जाऊन हितसंबंधांच्या संदर्भात एक महत्त्वाची भूमिका घेतो. मतदान करण्यासाठी जातसंस्था जातीला आवाहने करत असतात. मात्र, मतदान करण्याच्या मागे दूरगामी अशी हितसंबंधांची साखळी असते. त्याबाबत वृत्तपत्रे व उथळ चर्चा करणारे काही बोलत नाहीत; त्यामुळे मतदारसंघात 'कोणत्या जातीचे किती मतदार' हा एकच मुद्दा असतो. ग्रामपंचायतीपासून ते लोकसभा निवडणुकांपर्यंत जातीची एकच एक महत्त्वाची भूमिका नसते. ग्रामपंचायत पातळीवर 'जात' जास्त संकुचित भूमिका घेते. मतदार देखील जातीच्या उमेदवाराबद्दल जास्त संवेदनशील असतात. मात्र, जसजसा मतदारसंघ विस्तारत जातो तसतसे जातीला व्यापक भूमिका घ्यावी लागते. वेगवेगळ्या जातींबरोबर तडजोड करावी लागते. त्यामुळे छोट्या जाती, जातसंस्था व संघटनांच्याद्वारे दबावाचे राजकारण करत स्वत:च्या जातीचे हितसंबंध रेटण्याचा प्रयत्न करते. ही राजकीय

प्रक्रिया तिकीटवाटप, उमेदवारांना राजकीय पाठिंबा देणे, पक्षांतर करणे, जातीचे पक्ष स्थापन करणे अशा विविध अंगांनी घडत असते.

महाराष्ट्राचा सामाजिक भूगोल लक्षात घेऊन तिकीटवाटप केले जाते. मुंबई या विभागात अमराठी मतदार मोठ्या प्रमाणावर आहेत; त्यामुळे मुंबई विभागातील मतदारसंघात अमराठी उमेदवार देण्याकडे सर्वच राजकीय पक्षांचा झुकता कल दिसतो. उदा. काँग्रेस पक्षाने मिलिंद देवरा, भाजपने जयवंतीबेन मेहता, किरीट सोमय्या यांना उमेदवारी देऊन अमराठी मतदारांचा समतोल राखला आहे. शिवसेना पक्षाने मराठी विरुद्ध अमराठी अशी भूमिका घेतल्यामुळे मनोहर जोशी, मोहन रावले, प्रकाश परांजपे यांना उमेदवाऱ्या दिल्या आहेत. एकूण भाजप व सेनेने अमराठी व मराठी या दोन्ही परस्परविरोधी हितसंबंधांची मोट बांधली आहे; त्यामध्ये विसंगती आहे, मात्र मतदार युतीकडे वळविण्याचा हा 'कसबी डावपेच'ही आहे. तसाच तो एक समझोता देखील आहे. मुंबई शहरातही शिवसेना–भाजपने हिंदुत्वाच्या मुद्द्यात फरक केला आहे. शिवसेनेने सुरुवातीस 'मराठी हित' हा मुद्दा मांडत परप्रांतीयांना विरोध केला. मात्र, संजय निरूपम यांची उमेदवारी दिली. नवबौद्ध व मुस्लीम समाजाचा विरोध कमी करत नवबौद्ध समाजासाठी शिवशक्ती–भीमशक्ती व मुस्लीम समाजाला संघटनेत सामावून घेण्याचा भाजप व सेनेने प्रयत्न सुरू केला. यामुळे भाजप व सेनेचे हिंदुत्व मूळ आक्रमक स्वरूपापासून बाहेर पडले आहे. राजकीय व्यवहारावर आधारित सामाजिक गणिती पद्धतीची मांडणी करणारे हिंदुत्व बाळ ठाकरेंनी विकसित केले. पेण येथे जाहीर सभेत ठाकरे यांनी आगरी जातीला सेनेला मतदान करण्याचे आवाहन केले; त्यामुळे जातीऐवजी वर्णावर भर देणारे हिंदुत्व जातीकडे उघडपणे सरकू लागले.

कोकण विभागात मुस्लीम, कोळी, भोई, आगरी, कुणबी व मराठा या प्रमुख जाती आहेत. रायगड मतदारसंघात आगरी प्रभावी ठरणारी जात आहे. सिंधुदुर्ग मतदारसंघात कुणबी प्रभावी ठरतात. मात्र, या दोन्ही जातींना दुसऱ्या मोठ्या जातींबरोबर युती करावी लागते. या जातीच्या हितसंबंधाचा दावा करत पक्ष लोकसभा निवडणूक जिंकण्याचा प्रयत्न करतात. दोन्ही काँग्रेसने दोन मराठा व एक मुस्लीम उमेदवार दिला आहे. याबरोबरच शेकापने आगरी उमेदवार दिला आहे. सेना, भाजपने एक मराठा, एक कुणबी, एक प्रभू उमेदवार देऊन जातीचे समीकरण जोडले आहे. डहाणू, नंदुरबार, मालेगाव व धुळे हे अनूसुचित जातींसाठी राखीव मतदारसंघ आहेत. या मतदारसंघात अनुसूचित जातींबरोबर काम करण्यासाठी संघप्रणीत 'वनवासी कल्याण आश्रम' ही संघटना आहे.

उत्तर महाराष्ट्रात नाशिक, जळगांव, एरंडेल या मतदारसंघात मराठा, माळी,

वंजारी, लेवापाटील या जातींची लोकसंख्या मोठी आहे; त्यामुळे नाशिकमध्ये मराठा व लेवापाटील उमेदवार दिले आहेत. नाशिक शहरात छगन भुजबळ यांनी माळी समाजाच्या समता परिषदेचा मेळावा घेऊन शरद पवार यांना साथ देण्याचे मत मांडले आहे. दोन्ही काँग्रेस व भाजप सेनेने दोन दोन मराठा उमेदवार या भागात दिले आहेत. दोन्ही काँग्रेसने जनता दलाची मुस्लीम मते आघाडीकडे वळविण्यासाठी मालेगांव मतदारसंघात जनता दलाचा उमेदवार दिला आहे. येथे मराठा महासंघाचे शशिकांत पवार यांनी सेना–भाजपला पाठिंबा दिला होता.

पश्चिम महाराष्ट्रात मराठा, माळी, धनगर, वंजारी, लिंगायत, कोष्टी या जाती संख्यात्मकदृष्ट्या मोठ्या आहेत; पैकी राष्ट्रवादी काँग्रेस हा मराठ्यांचा पक्ष आहे. त्यामुळे राष्ट्रवादीने सात मराठा उमेदवार दिले आहेत. काँग्रेस पक्षाने दोन मराठा, एक अमराठी उमेदवार दिले आहेत. भाजपसेनेने सहा मराठा उमेदवार दिले आहेत; तसेच अहमदनगर मतदारसंघात माळी उमेदवार दिला आहे; त्यामुळे माळी मतदार भाजपच्या व्यासपीठावर संघटित करण्याचा भाजपचा प्रयत्न सुरू आहे. धनगर समाजोन्नती मंडळात फूट पडली आहे. धनगर समाजाचा मेळावा पंढरपूर येथे झाला. या मेळाव्याद्वारे धनगर समाजाला भाजपने आवाहन केले आहे. धनगर समाजात तीन गट पडले आहेत. एक गट दोन्ही काँग्रेसबरोबर आहे तर दुसरा प्रकाश शेडगे गट भाजपकडे जाताना दिसत आहे. महादेव जानकर यांच्या नेतृत्वाखालील अखिल भारतीय यशवंत सेनेचा सर्वच राजकीय पक्षांना विरोध होता. त्यांनी धनगर समाजाने स्वतंत्रपणे राजकारण करण्याचा विचार सतत मांडला. अण्णा डांगे यांच्या लोकराज्य पक्षाने सांगली येथे नागनाथ नायकवडी यांना पाठिंबा दिला आहे.

मराठवाडा विभागात 'मराठा' ही जात प्रभावी आहे. या विभागात हिंगोली–बंजारा, नांदेड–बंजारा, बीड–वंजारी तेली, उस्मानाबाद–धनगर, लिंगायत, लातूर–लिंगायत, परभणी–वंजारी, जालना–वंजारी या जातीचे संघटन, भाजप व सेनेने केले आहे. या भागात दोन्ही काँग्रेससमोर या अन्य मागासवर्गीय मतदारांचे मोठे आवाहन आहे. या बरोबरच मराठा समाजातील एक गट – शिवसेना भाजपबरोबर आहे. या मतदारांमध्ये फूट पाडण्यासाठी दोन्ही काँग्रेस प्रयत्नशील आहेत. दोन्ही काँग्रेसने मराठा जाणीव वाढवली आहे. या भागातील मराठा संघटनांना पक्षांनी उघडपणे पाठिंबा दिला आहे. शरद पवार हे छावा, विनायक मेटे यांची मराठा संघटना या संघटनांच्या कार्यक्रमात सहभाग घेतला होता. या विभागात एकूण आठ मतदारसंघांपैकी सात खुले या सातपैकी पाचमध्ये दोन्ही काँग्रेसने मराठा उमेदवार दिले होते. एका मतदारसंघात लिंगायत व रजपूत उमेदवार दिला. भाजपव सेनेने पाच मराठा उमेदवार दिले होते. एक बुरूड, एक लिंगायत असे उमेदवार वाटप केले. उस्मानाबाद

मतदारसंघात मातंग विरोधी चर्मकार अशी लढत होत होती. यांपैकी लक्ष्मणराव ढोबळे यांनी राज्यपातळीवर बहुजन रयत परिषद ही संघटना वाढवली. ही संघटना त्यांच्या प्रचाराचा मुख्य फौजफाटा होती.

मराठवाड्यात नामांतर, अॅट्रॉसिटी अॅक्ट व अन्य मागास वर्गाला संधी या मुद्द्यांमुळे शरद पवार यांच्या विरोधात मराठा मतदार गेले होते. शिवसेना या पक्षाने नामांतर, अॅट्रॉसिटी अॅक्ट व अन्य मागासवर्गाला संधी या मुद्द्यांना विरोध करत मराठा मतदार सेनेकडे वळवला होता. या निवडणुकीत जेम्स लेन यांच्या पुस्तकाचा प्रमुख मुद्दा दोन्ही काँग्रेसने प्रचारात मांडून शिवसेनेला अडचणीत आणले आहे; तसेच नामांतर, अॅट्रॉसिटी अॅक्ट व अन्य मागासवर्गांना संधी या मुद्द्यांच्या बाजूचे समाज गट व पक्ष या मुद्द्यांना विरोध करणारे परंपरागत मराठा यांच्यामध्ये आर.आर.पाटील मध्यस्थी करत होते. या दोन्ही प्रकारच्या गटांचा समतोल राखण्याचा प्रयत्न केला. याउलट, सेनेचा नामांतर, अॅट्रॉसिटी व अन्य मागास वर्गाला संधी या मुद्द्यांना विरोध आता कमी झाला आहे. सेनेने भीमशक्ती, शिवशक्ती यांच्या युतीचा मुद्दा मांडल्याने सेनेकडील परंपरागत मराठा मतदारात चलबिचल झाली; आणि ते राष्ट्रवादीकडे वळले. विनायक मेटे यांच्या नेतृत्वाखालील मराठा महासंघाचा व शिवसंग्राम संघटनेचा दोन्ही काँग्रेस पक्षांना पाठिंबा होता. किसनराव वरखिंडे यांच्या नेतृत्वाखालील मराठा महासंघाचा भाजपसेनेला पाठिंबा होता. मराठा सेवा संघाचाही पाठिंबा अशाच दोन गटांत विभागला गेला आहे. मात्र, संभाजी ब्रिगेड, छावा या संघटना दोन्ही काँग्रेसकडे झुकलेल्या होत्या. नामांतराला विरोध, अॅट्रॉसिटी अॅक्टला विरोध या मुद्द्यांच्या आधारे मराठा अनुनयांचे शिवसेनेचे राजकारण होते. हे मुद्दे मागे पडल्यामुळे शिवसेनेने ग्रामीण भागात वारकरी परंपरेला आध्यात्मिक पर्याय दिला आहे. मराठवाड्यात विविध ऋषी, मठ, संत व कीर्तनकार यांची नवी साखळी उभी केली आहे. यामार्फत शिवसेना हिंदुत्वाचा विचार पुढे रेटत आहे. भाजपकडील राम मंदिर, ३७० वे कलम, समान नागरी कायदा हे मुद्दे मागे करून त्या जागी भारतीय सनातन संस्कृती, सत्संग अशा मुद्द्यांच्या आधारे हिंदुत्वाचे नवे आधार मांडले जात आहेत. या मुद्द्यांचा वापर मतदारांचे संघटन करण्यासाठी प्रभावीपणे भाजपसेनेकडून केला जात आहे, त्यामुळे सेना-भाजप, एकाचवेळी ग्रामीण शहरी व निमशहरी भागातील मध्यम वर्गाला पक्षाकडे वळविण्यात यश मिळवित आहे. मराठा समाजात मराठा सेवा संघ, शिवराज्य पक्ष, संभाजी ब्रिगेड व छावा या संघटनांच्या विचारांचे समर्थन करणारा दलित व मुस्लीम समाजात एक समर्थक वर्ग होता. उदा. वामन मेश्राम, बशारत अहमद इ. यांची भूमिका हिंदू धर्म हा रूढी-परंपरावादी आहे अशी होती. त्यामध्ये पुरोहितशाही आहे. या भागाला विरोध करणे व सर्व ब्राह्मण हे

ब्राह्मणेतरविरोधी इतिहासलेखन करतात; म्हणून ब्राह्मणजातीला विरोध. तिसरा मुद्दा म्हणजे 'शिवधर्म संकल्पना' त्यांना हिंदूधर्मविरोधी आहे, असे वाटते. या तीन मुद्द्यांवर आधारित हिंदू धर्मातील केवळ कालबाह्य पुरोहितशाहीला व हिंदू धर्माला विरोध करण्यासाठी हे एकत्र आले आहेत. मात्र, त्याचवेळी मराठा सेवा संघ जिजाबाईंचे प्रतीक मांडत होता. याकडे दुर्लक्ष करत या गटांचाही विदर्भ व मराठवाड्यात झुकता कल काँग्रेस व राष्ट्रवादीकडे होता.

शिवसेनेने शिवशक्ती व भीमशक्ती या आधारे एक दोन टक्के अनुसूचित जातींची मते मिळविण्याचा कार्यक्रम राबविला आहे. दलित महासंघ भाजपचा प्रचार करत आहे. मात्र, लक्ष्मणराव ढोबळे यांच्या बहुजन रयत परिषदेने भाजपकडील मातंग समाजाला दोन्ही काँग्रेसकडे वळविले. अनुसूचित जातिगटात असलेल्या खाटीक समाजाला उमेदवारी नाकारली, हा एक मुद्दा आहे. मराठवाड्यात मातंग समाज प्रभावी ठरणारा आहे. राष्ट्रवादीने उस्मानाबादमधून मातंग उमेदवार दिले. मातंग मतांचे विभाजन करण्यासाठी तीन अपक्ष मातंग उमेदवार उभे केले होते.

मराठवाड्यात तिसऱ्या आघाडीचे संजय राठोड (हिंगोली), गफार मास्टर (परभणी), नासेर नहिदी (औरंगाबाद), टी. एम. कांबळे (लातूर) हे उमेदवार दोन्ही काँग्रेसला अडचणीत आणणारे होते. लिंगायत समाजातील महाराष्ट्र वीरशैव संघटना सेना-भाजपबरोबर तर महाराष्ट्र वीरशैव सभा काँग्रेसबरोबर आहे.

विदर्भात ११ लोकसभा मतदारसंघ आहेत. येथे कुणबी, नवबौद्ध, माळी, तेली, कोमटी, कोष्टी, कोहली, आदिवासी या प्रमुख जाती आहेत. याबरोबर अमराठी समाजही मोठा आहे. या पार्श्वभूमीवर राजकीय पक्षांनी तिकीटवाटप केले आहे. राष्ट्रवादीने अमराठी व बंजारा या दोन समाजाचे उमेदवार दिले. याबरोबर गवई, कवाडे हे दोन नवबौद्ध उमेदवार करून नवबौद्ध समाजाचा पाठिंबा मिळवण्याचा प्रयत्न केला. काँग्रेसने कुणबी, अमराठी व नवबौद्ध असे समीकरण मांडले. भाजप-सेनेने गवळी, वाणी, कोहली, अमराठी व कुणबी समाजाला उमेदवाऱ्या दिल्या. अनंतकुमार पाटील यांनी विदर्भात दोन्ही काँग्रेसच्या आघाडीस पाठिंबा दिला. अनंतकुमार पाटील हे विदर्भातील धनगर समाजाचे नेते आहेत. विदर्भात प्रकाश आंबेडकर (अकोला), बनवारीलाल पुरोहित (नागपूर) दोन तिसऱ्या आघाडीतील उमेदवार प्रभावी आहेत. मराठा सेवा संघाच्या शिवराज्य पक्षाचे कार्यकर्ते दोन्ही काँग्रेस व सेना-भाजपला मदत करणारे होते. या पक्षाचे मतदान विदर्भातील निकालांवर परिणाम करणारे ठरणार आहे. मात्र, शिवराज्य पक्षाने भाजपकडील मतदान रोखले तर भाजपसेनेला फटका बसू शकतो, असा त्यामध्ये एक डावपेच होता.

महाराष्ट्रात पक्षाचा सामाजिक पाया हा 'जात' आहे, मात्र जातीचे पक्ष महाराष्ट्रात

प्रभावी नाहीत. १९९९ नंतर महाराष्ट्रात जातीवर आधारित पक्ष वाढू लागले आहेत. उदा. धनगर समाजाचा लोकराज्य पक्ष, मराठा जातीचा शिवराज्य पक्ष व राष्ट्रवादी काँग्रेस, वंजारी समाजाचा बबनराव ढाकणेप्रणीत पक्ष, आगरी जातीचा शेकाप, नवबौद्ध जातीचा आर. पी. आय. असे पक्ष स्थापन झाले आहेत. हे पक्ष प्रमुख पक्ष त्या जातीचे हितसंबंध जपत नाहीत म्हणून स्थापन झाले आहेत. याला छेद देत प्रकाश आंबेडकरांनी नवबौद्ध व अन्य मागासवर्गीय यांच्या समझोत्याच्या राजकारणाची चौकट व्यापक केली. काँग्रेसने आंबेडकरांच्या या प्रारूपावरच हल्ला केला; त्यामुळे भारिप-महासंघातून पक्षांतरे झाली. या राजकीय प्रक्रियेचा भाग म्हणून आंबेडकरांचा गट नवबौद्ध व अन्य मागासवर्गीय या जातींच्या हितसंबंधांची चौकट पुढे रेटतो तर गवई, कवाडे, आठवले हे गट नवबौद्ध व मराठा राजकारणांची चौकट पुढे रेटतात. अशा रीतीने मराठा हितसंबंधांची चौकट पक्की करण्याची जबाबदारी हे नवबौद्ध गट पार पाडत आहेत.

पक्षांतर हा एक मुद्दा जातीच्या राजकारणाचा भाग म्हणून पुढे आला आहे. सेना हा पक्ष मराठा जातीचे हितसंबंध जपू शकत नाही हे लक्षात आल्यावर बाळासाहेब विखे, सुरेश नवले व गुलाबराव गावंडे यांनी पक्षांतरे केली. 'भाजप आपल्या जातीचा पक्ष नाही' अशी भूमिका घेत जयसिंगराव गायकवाड यांनी राष्ट्रवादीमध्ये प्रवेश केला. दोन्ही काँग्रेस धनगर समाजाचे हितसंबंध जपू शकत नाहीत म्हणून शेंडगे यांनी भाजपत प्रवेश केला. जातीचा पक्ष जातीतील कार्यकर्त्यांच्या राजकीय महत्त्वाकांक्षा पूर्ण करू शकत नाही म्हणून पृथ्वीराज जाचक, भानुदास मुरकुटे, प्रकाश सोळंकी यांनी पक्षांतर केले. जात व प्रचार, अस्मिता व जातीचे कार्यक्रम यांना महत्त्व आहे. भुजबळांना राष्ट्रवादीने सत्तेवरून पायउतार केले, त्यानंतर सेना-भाजप-राष्ट्रवादीने भुजबळ विरोध वाढवला. त्यानंतर भुजबळांच्या समर्थनार्थ पुणे व नाशिक येथे समता परिषद आली. परिषदेत ओ.बी.सीं.चा पक्ष स्थापन करण्याचा विचार पुढे येत होता. जेम्स लेन लिखित ग्रंथात मांडलेला विचार 'मनुवादी' आहे. याबद्दल राजकीय वादविवाद शरद पवार, आर.आर.पाटील, वाजपेयी व मुंडे यांच्यात चालू होते. हा ग्रंथ मराठा मतदारांचे एकत्रीकरण (राष्ट्रवादीकडून) व विभाजन करण्याचे (भाजपकडून) साधन म्हणून वापरला जात होता. थोडक्यात, अस्मिता हा एक जातीचा भाग आहे. तो निवडणुकीत प्रचाराचा प्रमुख मुद्दा होता. त्यामुळे डांगे, भुजबळ, बबनराव ढाकणे हे सर्व प्रश्न जातीच्या अंगाने राजकारणात महत्त्वाचे ठरत होते.

जात संघटना प्रचार करतात, उमेदवारी मागतात. वर्धा येथे तेली समाजाने उमेदवारी मागितली होती. पुणे येथे समता परिषदेने माळी उमेदवारांची मागणी केली. अहमदनगरमध्ये माळी समाजाने भाजपला पाठिंबा जाहीर केला, तर पुणे, खेड व

बारामतीमध्ये माळी समाज दोन्ही काँग्रेस पक्षांबरोबर आहे. शिवाजी मानेंना उमेदवारी दिली नाही तर मराठा महासंघ सेनेला पाठिंबा देणार नाही, असा दबाव निर्माण करण्यात आला होता. या सर्व संघटना हितसंबंधांच्या चौकटीत चर्चा करतात. हितसंबंधांचे व्यवहार 'जात' या मुद्द्याच्या आधारे केले जात होते.

लोकसभा निवडणुकीत सर्वच जातींना उमेदवारी हवी असते, असे नाही; तर विधानसभेची जागा, पंचायत राज्य, सहकार चळवळ, महामंडळे, प्रशासकीय पदे, नोकरीतील आरक्षण, अशा विविध मुद्द्यांचा आग्रह जातीच्या अंगाने होतो; त्यामुळे जात हा घटक केवळ मतदानावर परिणाम करतो असे नव्हे तर सत्ता आणि संपत्ती यांच्या वाटपाची चर्चा निवडणूक काळात जास्त धारदारपणे करतो; त्यामुळे राजकारणामुळे केवळ जातीयवाद वाढतो, राजकारणाचे जातीकरण होत आहे अशी चर्चा बिनबुडाची व उथळ आहे. हितसंबंध आणि सत्तासंबंधाच्या वाटपाची चर्चा निवडणूक प्रचारात केली जाते.

१८ लोकसभा निवडणूक आणि राजकारणाची पुनर्मांडणी (२०१४)

निवडणुकीच्या प्रचारामध्ये जातीच्या संदर्भातील मिथके मांडली गेली आहेत. जातीच्या संदर्भातील मिथके थेटपणे काळ्यापांढऱ्या स्वरूपात बहुचर्चेत होती. तथापि, राजकीय उलथापालथ करण्याची क्षमता जातलक्षी राजकीय संघटनांमध्ये राहिलेली नाही. सोळाव्या लोकसभा निवडणुकीत 'जातवाद' हा मुद्दा राजकारणाच्या रणक्षेत्रात दुय्यम स्थानावर गेलेला दिसतो; त्यामुळे भारतीय राजकारणाची मध्यभूमी जातवाद राहिलेली नाही; तसेच हिंदुत्वाच्याभोवती विकासाचे वेष्टन होते; यामुळे भारतीय राजकारणातील सामाजिक अंतरायाची समीकरणे बदलली आहेत.

जात : फाटाफूट

जात हा घटक पक्ष, नेतृत्व, हितसंबंध, उमेदवार, प्रचार अशा विविध पद्धतीने निवडणुकीवर परिणाम करतो. राजकीय पक्ष आणि जात यांचे संबंध अतुट आहेत, असा प्रचार या निवडणुकीत होत आहे. उदा. बिहारमध्ये यादव जातीचे राजकीय वर्तन राष्ट्रीय जनता दलाच्या बाजूचे आहे किंवा महाराष्ट्रात नवबौद्ध समाज भारिप बरोबर आहे; तसेच उत्तर प्रदेशामध्ये यादव समाजवादी पक्षाचे समर्थक आहेत. महाराष्ट्रातील राष्ट्रवादी काँग्रेस पक्षाला मराठा जातीचा एकमुखी पाठिंबा आहे. अशा प्रकारची मिथके त्या त्या राज्यातील जात वास्तव म्हणून साकलिक अर्थाने खरी आहेत. मात्र, यामध्ये सैलपणा देखील आहे; कारण जात आणि पक्ष या दोन्ही घटकांशी राजकीय व्यवहार प्रत्यक्ष व्यक्ती करते. राजकीय व्यवहार करणारी व्यक्ती सातत्याने बदलत आहे. सौक्ष्मिकपणे असे दिसते की, जातनिष्ठ पक्षापासून मतदार दूर जाण्याची प्रक्रिया घडत आहे; त्यामुळे केवळ जातकेंद्रित राजकीय संघटन हा पक्षांचा एकमेव राजकीय पाया राहिलेला नाही. जातीच्या बाहेर पडून राजकीय समझोते

राजकीय पक्षांकडून केले जातात. मतदार देखील जातीच्या बाहेरील संघटनास पाठिंबा देतो. उदा. बिहारमधील यादव राष्ट्रीय जनता दलाच्या खेरीज संयुक्त जनता दल आणि भाजपला देखील पाठिंबा देतात; तसेच महाराष्ट्रातील आठवले गटाने शिवसेना-भाजप बरोबर आघाडी केली आहे. उत्तर प्रदेशातील समाजवादी पक्ष यादवाच्या खेरीज मुस्लिमांचे देखील राजकीय संघटन करत आहे. महाराष्ट्रातील मराठा जात राष्ट्रवादी काँग्रेस खेरीज काँग्रेस, भाजप, शिवसेना व मनसेना या पक्षांनाही पाठिंबा देते. मथितार्थ म्हणजे, भारतात एक पक्ष आणि एक जात असा सरळसरळ राजकीय व्यवहार होत नाही; त्यामध्ये फाटाफूट झाल्याचे दिसते. जातनिष्ठ मतदारांची उभ्या रेषा आणि आडव्या अशा दोन्ही पद्धतीने फाटाफूट होत आहे; यामुळे भारतीय राजकारण जातीच्या आडव्या रेषांमध्ये घडते. या अर्थाने राजकारण जातीकडून वर्गाकडे सरकत आहे.

हिंदूची पुनर्व्याख्या

नेतृत्व आणि जात या घटकांचे देखील एक मिथक समाजात जातनिष्ठा दर्शविणारे प्रचारात आहे. उदा. नितिश कुमार म्हणजे 'कुर्मी', मायावती म्हणजे 'दलित', किंवा शरद पवार म्हणजे 'ट्रॅंग मराठा' नेता, इत्यादी. तथापि, यामध्ये देखील अंतर्विरोध आहे; कारण नितिश कुमारांना कुर्मी-कोयरी जातीच्या खेरीजच्या हितसंबंधांशी तडजोड करावी लागली आहे; मायावती यांनी देखील उच्चजातीतील ब्राह्मण समाजासोबत समझोता केला आहे; तर शरद पवारांनी राज्यात मराठ्यांच्या खेरीज प्रफुल्ल पटेल, छगन भुजबळ यांच्यासोबत तडजोडी केल्याची उदाहरणे दिसत आहेत. राष्ट्रवादी काँग्रेस पक्ष मराठ्यांच्या खेरीज ओ.बी.सी.चा देखील पक्ष आहे. अनेक वेळा मराठा आरक्षणाचा मुद्दा जाणीवपूर्वक बाजूला ठेवला गेला आहे; यामुळे केवळ नेता आणि जात याभोवती राजकारण फिरत नाही; राजकारण जातीतील नेतृत्व केंद्रित हितसंबंधाच्या बाहेर सरकत आहे. जातीच्या खेरीजच्या गोष्टींबरोबर राजकारण व्यवहार करत आहे; यामुळे राजकारणात जातीकडून वर्गाकडे जाण्याचा फेरबदल घडतोय. समाजवादी पक्ष आणि राष्ट्रीय जनता दल हे सर्व यादवांचे हितसंबंध जपू शकत नाहीत; त्यामुळे सोळाव्या लोकसभा निवडणुकीत या दोन पक्षांच्या बाहेर यादव जात आहेत. जाट ही जवळजवळ मराठ्यांसारखीच जात आहे. हरियाणामध्ये शेती, उद्योग व सेवा क्षेत्रांत प्रगती केलेली 'जाट' हा श्रीमंत वर्ग आहे. जाटाच्या आरक्षणाला विरोध अमरीश चौधरी सारखा गट फरिदाबादमध्ये करत आहे; तर आरक्षणाची बाजू घेणारा अखिल भारतीय 'जाट आरक्षण संघर्ष समिती' ही संघटना आहे. याशिवाय, हरियाणामधील पंजाबी लोकांना आरक्षण मिळावे अशी

भूमिका घेणारा सोनपत, पानिपत, करनाल पिपली, कुरुक्षेत्र येथे के.डी. सिंह यांचा गट निवडणूक काळात कृतिशील झाला आहे. त्यामुळे भारतीय राजकारणाची मध्यभूमी जातवाद या स्वरूपाची आहे, असे हुबेहूब चित्र उभे राहात नाही. जात हे समाज वास्तव साकलिक स्वरूपाचे आहे. त्यामुळे सकृतदर्शनी जात घटकांची समीकरणे मांडली जातात, असे दिसते. मात्र, नेतृत्व व पक्ष जातीच्या समीकरणाच्या बाहेर पडत आहे; कारण केवळ जातीमधील एका गटाच्या आधारे निवडणुका जिंकता येत नाहीत; त्यामुळे नेतृत्व व्यापक राजकीय भूमिका घेते आहे. या निवडणुकीत जातवादी नेतृत्वाकडून सांस्कृतिक हिंदुत्वाचे राजकारण केले जाते. हा मुद्दा सध्या राजकारणाच्या मध्यवर्ती आला आहे. उत्तर प्रदेशात अखिलेश यादवांनी श्रीकृष्णाचे मंदिर बांधण्यास सुरुवात केली आहे. तमिळनाडूमध्ये जयललिता हिंदूचा अनुनय करत आहेत; तर नितिश कुमारही रामभक्ती बद्दल सतत बोलत आहेत. यामुळे सोळाव्या लोकसभा निवडणुकीत अगडेपिछडे व मागास आणि अतिमागास हा जातवाद दुय्यम स्थानावर गेला आहे. मथितार्थ, जात या घटकांबरोबर हिंदू हा घटक राजकीय संघटनांसाठी जातवादी पक्ष आणि नेतृत्वाकडून वापरला जात आहे. 'जात' आणि 'हिंदू' या दोन अस्मितांच्या आधारे राजकीय कृतिप्रवणता घडत आहे. मतितार्थ, हा राजकीय कृतिप्रवणतेमधील महत्त्वाचा फेरबद्दल आहे. दुसऱ्या शब्दात ही हिंदूची पुनर्व्याख्या आहे.

वर्गीय राजकारण

जातवाद व हिंदुत्व याखेरीज वर्गांवर आधारित राजकारण हा तिसरा मुद्दा सोळाव्या लोकसभा निवडणुकीचा चेहरा आहे; कारण आम आदमी पक्षाने जात, धर्म, वंश या सामाजिक अंतरायाच्या पुढे जाण्याची भूमिका घेतली आहे. याखेरीज मध्यम वर्ग निवडणुकीमध्ये क्रियाशील झाला आहे. या आधी मध्यम वर्ग राजकारणाकडे तुच्छतावादी दृष्टिकोनातून पाहत होता. या दृष्टिकोनामध्ये फेरबदल झाला आहे. एवढेच नव्हे तर गटांच्या हितसंबंधांच्याऐवजी सकलजनांच्या हितसंबंधांचा दावा आम करत आहे. हा फेरबदल म्हणजे सत्तेच्या राजकारणाचा तिसरा चेहरा आहे. हिंदुत्वाचा चेहरा जातवादाच्या तुलनेत जास्त प्रभावी आहे. मात्र, हिंदुत्व चेहरा वर्गाच्या चौकटीत राजकीय व्यवहार करत आहे. यांची चार चित्तवेधक उदाहरणे आहेत. एक म्हणजे, हिंदुत्वाच्या जागी विकासाची राजकीय भाषाशैली वापरली आहे. विकासाचे प्रारूप म्हणून गुजरातची चर्चा होते. दुसरे म्हणजे, हिंदुत्व बिमारू राज्याच्या विकासाचे मध्यप्रदेश हे प्रारूप मांडतो. तिसरे म्हणजे, इलेक्ट्रॉनिक प्रसारमाध्यमे हा भांडवलशाही विकासाचा प्रगत टप्पा आहे. त्याच्याशी संबंधित सोशल मीडियाच्या

प्रचारावर प्रभाव आहे. चौथे म्हणजे, नरेंद्र मोदींनी ओ.बी.सी. म्हणून प्रचार केला होता. अर्थातच, ओ.बी.सीं.चा अर्थ 'वर्ग' असाही होतो. या अर्थानेही हिंदुत्वामध्ये वर्ग स्पष्टपणे कृतिशील दिसतो. काँग्रेस पक्षाच्या प्रचारावर देखील वर्गांचा प्रभाव होता. २००९ नंतर काँग्रेसने सर्वसामान्य व्यक्तींचे राजकारण पोकळ केले. मात्र, १०१४ च्या निवडणूक तोडावर अनुग्रहाच्या राजकारणावर भर दिला. उदा. अन्नसुरक्षा कायदा, मनरेगा, राजीव गांधी व इंदिरा गांधी आवास योजना यांच्यामार्फत ग्रामीण गरीब आणि शहरी गरिबांचे राजकीय संघटन करण्यासाठी अनुग्रहाचा कौशल्याने वापर केला. हे योजनांचे सार्वजनिक धोरण एका जातीला अनुलक्षून तयार केले नाही. या धोरणांमध्ये बहुजातींचा समावेश आहे; त्यामुळे हे राजकीय संघटन शुद्धपणे जातलक्षी असण्याबरोबरच ते वर्गनिष्ठ स्वरूपाचे देखील होते.

जातीच्या बरोबर हिंदू आणि वर्ग अशी राजकीय भूमिका का घेतली जात आहे, याचे मुख्य कारण म्हणजे भारतीय समाजरचनेत फेरबदल झाला आहे. पन्नाशीच्या दशकात सतरा टक्के शहरी लोकसंख्या होती. समकालीन दशकात तीस टक्क्यांपेक्षा जास्त लोकसंख्या शहरी आहे; शेती क्षेत्रातील उत्पादन घटले आहे; त्यामुळे शेतीमधून बाहेर पडलेल्या लोकसंख्येचे रूपांतर मध्यम वर्गांमध्ये होत आहे. मध्यमवर्गीयकरण जलदगतीने झाले आहे. जागतिकीकरणातून पुढे आलेला सुखवाद व चंगळवाद या दोन गोष्टी निवडणुकींवर प्रभाव टाकत आहेत. सेवांचे रूपांतर क्रय वस्तुंमध्ये झाले आहे. या गोष्टी निवडणुकीच्या शिरोभागी आहेत. या सामाजिक आणि आर्थिक फेरबदलांमुळे जातवाद किंवा हिंदुत्व या सत्तेच्या परंपरागत चेहऱ्यांची वर्गाच्या अंगाने पुनर्रचना होत आहे. हा फेरबदल लक्षवेधक स्वरूपाचा घडत आहे. मात्र, नायक आणि खलनायक अशा हिंदी चित्रपटास शोभेल अशा प्रचारामुळे हा मुद्दा झटपट लक्षात येत नाही.

एक पक्ष वर्चस्वाचे पुनरागमन?

भारतात भाजप या पक्षाला तीस वर्षांनंतर स्पष्ट बहुमत मिळवता आले. याशिवाय भाजपला 'एकपक्ष वर्चस्व व्यवस्था' निर्माण करता आली. ही राजकीय घडामोडी भारतातील नव्हे, तर जगभरातील निवडणुकांच्या इतिहासातील एक मोठी राजकीय उलाढाल आहे. भाजपने नव्या प्रसारमाध्यमांशी जुळवून घेतले. ३ डी, होलोग्राम, चाय पार्टी असे नावीन्यपूर्ण मार्ग लोकसंग्रह करण्यासाठी वापरले. माध्यमांनी मोदींच्या प्रतिमांची बांधणी केली. यातून भारतात एकपक्ष वर्चस्वाचे युग अवतरले आहे. भाजपचे एकपक्ष वर्चस्व कसे आकारास आले, या मुद्द्यांची चर्चा निवडणुकीतील संख्याबळ आणि सामाजिक-आर्थिक आधार या चौकटीत इथे केली आहे.

भाजपचे एकपक्ष वर्चस्वाचे प्रारूप

निवडणुकीत संख्यात्मक बहुमत, किफायतशीर आखणी आणि सार्वजनिक धोरणांची विषयपत्रिका यावर पूर्ण नियंत्रण असण्यातून पक्ष वर्चस्वशाली होतो (Clemems Spiess, २००९ : १२) या वैशिष्ट्यांच्या आधारे भाजपने एकपक्ष वर्चस्व मिळवले आहे, तर इतर राष्ट्रीय पक्ष मात्र फारच दुबळे झाले आहेत. निवडणूक आयोगाच्या अधिकृत मान्यतेनुसार भाजप, काँग्रेस, राष्ट्रवादी काँग्रेस, भारतीय साम्यवादी पक्ष, भारतीय कम्युनिस्ट पक्ष (एम) व बहुजन समाज पक्ष हे सहा राष्ट्रीय पक्ष होते. त्यांपैकी भाजपने ४२८ जागा लढविल्या; पण ४२८ पैकी २८२ जागा जिंकल्या. भाजपच्या थेट १६६ जागांमध्ये व १२.२ टक्के मतांमध्ये वाढ झाली आहे (पहा तक्ता क्र. १). यामुळे भाजप हा पक्ष एकपक्ष वर्चस्वाच्या स्वरूपात सध्या आहे. भाजपच्या एकपक्ष वर्चस्वाची पुढील कारणे आहेत. एक म्हणजे, जागांच्या संख्येमध्ये वाढ आणि स्पष्ट बहुमत. दुसरे म्हणजे, २६ राज्य आणि केंद्रशासित प्रदेशात शिरकाव केला आहे. तिसरे म्हणजे, प्रत्येक विभागात जागांमध्ये व मतांमध्ये वाढ झाली आहे. चौथे म्हणजे, विविध जातींची सामाजिक आघाडी उभी करण्यात भाजपला यश आले आहे. पाचवे म्हणजे, नवभांडवलशाही आणि नवहिंदुत्ववाद यांचा भाजपने समझोता केला आहे. या पाच घटकांमुळे भाजपला एकपक्ष वर्चस्व हे स्थान मिळविण्यात यश आले आहे.

भाजपने स्पष्ट बहुमत मिळवले, या अर्थाने भाजपकडे एकपक्ष पद्धतीचे पहिले वैशिष्ट्य दिसते; परंतु, भाजपच्या मतांची संख्या स्पष्ट बहुमत मिळवणाऱ्या आजपर्यंतच्या पक्षांमध्ये सर्वांत कमी आहे (पाहा तक्ता क्र. ९). स्पष्ट बहुमत मिळवून भाजपने एकपक्षीय वर्चस्वाची इथपर्यंतची मजल मारली आहे. तथापि, भाजपला अधिमान्यता मात्र मिळालेली नाही; याची तीन कारणे आहेत- १) १९५२ पासूनच्या स्पष्ट बहुमत मिळविणाऱ्या पक्षांमध्ये भाजपच्या मतांची संख्या सर्वांत कमी आहे. २) केरळ, लक्षद्वीप, मणिपूर, मेघालय, मिझोराम, नागालँड, पाँडेचरी, सिक्कीम व त्रिपुरा इथे भाजपचे उमेदवार निवडून आले नाहीत. ३) गुजरात, हिमाचल प्रदेश, दिल्ली, राजस्थान, उत्तराखंड, अंदमान निकोबार, चंदिगड, दीव-दमण, गोवा इथे पैकीच्या पैकी जागा भाजपने मिळविल्या आहेत. तथापि, प. बंगाल, तमिळनाडू, ओडिशा या राज्यांमध्ये फारच कमी जागा भाजपला मिळाल्या आहेत. यामुळे काही भूभागात भाजपला अधिमान्यता, तर काही भूभागात भाजपला अधिमान्यता नाही. यातून असे चित्र स्पष्टपणे दिसते की, भाजपकडे 'एकपक्ष वर्चस्वाचे' एक वैशिष्ट्य आहे. त्यामुळे भाजप हा या निवडणुकीतील एकपक्ष वर्चस्व संपादन करणारा पक्ष असूनही त्याला पूर्ण अधिमान्यता नाही; त्यामुळे भाजपला राजकीय धुरीणत्व संपादन करण्यासाठी येत्या काळात प्रयत्न करावे लागतील.

भाजपने एकपक्षीय वर्चस्व विशिष्ट भौगोलिक विभागांच्या आधारे खेचून आणले आहे. भाजपच्या एकपक्ष वर्चस्वाचे विभागीय आधार पुढीलप्रमाणे आहेत. एक म्हणजे, भारतातील पूर्व भारत, पश्चिम भारत, दक्षिण भारत, उत्तर भारत, मध्य भारत, सप्त भगिनी राज्ये, केंद्रशासित प्रदेश अशा प्रत्येक विभागामध्ये भाजपच्या जागांमध्ये वाढ झाली आहे. हा भाजपच्या एकपक्ष वर्चस्वाचा भक्कम मध्यवर्ती आधार ठरला आहे. दुसरे म्हणजे, भाजपच्या एकपक्ष वर्चस्वाचा मुख्य आधार मध्य भारत, उत्तर भारत, पश्चिम भारत आणि केंद्रशासित प्रदेश हे चार विभाग आहेत; कारण एकूण जागांमध्ये या विभागामध्ये भाजपला शे. ७५-९२ टक्के जागा जिंकता आल्या आहेत. तिसरे म्हणजे, पूर्व भारत आणि सप्त भगिनी राज्ये हे दोन घटक मध्यम आधार आहेत; कारण, इथे सर्वसाधारणपणे शे.३२-३३ टक्के जागा भाजपला जिंकता आल्या आहेत. चौथे म्हणजे, दक्षिण भारत हा भाजपच्या एकपक्ष वर्चस्वाचा सर्वांत दुबळा आधार आहे; कारण या विभागात केवळ दोन जागांमध्ये वाढ झाली आहे. याशिवाय, एकूण जागांपैकी भाजपला १६.२७ टक्के जागा जिंकता आल्या आहेत (पहा तक्ता क्र. १).

तक्ता क्र. १ : भाजपच्या विभागनिहाय जागा

विभाग	एकूण जागा	२००९	२०१४	वाढ	टक्केवारी
पूर्व भारत	११७	२१	३७	१६	३१.६२
पश्चिम भारत	१०१	२९	७६	४७	७५.२४
दक्षिण भारत	१२९	१९	२१	०२	१६.२७
उत्तर भारत	११८	१४	९२	७८	७७.९६
मध्य भारत	४०	२६	३७	११	९२.५
सप्त भगिनी राज्ये	२४	०४	०८	०४	३३.३३
केंद्रशासित प्रदेश	१५	०३	१३	१०	८६.६६
एकूण	५४४	११६	२८४	१६८	५१.९३

भाजपेतर राष्ट्रीय पक्षांची कामगिरी अत्यंत निकृष्ट दर्जाची होती. हे भाजपच्या एकपक्ष वर्चस्वाचे एक महत्त्वाचे कारण ठरले आहे. भारतातील महत्त्वाचा पराभूत झालेला राष्ट्रीय पक्ष काँग्रेस आहे. काँग्रेसच्या जागा गेल्या निवडणुकीच्या तुलनेत १६२ व मते ९.२५ टक्के कमी झाली आहेत. या काँग्रेस पक्षाच्या इतिहासातील पक्षास मिळालेल्या सर्वांत कमी जागा आहेत. या पक्षास विरोधी पक्षांचे नेतृत्वपद

मिळविणेदेखील कठीण झाले आहे. विरोधी पक्ष म्हणून मान्यता मिळविण्यासाठी एकूण लोकसभा सदस्यसंख्या असावी लागते; म्हणजेच ५५ उमेदवार निवडून यावे लागतात काँग्रेसकडे केवळ ४४ संख्याबळ आहे; यामुळे काँग्रेस पक्ष कायदेशीरपणे विरोधी पक्षाचे स्थानही मिळवू शकला नाही. १९५२ ते १९६७ पर्यंत भारतात कायदेशीरपणे विरोधी पक्ष नव्हता; कारण विरोधी पक्षाला संख्याबळ पूर्ण करता आले नाही. संघटना काँग्रेस पक्षाचे डॉ. राम सुभग सिंग हे पहिले कायदेशीर विरोधी पक्षनेते होते (डिसेंबर १९६९ ते डिसेंबर १९७०). त्यानंतर दुसरे कायदेशीर विरोधी पक्षनेते पद काँग्रेसच्या यशवंतराव चव्हाणांकडे होते (१ नोव्हेंबर १९७७ ते ९ जुलै १९७८). यानंतर सी.एम.स्टीफन विरोधी पक्षनेते होते (१२ एप्रिल १९७८ ते ९ जुलै १९७८). पुन्हा चव्हाणांकडे विरोधी पक्षनेतेपद गेले (१० जुलै १९७९ ते २८ जुलै १९७९). मथितार्थ, पन्नास आणि साठीच्या दशकात कायदेशीर विरोधी पक्षनेते पद नव्हते. सत्तरीच्या दशकात विरोधी पक्षनेते पद काँग्रेसकडे होते. १९८० आणि १९८४ च्या निवडणुकांमध्ये देखील विरोधी पक्ष नेतृत्व कायदेशीर नव्हते. १९८९ च्या निवडणुकीपासून मात्र कायदेशीर विरोधी पक्षनेते पदाची नियुक्ती केली गेली. पंचवीस वर्षांनंतर पुन्हा विरोधी पक्ष नेतृत्वाबद्दलचा कायदेशीर प्रश्न उभा राहिला आहे. या स्थानापर्यंत काँग्रेस पक्ष पोहोचला नाही. यामुळेदेखील भाजपचे एकपक्ष वर्चस्व स्पष्टपणे दिसून येते.

तक्ता क्र. २ : पूर्वोत्तर राज्यातील पक्षांच्या राज्यनिहाय जागा आणि मते (२०१४)

राज्ये	एकूण जागा	मतांची टक्केवारी	भाजप		काँग्रेस		डावे पक्ष		प्रादेशिक पक्ष	
			जागा	मतांची टक्केवारी	जागा	मतांची टक्केवारी	जागा	मते	जागा	मते
अरुणाचल प्रदेश	०२	७८.६१	१	४६.१	१	४१.२	०	०	०	१०.०
आसाम	१४	७९.८८	७	३६.५	३	२९.६	०	०.७	४	२०.०
मणिपूर	२	७९.६२	०	११.९	२	४१.७	०	१४.०	०	४.३
मेघालय	२	६८.७९	०	८.९	१	३७.९	–	०.७	०	३२.१
मिझोराम	१	६१.६९	०	०	१	४८.६	–	–	०	२.७
नागालँड	१	८७.८२	०	०	०	३०.१	–	–	०	६९.६
त्रिपुरा	२	८४.७२	०	५.७	०	१५.२	२	६४.०	०	२०.८
एकूण	२४	–	८	–	८	–	२	–	४	–

तक्ता क्र. ३ : पूर्व भारतातील पक्षांच्या राज्यनिहाय जागा आणि मते (२०१४)

राज्ये	एकूण जागा	मतांची टक्केवारी	भाजप		काँग्रेस		डावे पक्ष		रा.काँग्रेस		प्रादेशिक पक्ष	
			जागा	मतांची टक्केवारी	जागा	मतांची टक्केवारी	जागा	मते	जागा	मते	जागा	मते
बिहार	४०	५६.२८	२२	२९.४	२	८.४	०	२.८	१	१.२	१५	५६.६
झारखंड	१४	६३.८७	१२	४०.१	०	१३.३	०	३.१	०	०	०२	४०.२
ओरिसा	२१	७३.७५	१	२१.५	०	२६.०	–	०.५	०	०	२०	४४.१
प.बंगाल	४२	८२.१६	२	१६.८	४	९.६	२	२५	०	०	३४	३९.३
एकूण	११७	६.४	३७	३१	६	१९	२		०१		७१	

तक्ता क्र. ४ : दक्षिण भारतातील पक्षांच्या राज्यनिहाय जागा आणि मते (२०१४)

राज्ये	एकूण जागा	मतांची टक्केवारी	भाजप		काँग्रेस		डावे पक्ष		प्रादेशिक पक्ष	
			जागा	मतांची टक्केवारी	जागा	मतांची टक्केवारी	जागा	मते	जागा	मते
आंध्र प्रदेश	४२	७४.४७	३	८.५	२	११.५	०	०.७	३७	७१.९
कर्नाटक	२८	६७.१७	१७	४३.०	९	४०.८	–	–	२	११.०
केरळ	२०	७३.८९	०	१०.३	८	३१.१	६	३१.५	६	२७.१
तमिळनाडू	३९	७३.७	१	५.५	०	४.३	–	०१	३८	८६.२
एकूण	१२९	NA	२१	NA	१९	NA	६	NA	८३	NA

तक्ता क्र. ५ : पश्चिम भारतातील पक्षांच्या राज्यनिहाय जागा आणि मते (२०१४)

राज्ये	एकूण जागा	मतांची टक्केवारी	भाजप		काँग्रेस		डावे पक्ष		प्रादेशिक पक्ष	
			जागा	मतांची टक्केवारी	जागा	मतांची टक्केवारी	जागा	मते	जागा	मते
गोवा	२	७७.०२	२	५३.४	०	३६.६	०	०	०	४.७
गुजरात	२६	६३.६	२६	५९.९	०	३२.९	०	०.९	०	१.८
महाराष्ट्र	४८	६०.३६	२३	२७.३	२	१८.१	४	१६.०	१९	३८.६
राजस्थान	२५	६३.०९	२५	५४.९	०	३०.४	०	०	०	२.९
एकूण	१०१	NA	७६	NA	०२	NA	०४	NA	१९	NA

तक्ता क्र. ६ : उत्तर भारतातील पक्षांच्या राज्यनिहाय जागा आणि मते (२०१४)

राज्ये	एकूण जागा	मतांची टक्केवारी	भाजप		काँग्रेस		प्रादेशिक पक्ष	
			जागा	मतांची टक्केवारी	जागा	मतांची टक्केवारी	जागा	मते
हरियाणा	१०	७१.४१	७	३४.७	१	२२.९	२	२४.४
हिमाचल प्रदेश	४	६४.४२	४	५३.३	०	४०.७	०	२.५
जम्मू-काश्मीर	६	४९.५२	३	३२.४	०	२२.९	३	२०.५
पंजाब	१३	७०.६७	२	८.७	३	३३.१	८	५०.७
उत्तर प्रदेश	८०	५८.३५	७१	४२.३	२	७.५	७	५०.०
उत्तराखंड	५	६१.६	५	५५.३	०	३४.०	०	१०.७
एकूण	११८	NA	९२	NA	०६	NA	२०	NA

तक्ता क्र. ७ : केंद्रशासित प्रदेशातील पक्षांच्या जागा आणि मते (२०१४)

राज्ये	एकूण जागा	मतांची टक्केवारी	भाजप		काँग्रेस		डावे पक्ष		प्रादेशिक पक्ष	
			जागा	मतांची टक्केवारी	जागा	मतांची टक्केवारी	जागा	मते	जागा	मते
अंदमान-निकोबार	१	७४.६६	१	४७.८	०	४३.७	०	०.६	०	०
चंदिगड	१	७३.७१	१	४२.२	०	२६.८	०	०	०	०
दादरा-नगर हवेली	१	८४.०६	१	४८.९	०	४५.१	०	१.०	०	०
दीव-दमण	१	७८.०१	१	५३.८	०	४३.३	०	०	०	०
गोवा	२	७७.०२	२	५३.४	०	३६.६	०	०	०	०
लक्षद्वीप	१	८६.६१	०	०.४	०	४६.६	१	५०.१	०	०
दिल्ली	७	६५.०७	७	४६.४	०	१५.१	०	-	०	००
पाँडेचरी	१	८२.१	०	०	०	२६.३	०	-	१	३४.६
एकूण	१५	NA	१३	NA	००	NA	०१	NA	१	NA

तक्ता क्र. ८ : मध्य भारतातील पक्षांच्या राज्यनिहाय जागा आणि मते (२०१४)

राज्य	एकूण जागा	मतांची टक्केवारी	भाजप		काँग्रेस	
			जागा	मतांची टक्केवारी	जागा	मतांची टक्केवारी
छत्तीसगढ	११	६९.५४	१०	४८.७	१	३८.४
मध्यप्रदेश	२९	६१.६	२७	५४.०	२	३४.९
एकूण	४०	NA	३७	NA	३	NA

तक्ता क्र. ९ : विजेता आणि पराभूत पक्षांच्या जागा आणि मते

निवडणूक	विजेता पक्ष			पराजित पक्ष (दुसऱ्या क्रमांकाचा पक्ष)		
वर्ष	पक्ष	जागा	मतांची टक्केवारी	पक्ष	जागा	मतांची टक्केवारी
१९५१	काँग्रेस	३६४	४४.९९	सी.पी.आय.	१६	३.२९
१९५७	काँग्रेस	३७१	४७.७८	सी.पी.आय.	२७	८.९२
१९६२	काँग्रेस	३६१	४४.७२	सी.पी.आय.	२९	९.९४
१९६७	काँग्रेस	२८३	४०.७८	एस.डब्ल्यू.ए.	४४	८.६७
१९७१	काँग्रेस	३५२	४३.६८	सी.पी.एम.	२५	५.१२
१९७७	बी.एल.डी.	२९५	४१.३२	काँग्रेस	१५४	३४.५२
१९८०	काँग्रेस(आय)	३५३	४२.६९	जे.एन.पी.(एस)	४१	९.३९
१९८४	काँग्रेस	४०४	४९.१०	सी.पी.एम.	२२	५.८७
१९८५*	काँग्रेस	१०	३२.१४	आय.सी.एस.	१	३.१८
१९८९	काँग्रेस	१९७	३९.५३	जे.डी.	१४३	१७.७९
१९९१	काँग्रेस	२३२	३६.२६	भाजप	१२०	२०.११
१९९२#	काँग्रेस	१२	४९.२७	बी.एस.पी.	१	१९.७२
१९९६	भाजप	१६१	२०.२९	काँग्रेस	१४०	२८.८०
१९९८	भाजप	१८२	२५.५९	काँग्रेस	१४१	२५.८२
१९९९	भाजप	१८२	२३.७५	काँग्रेस	११४	२८.३०
२००४	काँग्रेस	१४५	२६.५३	भाजप	१३८	२२.१६
२००९	काँग्रेस	२०६	२८.५५	भाजप	११६	१८.८०
२०१४	भाजप	२८२	३१.००	काँग्रेस	४४	१९.३

(* आसाम आणि पंजाबची स्वतंत्र निवडणूक झाली आहे. # पंजाबची स्वतंत्र निवडणूक झाली होती.)

राष्ट्रवादी काँग्रेस, भारतीय साम्यवादी पक्ष, भारतीय कम्युनिस्ट पक्ष (एम) व बहुजन समाज पक्ष या चार राष्ट्रीय पक्षांची मोठीच पडझड झाली आहे. दोन्ही साम्यवादी पक्षांच्या १० जागा व २.७३ टक्के मते गेल्या निवडणुकीच्या तुलनेत कमी झाली आहेत. २००४ च्या निवडणुकीच्या तुलनेत ४२ जागा व २.९५ टक्के मतांची घट झाली आहे. गेल्या दशकात जवळजवळ तीन टक्के मतांची घट ४२ जागांमध्ये फेरफार करणारी ठरली आहे. राष्ट्रवादी काँग्रेस पक्षाने ६ जागा व १.५६ टक्के मते मिळविली आहेत. त्यांच्या जागांवर मुस्लीम उमेदवार निवडून आले आहेत. ही या पक्षाची नवी कामगिरी आहे. मात्र, एकूण राष्ट्रीय पक्ष म्हणून ही कामगिरी पुरेशी नाही.

प्रादेशिक पक्षांचा मर्यादित प्रभाव

प्रादेशिक पक्षांच्या कामगिरीमधील फेरबदलामुळे भाजपच्या एकपक्ष वर्चस्वाचा उदय झाला आहे. प्रादेशिक पक्षांचा भारतीय राजकारणावरील प्रभाव कमी झाला आहे. भारतातील पश्चिम भारत, उत्तर भारत, मध्य भारत, केंद्रशासित प्रदेश अशा प्रत्येक विभागामध्ये भाजपच्या जागांमध्ये वाढ झाली आहे. तेथे प्रादेशिक पक्षांच्या जागांमध्ये घट झाली आहे, तर दक्षिण भारत, पूर्व भारत आणि सप्त भगिनी राज्यांमध्ये प्रादेशिक पक्षांचे संख्याबळ कमी झाले नाही. पूर्व भारतात ११७ पैकी ७१ जागा प्रादेशिक पक्षांना मिळाल्या आहेत (६० टक्के). दक्षिण भारतात १२९ पैकी ८३ जागा प्रादेशिक पक्षांना मिळाल्या आहेत (६४.३४ टक्के), तर सप्त भगिनी राज्यांत २४ पैकी सहा जागा प्रादेशिक पक्षांना मिळाल्या आहेत (पाहा तक्ता क्र. २ ते ४); म्हणजे इथे चार जागांमध्ये एक प्रादेशिक पक्षांची जागा निवडून आली आहे; म्हणजेच प्रादेशिक पक्ष भाजपच्या एक पक्षीय वर्चस्वाच्या भौगोलिक क्षेत्राबाहेरचे आहे. भाजपच्या एकपक्षीय वर्चस्वाच्या भौगोलिक क्षेत्रामध्ये प्रादेशिक पक्षांचा प्रभाव नगण्य स्वरूपाचा आहे. पश्चिम विभागात प्रादेशिक पक्षांच्या २३ जागा निवडून आल्या आहेत. त्यांपैकी शिवसेना आणि स्वाभिमानी शेतकरी संघटना भाजपबरोबर महायुतीत सामील आहे. म्हणजे केवळ महाराष्ट्रात प्रादेशिक पक्षांचा चार जागांपुरता मर्यादित प्रभाव आहे. मध्य भारतामध्ये प्रादेशिक पक्षांची एकही जागा निवडून आली नाही. उत्तर भारतात केवळ २० जागा प्रादेशिक पक्षांच्या निवडून आल्या आहेत (१६.९४ टक्के). यामध्ये उत्तर प्रदेशातील अपना दलाच्या दोन आणि पंजाबमधील अकाली दलाच्या चार भाजपशी युती केलेल्या पक्षांच्या आहेत. नॅशनल कॉन्फरन्स (काश्मीर) तीन, आम आदमी (पंजाब) चार आणि समाजवादी पक्ष (उत्तर प्रदेश) पाच या प्रादेशिक पक्षांचा उत्तर भारत विभागात थोडासा प्रभाव दिसतो. यावरून असा निष्कर्ष काढता येतो की, भाजपचे एकपक्षीय वर्चस्व प्रादेशिक

पक्षांचा पश्चिम भारत, उत्तर भारत आणि मध्य भारत या भौगोलिक विभागांमध्ये ऱ्हास होण्यामुळे निर्माण झाले आहे (पाहा तक्ता क्र. ५, ६ व ८).

भारतीय राजकारणावर प्रादेशिक पक्षांचा गेली दोन दशके सातत्याने प्रभाव राहिला होता. यामध्ये फेरबदल झाला आहे. १९५२ ते १९८० पर्यंत लोकसभेमध्ये प्रादेशिक पक्षांचे संख्याबळ जास्तीत जास्तीत जास्त ५१ पर्यंत गेले होते. पन्नास ते ऐंशी अशा तीन दशकांमध्ये २५६ प्रादेशिक पक्षांचे उमेदवार लोकसभेमध्ये निवडून गेले होते. सरासरी ३६-३७ उमेदवार प्रादेशिक पक्षांचे निवडून येत होते; परंतु, त्यांचा आरंभीच्या तीन दशकांमध्ये भारतीय राजकारणावर नगण्य प्रभाव होता. १९८४ मध्ये प्रादेशिक पक्षांचे ७६ उमेदवार निवडून आले. तथापि, १९८९ व १९९१ मध्ये प्रादेशिक पक्षांचे संख्याबळ कमी झाले. तरीही ऐंशीच्या दशकात सरासरी ५२-५३ उमेदवार प्रादेशिक पक्षाचे होते. पन्नास ते सत्तरीच्या दशकाच्या तुलनेत प्रादेशिक पक्षांचा प्रभाव ऐंशीच्या दशकात वाढला होता. नव्वदीच्या दशकामध्ये पुन्हा प्रादेशिक पक्षांची कामगिरी जास्त उठावदार झाली. नव्वदीच्या दशकातील चार लोकसभा निवडणुकांमध्ये मिळून ५४२ प्रादेशिक पक्षांचे उमेदवार निवडून आले होते, तर या दशकात सरासरी १३५ उमेदवार प्रादेशिक पक्षांचे निवडून गेले होते. थोडक्यात, या दशकात २५ टक्के उमेदवार प्रादेशिक पक्षांचे निवडून येत होते. चारपैकी एक लोकसभा सदस्य प्रादेशिक पक्षांत होता, तर गेल्या दशकात सरासरी १५२ प्रादेशिक पक्षाचे उमेदवार निवडून आले होते; म्हणजेच २८ टक्के उमेदवार प्रादेशिक पक्षांचे निवडून येत होते. २०१४च्या लोकसभा निवडणुकीत प्रादेशिक पक्षांचे १७८ (३२ टक्के) उमेदवार निवडून आले आहेत. असे संख्याबळ असूनही नव्वदीच्या दशकापासून भारतीय राजकारण राज्यपातळीवर घडत होते; त्यामध्ये मात्र बदल झाला आहे. गेल्या दोन दशकांत राज्य हा भारतीय राजकारणाचा मध्यवर्ती घटक होता. ही राजकीय प्रक्रिया गेली दोन दशके सुरू होती. या निवडणुकीमध्ये प्रादेशिक पक्षांचे संख्याबळ कमी झाले नाही; मात्र, मतांची टक्केवारी कमी झाली आहे (पाहा तक्ता क्र. ६, ८, १० व ११). भाजप या एका पक्षाला स्पष्ट बहुमत मिळण्यामुळे प्रादेशिक पक्षांचे राजकीय महत्त्व कमी झाले आहे; त्यामुळे पुढील पाच वर्षांत राज्यांच्या ऐवजी केंद्र या घटकाकडे राजकारण स्थलांतरित होईल. हा मोठा फेरबदल या निवडणुकीमध्ये झाला आहे. राज्यांच्या राजकारणाचा केंद्रीय राजकारणावर प्रभाव पडत होता; त्यामध्ये फेरबदल झाला आहे. केंद्र सरकार सत्ता आणि अधिकाराच्या वापराच्या संदर्भात प्रबळ झाले आहे; त्यास स्थैर्य प्राप्त झाले आहे. त्यामुळे महत्त्वाचे फेरबदल करण्याची क्षमता या सरकारकडे आहे. नव्वदीच्या दशकापासूनच राज्यांच्या राजकारणाचा अभ्यास केला जात होता; कारण राज्यांच्या राजकारणाचा परिणाम

तक्ता क्र. १० : राष्ट्रीय आणि प्रादेशिक पक्षांच्या मतांची टक्केवारी

निवडणूक वर्ष	काँग्रेस	भाजप	एकूण	प्रादेशिक	एकूण पक्ष
१९९१	३६.२६	२०.११	५६.३७	४३.६३	१००
१९९६	२८.८०	२०.२९	४९.०९	५०.७१	१००
१९९८	२५.८२	२५.५९	५१.४१	४८.५९	१००
१९९९	२८.३०	२३.७५	५२.५	४७.५९	१००
२००४	२६.५३	२२.१६	४८.६९	५१.४९	१००
२००९	२८.५२	१८.८४	४७.३६	५२.५४	१००
२०१४	१९.३	३१.००	५०.३	४९.७	१००

(टीप : Christophe Jaffrelot, 2013)

तक्ता क्र. ११ : २०१४ च्या निवडणुकीतील प्रादेशिक पक्षांची कामगिरी

पक्ष	जागा	जिंकलेल्या जागा	मतांची टक्केवारी
आम आदमी	४३२	०४	२.०५
ए.जे.एस.यु. पार्टी	१०	०	०.०९
अण्णा द्रमुक	४०	३७	३.२७
फॉरवर्ड ब्लॉक	३९	०	०.२२
एन आर काँग्रेस	१	१	०.०५
तृणमूल काँग्रेस	१३१	३४	३.८४
युनायटेड डेमोक्रॅटिक फ्रंट	१८	३	०.४२
आसाम गण परिषद	१२	०	०.१
बिजू जनता दल	२१	२०	१.७१
बोडोलँड पीपल्स फ्रंट	२	०	०.०६
डी.एम.डी.के.	१४	०	०.३८
डी.एम.के.	३५	०	१.७५
हरियाणा जनहित काँग्रेस	२	२	०.१३
इंडियन नॅशनल लोकदल	१०	२	०.५१
इंडियन युनियन मुस्लीम लीग	२५	२	०.२
जम्मू-काश्मीर नॅशनल कॉन्फरन्स	३	०	०.०७
जम्मू-काश्मीर नॅशनल पॅन्थर पार्टी	१३	०	०.०१
जम्मू-काश्मीर पीपल्स डेमोक्रॅटिक पार्टी	५	३	०.१३

जनता दल धर्मनिरपेक्ष	३४	२	०.६७
जनता दल संयुक्त	९३	२	१.०८
झारखंड मुक्ती मोर्चा	२१	२	०.३
झारखंड विकास मोर्चा	१६	०	०.२९
केरळ काँग्रेस	१	१	०.०८
लोकजन शक्ती पार्टी	७	६	०.४१
म.न.से.	१०	०	०.१३
नागा पीपल्स फ्रंट	२	१	०.१८
नॅशनल पीपल्स पार्टी	७	१	०.१
पी.एम.के.	९	१	०.३३
पीपल्स पार्टी ऑफ अरुणाचल	२	०	०.०१
राष्ट्रीय जनता दल	३०	४	१.३४
राष्ट्रीय लोक दल	१०	०	०.१३
आरएसपी	६	१	०.३
समाजवादी पक्ष	१९७	५	३.३७
शिरोमणी अकाली दल	१०	४	०.६६
शिवसेना	८५	१८	१.८५
सिक्कीम डेमोक्रॅटिक फ्रंट	१	१	०.०३
तेलंगणा राष्ट्र समिती	१७	११	१.२२
तेलगू देसम्	३०	१६	२.५५
युनायटेड डेमोक्रॅटिक फ्रंट	१	०	०.०२
एकूण	–	७६	१५.०५

राष्ट्रीय राजकारणावर होत होता. भाजपला स्पष्ट बहुमत मिळण्यामुळे केंद्राचा राज्यांच्या राजकारणावर परिणाम होईल, अशी उलट नव्या राजकारणाची प्रक्रिया सुरू झाली आहे. मथितार्थ, राज्यशास्त्राच्या अभ्यासाचे विद्या क्षेत्र बदलले गेले आहे.

सामाजिक घटकांचे एकछत्रीकरण : भाजपच्या एकपक्षीय वर्चस्वाचा आधार

भाजपच्या एकपक्षीय वर्चस्वाचा आधार 'सामाजिक एकछत्रीकरण' हा आहे (Homogenization). भाजपच्या सामाजिक आधारामध्ये मोठा फेरबदल झाला आहे. त्यास एकरस होण्याची प्रक्रिया म्हणता येते (Assimilation). मोदींनी नवहिंदुत्व आणि नवभांडवलशाही यांचे दमदार समर्थन केले; त्यामुळे या दोन्ही व्यवस्थांमध्ये

आणि मूल्यांमध्ये हितसंबंध गुंतलेला वर्ग एकाचवेळी मोदी आणि भाजपचा समर्थक वर्ग म्हणून पुढे आला. धर्म, जात व प्रदेश यांच्या पुढे राजकारण गेले, हे वरवरचे चर्चाविश्व आहे. खरेतर, नवभांडवलशाही आणि नवहिंदुत्ववाद या विचारप्रणालींमध्ये जात, प्रदेश हे घटक झाले आहेत; त्यामधूनच भाजपच्या एकपक्षीय वर्चस्वाचा मध्यवर्ती आधार तयार झाला. भाजपची सामाजिक आघाडी चार घटकांमधून आकाराला आली. एक म्हणजे, मुस्लिमांचे हिंदू चौकटीत आर्थिक सामिलीकरण, दुसरे म्हणजे, नवभांडवलशाही चौकटीत विविध जातींच्या हितसंबंधांचा दावा, तिसरे म्हणजे, दलितांचे हिंदुकरण, चौथे म्हणजे, आदिवासींचे हिंदुकरण हे ते चार घटक. या चार घटकांमध्ये नवभांडवलशाही आणि नवहिंदुत्ववादातील मूल्यांचे मिश्रण दिसते.

मुस्लिमांचे हिंदू चौकटीत आर्थिक सामिलीकरण

मुस्लीम बहुसंख्याक मते असलेल्या ९२ मतदारसंघांपैकी ३८ भाजप आणि तीन जागा शिवसेना पक्षाने जिंकून घेतल्या आहेत. विशेष म्हणजे २६ राज्यांमध्ये एकही मुस्लीम उमेदवार निवडून आला नाही. यांचे एक परंपरागत कारण हिंदू-मुस्लीम ध्रुवीकरण हे आहे; परंतु, केवळ या एका मुद्द्याभोवती राजकारण घडले, असे झाले नाही. नरेंद्र मोदी यांचा मुस्लिमांशी राजकीय व्यवहार यापुढे सरकला होता. याचे कारण मोदींनी समाजरचना नीटनेटकेपणे समजून घेतली होती. २९७ लोकसभा मतदारसंघांत १० टक्क्यांपेक्षा कमी मुस्लीम लोकसंख्या आहे. तथापि, १६८ लोकसभा मतदारसंघांत शे.१० ते १९.९ टक्के मुस्लीम लोकसंख्या आहे. ५६ लोकसभा मतदारसंघांत शे.२० ते ३९.९ टक्के मुस्लीम लोकसंख्या आहे, तर २२ लोकसभा मतदारसंघांत शे.४० टक्क्यांपेक्षा जास्त मुस्लीम लोकसंख्या आहे. जवळजवळ २४८ लोकसभा मतदारसंघांत मुस्लीम लोकसभा प्रभावी ठरते. मोदींनी २४८ मतदासंघांच्या चौकटीत मुस्लीम समाजाचा नव्याने विचार केला. त्यांनी मुस्लीम समाजाच्या संदर्भात नवा कार्यक्रम राबविला. त्यास मुस्लीम समाजाच्या आर्थिक सामिलीकरणाची राजकीय चतुःसूत्री असे म्हणता येईल.

१) मागास मुस्लीम

मागास मुस्लीम अशी मोदींनी मुस्लिमांची भाजपमध्ये नवी अस्मिता मांडली. मोदींनी बिहारमध्ये मुस्लिमांचा संघर्ष गरिबीशी असल्याची भूमिका घेतली होती; त्यांनी मुस्लिमांचा संघर्ष हिंदूंशी नाही, अशी भूमिका घेतली होती. मुस्लीम समाज परंपरागत आहे; म्हणून मोदींनी मुस्लीम समाजाच्या एका हातात कुराण आणि दुसऱ्या हातामध्ये संगणक असावे, अशी भूमिका प्रचारात मांडली होती. 'परंपरागत

धर्म' आणि 'आधुनिकता' मुस्लीम समाजाकडे असावी, अशा दोन नव्या बाबी मोदी यांनी प्रचारात ठेवल्या होत्या. हे एक सूत्र मुस्लिमांच्या सामिलीकरणाचे होते.

२) अनुकरण विरोधी अस्मिता

मोदींनी प्रचारामध्ये मुस्लिमांची राजकीय संघटना करताना अनुकरण विरोधी भूमिका घेतली होती. त्यांनी मुस्लीम टोपी घालण्यास नकार दिला होता. या सूत्रामुळे भाजप काँग्रेस व स.पा., राष्ट्रीय जनता दलापेक्षा भिन्न दिसू लागला. भाजपशी संबंधित हिंदुत्व मतपेटी सुरक्षित ठेवण्यासाठी हे सूत्र कामास आले. यास जास्त अचूकता व स्पष्टता आणण्यासाठी केवळ सात जागांवर मुस्लीम उमेदवार उभे केले. बिहार (भागलपूर), जम्मू-काश्मीर (बारामुल्ला, श्रीनगर, अनंतनाग), पश्चिम बंगाल (तामलुक व घाताल) आणि लक्षद्वीप या तीन राज्यांत सात जागी मुस्लीम उमेदवार दिले होते. सय्यद शाहनवाज हुसेन (भागलपूर), गुलाम मोहमद मीर (बारामुल्ला), अहमद भट (श्रीनगर), मुश्ताक अहमद मलिक (अनंतनाग), बादेश आलम (तामलूक), आलम (घाताल), आणि सईद महंमद कोया (लक्षद्वीप) या उमेदवारांचा समावेश होता. केवळ लोकसभेच्या सात जागा हा अनुनय ठरत नाही, अशी भूमिका त्यामध्ये असावी. याउलट, काँग्रेस, स.पा., राष्ट्रीय जनता दल यांच्या अनुनयाच्या धोरणावर हा प्रतिहल्ला होता. या सूत्राचा परिणाम म्हणजे हिंदू मतपेटी सुरक्षित राखली गेली; शिवाय तथाकथित मुस्लिमांचे तुष्टीकरण धोरण यावर हल्लाही केला गेला. सरतेशेवटी भाजपचे हे सात उमेदवार पराभूत झाले. भागलपूर इथे दुसऱ्या स्थानावर व अन्यत्र सहाव्या स्थानापर्यंत भाजपचे मुस्लीम उमेदवार गेले; यामुळे पुन्हा हिंदू मतपेटी सुरक्षित झाली.

३) उद्योग व व्यापार

मुस्लिमांची राजकीय संघटना करण्यासाठी उद्योग व व्यापार या हितसंबंधांच्या अस्मितेवर भर दिला होता. मुस्लीम व्यापारी व उद्योजक वर्गाने मोदींच्या दूरदृष्टीचे समर्थन केले होते. बीएमडब्ल्यूचे डीलर सरेशवाला जाफर यांनी मोदींच्या व्यापारी व उद्योजक या क्षेत्रातील दूरदृष्टीचे समर्थन केले होते. जाफर सरेशवाला यांनी हितसंबंधाच्या अंगाने मुस्लीम समाजाने मोदींशी जुळवून घेण्याचा प्रचार केला होता; यातून उद्योग व व्यापारी क्षेत्रातील मुस्लीम व भा.ज.प. यांच्यातील तणाव कमी झाला.

४) राजकीय भागीदारी

मुस्लीम समाजात मोदी समर्थक वर्ग तयार झाला होता. असफा खान, जाफर सरेशवाला, कासम, हरलाम सय्यद मोहम्मद रशिदवाला यांनी मोदींचे समर्थन केले.

गोध्रा दंगलीमधील मोदींची प्रतिमा स्वच्छ केली. शिवाय सच्चर समितीच्या अहवालापेक्षा अमिताभ कुंडू अहवालाचे समर्थन केले. एमएसडी आणि सीएसडी या काँग्रेसच्या सामाजिक न्यायाच्या अल्पसंख्याकाच्या कार्यक्रमाची समीक्षा केली. आक्रमक हिंदुत्वास मोदींनी नियंत्रित केल्याचे चर्चाविश्व पुढे आणले. तोगडिया यांचे आक्रमक हिंदुत्व होते. ते मोदींमुळे नियंत्रित केले गेले. अशा प्रकारच्या चर्चाविश्वाची सुरुवात मोदी समर्थकांनी केली. यावरून असे दिसते की, मोदी समर्थक अस्मिता मुस्लीम समाजात होती. यातून मोदींनी मुस्लिमांचे हिंदू चौकटीत आर्थिक सामिलीकरण करण्याचा प्रचार केला.

नवभांडवलशाही चौकटीत जातीच्या हितसंबंधांचा दावा आणि एकसंधीकरण

मोदींनी जातींच्या अस्मिता आणि आर्थिक हितसंबंध यांचा संयोग घडवून आणला. त्यांनी जातींच्या अस्मिता आणि आर्थिक हितसंबंध यांचे या निवडणुकीमध्ये समतोल सूत्रसंचलन केले. जात, धर्म, भाषा इत्यादी घटकांवर मोदी यांच्या राजकीय शैलीचा प्रभाव होता. मुंबई शहरात २२ विधानसभेचे मतदारसंघात गुजराथी मते निर्णायक ठरणारी आहेत. त्या गुजराथी आणि मराठी भाषिकांचा समझोता मुंबई शहरात झाला; त्यामुळे सहापैकी सहा लोकसभेचे मतदारसंघ भाजप-शिवसेना पक्षाने जिंकून घेतले. शेवटी शेवटी कनिष्ठ जातीच्या राजकारणाचा प्रचार केला, त्या ४१ जागांपैकी ३१ लोकसभेच्या जागा भाजपला मिळाल्या; या उदाहरणामुळे स्पष्टपणे असे दिसते की, मोदींचे राजकारण जातींना प्रभावित करत होते. विशिष्ट जाती मोदींच्या राजकारणात सामील झाल्या होत्या. ही राजकीय प्रक्रिया मोदींनी राबविलेल्या जातींच्या संदर्भातील पंचसूत्रीमुळे घडून आली.

जातीच्या एकसंधीकरणाची पंचसूत्री

नरेंद्र मोदींचे राजकारण पंचसूत्रींवर आधारलेले आहे. त्या पंचसूत्रींनी जातीची भाजपकडे कृतिप्रवणता घडवून आणली. उद्योग क्षेत्राशी मैत्री, आर्थिक स्वायत्तता (सुशासन), शेती आणि उद्योग या दोन क्षेत्रांमध्ये समझोता, विकासाचा पाझरणी सिद्धान्त आणि ओ.बी.सीं.ची राजकीय भागीदारी ही मोदींची पंचसूत्री आहे. या पंचसूत्रीचा थेट संबंध जात घटकाशी येतो; यातूनच नरेंद्र मोदी आणि जात यांचे संबंध उलगडत जातात.

अ) उद्योग क्षेत्राशी मैत्रीपूर्ण नाते

नरेंद्र मोदींचे पहिले सूत्र म्हणजे मोदींचे उद्योग क्षेत्राशी मैत्रीपूर्ण नाते हे आहे. या सूत्राचा आणि जात घटकांचा व्यवहार आर्थिक हितसंबंधांच्या चौकटीमध्ये घडून

आला आहे. यामध्ये भांडवलदार आणि मध्यम वर्ग यांच्या हितसंबंधांचा समझोता आहे. त्यास 'गुजरात प्रारूप' संबोधिले जाते. यांची तीन वैशिष्ट्ये आहेत– अ) व्यापार–उदमी लोकांचा जवळजवळ एकत्रित कल मोदींना पाठिंबा देण्याकडे राहिला. उदमी लोकांमध्ये उच्च जातीचे प्रमाण सर्वांत जास्त आहे. उत्तर प्रदेशात उच्च जाती बसप आणि काँग्रेसकडे सरकलेल्या पुन्हा भाजपकडे वळल्या. उच्च जातींमध्ये मोदी सरकार येणार याबद्दल प्रचंड आत्मविश्वास होता. या घटकाने नवभांडवली हितसंबंधांसाठी मोदींशी समझोता केला. उदा. टाटा, अंबानी, अदाणी अशी विविध उदाहरणे सांगता येतात. ब) प्रगत जाती या निवडणुकीत भाजपचा आधार होत्या. बिहार १२%, छत्तीसगड ११%, दिल्ली ५७% , गोवा ८०% , गुजरात २५% , हिमाचल प्रदेश ३१%, महाराष्ट्र २७%, राजस्थान २०%, उत्तराखंड २२%, उत्तर प्रदेश १४%, पश्चिम बंगाल १४%, तमिळनाडू १३%, ओरिसा २०%, मध्य प्रदेश २१%, असे प्रगत जातीचे प्रमाण राज्यांमध्ये आहे. त्या प्रगत जातींनी उद्योग या मुद्द्यावर मोदींचे खुलेआम समर्थन केले; यामुळे प्रगत जातींमध्ये मोदींची 'व्होट बँक' आकाराला आली. प्रगत जातींमध्ये व्होट बँक तयार झाल्यामुळे प्रगत जाती काँग्रेस आणि प्रादेशिक पक्षापासून दूर गेल्या. एवढेच नव्हे तर डाव्या पक्षांपासून दूर गेल्या. या राजकीय घडामोडींचा परिणाम म्हणजे प्रगत जातींमधील उदारमतवादी प्रवाह मोदी समर्थक झाला. उदारमतवादी प्रगत जाती नवउदारमतवादी झाल्या. क) प्रगत जातींच्या खेरीज दलित जातींमध्ये एक उद्योजक वर्ग तयार झाला आहे. उदा. एससी–एसटी चेंबर ऑफ कॉमर्सची स्थापन झाली होती (२००३). त्यानंतर दलित चेंबर ऑफ कॉमर्स (डीक्की) ही संस्था स्थापन झाली आहे (२००५). या संस्थांच्या शाखा पुणे, मुंबई, नागपूर, चेन्नई, बंगळूर, हैदराबाद, अहमदाबाद, जयपूर, आग्रा, दिल्ली येथे आहेत. या संस्थेचे संबंध दलित समाजाशी जोडले गेले आहेत; कारण 'बॅक टू सोसायटी' ही या संस्थेची घोषणा आहे. शिक्षण, रोजगार व आरोग्य या मुद्द्यांवर ही संस्था काम करते. या संस्थेचे पदाधिकारी आणि उद्योजक (टाटा, गोदरेज, सीरायआय, रिलायन्स) यांच्याशी उद्योग क्षेत्रातील आर्थिक व्यवहार करतात. या संस्थेचे अध्यक्ष मिलिंद कांबळे महाराष्ट्रातील लातूरचे आहेत. त्यांचे भाजपच्या गोपीनाथ मुंडेंशी मैत्रीपूर्ण संबंध होते. शिवाय मोदींचे उद्योगक्षेत्राशी मैत्रीपूर्ण नाते आहे. उदमी राज्य, स्थिरता, लालफितीच्या विरोधी भूमिका व सुप्रशासन या गोष्टी प्रगत जातींच्या इतक्याच दलित जातींनादेखील आकर्षित करणाऱ्या ठरल्या आहेत. दलित उद्योजक मोठ्या उद्योजकांबरोबर आऊटसोर्सिंगच्या क्षेत्रात काम करत आहेत. उदा. हीरो होंडाचे स्टँड (गाझियाबाद), किर्लोस्कर पंपाचे पार्ट्स (सांगली) इथे दलित उद्योजक तयार करतात. याखेरीज टाटाच्या इंडिका, बजाज पल्सर, महिंद्राचे

ट्रॅक्टरचे स्पेअर पार्ट्स दलित उद्योजक तयार करतात. दलित उद्योजक आर्थिक उदारीकरणानंतरचे आहेत. मनमोहन सिंगांच्या धोरणामधून त्यांचा उदय झाला आहे; मात्र, त्यांना सध्याचे काँग्रेसचे धोरण योग्य वाटत नव्हते. काँग्रेसच्या तुलनेत मोदींचे 'बिझनेस फ्रेंडली' धोरण त्यांना जास्त फायदेशीर वाटत होते; यामुळे मोदींचे 'बिझनेस फ्रेंडली' धोरण त्यांना जास्त फायदेशीर वाटत होते; यामुळे प्रगत जाती आणि दलित उद्योजक यांच्यामध्ये अदृश्य समझोता झाला होता.

ब) आर्थिक स्वायत्तता

नरेंद्र मोदींचे दुसरे सूत्र 'आर्थिक स्वायत्तता' हे आहे. यामध्ये सुशासनाचा समावेश होतो. याचे उदाहरण म्हणजे गुजरात हे विकासाचे प्रारूप मांडले गेले. आर्थिक स्वातंत्र्याचा अभाव म्हणजे 'कुशासन' होय, अशी भूमिका मोदींची होती. नोकरशाही हा अडथळा होता; कारण नोकरशाही नियमांमध्ये अडकते, त्यामुळे व्यापारी आणि उद्योजक जातींना मोदींचे दुसरे सूत्र जातींशी जोडते.

क) विकासाचा पाझरणी सिद्धान्त

तिसरे सूत्र विकासाचा पाझरणी सिद्धान्त हे आहे. या प्रकारचा विकासाचा मुद्दा प्रगत जातीसाठी वरदान होता. काँग्रेसची विकासाची दिशा पूर्णपणे पाझरणी सिद्धान्ताची नव्हती. काँग्रेस पक्ष विविध कल्याणकारी योजनांची आखणी करत होता. त्या योजनांबद्दल तीव्र मतभिन्नता प्रगत जातींमध्ये होती; त्यामुळे काँग्रेसच्या विकासाच्या सिद्धान्तास पर्याय म्हणून नरेंद्र मोदींचा पाझरणी सिद्धान्त प्रगत जातींनी स्वीकारला. प्रगत जातींमध्ये आरक्षण धोरणांबद्दल नाराजी होती. आरक्षणविषयक नाराजी या मुद्द्यामुळे मोदींच्या राजकारणाचा आधार प्राप्त झाला. नवभांडवलशाहीत आर्थिक स्वायत्तता व सुशासन नव उद्योजक, व्यवस्थापक आणि कॉर्पोरेट कंपन्यांना हवे होते. त्यामुळे उच्च जातींना त्यामध्ये गुणवत्तेचा मुद्दा दिसला होता. याखेरीज सामाजिक कसोटी यामध्ये नव्हती. कमीत कमी सबसिडी देणे, चोवीस तास वीज मिळेल मात्र व्यावसायिक दराने विकत देणे, या मुद्द्यामुळे नवउदारमतवादी जीवनशैलीच्या व्यक्तींना पाझरणी सिद्धान्त हवा होता. नवउदारमतवादावर मध्यमवर्ग स्वार झाला आहे. हा मध्यम वर्ग मनमोहनसिंगांच्या धोरणातून तयार झाला आहे. हा वर्ग जवळजवळ प्रत्येक जातीमधील आहे. त्या वर्गाचे आणि जातींचे एकसंधीकरण मोदींच्या या सूत्रामुळे घडून आले.

ड) शेती आणि उद्योग क्षेत्रांचा समझोता

नरेंद्र मोदींचे चौथे सूत्र शेतकरी जातींसाठी उपयुक्त होते. मोदींनी स्वतःची

प्रतिमा 'बिझनेस फ्रेंडली' बरोबर 'ॲग्रिकल्चर फ्रेंडली' तयार केली होती. शेती आणि उद्योग या दोन क्षेत्रांमध्ये समझोता करण्याची प्रतिमा मोदींनी घडवली होती. उद्योगासाठी शेतकऱ्यांनी जमीन देण्यास पश्चिम बंगाल, महाराष्ट्र अशा अनेक राज्यांत विरोध केला; मात्र, मोदींनी गुजरातमध्ये शेती आणि उद्योग यांच्यात तणाव निर्माण होऊनही यशस्वी समझोता केला होता. अशोक गुलाटी यांनी मोदींच्या धोरणामुळे शेती क्षेत्रातून जास्त रोजगार उपलब्ध झाल्याचा दावा केला होता, तर मोदी प्रचारात मध्य प्रदेशातील शेतकऱ्यांना पाणी देता येते, तर उत्तराखंडातही शेतीस पाणी देता येईल, अशी भूमिका घेतली होती; यामुळे शेतकरी जातीमध्ये फूट पडली. यादव, जाट, मराठा, धनगर, माळी अशा विविध शेतकरी जातींमध्ये उभी रेषा तयार झाली. उत्तर प्रदेशात यादव मतदारांनी भाजपला मते दिली. बसपाकडील यादवेतर इतर मागासवर्गीय मते भाजपकडे सरकली, असे खुद्द मायावती यांचे मत आहे (द हिंदू, १८ मे २०१४). उत्तर प्रदेश आणि बिहारमध्ये ओ.बी.सी. मतांचा सर्वांत जास्त प्रभाव पडतो. उत्तर प्रदेशामध्ये तीस आणि बिहारमध्ये नऊ लोकसभेच्या जागांवर ओ.बी.सी. मतदानांचा प्रभाव पडतो. भाजपने उत्तर प्रदेशात ३० पैकी २५ जागा व बिहारमध्ये ९ पैकी ४ जागा जिंकल्या (दै. भास्कर दि. १७ मे २०१४). २००९ मध्ये भाजपला केवळ सहा जागा मिळाल्या होत्या. या निवडणुकीमध्ये मात्र भाजपला २९ जागा ओ.बी.सीं.च्या उत्तर प्रदेश आणि बिहारमध्ये जिंकता आल्या. उत्तर प्रदेश, बिहार, महाराष्ट्र इथे जातींना जातीच्यावर जाऊन पाहण्यास मोदींनी भाग पाडले. जिरायती शेतकरी आणि प्रगत शेतकरी यांनी मोदी मार्ग स्वीकारला. उदा. सांगली येथे दुष्काळी भागातील संघटनेचा संजयकाका पाटील यांना पाठिंबा होता. ती संघटना भाजपच्या प्रचारात कृतिशील होती. यामुळे जातीच्या वोट बँक आणि प्रादेशिक पक्ष यांच्यामधील अंदाज चुकले. राष्ट्रवादी काँग्रेस, समाजवादी पक्ष, राष्ट्रीय जनता दल अशा पक्षांची मते आणि जागा घटल्या आहेत. ॲग्रिकल्चर फ्रेंडली धोरणामुळे मध्यम शेतकरी व ओ.बी.सी. शेतकरी जातीची वोट बँक फुटली. त्याचा थेट फायदा भाजपला झाला. जातीच्या बाहेर जाऊन हिंदुत्वकेंद्रित विकास या चौकटीकडे जातींचे राजकीय वर्तन स्थलांतरित (Shift) झाले. काँग्रेस 'विविधतेमध्ये एकता' अशी विचारप्रणालीची भूमिका घेत जातीचे विभाजन करण्याचे राजकारण करते, असे सर्वसामान्य आकलन आहे, तर भाजप जात या घटकाची अस्मिता दुय्यम करून हिंदुत्व चौकटीमध्ये जातींचे एकसंधीकरण करतो. असा फेरबदल शेतकरी जातीच्या संदर्भात घडून आला.

ई) राजकीय वंचितांची भागीदारी

नरेंद्र मोदींचे पाचवे सूत्र सापेक्ष वंचितांच्या राजकीय भागीदारीचे आहे (Relative Deprivation). मोदींनी राजकीय भागीदारीचा मुद्दा निवडणुकीत मांडला. राजकीय सापेक्ष वंचित जातीच्या राजकीय भागीदारीचे स्वप्नरम्यीकरण त्यांनी केले (Romanticization). यामुळे भाजपच्या परंपरागत शेठजी-भटजी या मिथकास थेट धक्का दिला गेला. १९९० मध्ये ही प्रतिमा बदलली होती. त्यामुळे राज्यामध्ये बहुजन चेहरा होता. तथापि, राष्ट्र पातळीवर बहुजन चेहरा भाजपला नव्हता; त्यामुळे भाजप १९९० ते २००९ पर्यंत अडखळत काम करत होता. मात्र, नव्या शतकाच्या दुसऱ्या दशकात भाजपने नरेंद्र मोदी हा बहुजन चेहरा भारतीय राजकारणात पुढे केला. या चेहऱ्याभोवती विविध जातींचे एकसंधीकरण घडून आले. भाजपचे प्रभाव क्षेत्र राजकीय, वंचित जातींमध्ये विस्तारले. काँग्रेस, जातवादी पक्ष आणि भाजप या पक्षांमध्ये वंचित समूहांची कोंडी झाली होती. नरेंद्र मोदी यांनी अत्यंत चतुरपणे ही कोंडी फोडली. मोदींनी विकास या मुद्यावर प्रचार करत घराणेशाही, वंशवाद, जातिवादी राजकारण या गोष्टींना सतत जाणीवपूर्वक स्पर्श केला होता. चहावाला ही प्रतिमा व्यावसायिक जातींशी त्यांनी जोडून घेतली होती. कनिष्ठ जातींचे असल्याबद्दल त्यांनी अभिमान व्यक्त केला होता. महाराष्ट्र, उत्तर प्रदेश, बिहार, हरियाणा, मध्य प्रदेश, राजस्थान इथे बारा बलुतेदार जातींमध्ये राजकीय महत्त्वाकांक्षा वाढीस लागली. त्यांनी मोदींमध्ये त्या पाहण्यास सुरुवात केली. यामुळे २०१३ पासून भाजप भारतातील बहुजनांच्या राजकीय भागीदारीचादेखील दावेदार झाला. ही ५४ टक्के ओ.बी.सीं.नी भाजपला मते दिली (एच.एल.दुसाध). बिहार आणि उत्तर प्रदेशातील १२० पैकी १०४ जागा भाजपला मिळाल्या आहेत. उत्तर प्रदेश आणि बिहारमध्ये मंडलोत्तर काळापासून जातीवादाचे राजकारण घडत होते. मोदींनी जातिवादी राजकारण बाजूला केले (सपा, बसपा, जनता दल). जातीची समीकरणे समजून घेऊन त्यांनी तिकीट वाटप केले. उपेंद्र कुशवाह, अनुप्रिया पटेल, रामकृपाल यादव हे ओ.बी.सीं.मध्ये जनाधार असलेले नेते होते, त्यांना पक्षांनी जोडून घेतले. उपेंद्र कुशवाह यांची प्रतिमा लालूप्रसाद यादव व नीतिश कुमार यांच्यासारखीच; परंतु, ओ.बी.सीं.चे बुद्धिवादी नेतृत्व अशी प्रतिमा प्रस्थापित झाली होती. उत्तर प्रदेशातील अनुप्रिया पटेल या मंडलवादी राजकारणाच्या प्रमुख नेत्या होत्या. आरक्षणाच्या समर्थनासाठी त्या कारावासात गेल्या होत्या; यातून ओ.बी.सीं.मध्ये मोदींबद्दल संमती विस्तारली होती.

मोदींनी भाजपबरोबरदेखील जातीच्या मुद्यावर संघर्ष केला. गेली तीन दशके संघ-भाजप यांच्या अंतर्गत बहुजन आणि उच्च जाती अशी राजकीय स्पर्धा होती.

या स्पर्धेत राष्ट्रीय पातळीवर बहुजन चेहरा संघ-भाजपने स्वीकारला; परंतु, जसवंत सिंग, मुरली मनोहर जोशी, सुषमा स्वराज, लालकृष्ण अडवानी आणि मोदी असा तणाव पक्षात होता. मात्र, स्पष्ट बहुमत मिळण्यामुळे उच्च जातींवर ओ.बी.सी. चेहऱ्याने विजय मिळविला. भाजपचे बहुजनीकरण घडून आले. भाजप आणि संघाचे बहुजनीकरण ही प्रक्रिया बाळासाहेब देवरसांनी सुरू केली होती. १९८९ ते २०१३ पर्यंत बहुजनीकरण प्रक्रिया घडताना संघ आणि भाजपचे नेतृत्व बहुजन म्हणून अस्मिता मांडण्याचा प्रयत्न करत होते. २०१३ पासून मोदींनी बहुजनीकरण करण्यामुळे बहुजन आणि उच्च जाती यामध्ये अंतर्गत तणाव राहिला. त्यामुळे भाजपचे सर्व बहुजन नेते एका सुरात संघाचे भाजपच्या यशातील योगदान उघडपणे सांगू लागले. अर्थात, मोदींच्याही यशातील संघाचे योगदान जाहीरपणे मांडण्यात आले. संघ आणि भाजप यांच्यात अंतरच नाही, अशी चर्चा करणे मोदी व मोदी समर्थकांना आवश्यक वाटू लागले. यामध्ये बहुजन आणि उच्च जाती यांच्यातील तणाव दिसतो. हा तणाव कमी करण्यासाठी संघाच्या कामाचे विविध दाखले मोदी समर्थकांकडून दिले जात आहेत. मथितार्थ, बहुजन आणि उच्च जाती यांच्यातील समझोता टिकविण्याची मुख्य जबाबदारी संघावर राहील. संघाची मोदी सरकारमधील महत्त्वाची भूमिका राहील.

भाजपच्या यशातील ओ.बी.सीं.च्याखेरीज दलित आणि आदिवासींचे संख्याबळदेखील लक्षणीय आहे (दलित ४० आणि आदिवासी २९). २८२ पैकी ६९ दलित व आदिवासी खासदार भाजपचे आहेत (२४ टक्के). या संख्याबळाखेरीज डॉ. संजय पासवान, रामविलास पासवान आणि रामदास आठवले यांच्या मागण्यांचा जबाव भाजपवर होता; त्यामुळे बहुजन आणि उच्च जाती यांच्यामधील व्यवहारावर नियंत्रण ठेवणे ही एक नवी मोठी कामगिरी संघाच्या खांद्यावर आली आहे. याचा अर्थ, संघ-भाजपशी अंतर्गतपणे संघर्ष करून मोदींनी वंचितांच्या राजकीय भागीदारीचा दावा केला. हा दावा करताना त्यांनी पक्ष अंतर्गत मोठा संघर्ष उभा करण्याऐवजी त्यांना काँग्रेस पक्षांची घराणेशाही संघर्ष करण्यास उपयोगास आली. मोदींचा नेम काँग्रेसवर होता. परंतु, घाव मात्र काँग्रेसबरोबरच संघ-भाजपतील उच्च जातींवरही होता. ही चतुर खेळी मोदींच्या राजकीय भागीदारीच्या मागणीचा अविभाज्य भाग होती.

संघाच्या सामाजिक आघाड्या

संघ आणि भाजपच्या जातकेंद्रित संघटनांच्या आघाड्या समाजात काम करत होत्या. 'सामाजिक समरसता मंच' ही एक प्रमुख आघाडी आहे. त्याखेरीज, भटक्या-

विमुक्तांची वेगळी संघटना केली जाते. जातीखेरीज आदिवासींमध्ये 'वनवासी कल्याण आश्रम' संघटना कृतिशील होती. अशा विविध संघटना संघपरिवारातील आहेत. यामधून भाजपने दलित, आदिवासी आणि भटक्या-विमुक्तांचे मतदान भाजपकडे वळवले, याची दलित आणि आदिवासी ही दोन नमुनेदार उदाहरणे आहेत.

अ) दलितांची सामाजिक आघाडी

काँग्रेस आणि भाजप यांच्यामध्ये दलितांची संघटना करण्याची स्पर्धा होती. के.राजू या राहुल गांधी यांच्या टीममधील दलित नेत्यांवर दलितांच्या संघटनांची जबाबदारी होती. के. राजू राष्ट्रीय सल्लागार परिषदेचे सदस्य होते; शिवाय राष्ट्रीय अनुसूचित जातीच्या संघटनांचे प्रमुख होते; यांना दलितांच्या राजकीय संघटना करता आल्या नाही (भाषा सिंह, २०१४ : २०). भारतात ८४ जागा अनुसूचित जातींसाठी राखीव आहेत. २००९ मध्ये ८४ पैकी २९ जागांवर काँग्रेस विजयी झाली होती. २०१४ मध्ये काँग्रेस पक्ष केवळ सात जागा राखू शकला. काँग्रेस पक्षाच्या एकूण ४४ जागांमध्ये ०७ जागा हादेखील आकडा मोठा आहे (१५.९०); परंतु, २००९ च्या तुलनेत दलित मते मात्र भाजपकडे स्थलांतरित झाली. भाजपला २००९ च्या तुलनेत २८ जागांचा फायदा झाला आहे. भाजपने थेट ८४ पैकी ४० जागा जिंकल्या आहेत (पहा तक्ता क्र. १२). दलित भाजपकडे स्थलांतरित झाले. ही या निवडणुकीत मोठी रोचक कथा आहे. त्याचा फायदा भाजपला झाला; कारण दलित उद्योजकांच्याखेरीज रिपाई आठवले गट आणि रामविलास पासवान यांच्याशी आघाडी करण्यामुळे दलितांनी भाजपलादेखील पसंती दिली. याचे कारण भाजपच्या राजकीय संघटनांमध्ये आहे. डॉ.संजय पासवान यांना भाजपच्या दलित मोर्चाचे राष्ट्रीय अध्यक्ष केले होते. महाराष्ट्रातील रामदास आठवले यांना राज्यसभेवर पाठविण्यात आले. रामविलास पासवान, उदित राज, छेदी पासवान या दलित समाजातील नेतृत्वाशी भाजपने समझोता केला होता. नीतीश कुमार यांनी बिहारमधील दुसाध जातीची उपेक्षा केली, अशी प्रतिमा तयार केली होती. त्या पार्श्वभूमीवर रामविलास पासवान आणि संजय पासवान मोदींसोबत होते. त्यामुळे बिहारमध्ये दुसाध जातींतील मतदार भाजपकडे गेले. उदित राज हे उत्तर प्रदेशातील नवीन दलित नायक आहेत. त्यांनी खाजगी क्षेत्रामध्ये दलितांच्या राखीव जागांसाठी आंदोलन केले होते. त्यांनी परंपरागत दलित राजकारणावर टीका केली होती. राजकीय भागीदारी आणि आत्मसन्मानाच्या मुद्यावर आक्रमकपणे राजकीय संघटन केले होते. त्यांनी भाजपचे समर्थन केले होते (उदित राज, दै. जागरण, ३१ मे २०१४). महाराष्ट्र, उत्तर प्रदेश आणि बिहार या तीन राज्यांत दलित नेतृत्वाने भाजपशी समझोता केला होता. तथापि, जवळजवळ ५० टक्के दलित मतदार प्रादेशिक पक्षांना मतदान

देतात. यामध्येदेखील फेरबदल झाला आहे. बसपच्या जागा निवडून आल्या नाहीत. मात्र, त्यांच्या मतदानाची टक्केवारी कमी झाली नाही. विशेष म्हणजे तृणमूल काँग्रेसच्या ११ जागा अनुसूचित राखीव असलेल्या निवडून आल्या आहेत. महाराष्ट्रात मात्र दलित पक्षांना मतदान देण्याचे प्रमाण कमी झाले. विदर्भामध्ये जवळजवळ तीस लाख दलित आहेत. त्यांपैकी सर्व रिपब्लिकन गटांना सव्वा तीन लाख मते मिळाली आहेत. त्यातही प्रकाश आंबेडकरांना दोन लाख ३८ हजार मते मिळाली आहेत. गवई गट, खोरिपा, आंबेडकर राईट्स पार्टी, प्रबुद्ध भारत यांच्या मतांची संख्या फार कमी आहे. मथितार्थ, भारताचा आंबेडकरवादी पक्ष (Ambedkarite Party of India) दलित राजकारणाची नवी दिशा भाजपकडे वळलेली आहे.

तक्ता क्र. १२ : दलित मतदारसंघाचे पक्षनिहाय वर्गीकरण

अ.क्र.	पक्ष	२०१४	२००९	वाढ-घट
१)	काँग्रेस	०७	२९	-२२
२)	भाजप	४०	१२	+२८
३)	इतर	३७	४३	+०६
	एकूण	८४	८४	N.A.

ब) आदिवासींची सामाजिक आघाडी

आदिवासी म्हणजे जात नव्हे; पण भाजप आदिवासी समूहास वनवासी संबोधितो. या समूहाचे 'राजकीय संघटना वनवासी कल्याण आश्रम' या संघटनेच्या माध्यमातून संघ करतो. देशात १० करोड म्हणजे १२.२ टक्के मतदार आदिवासी वर्गातील आहेत. त्या वर्गासाठी ४७ जागांचे आरक्षण आहे. आदिवासी जागांवर काँग्रेस पक्षाच्या १८ जागांमध्ये घट आणि भाजपच्या १५ जागांमध्ये वाढ झाली आहे. भाजपच्या २९ जागा आदिवासी राखीव मतदारसंघातील निवडून आल्या आहेत. काँग्रेसकडून आदिवासी समूहदेखील भाजप, बीजद आणि इतरांकडे स्थलांतरित झाला आहे. हा फेरबदल फार मोठा आहे. काँग्रेस पक्षासाठी हा पराभव आहे. तरीही विजयी झालेल्या ४४ मध्ये सहा आदिवासी आहेत (१२.७६ टक्के). दलित आणि आदिवासी यांच्या मिळून १३ जागा (९.९२ टक्के) काँग्रेस पक्षांच्या आहेत, तर काँग्रेस पक्षाचे १० जागांवर मुस्लीम उमेदवार निवडून आले आहेत. २३ जागा मुस्लीम, दलित आणि आदिवासी या प्रकारातील काँग्रेस पक्षाच्या आहेत (५२.२७ टक्के). म्हणजे केवळ २१ जागा खुल्या गटातील काँग्रेस पक्षाच्या आहेत (५.०९ टक्के). याचा अर्थ काँग्रेस पक्षाला खुल्या गटामधूनही पाठिंबा मिळाला नाही.

तक्ता क्र. १३ : आदिवासी मतदारसघांचे पक्षनिहाय वर्गीकरण

अ.क्र.	पक्ष	२०१४	२००९	वाढ-घट
१)	काँग्रेस	०६	२४	-१८
२)	भाजप	२९	१४	+१५
३)	बीजद	०५	०३	+०२
४)	इतर	०७	०६	+०१
	एकूण	४७	४७	N.A.

निष्कर्ष

भाजपचे एकपक्षीय वर्चस्व विविध समाजाच्या आघाड्यांमुळे उदयास आले. ओ.बी.सी., दलित, आदिवासी, मध्यम शेतकरी जातींचे हिंदुत्व केंद्रामध्ये एकसंधीकरण झाले आहे. जातीच्या अस्मितेच्या तुलनेत हिंदू अस्मिता बलशाली ठरली आहे. जातीची अस्मिता सध्या तरी हिंदू अस्मितेमध्ये विरघळली आहे. त्यामुळे संघ-भाजपने जातवादी राजकारणाचा पराभव केला आहे. जातवादी राजकारण आणि हिंदुत्ववादी राजकारण याचे नाते शत्रुभावी आहे. जातवादी राजकारणापुढे हिंदुत्ववादी शत्रू एकसंध आणि बलशाली उभा आहे. त्याचा प्रतिवाद कसा करावा, हा 'यक्ष प्रश्न' जातवादी राजकारणापुढील आहे; त्यामुळे बिहार व उत्तर प्रदेश इथे जातवादी संघटनात्मक शक्तीची आघाडी घडण्याची शक्यता आहे. नीतिश कुमार, लालूप्रसाद यादव, शरद यादव, मुलायमसिंग यादव यांच्यातील संघर्षपर्व संपुष्टात येऊन तडजोडीने राजकारण करण्याची पार्श्वभूमी तयार झाली आहे.

भाजपने एकपक्ष वर्चस्व मिळविले आहे. मात्र, भाजपच्या एकपक्ष वर्चस्वाला अधिमान्यता मिळाली नाही. शेतकरी ओ.बी.सी. भाजपच्या विरोधात आहे. भाजपकडून शेतकरी ओ.बी.सीं.चा पराभव झाला आहे. महाराष्ट्रात शेतकरी ओ.बी.सी. नेतृत्व राष्ट्रवादी काँग्रेस पक्षात आहे. या पक्षात ओ.बी.सीं.विरुद्ध मराठा हा संघर्ष त्यांच्या पराभवाचे एक मोठे कारण आहे. उदा. नाशिक येथे उघडपणे भुजबळांचा पराभव मराठा आरक्षण हा मुद्दा ओ.बी.सीं. विरुद्ध मराठा यांच्यात राजकीय वर्तन वेगवेगळे करणारा ठरला आहे. ओ.बी.सी. समूह उघडपणे राजकीय भागीदारीसाठी संघर्ष करत आहे. २००९ मध्ये माढा येथे व २०१४ मध्ये बारामती येथे ओ.बी.सी. समूहाने उघडपणे राजकीय भागीदारीसाठी शरद पवारांशी संघर्ष उभा केला. २०१४ मध्ये बारामती लोकसभा मतदारसंघातील तीन विधानसभा मतदारसंघांत महादेव जानकरांची आघाडी आहे. राष्ट्रवादी काँग्रेस पक्षाचा उमेदवार इंदापूर, बारामती, भोर-वेल्हा-

मुळशी या तालुक्यांच्यामुळे निवडून आला आहे. या तीन विधानसभा मतदारसंघांतदेखील धनगर, माळी, आदिवासी समाज संख्येने मोठा आहे; त्यामुळे ओ.बी.सी. समूहातील राजकीय भागीदारीचा मुद्दा मराठा राजकारण विरोधाची धारदार हत्यार ठरणार आहे, तर ओ.बी.सी. विरोध हा मराठा राजकारणाचा गाभा आहे. अशा प्रकारचा प्रश्न बिहार आणि उत्तर प्रदेशातदेखील आहे. हा प्रश्न भाजपपुढील आव्हान आहे. शिवाय हिंदुत्ववादी चौकटीमध्ये मराठा व ओ.बी.सी. राजकारण घडेल, अशी नव्या ओ.बी.सी. व मराठा राजकारणाची चिन्हे दिसत आहेत.

भारतात दलितांवरील अत्याचार सतत वाढत आहेत. याशिवाय ओ.बी.सी. विरोधी मध्यम शेतकरी जाती असा तणाव वाढत आहे. हे मुद्दे संपत्तीचा अधिकार आणि जीविताचा अधिकार यांच्याशी संबंधित आहेत. या प्रश्नावर कोणतीही ठाम भूमिका राज्य सरकारची नाही. या प्रश्नावर ओ.बी.सी. व मध्यम शेतकरी नेतृत्व संवेदनशील नाही; अशीच स्थिती बिहार व उत्तर प्रदेश या राज्यांमध्ये आहे; यामुळे दलित समाज काँग्रेस, राष्ट्रवादी काँग्रेस, समाजवादी काँग्रेस, राष्ट्रीय जनता दल यांचा संवाद कमी झाला आहे; त्यामुळे उत्तर प्रदेश आणि बिहारमध्ये 'वाय-एम' समझोता काम करत नाही (यादव-मुस्लीम). महाराष्ट्रात तर चार एम घटक परस्परविरोधी भूमिका घेऊन आहे (मराठा, माळी, मुस्लीम, नवबौद्ध). अशा विरोधाभासात्मक परिस्थितींमधून मोदींचा नाट्यमय प्रवास झाला. त्यांची भाषणबाजी जातीचे एकसंधीकरण करत होती. शिवाय त्यास सापेक्षवंचिततेचा संबंध जोडत होती; भावूक बनवत होती. जातींचे संघटन करण्याचा हा व्यवहारकुशलपणा मोदींमध्ये होता. जातींचे राजकारण करण्याचे राजकीय कौशल्य त्यांनी चतुरपणे दाखविले. त्यांनी जातवादी राजकारणाचा उपहास केला. जातवादी राजकारणाचे घटनाचक्र त्यांनी जातवादी पक्षावर उलटवले; यातून मोदींनी जातवादी राजकारणाचा कायापालट घडवून आणला. जातींचा विकास म्हणजेच हिंदुत्व चौकटीत जातींचे एकसंधीकरण; म्हणजेच नवीन जातलक्षी राजकारण होय, अशी जातीच्या राजकारणाची पुनर्व्याख्या केली, तसेच जातीचे राजकारण जातवाद्यांपेक्षा जास्त बळकट केले. हिंदुत्वाची संजीवनी घेऊन जातलक्षी राजकारण पुढे विस्तारत राहिले. हा जातलक्षी राजकारणाला नवा धुमारा आहे. त्यांची वाढ इथून पुढे होत राहील; मात्र, हा घटक भाजपच्या अधिमान्यतेपुढील एक आव्हान आहे. सरतेशेवटी असे दिसते की, लवचिकपणा, सहिष्णुता आणि सामाजिक न्याय या काँग्रेसच्या राजकारणाच्या जागी ताठरता, आर्थिक व सामाजिक घटकांचे एकसंधीकरण आणि अन्यवर्जकता या गोष्टींची प्रस्थापना झाली आहे; त्यामुळे नवहिंदुत्ववाद आणि नवभांडवलशाहीच्या हितसंबंधांची सरशी झालेली दिसते.

क) मतपेटी किंवा व्होट बँकेची नवी कथा

भारतीय राजकारणात मतपेटी किंवा व्होट बँक खूपच मनोरंजक संकल्पना आहे. या विषयावर चर्चा गल्लीपासून दिल्लीपर्यंत होते. मुस्लीम किंवा दलित मतपेटी काँग्रेसची असते; तर हिंदुत्व मतपेटी भाजप-शिवसेनेची असते; या प्रकारच्या मतांची बेरीज म्हणजे 'मतपेटी' हा सर्वसामान्य अर्थ आहे. यापेक्षा वेगळा अर्थ, मतपेटी म्हणजे काय?चा आहे. हा प्रश्न साधा असला तरी त्यांचा अर्थ खूपच व्यापक आहे. मतपेटी या शब्दातील पेटी (बँक) हा शब्द बंदिस्तपणा यांच्याशी संबंधित आहे; म्हणजेच मते बंदिस्त असतात. बंदिस्त असल्यामुळे जनता स्वतंत्र्य आणि मुक्तपणे निर्णय घेत नाही, असा यातून अर्थबोध होतो. नागरिक हा स्वतंत्र, मुक्त आणि निर्णय घेणारा असतो; हा अर्थ मतपेटीस लागू होत नाही. मतपेटी नागरिकाचे रूपांतर कळपामध्ये करते; म्हणजेच सारासार विवेक व सार्वजनिक विवेक शक्ती मतपेटीच्या संकल्पनेस मान्य नसते; म्हणजेच केवळ बेरीज हा अर्थ मतपेटीचा नसतो; बेरजेच्या पलीकडे जाऊन नागरिकांचे रूपांतर कळपामध्ये घडविण्याची राजकीय प्रक्रिया मतपेटीशी संबंधित आहे. या प्रक्रियेमध्ये मतभिन्नतेविषयी टोकाचा राग असतो. स्वतंत्र मतदान विषयक राजकीय वर्तन नाकारलेले असते. दलित, मुस्लीम, हिंदुत्व, ओ.बी.सी. वर्चस्वशाली जाती यांच्या मतपेट्या आहेत, असे संबोधिण्यामधून 'नागरिक' संकल्पना दुय्यम स्थानावर जाते. अविचारी व्यक्तीची संकल्पना गृहीत धरलेली असते. या प्रकारचा मुद्दा नागरिकत्वाचे स्थान अमान्य करणारा आहे. या मुद्याची चर्चा भारतीय राजकारणात होते.

दलित आणि मुस्लीम मतपेट्या काँग्रेस पक्षांशी संबंधित आहेत; म्हणून काँग्रेस पक्षांवर सातत्याने टीका होते. तथापि, दलित आणि मुस्लीम मते विविध पक्षांमध्ये विभागली जात आहेत. महाराष्ट्रात आठवले आणि बिहारमध्ये रामविलास पासवान भाजपबरोबर आहेत; यातून दलित मतपेटीचा अर्थ व्यक्त होत नाही. मुस्लीम मतदार मुस्लीमेतर पक्षांना मतदान करतात; याशिवाय, राज्यातील प्रादेशिक पक्षांना मतदान करतात. बिहार आणि उत्तर प्रदेशात यादव आणि मुस्लीम लालूप्रसाद यादव व मुलामसिंग यादव यांच्या पक्षाला मतदान करतात. येथे मुस्लिमांचे मतदानविषयक राजकीय वर्तन काँग्रेस व प्रादेशिक पक्ष यांच्यामध्ये विभागले आहे; याचा अर्थ दलित आणि मुस्लीम यांनी त्यांची स्वतःची मतपेटी या कालचक्रातून सुटका करून घेण्याची प्रक्रिया सुरू केली आहे. हा मुद्दा २०१४च्या लोकसभा निवडणुकीमध्ये ठळकपणे दिसत होता. मात्र, मतपेटीच्या संकल्पनेच्या आधारे उपहास करणाऱ्या उच्च जाती मतपेटीच्या घटनाचक्रात गेलेल्या दिसत आहेत. हा या निवडणुकीतील उच्च जातींच्या संदर्भात सर्वांत मोठा कायापालट झालेला मुद्दा आहे.

उच्च जातींचे ध्रुवीकरण भाजपकडे एकमुखी झाले. जवळजवळ पंचाहत्तर टक्के उच्च जातींची पसंती भाजप होती. या प्रक्रियेवर नरेंद्र मोदी घटकांचा प्रभाव मोठा होता. नरेंद्र मोदी या व्यक्तीकेंद्राभोवती राजकीय संघटन केले गेले. नरेंद्र मोदी हेच योग्य आहेत, नरेंद्र मोदींच्या पक्षाचे चिन्ह किंवा नरेंद्र मोदींशी आघाडी केलेल्या पक्षाचे चिन्ह, स्थानिक उमेदवार चांगला आहे, परंतु, नरेंद्र मोदी पंतप्रधान होण्यासाठी भाजपला मत अशी राजकीय चर्चा मोदीकेंद्रित होत होती. भारतीय समाजाचा गुण 'व्यक्तीपूजा' हा आहे. त्यामुळे 'नरेंद्र मोदीपूजा' ही गोष्ट भाजपसाठी वरदान ठरली आहे. या उच्च जातींसाठी जमेच्या गोष्टी असूनही उच्च जातींमधील उदारमतवादी प्रवाह कुंठित झाला आहे. ही राजकीय-सामाजिक घडामोड भारतीय समाजातील फेरबदल आहे. ही या निवडणुकीतील एक मोठी कथा आहे; कारण उच्च जातीतील बहुसंख्याकांनी मोदी किंवा भाजप हा पर्याय या निवडणुकीमध्ये निवडलेला दिसत आहे. नरेंद्र मोदींच्या खेरीजचा पर्याय मात्र पंचवीस टक्क्यांपेक्षा कमी उच्च जातींनी निवडला आहे. व्यक्तीपूजा आणि व्यक्तिस्वातंत्र्य यांचे नाते विरोधाभासात्मक असते. मात्र, या विरोधाभासात्मकतेची आघाडी घडून आली, ही उच्च जातीच्या राजकीय वर्तनातील नाट्यमय आणि वैचित्र्यपूर्ण घटना होती; हाच या निवडणुकीतील उच्च जातींचा आवाज होता. यास 'मोदी लाट' म्हणून संबोधिले गेले पाहिजे.

दलित, मुस्लीम किंवा वर्चस्वशाली जातींच्या मतपेट्या लोकशाहीविरोधी आहेत; कारण मतपेटीच्या संकल्पनेत अविवेक, मतभिन्नता विरोध आणि व्यक्तिस्वातंत्र्य विरोध या गोष्टींचे रसायन आहे; यास लोकशाहीविरोधी राजकीय प्रक्रिया म्हटले पाहिजे. ती प्रक्रिया दलित, मुस्लीम किंवा वर्चस्वशाली जातींच्या संदर्भात घडली किंवा उच्च जातीच्या संदर्भात घडली तरी त्यांचा अर्थबोध एकच होतो; हा अर्थबोध लोकशाहीविरोधी स्वरूपाचा आहे; ही घटना प्रगत उच्च जातींच्या संदर्भात घडते हा अनुभव या निवडणुकीतील आहे (२०१४). या प्रकारच्या अनुभवास चिथावणी न देता त्यांचा दृढमूल होऊन विचार केला पाहिजे; कारण ज्यांनी मतपेटीच्या संकल्पनेचा सतत उपहास केला, त्यांनी राजकीय सत्तासमीकरणामध्ये हतबल होऊन त्यांच्या तत्त्वनिष्ठेविरोधी भूमिका घेतली. ही देखील या निवडणुकीची शोकात्मक कथा आहे.

विशिष्ट भाग आणि तेथील जात यांचा विचार करून उमेदवार देण्याची प्रथा मोठी आहे. पुणे लोकसभा मतदारसंघात काँग्रेस व मनसेचा उमेदवार मराठा म्हणून भाजपने मराठा उमेदवार दिला. भाजप या पक्ष पातळीवर देखील जात महत्त्वाची मानली गेली. याशिवाय भाजपने उच्च जातीतील उमेदवार दिला नाही म्हणून उच्च जातीतील जात संघटनांनी मतदानावर बहिष्कार घालण्याचा मुद्दा मांडला होता;

तर प्रियांका गांधींच्या भाषणाचा अर्थ जातीच्या चौकटीमध्ये मोदींनी लावला; यातून जातींच्या मतपेटीचा मुद्दा भाजपमध्ये मध्यवर्ती होता. मथितार्थ, भारतीय राजकारणात राजकीय पक्षांकडून मतपेटी तयार करण्यासाठी जातींचा आधार घेतला जातो; तसेच धर्मांचा आधार घेतला जातो; याउलट, जाती स्वतःचे मतपेटीमध्ये रूपांतर घडवितात. 'नागरिक' म्हणून मतदान विषयक राजकीय वर्तन करण्यापेक्षा 'जात' म्हणून राजकीय वर्तन जास्त घडते. हा उच्च जातीचाही नेत्रदीपक इतिहास या निवडणुकीतील आहे.

भाग - ४ : राजकीय अर्थकारण आणि स्थानिक शासनसंस्था

१९ आरक्षणाचे राजकारण

आरक्षणाचे आकलन संदिग्ध

भारतामध्ये 'आरक्षण' हा इश्यू राजकीयीकरण झालेला विषय आहे. या प्रश्नामध्ये भावनिकता मोठ्या प्रमाणवर गुंतली गेली आहे; तसेच आर्थिक हितसंबंध देखील खोलवर गुंतलेले आहेत; त्यामुळे विवेकबुद्धीच्याआधारे चर्चा केली जात नाही. ही एक मोठी मर्यादा आरक्षण विषयावरील चर्चाविश्वाची आहे. उलटपक्षी, आरक्षणाच्या माध्यमातून राजकीय आणि आर्थिक हितसंबंधांची स्पर्धा किंवा वाद घडतात. दोन्ही बाजूंनी त्यास जवळजवळ अटीतटीच्या युद्धाचे स्वरूप येते. अशा प्रकारच्या आरक्षण इश्यूचा इतिहास स्वतंत्र्यपूर्व काळापासून सुरू झाला होता. तेव्हापासून आरक्षणाचा विषय वादाच्या भोवऱ्यात गेला आहे.

आरक्षणाची तात्त्विक भूमिका

रामसे मॅकडोनाल्ड यांनी १९३२ मध्ये आरक्षणाचा निर्णय घेतला, तेव्हा डॉ. बाबासाहेब आंबेडकर आणि म.गांधी यांच्यामध्ये सरळसरळ दोन छावण्यांमध्ये विभाजन झाले होते. हिंदू समाजाचे ऐक्य (राष्ट्रवाद) हा मुद्दा गांधींचा होता; तर सामाजिक न्याय (Social Justice) हा मुद्दा डॉ. बाबासाहेब आंबेडकरांचा होता. ऐक्याचा मुद्दा मागे घेतला गेला आणि सामाजिक न्याय मुद्दा पुढे सरकला होता. मथितार्थ, दोन्ही नेत्यांमध्ये सहमती तयार झाली होती. मात्र, समाजामध्ये आणि राजकारणात आरक्षण हा विषय आरंभापासून वादविवादात्मक स्वरूपाचा राहिला आहे. भारतीय संविधानात आरंभी दलित व आदिवासींचे आरक्षण प्रस्ताव सामील केला गेला; त्यानंतर ओ.बी.सी. आरक्षणाचा प्रस्ताव चर्चा करण्यासाठी पुढे आला. नंतर काकासाहेब कालेरकर आणि बिनेद्रचल मंडल आयोग नेमले गेले. ओ.बी.सी.

आरक्षणाच्या मुद्द्यावर विश्वनाथ प्रतापसिंग सरकार परभूत झाले. एवढा मोठा असंतोष आरक्षणवादी व आरक्षणप्रतीवादी यांच्यात होता; तसेच उच्च जाती व मध्यम शेतकरी जातींमधील समाजांतर्गत लोकप्रक्षोभाची तीव्रता वाढत गेली. तेव्हा आरक्षण पन्नास टक्क्यांपेक्षा कमी होते. कारण, ओ.बी.सी. आरक्षण २७ टक्के आणि दलित व आदिवासी आरक्षण २२.५ टक्के असे एकत्र आरक्षण ४९.५ टक्के होते. आरक्षणाला विरोध करण्यासाठी ऐंशीच्या दशकात देखील 'हिंदू समाजाचे ऐक्य' हा मुद्दा प्रभावीपणे मांडला जात होता. यांची व्यापक पातळीवर दोन कारणे आहेत. एक म्हणजे, आरक्षण विषयाची सार्वजनिक आणि विवेकशील परिचर्चा झाली नाही. दुसरे म्हणजे, आरक्षणाचा संबंध मतपेटीशी जोडला गेला; त्यामुळे वितरणात्मक न्याय किंवा सकारात्मक कृती हा मुद्दा दृष्टीआड केला गेला. या मुद्याला वगळून आरक्षणाची चर्चा व दावे समाजातून केले गेले. या मुद्यावर संघर्ष सरकार, राज्य मागास वर्ग आयोग, उच्च न्यायालय, राष्ट्रीय मागास वर्ग आयोग आणि सर्वोच्च न्यायालय यांच्याशी दावेदारांनी केला. या संघर्षात सरकार आणि न्यायालयाची धरसोड झाली आहे. कधी आरक्षणाची बाजू तर कधी आरक्षणीकरण करणाऱ्या घटकांची बाजू सरकारने घेतली असे दिसते.

आरक्षणाचा मूलभूत पाया

१९६२ पासून आरक्षणीकरणास अवैध ठरवले गेले आहे. बालाजी व इंदिरा साहानी केसमध्ये न्यायालयाने ५० टक्क्यांपेक्षा जास्त आरक्षण ठेवण्यास अवैध ठरवले; त्यांचा आधार 'गुणवत्ता' हा होता. म्हणजेच दुसऱ्या बाजूने गुणवत्ता जपण्याची भूमिका त्यामध्ये घेतली गेली होती. त्यानंतर आरक्षणाचा मुलभूत पाया म्हणून पुढील मुद्यांवर चर्चा केली गेली. एक म्हणजे, ५० टक्के ही आरक्षण मर्यादा आहे. दुसरे म्हणजे, मागास वर्ग ठरविण्याचा जात निकष आहे. परंतु, तो पुरेसा पुरावा नाही. तीसरे म्हणजे, राज्य पातळीवर मागास वर्ग आयोग सामाजिक स्थितीचा तपशील संकलित करून ठेवेल. त्यांची शिफारस आरक्षण देण्याचा निकष ठरली. चौथे म्हणजे, संपूर्ण देशाचा संबंध असेल तर राष्ट्रीय मागास वर्ग आयोगांची शिफारस हा निकष मानला गेला. पाचवे म्हणजे, प्रदेश आणि मागासलेपण यांचा संबंध वेगवेगळा आहे; त्यामुळे एका प्रदेशात आरक्षण आणि दुसऱ्या प्रदेशात आरक्षण न देण्याचाही निकष आकाराला आला. सहावे म्हणजे, आरक्षणाचा दावा केलेली जात इतर जातींच्या तुलनेत मागास असण्यासाठी पुरेशी आकडेवारी पुरावा म्हणून अपेक्षित आहे. या गोष्टी आरक्षणाचा मूलभूत पाया म्हणून सुपरिचित झाल्या आहेत; यामुळे या मध्यवर्ती आशयाच्या विरोधात आरक्षणवादी शक्तींचे संघटन सुरू झाले.

आरक्षणीकरण

स्वातंत्र्योत्तर काळात आरक्षणीकरणाची प्रक्रिया घडली आहे. नवीन वर्गवारीचा दावा, उच्च जाती आणि मध्यम शेतकी जातींना ओ.बी.सींमध्ये सामील करण्याचा दावा, ओ.बी.सीं.नी दलित व आदिवासी जातींचा दावा करणे या गोष्टींचा समावेश आरक्षणीकरण प्रक्रियेमध्ये होतो. उच्च जाती आणि मध्यम शेतकी जातींमधून आरक्षणीकरणाचे दावे नव्वदीच्या दशकापासून गतिशील झाले. अल्पसंख्याक समुदायांमधून देखील आरक्षणीकरणाचे दावे केले गेले. विशेष जैन किंवा मारवाडीसारख्या व्यापारी वर्गातून असे दावे केले गेले; तसेच जाट व मराठा या जातींमधून ओ.बी.सी.करण किंवा आरक्षणीकरण या मुद्यांचा दावा केला गेला. अर्थातच, या आरक्षणीकरणाच्या प्रक्रियेला अवैध ठरविणारी तत्त्वे कृतिशील झाली. त्या तत्त्वाच्या चौकटीमध्ये आरक्षणीकरण प्रक्रिया अवैध ठरत गेल्या. त्या प्रक्रियेचा एक भाग म्हणून मराठा, जाट किंवा मुस्लीम समाजाचे आरक्षण विषयक दावे न्यायालयांनी अवैध ठरविले.

सरकारचा आरक्षणीकरणात पुढाकार

आरक्षणीकरण प्रक्रियेला वेगवेगळ्या सरकारांचा पाठिंबा उघड आणि गुप्त अशा दोन्ही पद्धतीने मिळत गेला आहे. सर्व उच्च न्यायलयांनी अवैध ठरवले; त्यातून मार्ग काढण्याची चर्चा सुरू झाली. ही जबाबदारी सरकार या घटकाने स्वतःवर घेतली. मतपेटीचा विचार मध्यवर्ती ठेवून वेगवेगळी सरकारे आणि पक्ष विविध जातींचे ओ.बी.सी.करण, दलितीकरण आणि आदिवासीकरण या प्रक्रियेला पाठिंबा देतात, वेळप्रसंगी सरकारचे धोरण निश्चित करत होती. या प्रक्रियेतून तमिळनाडू राज्यात सरकारने ६९ आणि कर्नाटक सरकारने ७३ टक्के आरक्षण ठेवले. याबद्दल उच्च न्यायालयातून समर्थने मिळत गेली. न्या. जीवन रेड्डी यांनी विशेष परिस्थितीमध्ये ५० टक्क्यांची सीमारेषा ओढता येते, असा निकाल दिला होता; यामुळे नंतर दोन न्यायाधिशांच्या खेरीज पाच न्यायाधिशांच्या पीठाकडे हा दावा गेला. सुप्रीम कोर्टने तमिळनाडू आणि कर्नाटक सरकारला ५० टक्क्यांच्या पुढील आरक्षणाचा पुनर्विचार करण्याचा सल्ला २०१० मध्ये दिला होता. ही पार्श्वभूमी असूनही युपीए सरकारने जाटांना आरक्षण देण्याचा निर्णय घेतला. या निर्णय प्रक्रियेमध्ये राष्ट्रीय मागास वर्ग आयोगांची शिफारस नव्हती; कारण हा प्रश्न राष्ट्रीय स्वरूपाचा होता; तसेच न्यायालयाने जुनी आकडेवारी पुरावा म्हणून सादर केल्याची समीक्षा केली आहे; याचा अर्थ माहिती ही योग्य आणि समकालीन अपेक्षित आहे. मात्र, त्यामध्ये सरकारे लपवाछपवी करत आहेत, कारण आरक्षणाची मागणी करणारा समूह त्यांच्यावतीने सरकारने न्यायालयात भूमिका मांडावी; त्यासाठीची माहिती सादर करावी अशी भूमिका घेत

आहेत. सध्या सरकारने 'पुन्हा न्यायालयात सरकारने जावे' अशी भूमिका जाट सभेने घेतली आहे; तर महाराष्ट्रात सत्तांतराअगोदर दोन्ही काँग्रेस पक्षांचे सरकार आणि सत्तांतरानंतर भाजप सरकार मराठा आरक्षण विधेयक मंजूर करून घेण्याच्या प्रक्रियेत गुंतले आहे; तसेच न्यायालयात पुरेशी माहिती सादर करण्याची हमी देते. मथितार्थ, सरकारे प्रगत जातींचे मागासीकरण करत आहेत; बिहारमध्ये नितिश कुमारांनी सवर्ण आयोग नेमण्याची भूमिका घेतली आहे. या आधी बिहारमध्ये राजद आणि लोजपा या दोन पक्षांनी गरीब सवर्णांना १० टक्के आरक्षणाची भूमिका २०१० मध्ये घेतली होती. प्रगत समाजाचे हे मागासीकरण किंवा ओ.बी.सी.करण आहे. याप्रमाणे राजस्थानमध्ये देखील २००८ मध्ये भाजपने सवर्णातील गरिबांसाठी १४ टक्के आरक्षणाचा निर्णय घेतला होता. गुजर आणि मीणा या दोन जातींनी देखील आदिवासीकरणाचा दावा केला होता; त्यांना राजस्थान सरकारचा पाठिंबा होता. महाराष्ट्रामध्ये धनगर समाजाचा दावा आदिवासीकरणाचा आहे. त्यास सत्तांतर अगोदर दोन्ही काँग्रेस पक्षांच्या सरकारचा आणि सत्तांतरांनंतर भाजप सरकारचा पाठिंबा आहे; म्हणजेच सरकार हा घटक बहुमत किंवा मतपेटीच्या आधारे आरक्षणाचे समर्थन करत आहे. याचा अर्थ असा होतो की, हिंदू समाजाच्या ऐक्याच्या जागी बहुमत किंवा मतपेटी हे तत्त्व प्रस्थापित झाले आहे. त्यांचा संबंध बहुसंख्याकवादाशी संबंधित आहे. या तत्त्वाचा आणि वितरणात्मक न्याय किंवा सकारात्मक कृती यामध्ये मूल्यात्मक संघर्ष उभा राहिला आहे. राज्य मागास वर्ग आयोग, राष्ट्रीय मागास वर्ग आयोग आणि सर्वोच्च न्यायालय या तीन यंत्रणा वितरणात्मक न्याय किंवा सकारात्मक कृतीचे संरक्षण करत आहेत. मात्र, सरकारांच्या भूमिकेत धरसोड होत आहे. उच्च न्यायालयामध्ये धरसोड झाली. उदा. दिल्ली उच्च न्यायलयाने इतर प्रदेश किंवा राज्यातील ओ.बी.सी., एस.सी. आणि एस.टी. यांना आरक्षण दिल्ली येथे देण्याचे समर्थन केले; तर न्या. एस.बी. सिन्हा आणि सिरिएक जोजेफ खंडपीठाने दुसऱ्या राज्यातील ओ.बी.सी., एस.सी. आणि एस.टी. यांना आरक्षण देण्यास अवैध ठरवले होते. न्या. रंगनाथ मिश्रा यांनी मुस्लीम शिक्षण आणि विकासात मागास आहेत, असा निवाडा दिला होता. मात्र, मुस्लीम आरक्षण अवैध ठरत आहे. मथितार्थ, सरकारे मुस्लीम आरक्षणाचा विषय योग्य पद्धतीने सादर करत नाहीत; त्यामुळे वितरणात्मक न्याय किंवा सकारात्मक कृती हा विचार पेचप्रसंगात सापडला आहे.

वरील विवेचनाचा मथितार्थ म्हणजे, आरक्षणीकरण ही प्रक्रिया वितरणात्मक न्याय किंवा सकारात्मक कृतीच्या बरोबर विरोधी भूमिका घेणारी आहे; त्यास राज्य मागास वर्ग आयोग, राष्ट्रीय मागास वर्ग आयोग आणि सर्वोच्च न्यायालय रोखण्याचा प्रयत्न करत आहेत. मात्र, आरक्षणीकरणास सरकारांचा पाठिंबा दिसतो; यामुळे

सरकार या यंत्रणेच्यावरती राज्य मागास वर्ग आयोग, राष्ट्रीय मागास वर्ग आयोग आणि सर्वोच्च न्यायालय याच्याकडे केस गेल्यानंतर ती अवैध ठरते. या नियमानुसार जाट, मराठा किंवा धनगर यांची आरक्षणाची भूमिका अवैध ठरली. त्यामुळे सरकार विरुद्ध राज्य मागास वर्ग आयोग, राष्ट्रीय मागास वर्ग आयोग आणि सर्वोच्च न्यायालय असा नवा संघर्ष उभा राहिला आहे. हा वाद सरकारी यंत्रणांमध्ये गेल्यामुळे सरकारी यंत्रणांचे दोन गटांमध्ये विभाजन झाले आहे.

आरक्षणाचे राजकारण

आरक्षण आणि राजकारण यांच्या संबंधातून दोन प्रकारच्या राजकीय प्रक्रिया घडल्या आहेत. एक म्हणजे आरक्षणाचे राजकीयीकरण ही प्रक्रिया घडली आहे. दुसरी प्रक्रिया म्हणजे राजकारणाचे आरक्षणीकरण झाले आहे. या दोन्ही प्रक्रियांमधून परस्पर विरोधी स्वरूपाचे राजकारण घडते. या कारणामुळे काहींना आरक्षणाचे राजकारण आदर्शवादी वाटते तर काहींना विषारी वाटते. परंतु, प्रत्यक्षात हे राजकारण प्रक्रियात्मक किंवा वास्तवलक्षी स्वरूपाचे आहे.

आरक्षणाचे राजकीयीकरण या प्रक्रियेमध्ये राजकीय कृतिप्रवणता आणि सामाजिक न्याय विरोधी राजकारणाचे केंद्रीकरण झाले आहे. यांची आपणास पंचसूत्री दिसते. एक म्हणजे, आरक्षणाचा मुद्दा राजकारणाला विशिष्ट आकार देतो, असे दिसते. राजकारण करताना समाजाचे विभाजन दोन-तीन गटांमध्ये केले जाते. या प्रकारचे राजकारण राज्यकर्ते आणि राज्यसंस्था आरक्षण या इश्यूच्या आधारे करते; त्यास 'समाजाचे स्तरीकरण', असे म्हटले जाते. या सामान्यीकरण झालेल्या नियमांचा वापर आरक्षणाच्या आधारे करून मतदारांचे दोन छावण्यांमध्ये विभाजन केले जाते. 'आरक्षण समर्थक' आणि 'आरक्षण विरोधक' अशा दोन छावण्यांमध्ये राजकारणाचे विभाजन करण्याचा प्रयत्न डावे आणि उजवे पक्ष करतात; तर काँग्रेस पक्ष मध्यम विचारांचा पुरस्कार करत आरक्षणाचे समर्थन आणि आरक्षणाचा विरोध अशा दोन्ही भूमिका घेतो. राष्ट्रीय आणि राज्यपातळीवरील काँग्रेस आरक्षणाचे समर्थन करणारे राजकारण करते. आरक्षणाच्या चौकटींमध्ये सार्वजनिक धोरणांची आणि योजनांची निश्‍चिती केली जाते; तर प्रादेशिक पातळीवरील काँग्रेस संघटनेत आरक्षण समर्थनाखेरीज आरक्षण विरोधी रसायन देखील असते. प्रादेशिक पक्षांचा आरक्षण मुद्द्यावर असा दुहेरी राजकीय व्यवहार असतो; कारण खुल्या प्रवर्ग, मध्यम वर्ग आणि आरक्षण लाभार्थी अशा परस्पर विरोधी गटांची मोट ते बांधण्याचे राजकारण करतात. या राजकारणात विरोधाभास मोठा आहे. तरीही मोठा मुद्दा असा दिसतो की, राजकीय पक्षांना राजकीय कृतिप्रवणता घडून आणण्यासाठी 'आरक्षणाचा

इश्यू' उपयुक्त ठरतो; त्यामुळे आरक्षणाची उपयुक्तता राजकीय कृतिप्रवणतेसाठी सतत दिसून आली आहे.

दुसरे म्हणजे, आरक्षण इश्यूच्या आधारे नवीन वर्गवारी करणे, हा राजकारणाचा गाभा आहे; कारण नवीन वर्गवारीमधून नवी राजकीय अस्मिता घडविली जाते. उदा. मराठा जाती समूहास आर्थिक व शैक्षणिक मागास अशी नवीन अस्मिता देण्यात आली. नवीन ओळख देणे हा राजकारण गतिशील करण्याचा एक भाग असतो. मराठा जातीतील बहुसंख्य मतदार शिवसेना भाजपकडे स्थलांतरित झाले आहेत. या मतदारांना पुन्हा काँग्रेस आणि राष्ट्रवादी काँग्रेसकडे वळविण्यासाठी मराठा आरक्षणाच्या आधारे नवीन ओळख देण्याचे राजकारण दोन्ही काँग्रेस पक्षाकडून केले जाते. यास संदर्भ निवडणुकीचा असतो. या संदर्भात राजकीय पक्ष, जात संघटना व अभिजनांकडून आरक्षण मुद्यांच्या आधारे राजकीय संघटन केले गेले. ही आरक्षण इश्यूची उपयुक्तता होती.

तीसरे म्हणजे, आरक्षण हा इश्यू जातीचे जुने समझोते तोडण्यासाठी आणि जातींचे नवीन समझोते घडविण्यासाठी उपयुक्त ठरला आहे. शिवसेना-भाजपमध्ये मराठा आणि ओ.बी.सी. असा एक समझोता सध्या आहे. शिवाय त्यास उच्च जातींच्या नेतृत्वाची आणि पक्ष संघटनेचेही मान्यता आहे, २०१४च्या अशा लोकसभा निवडणुकीत दिसले होते. उच्च जाती, मराठा आणि ओ.बी.सी. या समझोत्यांच्या विरोधातील प्रक्रिया मराठा आणि धनगर आरक्षण इश्यूवर घडविली गेली. मराठा, धनगर, उच्च जाती आणि आदिवासी या जातींतील नेतृत्व २०१४ च्या विधानसभा निवडणुकीत या परिचर्चेमध्ये गुंतलेले होते. भाजप-शिवसेना यांचा प्रयत्न आरक्षणाच्या आधारे विविध जातींचा मिळालेला पाठिंबा स्थिर करण्याचा होता; तर काँग्रेस-राष्ट्रवादी काँग्रेस पक्षांचा प्रयत्न भाजप शिवसेनेचा पाठिंबा विस्कळीत करण्याचा होता. तसेच शिवसेना भाजपकडे सरकलेला पाठिंबा आरक्षणाच्या आधारे स्थलांतरित करण्याचा प्रयत्न होता.

चौथे म्हणजे, आरक्षण या इश्यूच्या आधारे भैतिक हितसंबंधांचे राजकीयीकरण केले गेले आहे; म्हणजेच आरक्षणाच्या इश्यूवर आधारित हितसंबंधी गटांचे राजकारण घडते. गेली दोन-तीन दशके आरक्षणाचे राजकारण प्रत्येक जातीमधून हितसंबंधाच्या आधारे घडत गेले आहे. उदा. मराठा, धनगर, भोई, कोळी, वडार अशा जाती त्यांच्या दृष्टिकोनातून आर्थिक-शैक्षणिक, नोकरी आणि राजकारण अशा क्षेत्रांतील भौतिक लाभाचा आणि राजकीय सहभागाचा शोध घेत होते. २८ ऑगस्ट २०१४ रोजी लिंगायताच्या विविध जातींचा इतर मागास वर्गांत समावेश केला आहे (लिंगायत गुरव, जंगम, न्हावी, परीट धोबी, फुलारी, सुतार, वाणी, तांबोळी, कुल्लेकडगी,

कोष्टी, देवांग, साळी). या जातींची आंदोलने महाराष्ट्रात आक्रमक झाली होती; कारण या आंदोलनांना अंतर्गत आणि बाह्य अशा दोन्ही बाजूने पाठिंबा होता. अंतर्गत पाठिंबा म्हणजे सत्तेमधील नेतृत्व आणि प्रशासकीय अधिकारी यांच्याकडून आंदोलनास सल्ला मिळत असे; म्हणजे वित्तीय आणि सल्लागार अशा दोन प्रकारचा पाठिंबा आरक्षणाच्या आंदोलनाला सरकारमधून मिळत होता, यास 'अंतर्गत डावपेचाचे राजकारण' म्हटले जाते. आरक्षणाचे राजकारण बाह्य बाजूने लढवले जात होते; याचा अर्थ तळागाळातील समूहांचे राजकीय संघटन करण्यासाठी थेट मीडियामध्ये भडक चर्चा करण्याचे राजकारण केले जात होते. मथितार्थ, आरक्षणाचा इश्यू थेट तळागाळातील समूहांमध्ये मोठ्या पातळीवर मराठा आणि धनगर समाजामध्ये पसरवण्याचे राजकारण केले होते; याखेरीज लॉबी म्हणून संघटितपणे जाती आरक्षणाच्या इश्यूवर एकत्रित झाल्या होत्या.

पाचवे म्हणजे, एका वर्गवारीतून दुसऱ्या वर्गवारीमध्ये समाविष्ट करून त्या वर्गवारीचे आर्थिक-शैक्षणिक, नोकरी आणि राजकारण या क्षेत्रातील लाभ मिळवण्याचे राजकारण आरक्षण या इश्यूच्या आधारे केले गेले आहे. मराठा समाजाला वेगळ्या आरक्षणापेक्षा ओ.बी.सी. वर्गवारीत आरक्षण अपेक्षित होते; तर धनगर, भोई, कोळी, वडार यांना एस.टी. या वर्गवारीमध्ये आरक्षण अपेक्षित आहे. आरक्षणाचे राजकीयीकरण करण्याचे निश्चित झाल्यावर त्या प्रकारचे पुरावे तयार केले जातात. यासाठी शब्दांचे अर्थ बदलणे. जातींचा सामाजिक-सांस्कृतिक इतिहास बिगर क्षत्रिय पद्धतीने मांडून दाखविण्याची राजकीय कसरत केली जाते; यातून आरक्षण विरोधी चळवळ उदयास येते; आरक्षणाचा मूळ हेतू आणि उद्दिष्ट बाजूला जाते. केवळ भौतिक हितसंबंधाची फेराफेरी हा राजकीय अर्थ आरक्षणाच्या इश्यूचा शिल्लक राहातो.

राजकारणाचे आरक्षणीकरण भारतात १८८२ पासून होत आले आहे. गेल्या दोन-तीन दशकांमध्ये ही प्रक्रिया स्पष्टपणे दिसू लागली आहे. या राजकारणाचा संबंध सामाजिक न्याय किंवा सकारात्मक कृतीशी संबंधित आहे. या प्रकारच्या राजकारणाची दोन सूत्रे दिसतात. एक म्हणजे, आरक्षणा इश्यूच्या आधारे वर्चस्वशाली जातीसमूहांच्या अधिमान्यतेचा ऱ्हास घडविण्याची प्रक्रिया जाणीवपूर्वक गतिमान केली गेली. राजकारणाचा आरक्षणाच्या संरक्षणासाठी कौशल्याने सामूहिक कृती म्हणून वापर केला जातो. या प्रक्रियेमध्ये आरक्षणाची वर्गवारी बदलणारांची समीक्षा केली जाते. उदा. मराठेतर जाती आरक्षणाच्या इश्यूवर मराठा जातीच्या राजकीय वर्चस्वाची जाणीव मराठेतर समूहांमध्ये करून देतात. तसेच मराठा वर्चस्व मोडण्यासाठी माध्यमांच्या मदतीने तळागाळात प्रचार करतात. हा मराठा वर्चस्वाच्या विरोधातील

राजकारणाचा कणा होता; यातून मराठा नेतृत्व आणि काँग्रेस आणि राष्ट्रवादी काँग्रेस पक्षांची अधिमान्यता कमी झाली. त्यास 'अधिमान्यतेच्या ऱ्हास घडविण्याचे राजकारण' असे संबोधिले पाहिजे.

दुसरे म्हणजे, आरक्षण ही एक सामाजिक न्यायाची चळवळ म्हणून परिचित आहे. सामाजिक न्यायाचे राजकारण कृतिप्रवण करण्यासाठी आरक्षणाची विषयपत्रिका मांडली जाते. सामाजिक न्यायाच्या राजकारणात सामाजिक भेदभाव, राजकीय वंचितता, धार्मिक अपवित्रता आणि आर्थिक विषमता या सारख्या संरचनात्मक आणि विषम मूल्यांच्या विरोधात स्पष्टपणे भूमिका घेतली गेली होती. महात्मा फुलेंनी हंटर कमिशनच्या पुढे वंचिततेचा इश्यू मांडला होता (१८८२). त्रावणकोर (१८९१), कोल्हापूर (१९०१), बडोदा व म्हैसूर या संस्थांनी देखील सामाजिक न्यायाचे राजकारण केले. या प्रकारचे राजकारण ब्रिटिश सरकारला सामाजिक न्यायासाठी आरक्षणाच्या तरतुदी कायद्यांमध्ये समाविष्ट करावयास लावण्याचे देखील होते (१९०९, १९१९, १९३५). याखेरीज भारतीय राज्यघटनेमध्ये आरक्षणाच्या तरतुदी करण्याचे देखील होते.

राजकारणाच्या सामाजिक न्यायीकरणाशीचा संबंध कमी होऊन आरक्षणाचे राजकीयीकरण आणि मोठ्या प्रमाणावर घडू लागले. ही प्रक्रिया वसाहतीच्या काळापासून घडत आली आहे. राष्ट्रवादी आणि सामाजिक न्याय या दोन राजकारणांच्यापेक्षा वेगळे सत्तासंबंधाचे राजकारण ब्रिटिश सरकारने आरक्षण या इश्यूवर केले. भारत स्वतंत्र झाल्यानंतर भारतातील राज्यकर्ते आणि राज्यसंस्था सत्तासंबंधाच्या चौकटींमध्ये आरक्षणाचा इश्यू हाताळत गेले; त्यामुळे आरक्षणाचे राजकारण जसे सामाजिक न्यायाचे घडले; तसेच आरक्षणाचा इश्यू राजकीय संघटन करणारा मध्यवर्ती केंद्रबिंदू ठरला आहे. 'आरक्षणाचे राजकीयीकरण' या चक्रव्यूहामध्ये सध्या खोलवर आरक्षणाचा इश्यू गुंतलेला आहे. त्याचा गाभा सत्तासंबंधाचा आहे.

आरक्षणास्त्र

मागास समाजासाठी राखीव जागा ठेवण्याचा अधिकार कोणाला आहे, हा कळीचा मुद्दा आहे. भारतीय राज्यघटनेला राखीव जागा ठेवण्याचा अधिकार आहे, अशी भूमिका घेतली जाते; तेव्हा सरकारला राखीव जागा ठेवण्याचा अधिकार नाही या मुद्यावर वादक्षेत्र उभे राहिले. भारतीय राज्यघटनेतील ३३५ व्या कलमात दलित आणि आदिवासी या दोन समूहांच्यासाठी सार्वजनिक नोकऱ्यांमध्ये राखीव जागा ठेवण्याचा सरकारला अधिकार आहे. याखेरीज कलम १६ (४) व १५ (४) या

कलमांचा आधार घेत सरकार ओ.बी.सीं.साठी राखीव जागा ठेवते. यामध्ये सरकारी नोकरीत पुरेसे प्रतिनिधित्व, त्या वर्गाचे सरकारी नोकरीतील कमी प्रमाण आणि त्या वर्गाच्या विकासासाठी तसेच प्रतिष्ठेसाठी सरकार राखीव जागा ठेवू शकते. या कलमांच्या आधारे मराठा समाजांच्या आरक्षणाचा दावा सरकार करत आहे. या पायाभूत कलमांच्या आधारे मराठा आरक्षणाच्या संदर्भात चर्चाविश्व उभे राहते. या मूलभूत कलमांच्या आधारे मराठा आरक्षणाच्या संदर्भात पुढील दावे केले जातात. एक म्हणजे, राजकारणाचे क्षेत्र वगळून शैक्षणिक व सरकारी नोकरीच्या क्षेत्रात मराठा समाजाचे प्रतिनिधित्व पुरेसे नाही. शिक्षण कोणत्या स्तरावरील आणि सरकारी नोकरी देखील कोणत्या पातळीवरील हा मुद्दा जास्त महत्त्वाचा आहे. आर्थिकदृष्ट्या न परवडणारे शिक्षण हा मराठा राखीव जागा समर्थकांचा मुख्य मुद्दा आहे; तर नोकरीच्या संदर्भात त्यांचे सर्वसाधारण आकलन आहे; कारण सरकारी नोकरी देखील एकाच प्रकारची नाही. राज्य सरकार आणि केंद्र सरकार असा फरक आहे; मराठा आरक्षण समर्थक केवळ राज्यांच्या नोकऱ्यांबद्दल भाष्य करत आहेत. केंद्र सरकारच्या नोकऱ्यांबद्दल ते मागणी करत नाहीत; यामुळे शिक्षण आणि नोकरीच्या क्षेत्रातील राखीव जागांच्या मागणीला अचूकपणा नाही; याशिवाय राज्य सरकारच्या जिल्हा पातळीवरील नोकऱ्यांमध्ये मराठा जातीचे पुरेसे प्रतिनिधित्व आहे. विविध कौशल्यांवर व तांत्रिक ज्ञानावर आधारलेल्या क्षेत्रात मात्र मराठा समाजाचे पुरेसे प्रतिनिधित्व नाही. उदा. कवी, गायक, संगीतकार, लेखक, लष्करी अधिकारी अशा विविध क्षेत्रांमध्ये मराठा जातीचे पुरेसे प्रतिनिधित्व नाही. परंतु, स्थानिक नोकऱ्या आणि राजकीय क्षेत्रांत त्यांचे जास्त प्रतिनिधित्व आहे, हा फरक केला जात नाही. सरकार देखील अशा प्रकारचा फरक करून स्पष्ट भूमिका घेत नाही.

सरकारला मराठा समाजाला 'मागास वर्ग' असे निश्चित करताना विकास आणि प्रतिष्ठा या दोन्ही गोष्टी लक्षात घ्याव्या लागतात. मराठा समाजाचा विकास राज्याच्या सरासरी विकासाच्या तुलनेत जवळपास जातो. मराठा समाजाचा विकास हा फार प्रगती केलेला नाही; तसेच फार मागासलेला देखील नाही, असे चित्र उभे राहण्यातून मराठा समाजाला मागास ठरवण्यामध्ये सरकारपुढे मोठी अडचण निर्माण होते. मराठा समाजाचा विकास कसा मोजावा, याबद्दल प्रश्न आहेत. मराठा समाजातील राजे, पाटील, देशमुख, साखर उद्योजक यांचा विकास हा राज्यांतील अव्वल दर्जाचा आहे; तर लहान शेतकरी, जिरायत शेतकरी आणि दुष्काळी भागातील शेतकरी यांचा विकास मात्र राज्याच्या सरासरी विकासापेक्षा फारच कमी आहे. या दोन घटकांमध्ये फरक करण्याची यंत्रणा सरकारकडे सध्या नाही. मराठा ही एकच ओळख या दोन्हींमध्ये फरक करण्यास अपुरी ठरते. विकास हा केवळ आर्थिक

मोजला जात आहे; सामाजिक विकास मोजला पाहिजे. उदा. विधवा, शिक्षण कधीच न घेतलेली पिढी, मोलकरणी, शेतमजूर, घर आणि घरातील सुविधा या गोष्टींवर आधारित फरक केला पाहिजे. राजे, पाटील, देशमुख, साखर उद्योजक यांच्या तुलनेत सर्वसामान्य मराठा समूहाचा विकास तर फारच कमी आहे. मात्र, सरकारी निकषांवर आधारित त्यांचा सामाजिक विकास रखडलेल्या प्रकारात मोडणारा आहे. या दोन परस्परविरोधी स्तरांमध्ये सरकार फरक करत नाही.

विकासाच्या जोडीला 'प्रतिष्ठा' हा घटक महत्त्वाचा मानला जातो. ओ.बी.सी., दलित आणि आदिवासींच्या तुलनेत मराठा समाजाला खूपच जास्त प्रतिष्ठा मिळते. उच्च जाती आणि व्यापारी जातींच्या तुलनेत मात्र मराठा जातीची प्रतिष्ठा फारच कमी होते. गुणवत्तेच्या निकषांवर मराठा जातीची प्रतिष्ठा कमी होते. भाषा शैली, बोली भाषा व्यवहार अशा समाज व्यवहारातील गोष्टींमध्ये मराठा समाज प्रतिष्ठित नाही. सरंजामदार मराठा समाजाकडे संपत्ती आणि सत्ता असण्यामुळे भीतीयुक्त प्रतिष्ठा अचंबित करणारी आहे. मात्र, सरंजामदार नसलेल्या मराठा जातीकडे मात्र प्रतिष्ठा नाही; यातूनच मराठा जाती अंतर्गत प्रतिष्ठेच्या विभिन्न कल्पना आहेत; सरंजामदार आणि श्रीमंत मराठा तुच्छतावादी दृष्टिकोनातून व्यवहार गरीब मराठ्यांशी करतो; असा समाजांतर्गत व समाजबाह्य प्रतिष्ठेचा व्यवहार घडतो. या सामाजिक वस्तुस्थितीमुळे मराठा समूहाला एक मानणे म्हणजे मराठ्यांचे एकसंघीकरण करण्याची प्रक्रिया घडते. प्रत्यक्षात मराठा समाजाअंतर्गत वर्गवारी आहे, याकडे दुर्लक्ष होते.

मागास वर्ग ठरविण्याचा अधिकार सरकारला आहे. परंतु, सरकारने विकास व प्रतिष्ठा या घटकांचा तपशीलवार विचार केला नाही; त्यामुळे सरकारचे या दोन मुद्यांवरील आकलन सर्वसाधारण या प्रकारातील आहे. त्यांच्याकडे मराठा समूहामध्ये विशेष फरक करण्याचे अकलन दिसत नाही. मराठा आरक्षणांशी संबंधित विविध समित्या, मागास वर्ग आयोग, न्यायालय हे घटक सरकारशी संबंधित आहेत. त्यांची भूमिका सरकारपेक्षा जास्त चिकित्सा करणारी आहे. सराफ समिती, बापट आयोग आणि राज्य मागास वर्ग आयोग यांनी मराठा आरक्षणांतील या गुंतागुंतीमुळे मराठा आरक्षणाच्या स्पष्टपणे शिफारशी केल्या नाहीत. या वस्तुस्थितीमुळे सरकार मराठा आरक्षणाचे समर्थक आणि सरकारशी संबंधित घटक आरक्षण विरोधी असा विरोधाभास महाराष्ट्रात निर्माण झाला आहे, यामध्ये सरकारची भूमिका कायदेशीर नाही, असे चित्र स्पष्टपणे दिसत आहे. यावर आधारित साधा प्रश्न पडतो की, सरकार आणि सरकारच्या घटकांमध्ये बेबनाव आहे. तसेच सरकारची भूमिका राजकीय आहे. सरकारची भूमिका राजकीय स्वरूपाची जास्त आहे. गेली तीन दशके सरकार मराठा आरक्षणाच्या मुद्याचे राजकारण करत आले आहे. या मुद्याचे राजकारण न करता देखील हा प्रश्न

सोडविणे शक्य होते; कारण केवळ राखीव जागा ठेवणे हाच यावरील एकमेव उपाय नाही; मराठा जातीतील मागास वर्गांच्या प्रतिनिधित्वासाठी राखीव जागांच्याखेरीज इतर मार्ग सरकारला वापरता येतो. त्यास 'आरक्षण' असे म्हणण्याची गरज नसते. या प्रकारचा अधिकार सरकार सातत्याने वापरत असते. मात्र, मराठा जातीच्या संदर्भात आरक्षण या मुद्यांवर सरकार, जातसंघटना अडून बसल्या आहेत. याचा अर्थ, सामाजिक न्यायापेक्षा सामाजिक न्यायाचा राजकीय दावा करण्यामध्ये सरकारचा जास्त सहभाग दिसत आहे; म्हणजेच सरकार सामाजिक न्याय आणि राजकारण यांचे मिश्रण करत आहे; अशा प्रकारची सरमिसळ करण्यामुळे सामाजिक न्याय किंवा सकारात्मक कृती या गोष्टी राजकारणाचे साधन ठरल्या आहेत.

पृथ्वीराज चव्हाण सरकारने मुस्लीम आणि मराठा समाजातील मतदारांना आकर्षित करण्यासाठी आरक्षण जाहीर केले. आघाडी सरकारमधील राष्ट्रवादी काँग्रेस पक्षांने खुलेपणे जाहीर केले की, आरक्षणाचा हेतू मराठा मतदारांना आकृष्ट करणे हा आहे. याखेरीज शिवसेना, भाजप आणि विविध मराठा जात संघटनांनी या निर्णयाचे वेगवेगळ्या पद्धतीने समर्थन केले; यातून मराठा ही एक मतपेटी आहे, असा मुख्य अर्थ राजकीय पक्ष व जातसंघटना काढत आहेत. मुस्लीम व मराठा जातींचे राजकीय ऐक्य साधावे, असे त्यामध्ये गृहीत धरले जाते; तसेच या समाजांनी पक्षाचे समर्थक करावे, अशी प्रक्रिया घडविणे हा हेतू आहे; ही भूमिका राजकीय स्वरूपाची आहे; इथे सामाजिक न्याय आणि राजकारण या दोन गोष्टींची सरमिसळ केली जाते; राजकारण करण्यासाठी आरक्षणास्त्र वापरले जाते. मात्र, आरक्षण हे राजकारणाच्याखेरीज सामाजिक न्यायाचे एक सार्वजनिक धोरणात्मक साधन आहे. हे लक्षात न घेतल्यामुळे आरक्षणाच्या उद्देशात फेरबदल घडला आहे. 'आरक्षण' ही एक राजकीय ओळखपत्र म्हणून राजकीय हेतूने वापरली जाते; यामध्ये पक्षांचा तर सहभाग आहे. याशिवाय, सामाजिक न्यायवादी आणि विरोधी अशा दोन्ही संघटनांचा देखील या प्रक्रियेत सहभाग आहे.

दलित आणि आदिवासी यांच्या सामाजिक न्यायाच्या आरक्षणास विरोध करण्यासाठी आरंभी आर्थिक निकषांवर आरक्षण ठेवण्याचा मुद्दा मांडला गेला. या मुद्यांची चर्चा संघपरिवारातून आरंभी दमदारपणे केली गेली; त्यानंतर हा मुद्दा मराठा महासंघाचा एक मुख्य कार्यक्रम झाला. ऐंशीच्या दशकाच्या आरंभी मराठा समाजातील हिंदू परिवारातील संघटनांनी अनुसूचित जातींच्या विरोधात घालवली होती. मराठा समाजाची नोकरीची संधी का जाते, याचे सुलभ उत्तर 'आरक्षण' दिले गेले होते. या मुद्याची चर्चा मराठा महासंघाने केली होती. हे चर्चाविश्व हिंदुत्वाच्या चौकटीमध्ये उदयास आले. यातून हिंदू परिवाराचे दोन प्रकारचे राजकारण घडले. एक म्हणजे,

आरक्षणाच्या विरोधात मराठा ताकदीचा साधन म्हणून वापर. दुसरे म्हणजे, मराठा व दलित यांच्यामध्ये राजकीय ध्रुवीकरण करणे. या दोन प्रकारचे राजकारण ऐंशीच्या दशकाच्या आरंभी सुरू झाले होते. यामध्ये हिंदुत्व परिवार व मराठा महासंघ यांच्यात समझोता होता का? हा एक यक्ष प्रश्न उभा राहिला. या घडामोडीस अनुसूचित जातींनी कसे समजून घेतले? त्यांनी मराठा समाजाचे उपद्रवमूल्य उच्च जातींच्या विरोधात वळवले. त्यांनी मराठा समाजाची नोकरीची संधी जाण्याचे कारण उच्च जाती असल्याचे स्पष्ट केले. अनारक्षित जागांवर उच्च जातीतील व्यक्तींना संधी मिळते. मात्र, मराठा समाजाला संधी कमी मिळते. अशी अकडेवारीसह चर्चा बामसेफने सुरू केली होती. यामध्ये प्रवीण गायकवाड यांनी पुढाकार घेतला. प्रवीण गायकवाड यांनी मराठा जातीच्या मागासपणाचे कारण उच्च जातींमध्ये असल्याची चर्चा सुरू केली. या भूमिकेस मराठा परिवार आणि मध्यमवर्गीय मराठा जातींमधून प्रतिसाद मिळाला होता. विशेष म्हणजे देशमुख व पाटील यांसारख्या समाजातून पाठिंबा मिळाला. यातून उच्च जातीविरोध तीव्र झाला; विशेष म्हणजे बामसेफ ही संघटना म्हणजे 'थिंक टंक' आहे, असे प्रमाण मानत रामदास आठवले यांनी त्यांची भूमिका मराठा आरक्षणाला पाठिंबा देण्याची जाहीर केली. यामध्ये बामसेफचे राजकारण दोन प्रकारचे- एक म्हणजे, मराठा समाजाचा दलित आरक्षणास पाठिंबा मिळवणे. दुसरे म्हणजे, उच्च जातींची नोकरी भागीदारी कमी करणे. या दोन्ही उद्देशांसाठी बामसेफने मराठा समाजातील कार्यकर्ते तयार केले; यातून महाराष्ट्रामध्ये उच्च जाती विरोध या तत्त्वाचा नव्या संदर्भात विस्तार झाला. याचा मथितार्थ, हिंदुत्व आणि बामसेफ यांनी देखील त्यांच्या राजकारणासाठी आरक्षणास्त्र वापरले; म्हणजेच उच्च जाती आणि अनुसूचित जाती यांनी चतुरखेळी करत मराठा समाजाशी राजकीय व्यवहार केला; यातून मराठा समाजात 'दलित विरोध' आणि 'उच्च जाती विरोध' ही सामाजिक प्रक्रिया घडली होती. आर्थिक निकषांच्या आधारे हिंदुत्व परिवाराने सामाजिक न्याय विरोधी आरक्षण, या मुद्याचे राजकारण केले; याबरोबरच सामाजिक न्यायाची बाजू घेणाऱ्या बामसेफने देखील सामाजिक न्यायाच्या ऐवजी राजकीय भूमिका घेतली होती. थोडक्यात, हिंदुत्व परिवार आणि बामसेफ यांची भूमिका मराठा आरक्षणासंदर्भात चतुर राजकीय खेळी या स्वरूपाची होती. या अर्थाने ती भूमिका मराठा समाजाची नव्हती.

हिंदुत्व परिवार व मराठा महासंघाची आर्थिक निकषांवर आरक्षण आणि बामसेफची अनारक्षित जागांमध्ये मराठा आरक्षणाची मागणी या दोन्ही मुद्यांच्या खेरीज छावा, शिवसंग्राम अशा संघटनांमध्ये दुष्काळी भागातील युवकांचे संघटन झाले; यातून 'नोकरी' आणि 'शिक्षण' हे दोन मुद्दे पुढे आले. या सर्व संघटनांनी

आरक्षणास्त्राचा वापर करत सरकार विरोधी भूमिका घेतली; सरकारमध्ये मराठा समाजाचे मुख्यमंत्री होते. तसेच सरकारवर मराठा राज्यकर्त्यांचे नियंत्रण होते. त्यांचे सामाजिक-आर्थिक चारित्र उच्च श्रीमंत असे होते. त्यांच्या विरोधात मराठा समाजातील जात संघटना गेल्या. शिवाय, काँग्रेस व राष्ट्रवादी काँग्रेस विरोधात सर्व राजकीय पक्ष मराठा आरक्षणाची बाजू घेऊ लागले. ही प्रक्रिया थेट ऐंशीच्या दशकापासून घडत होती. यातील सर्वांत जास्त सुप्रसिद्ध चर्चाविश्व मराठ्यांच्या राजकीय वर्चस्वाच्या आव्हानाचे होते. ऐंशीसालापासून थेट आजपर्यंत या चौकटीमध्ये चर्चा केली गेली आहे. वसंतदादा पाटील, शरद पवार आणि आरक्षणाच्या मागण्या करणाऱ्या संघटना यांच्यामध्ये एक प्रकारचा समझोता असतो. त्यांचा संबंध मराठा मतदारांच्या राजकीय वर्तनाशी संबंध आहे, असा अर्थ लावला जातो. या चर्चाविश्वाचा टप्पा म्हणजे २०१४च्या विधानसभा निवडणुकीपूर्वी मराठा समाजाला सोळा टक्के आरक्षण देण्यात आले हा होता. थोडक्यात, निवडणूक आणि मराठा आरक्षण यांचे संबंध हा मध्यवर्ती आशय राहिला आहे. या आशयाच्याबद्दल मराठा अभिजन आणि मराठा जातसंघटना यांचे संबंध उघडपणे सातत्याने दिसून आले आहेत. शरद पवार, विलासराव देशमुख, अशोक चव्हाण, अजित पवार आणि नारायण राणे यांचे आरक्षणाच्या मुद्यावर जातसंघटनांशी मैत्रीपूर्ण संबंध होते. या संबंधांमधून मराठा समाजासंबंधी राजकीय व्यवहार दिसून आला. यापेक्षा जास्त महत्त्वाचा मुद्दा म्हणजे सामाजिक मागासलेपण यास राजमान्यता मिळाली. सामाजिक मागासलेपणा मोजण्याची फुटपट्टी फारच लहान आहे. वर्ण व्यवस्था आणि जाती व्यवस्थेच्या संदर्भात तुलनात्मक पद्धतीने सामाजिक मोजमाप करण्याची पद्धत वापरली गेली नाही; कारण या निकषावर मराठा समाज हा सामाजिक मागास ठरत नाही. मराठा समाजाला अशुद्ध म्हणून सातत्याने दुय्यम स्थान ओ.बी.सी. आणि अनुसूचितजातींच्या प्रमाणे नव्हते. मराठा समाजांने क्षत्रियत्व आणि शुद्धता या दोन मुद्यांचा केवळ दावा केला नाही; तर त्या दोन्ही गोष्टी त्यांच्या दैनंदिन व्यवहाराचा मध्यवर्ती गाभा होता. यातूनच सत्ता, संपत्ती, अधिकार आणि प्रतिष्ठा मराठा समाजात होती; म्हणून मराठा समाजाच्या आरक्षणाला वैचारिक विरोध केला जातो; यामध्ये राजकारणाचा मुद्दा फारसा येत नाही. परंतु, मराठा आरक्षणाचा मुद्दा उच्च जाती, अनुसूचित जाती, ओ.बी.सी. आणि राज्यकर्ता वर्ग यांच्या दृष्टिकोनातून राजकीय स्वरूपाचा आहे; किंबहुना, राजकारणाचे इंजिन चालविण्यासाठी मराठा आरक्षण हे इंधन ठरले. या दृष्टिकोनातून विविध संघटनांनी मराठा आरक्षणाचे राजकारण केले.

मराठा समाजातील जात संघटना, हिंदुत्व परिवार, बामसेफ, सर्व राजकीय पक्ष यांची भूमिका सामाजिक न्याय विरोधी दिसते. यानंतर ओ.बी.सी. समाजातील

राज्यकर्ते मराठ्यांचा समावेश ओ.बी.सी. वर्गवारीत करण्यास विरोध करत आहेत. मात्र, त्यांनी स्वतंत्र वर्गवारी करून आरक्षण देण्यास पाठिंबा दिला आहे. या सर्व भूमिकांमध्ये खोलवर राजकीय व्यवहार दिसतो. या मतांशी सरकार देखील सहभागी झाले आहे. विधानसभा या संघटनांच्यापेक्षा वेगळा विचार करत नाही, असे दिसून आले आहे. राज्य मागास वर्ग आयोग व न्यायालय या दोन यंत्रणांनी यापेक्षा वेगळी भूमिका घेतली तर आरक्षण लागू होणार नाही, अशी चर्चा काँग्रेस व राष्ट्रवादी काँग्रेस पक्षांचे प्रतिस्पर्धी करत आहेत. ही भूमिका अर्थातच दुहेरी स्वरूपाची आहे. यामध्ये देखील राजकारण मध्यवर्ती आहे; त्यामुळे राजकारणाच्या इंजिनचे इंधन मराठा-मुस्लीम आरक्षण झाले आहे.

मराठा आरक्षणाचे राजकीय तर्कशास्त्र

'मराठा आरक्षण' प्रश्नाची व्याप्ती फार छोटी आहे. मात्र, आरक्षणवादी आणि आरक्षण विरोधकांनी त्यांची व्याप्ती विस्तृत असल्याची भ्रामक जाणीव निर्माण केली आहे. प्रश्नाबाबत स्पष्टपणा कोणत्याही सरकार आणि विरोधातील नेत्याने दाखविला नाही. उलट, मराठा समाजात गरिबी आहे किंवा हे वास्तव आहे, अशी एका बाजूला भूमिका आणि दुसऱ्या बाजूने आरक्षणाबाबत निसरडे मत यामुळे आरक्षणवादी शक्तींना ताकद मिळत गेली; यातून आरक्षण तर्कसंगत असल्याची जाणीव वाढली; याचाच अर्थ आरक्षणाचे तर्कशास्त्र राजकीय स्वरूपात व्यक्त होत गेले. त्यांची आर्थिक व सामाजिक बाजू मात्र अचूकपणे स्पष्ट झाली नाही.

मराठा महासंघाच्या स्थापनेपासून ते नारायण राणे समितीपर्यंत मराठा आरक्षण समर्थक आणि विरोधक यांच्यातील संघर्ष गेली तीस वर्षे सातत्याने रंगत राहिला आहे. या संघर्षात मराठा आरक्षण समर्थक फार प्रगती करू शकले नाहीत; तसेच मराठा आरक्षण विरोधकांना त्यांचे विरोधाचे तर्कशास्त्र काटेकोरपणे मांडता आले नाही. मराठा आरक्षण विरोधकांची भूमिका सातत्याने घसरडी राहिली आहे; त्यामुळे मराठा आरक्षणाच्या मुद्द्यांवर मोठी सहमती आकाराला आली, अशी भ्रामक जाणीव मराठा आरक्षण समर्थक गटांमध्ये पसरली आहे. याउलट, मराठा आरक्षणाच्या मुद्यावर रणसंग्राम उभा करत मराठा आरक्षण समर्थकांची एक पिढी पन्नास-साठीच्या घरात पोहोचली आहे; यामुळे मराठा आरक्षण समर्थक व विरोधकांचे अनुमानशास्त्र काटेकोर नाही, असे स्पष्टपणे दिसू लागते; कारण तीस वर्षांत या मुद्यावर काही निर्णय झाला नाही. याचा अर्थ राज्यकर्त्यांनी गेल्या तीस वर्षांत मराठा अस्मितेचे राजकारण केले. मराठा अस्मिता देखील संमिश्र स्वरूपात होती. मराठा हितसंबंधांचा दावा आणि अंतराय निर्माण करणारा विचारव्यूह हा मराठा अस्मितेचा गाभा होता, असे स्पष्टपणे दिसते.

राजकीय उपयुक्तता

मराठा आरक्षण या मुद्द्यांचे समर्थन राजकीय, शैक्षणिक आणि आर्थिक अशा तीन उपयुक्ततेमुळे केले जाते. या मुद्द्याची राजकीय उपयुक्तता निवडणुका, राजकीय कृतिप्रवणता, मतपेटी अशा स्वरूपात बरीच मोठी राहिलेली आहे; त्यामुळे सर्वपक्षीय मराठा आमदारांचे ऐक्य आरक्षणाच्या मुद्द्यावर सहज होते. राजकीय पक्ष सर्वपक्षीय मराठा आमदारांच्या ऐक्यास मूक संमती देतात; कारण त्यामध्ये जसा मराठा आमदारांचा राजकीय फायदा असतो; तसाच प्रत्येक पक्षाला आपण 'मराठा आरक्षण समर्थक' कसे आहोत, त्याचा एक पुरावा निवडणुकांच्या दरम्यान मराठा मतदारांच्यासमोर ठेवता येतो. ही तात्कालीन उपयुक्तता आरक्षणाच्या वाद विषयाचा मध्यवर्ती भाग झाला आहे. या राजकीय उपयुक्ततेमुळे मराठा आरक्षणाचा इश्यू हा शक्तिसंवर्धक स्वरूपात दिसतो. ही भ्रामक जाणीव सर्वदूर पसरली गेली. हा मुद्दा मराठा आरक्षणवाद्यांनी तीस वर्षे उलटून गेल्यानंतरदेखील समजून घेतला नाही. राजकीय पक्ष आणि सर्वपक्षीय आमदारांच्या खेरीज काही गटांचा मराठा आरक्षणाला पाठिंबा वेळोवेळी जाहीर झाला आहे; यांपैकी सर्वांत जास्त पुढाकार आर.पी.आय. आठवले गटाने घेतलेला दिसतो. आठवले सरळपणे असा पुढाकार घेण्याचे कारण पुन्हा त्यांच्या राजकीय कारकिर्दीत दडलेले आहे. आठवले यांच्या राजकारणास ओ.बी.सी. आणि मराठा या दोन्हींपैकी जास्त मदत अर्थातच मराठा अभिजन आणि मतदार यांच्याकडून होते किंवा नाकारले तरी जाते; यामुळे आठवले यांनी त्यांचे राजकारण सांभाळण्यासाठी मराठा समाजात एक गरीब वर्ग आहे; त्यांना आरक्षण मिळावे, अशी भूमिका विकसित केली आहे. आठवले यांना ज्या समाजाचा पाठिंबा आहे, त्यांच्यावर मराठा समाजाला आरक्षण दिल्याने फरक पडत नाही; तसेच फार मोठा तणाव निर्माण होत नाही; यामुळे त्यांना अशी भूमिका घेणे राजकीय व्यवहाराच्या दृष्टिकोनातून सोपे जाते.

राजकीय वर्चस्वाचे तत्त्वज्ञान

मराठा आरक्षणामुळे थेट राजकीय, शैक्षणिक आणि आर्थिक अशा तीन क्षेत्रांमध्ये फरक पडतो तो समाज म्हणजे 'ओ.बी.सी.' हा आहे; त्यामुळे ओ.बी.सी. नेते व ओ.बी.सीं.मधील मध्यमवर्ग (अभ्यास, विचावंत, पत्रकार) यांना मराठा आरक्षणाविरोधाचे तर्कशास्त्र विकसित करावे लागते. अर्थात, त्यांनी स्वीकारलेले मराठा राजकीय वर्चस्वाचे तर्कशास्त्र खरेतर विद्यापीठाच्या अभ्यासातून पुढे आलेले आहे. त्याचा ओ.बी.सी. नेते व ओ.बी.सीं.मधील मध्यमवर्ग यांनी कौशल्याने उपयोग करून घेतला; त्यामध्ये फार मोठी भर घातली नाही; आर्थिक क्षेत्रात कोण

किती प्रगत व कोण किती मागास यांचे सरकारी आकडे उपलब्ध आहेत, एवढेच पुरावे आहेत. नाशिक, अहमदनगरसह पश्चिम महाराष्ट्रात मराठ्यांसारखेच शेतकरी ओ.बी.सी. प्रगत आहेत. मात्र, शेतकरी ओ.बी.सीं.च्या खेरीजचे ओ.बी.सी. अतिमागास आहेत. मराठवाडा आणि पश्चिम विदर्भातील ग्रामीण भागातील ओ.बी.सी. आणि मराठ्यांमध्ये आर्थिक मागासलेपणा जवळपास समान असावा; कारण तेथे विविध सुविधांचा अभाव आहे (देशमुख व पाटील वगळून). यामुळे मराठा आरक्षणाचा मुद्दा आर्थिक बाबतीत मराठवाडा आणि पश्चिम विदर्भातील ग्रामीण भागाच्या संदर्भात जास्त टोकदार असलेला दिसतो; यामुळे या भागातील माजी मुख्यमंत्री आणि मराठा आमदार यांना मराठा आरक्षणाचा मुद्दा जास्त जवळचा वाटतो. परंतु, सकारात्मक कृतीशी त्यांना तो इश्यू जोडता येत नाही. सरकारी यंत्रणांचा वापर करून तेथील मागासपणाचे मूल्यमापन त्यांनी केले नाही; त्यामुळे मराठा मुख्यमंत्र्यांना या मुद्यावर जवळीक वाटते; मात्र त्यासाठी काम मात्र ते करत नाहीत. याचा अर्थ त्यांना गरीब मराठ्यांच्या प्रश्नात रस नाही; तसेच गरीब मराठा त्यांच्या सामाजिक तत्त्वज्ञानानुसार त्यांच्यापेक्षा कनिष्ठ स्थानावर आहे. गरीब मराठ्यांचे जाती अंतर्गत कनिष्ठ स्थान 'जैसे थे' ठेवण्याची कामगिरी श्रीमंत मराठ्यांनी पार पाडली आहे. अर्थातच, शेतकरी ओ.बी.सी. आणि राज्यकर्ते मराठा अंतर्गत राजकीय स्पर्धेत आहे. त्या राजकीय स्पर्धेत मराठा आरक्षण हा इश्यू साधन ठरतो. मथितार्थ, राजकीय वर्चस्वाचे तत्त्वज्ञान या मागे काम करत असते.

शासनाकडून प्रश्नाचे राजकीयीकरण

राज्यसंस्था आणि सरकार यांच्यामध्ये मराठा आरक्षणाच्या मुद्यावर ऐक्य नाही. सवलती कोणत्या गटांना देण्यात याव्या हे ठरविण्याचा अधिकार शासनाला आहे. विलासराव देशमुख सरकार, अशोकराव चव्हाण सरकार आणि पृथ्वीराज चव्हाण सरकार यांनी मराठा आरक्षणाला कधी स्पष्ट नकार दिला नाही. या सरकारांनी आरक्षणवाद्यांना मार्ग काढू, अशी आशादायक भूमिका घेतली; त्यामुळे आरक्षणवाद्यांच्या दृष्टिकोनातून सरकार जातनिष्ठ राहिल असे आशाळभूत नवे तर्कशास्त्र विकसित झाले. आरक्षणाच्या मुद्यावर निर्णय घेण्याची वेळ आल्यानंतर ओ.बी.सी.चा दबाव, बापट आयोगाच्या शिफारशी अशी विविध कारणे पुढे करून विविध सरकारांनी मराठा विरोधाची दिशा ओ.बी.सी. किंवा उच्च जाती यांच्याकडे वळवली. अर्थातच, यामध्ये खटपट करण्याचे पुन्हा तर्कशास्त्र जन्मास आले. 'काहीतरी करू किंवा मार्ग काढू' अशी भाषाशैली वापरली गेली. राज्यसंस्थेने मात्र स्पष्ट भूमिका घेतली नाही. उदा. मागास वर्ग आयोगाने आरक्षणास नकार दिला; हे त्याचे उत्तम उदाहरण आहे;

अशी भूमिका सरकारांनी घेतली नाही; त्यामुळे आरक्षणवादी शक्ती सरकारांच्या घसरड्या भूमिकेमुळे जास्तच आक्रमक झाली; यास सरकारने सुप्तपणे अवकाश उपलब्ध करून दिला. राणे समितीची नेमणूक करून आरक्षणांचे घोंगडे मराठवाडा आणि विदर्भाच्या बाहेर राणे यांच्या गळ्यात घातले. मथितार्थ, म्हणजे, मराठा आरक्षण प्रश्नाचे राजकीयीकरण सरकारने केले आहे; त्यामागे मतपेटीचे तर्कशास्त्र खोलवर मुरलेले होते.

क्षमतांचा आणि संधीचा अभाव

मराठा समाजाच्या नेत्यांच्या शैक्षणिक संस्था किती आहेत; यापेक्षा मराठा समाजात शैक्षणिक प्रगती किती झाली; त्यांच्यामध्ये क्षमतांचा विकास किती झाला. अभिजनांच्या मुलांसाठी कौशल्यांचे शिक्षण आणि सामान्य मराठ्यांसाठी दुय्यम शिक्षण अशी परिस्थिती साठ ते ऐंशी या दशकापर्यंत होती. नव्वदीच्या दशकानंतर शिक्षणाचे खाजगीकरण झाले. शिक्षण हा एक उद्योगधंदा झाला आहे; त्यामुळे अशा शैक्षणिक संस्था मराठ्यांनाच नव्हे, तर कोणालाच कौशल्याचे शिक्षण देत नाहीत. उलट अन्याय, शोषण आणि वंचिततेचे दाहक अनुभव गरीब मराठ्यांना येत राहातात. त्यामुळे सुशिक्षित मराठा हतबल असतो. त्याला ऐंशी नंतरच्या खाजगीकरणाच्या संदर्भात फार प्रगती साधता येत नाही. थोडक्यात म्हणजे, मराठ्यांच्या मुख्य दोन समस्या आहेत. एक म्हणजे, कौशल्यांचे शिक्षण कमीत कमी खर्चात उपलब्ध झाले पाहिजे. दुसरे म्हणजे, मराठवाडा आणि पश्चिम विदर्भातील ग्रामीण भागात शिक्षणाबरोबरच शेतीसाठीच्या सुविधा उपलब्ध झाल्या पाहिजेत. या दोन्ही तर्कशास्त्रांचा विकास नीटनेटकेपणे केला जात नाही. याउलट, मराठ्यांचे राज्य होते; मराठा लढवय्ये होते. त्यांच्याकडे शेती आहे. ही श्रीमंत मराठ्यांची गुणवैशिष्ट्ये गरीब मराठ्यांच्या मानेवर बसविलेली भूते आहेत.

अंतर्गत मतभिन्नता

मराठा आरक्षण समिती अनेक चेहऱ्यांची मिळून तयार झाली आहे. त्यामध्ये भिन्न राजकीय भूमिका असलेल्या संघटनांचा समावेश आहे. परंतु, तरीही समितीचे कामकाज पत्रकबाजी आणि भाषणबाजीच्या स्वरूपात अभिव्यक्त होत गेले आहे. मराठवाडा आणि पश्चिम विदर्भातील ग्रामीण भागात, पश्चिम महाराष्ट्रातील दुष्काळी भागात समितीमधील एखाद्या गटाला सहज पाठिंबा मिळतो. त्यांचा संबंध स्थानिक आर्थिक सुविधांच्या अभावात आहे. शिवाय, पुणे व मुंबई येथे एका क्षेत्रात मोठ्या पगाराच्या नोकऱ्या आणि तेथेच अल्प पगाराच्या नोकऱ्या अशा स्वरूपाचा भेद असल्यामुळे शहरी भागात वास्तव्य करणेही शक्य नाही. वसतिगृहे आणि शाळा

कॉलेजच्या रकमा भरणे फार जिकिरीचे तेथे आहे. नव्वदनंतर शहरामधील कुचंबणा आणि आर्थिक कोंडीमधून मराठा आरक्षणाचे समर्थन केले जाते. हा मराठा समाजातील मुख्य चेहरा आरक्षण समितीला नाही. आरक्षण समितीचा चेहरा हा मराठा अस्मितेची पुनर्मांडणी करण्याचा असतो; त्यासाठी खटपटी केल्या जातात; यामुळे मराठा आरक्षणाचे तर्कशास्त्र राजकीय स्वरूपात व्यक्त होते. मराठा समाजाच्या मुख्य प्रश्नांशी त्यांचा संबंध राहात नाही.

सरते शेवटी असे दिसते की, सकारात्मक कृतीच्या धोरणाशी कोठेही वरील तर्कशास्त्रे जुळत नाहीत. मराठा आरक्षण समितीपासून ते शासनापर्यंतची सर्व तर्कसंगती त्यांच्या गटांच्या हिताशी सुसंगत आहेत; त्यामुळे मराठा आरक्षणाची लढाई तकलादू किंवा वरवरची आहे; त्यांचे स्वरूप पोकळ आहे; यातून गरीब मराठ्यांच्या पदरी निराशावाद येतो.

विधानसभा निवडणूक आणि आरक्षणाचा प्रश्न (२०१४)

२०१४ ची विधानसभा निवडणूक महाराष्ट्राच्या निवडणूक इतिहासातील मैलाचा दगड ठरली आहे. या निवडणुकीवर नरेंद्र मोदींचा प्रभाव होता. त्यांनी भाजपचा प्रभाव निर्माण करण्यासाठी २६ सभा घेतल्या होत्या. या मोदी घटकांची दुसरी बाजू सामाजिक संदर्भावर आधारलेली होती. अर्थातच, त्यास महाराष्ट्रातील सामाजिक संदर्भ होते. त्या सामाजिक संदर्भांपैकी आरक्षण आणि जात हा एक इश्यू महत्त्वाचा होता. राजकीय पक्ष आणि उमेदवारांनी आरक्षणाच्या इश्यूला राजकीय आकार दिला होता. राजकीय पक्ष, जात संघटना आणि नेते यांनी आरक्षणाचे राजकीयीकरण केले होते. आरंभी दोन्ही काँग्रेस पक्षांनी आरक्षणाचा मुद्दा भाजप–शिवसेना विरोधी मतांचे ध्रुवीकरण करण्यासाठी वापरला, असे दिसते. निवडणुकांच्या संदर्भात विविध समाजाचे विभाजन दोन–तीन गटांमध्ये त्यांनी करण्याचा प्रयत्न केला होता. या प्रकारचे राजकारण करण्यासाठी दोन्ही काँग्रेस पक्षांनी शासनाची मदत घेतली होती; त्यातून समाजाचे स्तरीकरण घडून आले; हा एक सामान्यीकरण झालेला नियमच ठरला. मराठा आरक्षणाच्या आधारे मतदारांचे दोन छावण्यांमध्ये विभाजन केले गेले. 'आरक्षण समर्थक' आणि 'आरक्षण विरोधक' अशा दोन छावण्यांमध्ये राजकारणाचे विभाजन करण्याचा प्रयत्न 'डावे' (आरक्षण विरोधक) आणि 'उजवे पक्ष' करतात; तर काँग्रेस पक्ष मध्यम विचारांचा पुरस्कार करत आरक्षणाचे समर्थन आणि आरक्षणाचा विरोध अशा दोन्ही भूमिका घेत होता. राष्ट्रीय आणि राज्यपातळीवरील काँग्रेस आरक्षणाचे समर्थन करणारे राजकारण करत होती. आरक्षणाच्या चौकटीमध्ये सार्वजनिक धोरणांची आणि योजनांची निश्चिती केली

गेली; तर प्रादेशिक पातळीवरील काँग्रेस संघटनेत आरक्षण समर्थनाखेरीज आरक्षणविरोधी रसायन देखील होते. प्रादेशिक पक्षांचा आरक्षण मुद्यावर असा दुहेरी राजकीय व्यवहार घडला होता; कारण खुला प्रवर्ग, मध्यम वर्ग आणि आरक्षण लाभार्थी अशा परस्पर विरोधी गटांची मोट ते बांधण्याचे राजकारण करत होते; या राजकारणात विरोधाभास मोठा आहे; तरीही मोठा मुद्दा असा दिसतो की, राजकीय पक्षांना राजकीय कृतिप्रवणता घडून आणण्यासाठी आरक्षणाचा इश्यू उपयुक्त ठरतो; त्यामुळे आरक्षणाची उपयुक्तता राजकीय गोळाबेरजेसाठी सतत दिसून आली.

आरक्षणाचा अंतराय

विधानसभा निवडणुकीमध्ये आरक्षणाचा अंतराय व्यापक पातळीवर कृतिशील होता. अंतरायांच्या आधारे आरक्षण इश्यूचे राजकीयीकरण केले गेले. आरक्षणाचा अंतराय थेट संघर्षावर बेतला होता. मथितार्थ म्हणजे, आरक्षणाचा इश्यू मराठा विरुद्ध ओ.बी.सी., मराठा विरुद्ध कुणबी, धनगर विरुद्ध अनुसूचित जमाती, मुस्लीम विरुद्ध हिंदू व नवबौद्ध विरुद्ध हिंदू दलित या पाच प्रकारचे अंतराय निवडणूक प्रक्रियेला प्रभावित करत होते. या पाचसूत्रांपैकी मराठा आरक्षणाचा इश्यू हा एक कळीचा मुद्दा होता.

मराठा आणि ओ.बी.सी. आरक्षणाचा अंतराय

मराठा मतदार काँग्रेस आणि राष्ट्रवादी काँग्रेस पक्षांचे समर्थन करत नव्हता. दोन्ही काँग्रेस पक्षांच्या आणि शिवसेना भाजपच्या समर्थक मराठा समाजात सर्वसाधारणपणे वीस-बावीस टक्के इतका फरक होता. हा फरक दोन्ही काँग्रेस पक्षांच्या पराभवाचे एक महत्त्वाचे कारण ठरत होता. शिवसेना-भाजपकडील मराठा समाजाचा सामाजिक आधार मिळविण्यासाठी दोन्ही काँग्रेस पक्षाने मराठा समाजाला आरक्षण दिले. या मुद्यांचा प्रचार नारायण राणे यांनी प्रहार मधून आणि सभांमधून केला; तर शरद पवार आणि अजित पवारांनी मराठा आरक्षणाचा मुद्दा पुढे रेटण्यासाठी प्रयत्न केले होते. या मुद्यांची परिचर्चा निवडणूक प्रचारात झाली. मराठा समाजाला ओ.बी.सी. या प्रवर्गामध्ये सामील न करता स्वतंत्र प्रवर्ग तयार करून ओ.बी.सी. समाजाच्या विरोधापासून दूर राहाण्याचा प्रयत्न दोन्ही काँग्रेस पक्षांनी केले. मात्र, या इश्यूचे स्वरूप मराठा विरुद्ध ओ.बी.सी. असे सुप्त प्रचारात आले होते. त्यामुळे दोन्ही काँग्रेस पक्षांच्या विरुद्ध ओ.बी.सी. समाज गेला होता. भाजपला चार पैकी दोन ओ.बी.सीं.नी मते दिली होती. मथितार्थ, एका बाजूने मराठा आणि दुसऱ्या बाजूने ओ.बी.सी. अशा दोन्ही समाजांमध्ये दोन्ही काँग्रेसबद्दल विश्वास नव्हता. या मुद्यांचा प्रचार भाजपने केला होता. कोल्हापूर येथील मराठा आरक्षण परिषदेत दोन्ही काँग्रेस

पक्षांनी आरक्षण मराठा समाजाला दिले. परंतु, भाजपमुळे पुढे आरक्षण कायम राहिल, अशी भूमिका विनोद तावडेंनी मांडली होती; तर आरक्षणासाठी संघर्ष करणाऱ्या संघटना दोन्ही काँग्रेससोबत नव्हत्या. शिवसंग्राम या संघटनेने भाजपसोबत युती केली होती; तर छावा या संघटनेने भाजपला पाठिंबा दिला होता. मराठा महासंघ, मराठा सेवा संघ व संभाजी ब्रिगेड यांची भूमिका संदिग्ध होती. या संघटना त्यांच्या राजकारणाच्या सोयींप्रमाणे भूमिका घेत होत्या; त्यांचा थेट लाभ भाजपने उठविला; दुसऱ्या शब्दांत दोन्ही काँग्रेसाठी त्यांची भूमिका मराठा मतदारांच्या वजाबाकीची ठरली होती.

दोन्ही काँग्रेस पक्षांच्या मराठा राजकारणाच्या अंतरायाचा दुसरा ध्रुव ओ.बी.सी. होता. दोन्ही काँग्रेस पक्ष मराठा आरक्षणाचे समर्थन करतात; म्हणजेच हे दोन्ही पक्ष ओ.बी.सी. विरुद्ध आहेत. अशा प्रकारची जाणीव ओ.बी.सी. समाजात होती. विशेष करून लोकसभा निवडणुकीतील छगन भुजबळांच्या पराभवाचे कारण मराठ्यांचा विरोध असल्याची जाणीव व्यापक स्वरूपाची होती. गोपीनाथ मुंडे यांना बीडमध्ये पराभूत करण्याची व्यूहरचना राष्ट्रवादी काँग्रेस पक्षाने म्हणजे मराठा समाजाने केली होती अशी जाणीवदेखील समाजात होती; तर धनगर समाजाला राष्ट्रवादी काँग्रेस पुरेसे प्रतिनिधित्व मिळू देत नाही; यातून धनगर समाजाने दोन्ही काँग्रेस विरुद्ध मतदान करण्याचा सामाजिक निर्णय घेतला होता. धार्मिक परिभाषेत त्यांनी भाजपला मतदान करण्याचा बेलभंडारा वाटला होता. मथितार्थ, ओ.बी.सी. आणि मराठा समूहांमध्ये आरक्षण प्रश्नाच्या आधारे राजकीय अंतराय आकाराला आला होता. हा अंतराय विधानसभा निवडणुकीचा आकार बदलत होता. आरक्षणाच्या मुद्यामुळे मोठी राजकीय प्रक्रिया दोन्ही काँग्रेस विरोधातील घडून आली. या प्रक्रियेला रोखण्यासाठी २८ ऑगस्ट २०१४ रोजी लिंगायताच्या विविध जातींचा इतर मगास वर्गांत समावेश केला आहे (लिंगायत गुरव, जंगम, न्हावी, परीट-धोबी, फुलारी, सुतार, वाणी, तांबोळी, कुल्लेकडगी, कोष्टी, देवांग, साळी); या जातींची आंदोलने महाराष्ट्रात आक्रमक झाली होती; त्यामुळे भाजपचा मतदारसंघ मराठा आणि ओ.बी.सी. समाजात आकाराला आला होता. जवळजवळ मराठा मतदारांमधील चार पैकी एक मत भाजपला मिळाले होते; यामुळे भाजपचे सर्वांत जास्त मराठा उमेदवार निवडून आले. प्रत्येकी राष्ट्रवादी काँग्रेस, काँग्रेस आणि शिवसेना यांच्या तुलनेत भाजपचे दुप्पट मराठा उमेदवार निवडून आले. तीन पैकी एक मराठा-कुणबी जातींमधील उमेदवार भाजप आणि शिवसेनेचा निवडून आला आहे. अर्थातच, साठ आणि सत्तरीच्या दशकांच्या निवडणुकांच्या तुलनेत हा फेरबदल अगदी विरोधी दिशेला जाणारा आहे. भाजपच्या तुलनेत शिवसेना पक्षाला मराठा-कुणबी समतदारांची

पसंती जास्त होती. मात्र, शिवसेनेच्या तुलनेत भाजपचे मराठा-कुणबी उमेदवार जास्त निवडून आले आहेत. मथितार्थ म्हणजे, मराठा-समाजाचा जास्त पाठिंबा शिवसेनेला आणि मराठा-कुणबी समाजाचे नेतृत्व भाजपकडून जास्त निवडून आले. दुसऱ्या शब्दांत भाजपच्या मराठा-कुणबी उमेदवारांना मराठा कुणबी समाजातून शिवसेनेच्या तुलनेत कमी पाठिंबा मिळतो. या फेरबदलांच्या मागे 'आरक्षण' हा इश्यू इतर इश्यूंप्रमाणे प्रभावीपणे काम करत होता.

दुहेरी अस्मिता

दुसरे सूत्र मराठा विरुद्ध कुणबी या स्वरूपाचे होते. कोकण आणि विदर्भ विभागात मराठ्यांच्या ओ.बी.सी. आरक्षणाच्या मागणीला विरोध होता. या दोन्ही विभागात सोईस्करपणे मराठा आणि कुणबी अशी ओळख अभिव्यक्त केली जात होती. अशी दुहेरी ओळख ही संधिसाधू या प्रकारची आहे. याचे आत्मभान कुणबी समाजामध्ये होते. याखेरीज मराठा ही अस्मिता शेतीपासून अलिप्त झालेली तेथे होती. कुणबी ही अस्मिता शेती व्यवसायाशी संबंधित होती. शेतकऱ्यांच्या आत्महत्या हा विषय मराठा अभिजनांना कुणबी समाजापासून वेगळा करणाराही ठरला होता. कोकण आणि विदर्भ विभागातील शेती क्षेत्रातील मागासपणास पश्चिम महाराष्ट्र जबाबदार आहे, असे त्यांचे अकलन होते; त्यामुळे पश्चिम महाराष्ट्र म्हणजे 'मराठा' अशी अस्मिता होती. अर्थातच, पश्चिम महाराष्ट्राला विरोध म्हणजेच मराठा राजकारणाला विरोध, असा अर्थ घेतला गेला. त्यामुळे विदर्भ आणि कोकण विभागात दोन्ही काँग्रेस पक्षांना मराठा विरुद्ध कुणबी हा अंतराय तोट्याचा ठरला.

धनगर व आदिवासी संघर्ष

आरक्षणाच्या राजकीयीकरणाच्या अंतरायाचे तिसरे सूत्र धनगर विरुद्ध आदिवासी या प्रकारचे होते. पश्चिम महाराष्ट्रातील धनगर समाज दोन्ही काँग्रेस पक्षांच्या विरोधात गेला होता. धनगर समाजाला अनुसूचित जमातींमधील आरक्षणाची अपेक्षा होती. राष्ट्रीय समाज पक्षाने ही मागणी जास्त आक्रमक स्वरूपात आरंभी मांडली; त्यानंतर धनगर समाजामधून त्यास प्रतिसाद मिळाला. पंढरपूर ते बारामती असा मोर्चा आणि बारामतीमध्ये आंदोलन केले गेले. या आंदोलनाचे वैशिष्ट्य म्हणजे हे आंदोलन मराठा विरुद्ध होते. त्यामुळे शरद पवारांनी धनगर समाजाचा अनुसूचित जमातींमध्ये समावेश करण्याचे समर्थन केले. मात्र, शरद पवारांच्या भूमिकेवर तरुण धनगर समाजाचा विश्वास नव्हता. या सर्व आरक्षण संदर्भातील घडामोडींचा परिणाम म्हणजे धनगर समाजाने दोन्ही काँग्रेस विरोधी आणि भाजप समर्थन अशी भूमिका घेतली. भाजपचे देवेंद्र फडणवीस यांनी धनगर समाजाबद्दल मवाळ धोरण स्वीकारले; त्यामुळे

आरंभी धनगर समाज दोन्ही काँग्रेसकडून भाजापाकडे स्थलांतरित झाला. या आरक्षण मुद्द्याला दुसरी बाजू अनुसूचित जातींच्या विरोधाची होती. आदिवासी समाजामधून काँग्रेस व राष्ट्रवादी काँग्रेस पक्षावर दबाव आला. मधुकर पिचड यांनी राष्ट्रवादी काँग्रेस पक्षाच्या भूमिकेस विरोध केला. काँग्रेस पक्षातील आदिवासी आमदारांनी देखील पृथ्वीराज चव्हाण सरकारला कोंडीत पकडले होते. याउलट, धनगर समाजातून सातत्याने अनुसूचित जमातींमध्ये समावेशनाची सुस्पष्ट भूमिका घेतली जात होती. या प्रक्रियेमुळे आदिवासी समाज दोन्ही काँग्रेस पक्षांच्या संदर्भात असंतोषी होता. त्याचा लाभ भाजपला मिळालेला दिसतो. २५ पैकी १३ आदिवासी उमेदवार भाजपचे निवडून आले; तर काँग्रेस पक्षाचे केवळ सहा, राष्ट्रवादी काँग्रेस पक्षाचे चार व शिवसेनेचे तीन असे उमेदवार निवडून आले; काँग्रेस पक्षांच्या सहापैकी एक उमेदवार खुल्या जागेवर निवडून आला आहे.

प्रश्न मुस्लीम आरक्षणाचा

मुस्लीम आरक्षणाचा देखील एक अंतराय या निवडणुकीमध्ये होता. मुस्लीम आरक्षणाचे समर्थन काँग्रेस आणि राष्ट्रवादी काँग्रेस पक्षाने केले होते. शिवाय पृथ्वीराज चव्हाण सरकारने आरक्षण मंजूर केले होते. या निर्णयामुळे निवडणुकीमध्ये मुस्लीम समाजाचा पाठिंबा दोन्ही काँग्रेस पक्षांनी मिळवण्याचा प्रयत्न केला. या निर्णयांच्या आधारे मुस्लीम समाजातून केवळ काँग्रेस पक्षाला पाठिंबा मिळाला. काँग्रेस पक्षाचे पाच मुस्लीम उमेदवार निवडून आले. मात्र, काँग्रेसच्या तुलनेत राष्ट्रवादी काँग्रेस पक्षाला पाठिंबा मिळाला नाही. राष्ट्रवादी काँग्रेस पक्षाचा केवळ एक मुस्लीम उमेदवार निवडून आला आहे. आरक्षण या घटकाचा व्यापारी मुस्लीम समाजावर फार प्रभाव पडला नाही. व्यापारी, उद्योजक आणि कॉर्पोरेट क्षेत्रातील मुस्लीम समाजाने भाजपचे समर्थन केले. याखेरीज एम.आय.एम.चे दोन आणि समाजवादी पक्षाचा एक असे उमेदवार निवडून आले आहेत. एम.आय.एम. पक्ष मुस्लीम आणि दलित अशा दोन समाजाचा समझोता करत होता.

नवबौद्ध विरोधी हिंदू दलित

अनुसूचित जातींचे प्रतिनिधी कसे असावेत, या संदर्भात डॉ. बाबासाहेब आंबेडकरांची संकल्पना निश्चित होती. आंबेडकरवादी राजकारणात स्वाभिमान, सार्वजनिक विवेकशीलता आणि वंचितांच्या हक्कांची बांधिलकी या गोष्टी प्रतिनिधीत्वामध्ये अभिप्रेत आहेत. या पातळीवरील राजकारण व्यक्तिवादी आणि सुट्या सुट्या जातींच्या पातळीवर या निवडणुकीत घसरले. याचे मुख्य कारण नवबौद्ध विरुद्ध हिंदू दलित हा आरक्षणाच्या क्षेत्रातील मुख्य वादविषय हे आहे.

अनुसूचित जातीच्या मतदारसंघाचे पक्ष आणि जात निहाय वर्गीकरण

विभाग	जिल्हा	मतदारसंघ	पक्ष	जात
मुंबई	मुंबई शहर	धारावी	काँग्रेस	नवबौद्ध
	मुंबई उपनगर	कुर्ला	शिवसेना	एस.सी.
	ठाणे	अंबरनाथ	शिवसेना	चर्मकार
उत्तर महाराष्ट्र	नाशिक	नाशिक	शिवसेना	चर्मकार
	जळगांव	भुसावळ	भाजप	चर्मकार
	अहमदनगर	श्रीरामपूर	काँग्रेस	चर्मकार
विदर्भ	बुलढाणा	मेहकर	शिवसेना	चर्मकार
	अकोला	मूर्तिजापूर	भाजप	एस.सी.
	वाशिम	वाशिम	भाजप	मेहतर
	अमरावती	दर्यापूर	भाजप	नवबौद्ध
	नागपूर	उमरेड	भाजप	खाटीक
	नागपूर	नागपूर उत्तर	भाजप	मातंग
	भंडारा	भंडारा	भाजप	मातंग
	गोंदिया	अर्जुनी मोरगाव	भाजप	नवबौद्ध
	चंद्रपूर	चंद्रपूर	भाजप	नवबौद्ध
	यवतमाळ	उमरखेड	भाजप	चर्मकार
मराठवाडा	नांदेड	देगलूर	शिवसेना	चर्मकार
	जालना	बदनापूर	भाजप	चर्मकार
	औरंगाबाद	औरंगाबाद पश्चिम	शिवसेना	मातंग
	बीड	केज	भाजप	चर्मकार
	लातूर	उदगीर	भाजप	नवबौद्ध
	उस्मानाबाद	उमरगा	शिवसेना	लिंगायत
प. महाराष्ट्र	सोलापूर	मोहोळ	रा.काँ.	चर्मकार
	सोलापूर	माळशिरस	रा.काँ.	चर्मकार
	सातारा	फलटण	रा.काँ.	चर्मकार
	सांगली	मिरज	भाजप	चर्मकार
	पुणे	पिंपरी	शिवसेना	नवबौद्ध
	पुणे	पुणे कॅन्टोन्मेंट	भाजप	मातंग

हिंदू दलितांचा नवबौद्ध दलित यांचे राजकीय संबंध अंतरायाची निर्मिती करतात. यामध्ये अस्मितेचा वाद, हितसंबंधांचा वाद आणि सत्ता वाटपांचा वाद या अंतरायामध्ये मध्यवर्ती होता. त्यांचा परिणाम या निवडणुकीत झाला; तसेच राजकीय पक्ष आणि जिल्ह्यातील वर्चस्वशाली जातिगटातील नेतृत्व हिंदू दलितांना राजकीय भागादारीची संधी देतात. उदा. राष्ट्रवादी काँग्रेस पक्षाच्या मातब्बर नेत्यांच्या प्रभावाखालील मोहळ, माळशिरस आणि फलटण या तीन मतदारसंघातून चर्मकार उमेदवार निवडून आले; तसेच काँग्रेस पक्षाने देखील श्रीरामपूर मतदारसंघातून चर्मकार समाजातील उमेदवार निवडून आणला आहे. अशा प्रकारची व्यूहरचना नव्वदीच्या दशकापासून राबविली जाते; त्यामुळे नवबौद्ध समाजात असंतोष होता; शिवाय नवबौद्ध समाजाला वगळण्याची प्रक्रिया घडते; याची जाणीव नवबौद्ध समाजाला झाली होती. भाजपने नागपूर, उत्तर भंडारा व पुणे कॅन्टोन्मेंट या तीन मतदारसंघातून हिंदू दलितांमध्ये मातंग या समाजाला भागीदारीची संधी दिली होती; इथून मातंग समाजातील उमेदवार निवडून आले. परंतु, भाजप आणि शिवसेना पक्षांनी नवबौद्ध समाजाला उमेदवारी दिली होती. पिंपरीमधून शिवसेना पक्षाकडून नवबौद्ध आणि उदगीर व दर्यापूर, अर्जुनी मोरगाव चंद्रपूर येथून भाजपचे नवबौद्ध उमेदवार निवडून आले. मथितार्थ, भाजप आणि शिवसेना यांनी हिंदू दलितांच्या खेरीज नवबौद्ध दलितांमध्ये विस्तार केलेला दिसतो. या राजकारणाचे स्वरूप सामाजिक समरसतेचे विधानसभा निवडणूक क्षेत्रात देखील घडून आले. या भाजप व नवबौद्ध यांनी जुळवून घेण्याच्या प्रक्रियेमुळे (Adaptation) मात्र राजकीय, सामाजिक न्याय हा मुद्दा पक्षीय राजकारणामध्ये दुय्यम ठरला आहे. पक्ष आणि राजकीय घराण्याशी एकनिष्ठ अनुसूचित जातींमधील उमेदवार निवडून आले आहेत. याखेरीज, लिंगायत आणि धनगर खाटीक या दोन समाजामधून देखील अनुसूचित समाजाच्या आरक्षणाचा दावा केला जात आहे; दलितीकरणाची प्रक्रिया घडत होती, त्यास राजकीय पक्षांचा प्रतिसाद मिळत होता. दलितीकरणाच्या विरोधात निवडणुकीमध्ये कोणतीही भूमिका घेतली गेली नाही. ही एक मोठी राजकीय उलथापालथ होती. थोडक्यात, मते मिळविण्याच्या राजकारणामुळे एकरस होण्याची प्रक्रिया जास्त घडत गेली (Assimilation). यातून आरक्षणवादी ताकदीचे भाजपशी एकरसीकरण घडून आले; तर आरक्षणवादी ताकदीमध्ये गैरकाँग्रेसवाद होता. आरक्षणवादी ताकदीच्या खेरीज दलितांमधील जनांमध्ये पन्नास टक्के गैरभाजपवादाला ओहोटी लागली होती; म्हणजेच मोठ्या प्रमाणावर आंबेडकरवादी राजकारणाचे निर्राजकीयीकरण घडून आले.

निष्कर्ष

एक म्हणजे, आरक्षण इश्यूच्या आधारे नवीन वर्गवारी निर्माण करणे हा राजकारणाचा गाभा आहे. कारण नवीन वर्गवारीमधून नवी राजकीय अस्मिता घडविली जाते. मराठा जाती समूहास आर्थिक व शैक्षणिक मागास अशी नवीन अस्मिता देण्यात आली. नवीन ओळख देणे हा राजकारण गतिशील करण्याचा एक भाग होता. मराठा जातीतील बहुसंख्य मतदार शिवसेना भाजपकडे स्थलांतरित झाले होते. या मतदारांना पुन्हा काँग्रेस आणि राष्ट्रवादी काँग्रेसकडे वळविण्यासाठी मराठा आरक्षणाच्या आधारे नवीन ओळख देण्याचे राजकारण केले गेले. मात्र, २०१४च्या विधानसभा निवडणुकीत मराठा समाज भाजप व शिवसेनेकडून दोन्ही काँग्रेसकडे स्थलांतरित झाला नाही. या प्रकारचे दोन्ही काँग्रेस पक्षांचे या निवडणुकीच्या संदर्भात राजकारण अपयशी ठरले. मात्र, मराठा अभिजनांकडून आरक्षण मुद्यांच्या आधारे राजकीय संघटन केले गेले. ही आरक्षण इश्यूची उपयुक्तता होती.

दुसरे म्हणजे, आरक्षण हा इश्यू जातीचे समझोते तोडण्यासाठी आणि जातींचे नवीन समझोते घडविण्यासाठी उपयुक्त ठरला आहे. शिवसेना-भाजपमध्ये मराठा आणि ओ.बी.सी. असा एक समझोता घडविला आहे. शिवाय त्यास उच्च जातींच्या नेतृत्वाची आणि पक्ष संघटनेचेही मान्यता आहे, असे लोकसभा निवडणुकीत दिसले होते; तसेच ते विधानसभा निवडणुकीतदेखील दिसले. उच्च जाती, मराठा आणि ओ.बी.सी. या समझोत्यांच्या विरोधातील प्रक्रिया मराठा आणि धनगर आरक्षण इश्यूवर घडविली गेली. मराठा, धनगर, उच्च जाती आणि आदिवासी या जातींतील नेतृत्व गेली दोन महिने या परिचर्चेमध्ये गुंतलेले होते. भाजप-शिवसेना यांचा प्रयत्न आरक्षणाच्या आधारे विविध जातींचा मिळालेला पाठिंबा स्थिर करण्याचा होता; तर काँग्रेस-राष्ट्रवादी काँग्रेस पक्षांचा प्रयत्न भाजप शिवसेनेचा पाठिंबा विस्कळीत करण्याचा होता; तसेच शिवसेना भाजपकडे सरकलेला पाठिंबा आरक्षणाच्या आधारे स्थलांतरित करण्याचा प्रयत्न होता. या निवडणुकीत भाजपचा ओ.बी.सी. समूहातील सामाजिक पाठिंबा वाढला, असे दिसते.

तिसरे म्हणजे, आरक्षण या इश्यूच्या आधारे भौतिक हितसंबंधांचे राजकीयीकरण केले गेले आहे; म्हणजेच आरक्षणाच्या इश्यूवर आधारित हितसंबंधी गटांचे राजकारण घडते. गेली दशकभर आरक्षणाचे राजकारण प्रत्येक जातीमधून हितसंबंधाच्या आधारे घडत गेले आहे. उदा. मराठा, धनगर, भोई, कोळी, वडार अशा जाती त्यांच्या दृष्टिकोनातून आर्थिक-शैक्षणिक, नोकरी आणि राजकारण अशा क्षेत्रांतील भौतिक लाभाचा आणि राजकीय सहभागाचा शोध घेत होते.

२८ ऑगस्ट २०१४ रोजी लिंगायतांच्या विविध जातींचा इतर मागास वर्गांत समावेश केला आहे (लिंगायत गुरव, जंगम,न्हावी, परीट धोबी, फुलारी, सुतार, वाणी, तांबोळी, कुल्लेकडगी, कोष्टी, देवांग, साळी), या जातींची आंदोलने महाराष्ट्रात आक्रमक झाली होती; कारण या आंदोलनांना अंतर्गत आणि बाह्य अशा दोन्ही बाजूने पाठिंबा होता. अंतर्गत पाठिंबा म्हणजे सत्तेमधील नेतृत्व आणि प्रशासकीय अधिकारी यांच्याकडून आंदोलनास सल्ला मिळत असे; म्हणजे वित्तीय आणि सल्लागार अशा दोन प्रकारचा पाठिंबा आरक्षणाच्या आंदोलनाला सरकारमधून मिळत होता, यास अंतर्गत डावपेचाचे राजकारण म्हटले जाते. आरक्षणाचे राजकारण बाह्य बाजूने लढवले जात होते. याचा अर्थ तळागाळातील समूहांचे राजकीय संघटन करण्यासाठी थेट मीडियामध्ये भडक चर्चा करण्याचे राजकारण केले जात होते. मथितार्थ, आरक्षणाचा इश्यू थेट तळागाळातील समूहांमध्ये मोठ्या पातळीवर मराठा आणि धनगर समाजाने पसरवण्याचे राजकारण केले होते. याखेरीज लॉबी म्हणून संघटितपणे जाती आरक्षणाच्या इश्यूवर एकत्रित झाल्या होत्या. थोडक्यात, आरक्षणाचा मुद्दा कॉर्पोरेट क्षेत्राने प्रभावीपणे परिचर्चेत ठेवला होता.

चौथे म्हणजे, एका वर्गवारीतून दुसऱ्या वर्गवारीमध्ये समाविष्ट करून त्या वर्गवारीचे आर्थिक-शैक्षणिक, नोकरी आणि राजकारण या क्षेत्रातील लाभ मिळवण्याचे राजकारण आरक्षण या इश्यूच्या आधारे केले गेले आहे. मराठा समाजाला वेगळ्या आरक्षणापेक्षा ओ.बी.सी. वर्गवारीत आरक्षण अपेक्षित होते; म्हणजेच मराठा समाजाचे ओ.बी.सी.करण घडविण्याचादेखील प्रयत्न झाला, तर धनगर, भोई, कोळी, वडार यांना अनुसूचित जमाती ही वर्गवारी अपेक्षित आहे; यातून या समूहांमध्ये आदिवासीकरणाची प्रक्रिया घडत होती; या पद्धतीने आरक्षणाचे राजकीयीकरण करण्याचे निश्चित झाल्यावर त्या प्रकारचे पुरावे तयार केले गेले. यासाठी शब्दाचे अर्थ बदलणे; जातींचा सामाजिक-संस्कृतिक इतिहास बिगर क्षत्रिय पद्धतीने मांडून दाखविण्याची राजकीय कसरत केली गेली. मथितार्थ, आरक्षण विरोधी चळवळ उदयास आली. आरक्षणाचा मूळ हेतू आणि उद्दिष्ट बाजूला गेले; केवळ भौतिक हितसंबंधांची फेराफेरी हा राजकीय अर्थ आरक्षणाच्या इश्यूचा होता; म्हणजेच व्यापक पातळीवर या निवडणुकीमध्ये 'सामाजिक न्याय' हा आरक्षणाचा हेतू नव्हता. सामाजिक न्यायाचे राजकारण या निवडणुकीमध्ये परिघावर गेले होते. राजकीय भागीदारीचा मुद्दादेखील सामाजिक न्यायाच्या समावेशन धोरणाचा एक मुख्य भाग आहे. मात्र, अनुसूचित जमातीच्या राखीव मतदारसंघावरदेखील बिगर आदिवासींनी भागीदारीचा दावा केला. तीन अनुसूचित जमातींमधील उमेदवार बोगस आहेत, असा दावा आदिवासी महासंघाने केला

आहे; म्हणजेच बिगर आदिवासींचे आदिवासीकरण ही प्रक्रिया सामाजिक न्यायाच्या विरोधातील घडली आहे. एव्हाना, बिगर आदिवासींचे आदिवासीकरण, बिगर ओ.बी.सींचे ओ.बी.सी.करण, बिगर दलितांचे दलितीकरण अशा राजकीय प्रक्रिया या निवडणुकीत घडून आल्या आहेत. अर्थातच, या प्रक्रिया सामाजिक न्याय या राजकारणाच्या विरोधातील घडल्या आहेत. आरक्षणाचा मुद्दा या निवडणुकीमध्ये आरक्षणाची सामाजिक न्यायाची संकल्पना मोडीत काढणारा ठरला आहे; त्यामुळे निवडणुकीतील आरक्षणाचा मुद्दा आरक्षणाच्या राजकारणाचे निर्राजकीयीकरण करत होता; हा या निवडणुकीचा परिणाम होता.

२०

स्थानिक शासन संस्था : राजकीय संघटनांचे माध्यम

साठीच्या दशकात महाराष्ट्राच्या राजकारणाला अधिमान्यता स्थानिक शासन संस्थांनी मिळवून दिली होती; तसेच राजकीय संघटन या संस्थांच्या मार्फत झाले. हा मुद्दा महाराष्ट्राच्या राजकारणाशी यशवंतराव चव्हाण यांनी साठ व सत्तरीच्या दशकात जोडून घेतला. या घडामोडीतून पक्ष व नेतृत्वाला संस्थात्मक आधार मिळाला. राज्याच्या राजकारणाचा सांधा स्थानिक शासन संस्थांशी जोडला गेला. नवा कार्यकर्ता वर्ग तयार झाला. नेतृत्वाची जडणघडण झाली. हे मुद्दे चव्हाण यांनी सकलजनवादाशी (बहुजनवादाशी) जोडून घेतले. ऐंशीच्या दशकात मात्र स्थानिक शासन संस्थांच्या निवडणुकांची उपेक्षा झाली. एक प्रकारे लोकशाही विकेंद्रीकरण प्रक्रियेस अपयश आले. नव्वदीच्या दशकात पुन्हा शरद पवार यांनी लोकशाही विकेंद्रीकरण प्रक्रियेची नव्या संदर्भात जुळवाजुळव केली. तेव्हा मात्र राजकीय स्पर्धा तीव्र झाली होती. ग्रामीण स्थानिक शासन संस्थांच्या बरोबरच शहरी स्थानिक शासन संस्थांचे महत्त्व वाढले होते. हे या दशकाच्या राजकीय प्रक्रियेचे खास वैशिष्ट्य होते.

स्थानिक शासन संस्थांमध्ये खाजगी-सरकारी भागीदारीचे नवे क्षेत्र उदयाला आले; याबरोबरच 'राज्य वित्त आयोग' व 'राज्य निवडणूक आयोग' या दोन घटनात्मक संस्था स्थापन झाल्या. या दरम्यान तीन 'म' चा उदय झाला. मंदिर, मार्केट व मध्यमवर्ग यांनी स्थानिक शासन संस्थांवर नियंत्रण मिळविण्यास सुरुवात केली; यामुळे राजकीय पक्ष व नेते यांची अधिमान्यता कशी घटली, हा प्रश्न निर्माण झाला; तसेच समाज हा एका बहुजनवादामध्ये बांधता येईल अशी परिस्थिती राहिली नाही. समाजवास्तव जास्त गुंतागुंतीचे झाले. तेव्हा प्रश्न उपस्थित झाला राजकीय संघटन नेमके कोणत्या मुद्यांवर करावे, शहर व ग्रामीण यांचा समतोल कसा साधावा,

या मोहिमेवर महाराष्ट्रातील राजकीय पक्ष गेली दोन दशके लढत आहेत; यांचे तपशील स्थानिक शासन संस्थांच्या राजकीय इतिहासात आहेत; तसेच नव्या दृष्टिकोनामध्येदेखील आहेत.

व्यापक संमतीसाठी स्थानिक शासन संस्था

गेल्या पंचवीस वर्षांत सरकार तिसऱ्यांदा सत्तेत येणे ही एक लक्षणीय कामगिरीच मानायला हवी. अशी कामगिरी थोड्याच राज्यांच्या सरकारांनी केली. बिहार, प. बंगाल, दिल्ली, गुजरात, ओरिसात बिजू जनता दल इत्यादी. या यादीत महाराष्ट्राचा समावेश होतो (१९९९-२०१४). मात्र, २०१४ मध्ये महाराष्ट्रात दुसरे सत्तांतर घडून आले.

स्थानिक शासन संस्था हा राजकीय सहमती, संमती व अधिमान्यतेचा एक प्रमुख घटक आहे. आम जनतेमध्ये नेत्यांबद्दल किंवा राजकीय पक्षांबद्दल आदर स्थानिक शासन संस्थांच्याद्वारे निर्माण करता येतो. नेतृत्वाला व पक्षाला भक्कम आधार स्थानिक शासन संस्थांच्यामार्फत यशवंतराव चव्हाण यांनी मिळवून दिला होता. किंबहुना, यशवंतराव चव्हाण यांनी नव्या नेतृत्वाला संधी, नव्या नेतृत्वाची जडणघडण, स्थानिक शासन संस्था व राज्यपातळीवरील राजकारण यांचे संबंध जोडले. याकरिता विशेष प्रयत्न राज्य पातळीवर चव्हाणांनी केले होते.

बलवंतराय मेहता समितीच्या (१९५८) अहवालाखेरीज त्यांनी वसंतराव नाईक समितीची स्थापना केली होती. तिचा अहवाल १९६१ रोजी स्वीकारला. १ मे,१९६२ रोजी पंचायत राज्याचा प्रयोग राबविला. स्थानिक शासन संस्थांची निवडणूक घेण्यासाठी स्वतंत्र यंत्रणा पूर्वी अस्तित्वात नव्हती. तरीही १९६२ पासून पहिल्या दहा वर्षांत जिल्हा परिषद निवडणुका नियमितपणे दर पाच वर्षांनी झाल्या. आणीबाणी व त्यानंतरच्या राजकीय उलथापालथींमुळे जिल्हा परिषदेच्या निवडणुका १९७७ मध्ये झाल्या नाहीत; त्या पुढे ढकलल्या गेल्या; इथे राजकीय प्रक्रिया मंद झाली. (पहा. पळशीकर सुहास, २००४ : ७७).

१९७९ मध्ये शरद पवार यांच्या नेतृत्वाखालील पुरोगामी लोकशाही दलाच्या सरकारने त्या निवडणुका घेतल्या, यावरून प्रमुख निष्कर्ष असा निघतो की, स्थानिक पातळीवर पाठिंबा पक्का करून राज्याचे राजकारण करण्याची दृष्टी नेतृत्वाने ठेवली होती. त्यामुळे स्थानिक लोकांना राजकीय सहभागाची आणि राजकीय निर्णय निश्चितीची संधी उपलब्ध झाली. त्या राजकीय प्रक्रियेमध्ये लोकांची संमती यशवंतराव चव्हाण, शरद पवार व वसंतदादा पाटील यांच्यामागे उभी राहिली. उदा. १९६२ च्या पहिल्या जिल्हा परिषद निवडणुकीत एकूण १२६६ जिल्हा परिषद सदस्यांमध्ये

यशवंतराव चव्हाण यांचे समर्थक ६५% सभासद होते (पळशीकर सुहास; २००४ : ७८). १९६७ मध्ये ६२% सभासद यशवंतराव चव्हाण समर्थक होते. १९७२ मध्ये ७०% सभासद जिल्हा परिषदेवर निवडून आले. मथितार्थ, राजकीय प्रक्रियेमध्ये नव्या घटकांना भागीदारीची संधी यातून मिळाली असे दिसते.

१९७९ च्या जिल्हा परिषद निवडणुकीत तीनही काँग्रेस गटांना ६८% जागा मिळाल्या (इंदिरा काँग्रेस-२८% जागा, शरद पवार-काँग्रेस (एस.)-२३% व वसंतदादा गटाला-१६% जागा) (शिंदे, १९८८ : १७६). या स्थानिक राजकारणाकडे पाहण्याचा राज्याचा दृष्टिकोन बदलला. निवडणुकांचे सातत्य राहिले नाही; त्यामुळे जवळजवळ एका दशकाची पोकळी निर्माण झाली; त्यामुळे पक्ष व स्थानिक राजकारण यांचा सांधा निखळला गेला. या काळात स्थानिक राजकीय प्रक्रिया थांबली होती. स्थानिक राजकीय प्रक्रियेतून नवीन राजकीय कार्यकर्ते घडले नाहीत. त्यानंतर थेट नव्वदीच्या दशकात स्थानिक शासन संस्थांकडे लक्ष शरद पवार यांनी दिले. १९९२ मध्ये काँग्रेसला ६७% जागा मिळाल्या. मात्र, स्थानिक प्रक्रिया राज्यपातळीवरील प्रक्रियेशी सुसंगत होती.

तक्ता क्र. १ : जिल्हा परिषद निवडणुकांतील पक्षांची कामगिरी

निवडणूक वर्ष	काँग्रेस	राष्ट्रवादी काँग्रेस	शिवसेना	भा.ज.प.	इतर	एकूण
२००२-२००३	५५१ (२६.५९)	५१८ (२६.९)	३६५ (१४.५)	२८२ (१०.९८)	१३४ (७.२४)	१८५०
२००४-२००९	५८४ (२९.७८)	५५७ (२८.२८)	३०१ (१५.३४)	२५५ (१३.००)	५६० (२८.५५)	२२५७
२००९-२०१४	५४० (२७.४९)	६०४ (३०.७५)	२७२ (१३.८४)	२८१ (१४.३०)	२६७ (१३.५९)	१९६४

(टिप : राज्य निवडणूक अहवाल)

या आकडेवारीवरून असे दिसते की, महाराष्ट्राच्या राजकारणाची मुख्य चौकट बदलली. स्पर्धात्मक राजकारण उदयास आले. स्पर्धेत काँग्रेस पक्षाचे स्थान इतर पक्षांबरोबर झाले; म्हणजेच, १९९७ मध्ये जिल्हा परिषद निवडणुकीत काँग्रेस पक्षाला ४५ जागा मिळाल्या. २९ पैकी १८ जिल्हा परिषदांमध्ये अध्यक्ष झाले. म्हणजेच, राज्य पातळी व स्थानिक शासन यांचे संबंध तुटण्यास सुरुवात झाली. त्यांची स्पर्धा प्रमुख चार पक्षांमध्ये सुरू झाली. या स्पर्धेचे स्वरूप शिवसेना-भाजप

हा एक स्पर्धांक, काँग्रेस हा दुसरा स्पर्धक व तिसरा राष्ट्रवादी काँग्रेस हा स्पर्धक होता. अशा तिहेरी स्पर्धेत या दशकात राजकारण घडले.

२००९ ते २०१४ या दरम्यान जिल्हा परिषदेत १९६१ पैकी ९७३ महिला सदस्या होत्या. म्हणजे, ५०% महिलांना राजकीय भागीदारीची संधी मिळाली होती. एकूण राखीव जागांवरती १९६१ पैकी १०२४ जिल्हा परिषद सदस्य होते. (५२.२१%). अनुसूचित जाती गटातील २२५, अनुसूचित जमातींपैकी २७२ आणि ओ.बी.सी. वर्गातील ५२७ सदस्य होते; तर खुल्या गटातील ९३७ सदस्य होते. हा जिल्हा परिषदेत पातळीवरील राजकीय प्रक्रियेत मोठा बदल होता; यातून जिल्हा परिषद पातळीवरील राजकीय प्रक्रिया बदलली; जिल्हा परिषद पातळीवरील अभिजनांचे स्वरूप बदलली; त्यामुळे पक्ष आणि जिल्हा परिषद पातळीवरील राजकीय प्रक्रियेमध्ये नवीन सत्तासंघर्ष सुरु झाला.

तक्ता क्र. २ : जिल्हा परिषदेतील पक्षाची मते व जागा (२००९-२०१४)

पक्ष	मते	% मते	जागा	% जागा
भाजप	३४८५३११	११.९३	२८१	१४.३०
शिवसेना	३७२२६४६	१२.७४	२७२	१३.८४
काँग्रेस	७६६२८०७	२६.२४	५४०	२७.४९
राष्ट्रवादी काँग्रेस	८७९६०३७	३०.१२	६०४	३०.७५
सीपीआय	६७११८	०.२२	००१	०.०५
सीपीआय (एम)	१८१९४३	०.६२	०१५	०.७६
बसप	३२२५९३	१.१०	००६	०.३०
मनसे	६६७९५६	२.२८	०२३	१.१७
इतर	४२९४०७९	१४.७०	२२२	११.३०
एकूण	**२९२००४९०**	**१००**	**१९६४**	**१००**

(टीप : राज्य निवडणूक आयोगाचा अहवाल)

जिल्हा परिषद पातळीवर दोन्ही काँग्रेसमध्ये मुख्य सत्तास्पर्धा होती. शिवसेना-भाजप हा एकत्रित दोन्ही काँग्रेस पक्षांचा स्पर्धक होता. एकूण जिल्हा परिषद पातळीवर त्रिकोणी राजकीय स्पर्धा होती. ही स्पर्धा गेली पंचवीस वर्षे जवळजवळ अशीच राहिली आहे. या स्पर्धेत फेरबदल करण्याची क्षमता शिवसेना-भाजपने विकसित केली नाही.

काँग्रेस किंवा रा. काँग्रेस पक्षांचे सामजिक आधार फार टोकदार नाहीत. कोणास एखादा समाजगट खास पाठिंबा देतो, असे चित्र दिसत नाही. पाठीराखे व धोरण यांच्यात सुसंगती असावी लागते. मंत्रिपदे देणे, संघटनेत पद देणे आणि सार्वजनिक धोरण या मुद्यांमधील सूत्र जुळावे लागते. मराठा समाज व नेतृत्व यांच्यात बराच विस्कळीतपणा आला आहे. या समाजातील गरीब समूह हा एक महत्त्वाचा प्रश्न आहे. हा मुद्दा राजकारण अनिश्चित करतो. संघटना, सार्वजनिक धोरण आणि आत्मभान या मुद्यांवर भिन्न दृष्टिकोन आहेत. ओ.बी.सी. व मराठा यांच्यात समझोता नाही.

जिल्हा परिषदेप्रमाणे पंचायत समितीमध्ये दोन्ही काँग्रेस पक्षांच्या अंतर्गत राजकीय स्पर्धा होती. २००९-२०१४ या दरम्यान जिल्हा परिषद आणि पंचायत समिती पातळीवर काँग्रेस पक्षाच्या तुलनेत राष्ट्रवादी काँग्रेस वरचढ पक्ष होता; कारण जिल्हा परिषद आणि पंचायत समितीमध्ये राष्ट्रवादी काँग्रेसचे काँग्रेसच्या तुलनेत जादा उमेदवार निवडून आले होते.

तक्ता क्र. ३ : पंचायत समितीतील राजकीय पक्षांची कामगिरी (२००९-२०१४)

पक्ष	जागा	जागांची टक्केवारी
भाजप	५८६	१४.९६
शिवसेना	५५२	१४.०९
काँग्रेस	१०७०	२७.३३
राष्ट्रवादी काँग्रेस	११५५	२९.५०
सीपीआय	०००४	०.१०
सीपीआय (एम.)	००१५	०.३८
बसप	००१८	०.४५
मनसे	००५०	१.२७
इतर	४७२	१२.०५
एकूण	**३९२२**	**१००**

(टीप : राज्य निवडणूक आयोगाचा अहवाल)

शहरी स्थानिक शासनाचे राजकारण

महाराष्ट्रात ४२% शहरीकरण झाले आहे. या दशकातील आकडेवारीचा समावेश केला तर ५०% पर्यंत शहरीकरण आहे असा दावा करता येतो, यानुसार 'अ', 'ब' 'क' अशा तीन गटात नगरपालिकांची विभागणी झाली आहे. त्याखेरीज

६ कॅन्टोन्मेंट मंडळे व २३ महानगरपालिका आहेत. या स्थानिक शासन संस्था सरकारवर फार अवलंबून नाहीत. जिल्हा परिषदेला ७६% अनुदान सरकार देते तर महानगरपालिकेला ७% अनुदानाचा वाटा मिळतो. नगरपालिकांना अनुदानाचा वाटा मिळतो; त्यामुळे महानगरपालिका स्वतंत्र, स्वायत्त आर्थिकदृष्ट्या प्रभावी आहेत. नगरपालिकांमध्ये जवळजवळ ५०% उत्पन्न स्वत:चे असते; त्यामुळे येथे राजकारणाची स्पर्धा तीव्र होते. या साधनसामग्रीच्या आधारे राजकीय संघटन करण्याचा कल राहिला आहे; यामुळे स्थानिक राजकीय प्रक्रियेमध्ये बिल्डरसारखे सेवा क्षेत्रातील घटक सहभागी झाले आहेत.

तक्ता क्र. ४ : नगरपालिका निवडणूकीत पक्षांची कामगिरी

पक्ष	१९९५–१९९८	१९९९–२००३	२००६–२००७	नगराध्यक्ष २००१–२००२
काँग्रेस	५३७	१०६३	११३२	४१
राष्ट्रवादी काँग्रेस	–	७७६	१०७६	३१
शिवसेना	६१२	७३३	३९९	२८
भाजप	५३६	५८९	३३२	२४
आघाडी	९०७	११९७	८४३	४२
अपक्ष	२१८६	८२९	३८५	–
एकूण	**४७७८**	**५१८७**	**४१६७**	**१६६**

(टीप : राज्य निवडणूक आयोगाचा अहवाल व सुहास पळशीकर व नितीन बिरमल)

तक्ता क्र. ५ : मनपा निवडणुकीतील पक्षांची कामगिरी

पक्ष	२००२	२००४–०९	२००४–०९ जागा टक्के	२००४–०९ मते टक्के	२००९–१२ जागा	% जागा
रा. काँग्रेस	१९०	३९६	१८.७१	१६	५५४	२२.००
काँग्रेस	३२२	४७३	२२.३५	२३	६१४	२४.००
शिवसेना	२७०	३७३	१७.६२	१६	४१३	१६.००
भाजप	२४५	२६७	१२.६१	११	३२०	१३.००
मनसेना	–	४५	२.१२	३४	१६२	०६.००
अपक्ष इतर	१३७	५६२	२६.५५		४७९	१९.००
एकूण	**११६४**	**२११६**	**१००**	**१००**	**२५४२**	**१००**

(टीप : राज्य निवडणूक आयोगाचा अहवाल)

तक्ता क्र. ६ : मनपा निवडणुकीतील पक्षांची कामगिरी (२००९-२०१३)

पक्ष	मते	% मते	जागा	% जागा
भाजप	२३९४६६०	११.५९	३२०	१३.००
शिवसेना	२९५५९१६	१४.३१	४१३	१६.००
काँग्रेस	४२२३६२७	२०.४५	६१४	२४.००
राष्ट्रवादी काँग्रेस	३३८४२६६	१६.३९	५५४	२२.००
सीपीआय	१८५४०	०.०८	०००	०.०
सीपीआय (एम)	४७७६२	०.२३	००६	०.२३
बसप	४२७४४९	२.०७	०२७	१.०
मनसे	२५६६६२९	१२.४३	१६२	०६.००
अपक्ष	२७२३१८७	१३.१९	१७८	०७.००
इतर	१८८१३४५	०९.११	२६८	१०.५४
एकूण	**२०६२३३८१**	**१००**	**२५४२**	**१००**

(टीप : राज्य निवडणूक आयोगाचा अहवाल)

तक्ता क्र. ७ : नगरपालिकांमधील पक्षांची कामगिरी (२००९-२०१४)

पक्ष	जागा	जागा %	मते	% मते
भाजप	४३७	०९.०५	१८१४१६३	१०.११
शिवसेना	४५४	०९.४०	१५५५४१८	०८.६७
काँग्रेस	१२९३	२६.७९	४३७३०३५	२४.३९
राष्ट्रवादी काँग्रेस	१३००	२६.९३	४१९८११३	२३.४१
सीपीआय	०००३	०.०६	९११०	०.०५
बसपा	००१७	०.३५	२०१९६८	०१.००
मनसे	००६१	१.२६	३४५६९३	०२.००
इतर	१२४८	२५.८५	५४३१६६४	३०.२९
एकूण	४८१३	१००	१७९२११६४	१००

(टीप : राज्य निवडणूक आयोगाचा अहवाल)

शिवसेना-भाजप यांच्या मतदारांचे सामाजिक चारित्र्य शहरी स्वरूपाचे आहे; तर दोन्ही काँग्रेस पक्षांच्या मतदारांचे सामाजिक चारित्र्य ग्रामीण स्वरूपाचे आहे; त्यामुळे हा सामाजिक पाया स्थिर ठेवून शिवसेना-भाजप ग्रामीण चेहरा पक्षाला देण्यासाठी ग्रामीण स्थानिक शासन संस्थांमध्ये स्पर्धा करतो; तर दोन्ही काँग्रेस पक्ष शहरी व ग्रामीण यांचा समतोल राखण्यासाठी, शहरी भागात पाठिंबा मिळविण्यासाठी प्रयत्न करतो; त्यामुळे पक्ष विस्ताराची राजकीय स्पर्धा मुख्य दोन आघाड्यांमध्ये व आघाड्यांच्याशिवाय पक्षीय पातळीवर होते. यामध्ये आघाडी म्हणून दोन्ही काँग्रेसचे स्थान प्रथम क्रमांकाचे राहाते. मात्र, एक एकटा पक्ष असा विचार केला तर राष्ट्रवादी काँग्रेस पक्षाचे स्थान दुसऱ्या क्रमांकावर राहाते (२००८); परंतु, २००९ नंतर महानगरपालिका वगळता राष्ट्रवादी काँग्रेस प्रथम स्थानावर गेला होता. मात्र, भाजप व शिवसेना यांची एकत्र शक्ती राष्ट्रवादीपेक्षा जास्त मनपामध्ये होती. त्यामुळे ही खरे तर त्रिकोणी राजकीय स्पर्धा ठरते. ही कोंडी कशी फोडावयाची हा मुख्य प्रश्न शहरी भागात सर्वच पक्षांच्यासमोर आहे; यामधून मार्ग काढण्यासाठीचे पर्याय वापरले गेले-

१) कराच्या संदर्भात वापरला जातो. जकात कर, स्थानिक संस्था कर, उपकर कर यांचा प्रयोग करून औद्योगिक वर्ग व सेवा वर्ग (व्यापारी) यांचा पाठिंबा मिळवण्याचा एक प्रयत्न झाला. मात्र, यामुळे मतदार वर्ग किंवा मध्यम वर्ग पक्षापासून बाजूला सरकतो. नांदेड, जळगांव, मिरा भाईंदर येथे हा प्रयोग झाला. यामुळे औद्योगिक क्षेत्रातील वर्ग व सेवा क्षेत्रातील वर्ग आणि मतदार वर्ग किंवा मध्यम वर्ग यांच्यामध्ये विकास व सेवा सुविधा या मुद्यांवर राजकीय विभाजन होते. यांचा समतोल कसा राखावा, हा प्रश्न निर्माण होतो.

२) झोपडपट्टी हा दुसरा पर्याय आहे; कारण येथे मतदार आहेत. कार्यकर्ते या वर्गातून उपलब्ध होतात. परंतु, झोपडपट्टी हा मुद्दा स्थानिक राजकारणाच्या बाहेर जातो; कारण घरकुल योजनांना निधी केंद्र सरकारकडून येतो; त्यामुळे निधीच्या मार्फत पाठिंबा मिळवतानाच विरोधक बनाव करतात; एवढेच नव्हे तर अडथळ्यांची साखळीच तयार होते; यातूनच राजकीय प्रक्रियेमध्ये मध्यस्थ यंत्रणा उदयास आली आहे.

महिलांचा राजकीय सहभाग व सबलीकरण

महिला हा घटक राजकीय सहमतीचा आहे. शिवाय, हा घटक नवी राजकीय शक्ती आहे. या आधारे राजकीय संघटन करता येते; कारण ऐंशी व नव्वदीच्या दशकात लोकशाहीची तिसरी लाट जगात आली. त्या लाटेमुळे महिलांच्या राजकीय

सहभागास लोकशाहीचा एक संदर्भ आहे; त्यामुळे भारतीय लोकशाही जास्त सधन झाली. ७३ व्या घटना दुरुस्तीनंतर चार निवडणुका झाल्या; प्रत्येक निवडणुकीत दहा हजार स्थानिक प्रतिनिधी व पदाधिकारी वर्गात एक तृतीयांश स्त्रिया आहेत (महिला-२१००). निवडणूक रिंगणात एका वार्डात तीन महिला सरासरी धरल्या तर एकावेळी दहा हजार याप्रमाणे ३० हजार महिला निवडणुकीच्या क्षेत्रात उतरल्या होत्या. २००९-२०१३च्या दरम्यान पन्नास टक्के महिला आरक्षण होते; त्यामुळे महिलांची संख्या वाढली. हा एक प्रकारचा सामाजिक बदल किंवा क्रांती आहे. या घटनेचा निवडणूक प्रक्रिया, राजकारण, सार्वजनिक धोरण निश्चिती, धोरणांची अंमलबजावणी यावर परिणाम झाला आहे. या घटनेला २२ वर्षे पूर्ण झाली आहेत; म्हणजेच दोन दशके लोटली आहेत. त्यामध्ये महिला व पुरुष यांनी समझोत्यांचे राजकारण करण्याचे कौशल्य आत्मसात करणे गरजेचे आहे. महिलांच्या राजकीय प्रशिक्षणाचा काळ होता, तो संपला आहे; यानंतर राजकारण स्वतंत्रपणे करण्याची हातोटी विकसित केली पाहिजे. तरच स्थानिक शासनातील भागीदारीचा पुढे विधानसभा व लोकसभा पातळीवर विकास होईल. 'स्थानिक शासन' ही नेतृत्वाच्या जडणघडणीची पाठशाळा आहे. दोन दशकांनंतर मात्र नेतृत्वाची स्वतंत्र महत्त्वाकांक्षा व स्वतंत्र राजकारण करण्याचा कल दिसला नाही; यातून सामाजिक-राजकीय प्रक्रिया पुन्हा मंद होत आहे, असे दिसते.

तक्ता क्र. ८ : मनपांमधील महीलाचा सहभाग

गट	२०००-२००३	२००४-२००९	२००९-१३
सर्वसाधारण	४०८	४२७	७१२
एस.सी.	७९	७४	१२३
एस.टी.	२२	२१	०३६
एस.बी.सी.	१८४	१९०	३२९
एकूण	**६९३**	**७१२**	**१२००**

(टीप : राज्य निवडणूक आयोगाचा अहवाल)

'सामाजिक न्याय' हा राजकीय संमतीचा मुद्दा

सामाजिक न्याय हा घटक राजकीय सहमतीचा आहे; शिवाय हा घटक नवी राजकीय शक्ती आहे. या आधारे राजकीय संघटन करता येते. ७३ व ७४ व्या घटना दुरुस्तीने सामाजिक न्यायाचा मुद्दा म्हणून इतर मागासवर्गीय आरक्षणाचा दावा केला गेला. मागासवर्गीय समाजासाठी २७ टक्के आरक्षण देण्यात आले; त्यामुळे भारतीय

लोकशाही जास्त सधन झाली. ७३ व्या घटना दुरुस्तीनंतर चार निवडणुका झाल्या. प्रत्येक निवडणुकीत ८-९ हजार स्थानिक प्रतिनिधी व पदाधिकारी या वर्गातील निवडून आले आहेत. निवडणूक रिंगणात एका वार्डात तीन मागासवर्गीय समाजाचे उमेदवार सरासरी धरले तर एकावेळी दहा हजार याप्रमाणे ४० हजार मागासवर्गीय निवडणुकीच्या क्षेत्रात उतरले होते. हा एक प्रकारचा सामाजिक बदल किंवा क्रांती आहे (पहा. सुहास पळशीकर, २००४ : ९२). या घटनेचा निवडणूक प्रक्रिया, राजकारण, सार्वजनिक धोरण निश्चिती, धोरणांची अंमलबजावणी यावर परिणाम झाला. या घटनेला २२ वर्षे पूर्ण झाली आहेत; म्हणजेच दोन दशके लोटली आहेत. यानंतर ओ.बी.सी. व मराठा किंवा उच्च जाती अशा प्रकारचा राजकीय सत्ता संघर्ष होतो. राजकारण हे संघर्षाचे एक क्षेत्र आहे. त्याबरोबरच ते शक्य तो तडजोडीचे क्षेत्र आहे; याचे आत्मभान स्थानिक राजकीय प्रक्रियेत येत आहे; कारण जात हा घटक सार्वजनिक व्यवहाराचा असला तरी या घटकाला मर्यादा देखील आहेत; कारण कोणत्याच एका जातीमध्ये सामाजिक न्याय मिळविण्याची शक्ती नाही किंवा राजकीय सत्तांतर करण्याची शक्ती एका जातीकडे नाही. जात हा राजकीय संघटनांचा एक छोटा घटक आहे. त्यांच्या सीमारेषा पार करून बहुजातीय राजकीय संघटन उभे करण्याची राजकीय क्षमता विकसित केली पाहिजे, याचे आत्मभान पक्षांना येत आहे. त्यासाठीची प्रयोगशाळा स्थानिक शासन संस्था आहेत. १९९२ ते २००७ या दरम्यान पश्चिम महाराष्ट्रात १६९३ नगरसेवक निवडून आले; त्यांपैकी ७७ उच्च जातींचे होते. ५४५ मराठा होते; २६ कुणबी होते, इतर मागास ३३५ होते. अनुसूचित जातींचे २१९ व अनुसूचित जमातींचे २४ होते. मुस्लीम ११७ होते, अमराठी २४५ होते व ख्रिश्चन ०५ होते. ही सामाजिक ताकद आहे. ही ताकद जास्त वेळ दबून राहात नाही; ती सत्ता, अधिकार व प्रतिष्ठा यांची मागणी करते; त्यामुळे या शक्तीचे 'राजकीय संघटन' कसे करावे हा मुख्य प्रश्न आहे. तसेच योग्य भागीदारीचाही प्रश्न आहे.

सुशासनाचा आधार सार्वजनिक धोरण निश्चिती

'सार्वजनिक धोरण' हा घटक राजकीय सहमतीचा आहे; शिवाय हा घटक नवी राजकीय शक्ती आहे. या आधारे राजकीय संघटन करता येते. सार्वजनिक धोरण हे वाद-विवादातूनच निश्चित होते; त्यामुळे 'सार्वजनिक धोरण निश्चिती' हा हितसंबंधांचा संघर्ष असतो; अस्मितांची मांडणी असते. सत्तेच्या वाट्याचे मोजमाप केले जाते.

१) हितसंबंधांचा संघर्ष हा उच्च जाती विरोधी इतर, ओ.बी.सी. विरोधी इतर, महिला विरोधी पुरुष, शहरी विरोधी ग्रामीण अशा प्रकारचा असतो. अशा प्रकारच्या वाद-विवादातून शहरी व ग्रामीण भागात सार्वजनिक धोरणांची

आखणी केली जाते. परंतु, यामध्ये विभाजन सुरू झाले आहे. उदा. गरीब व श्रीमंत असा भेद प्रत्येक जातीत पडला आहे. गरिबांच्या मदतीसाठी स्थानिक शासन संस्था कशा वापरता येतील, हा प्रश्न मूलभूत आहे. शिक्षण, आरोग्य, पाणी, वीज, रोजगार हे पायाभूत मुद्दे आहेत. या मुद्यांवर आधारित संघटन मात्र होत नाही.

२) अस्मिता, आत्मभान हा राजकारणाचा एक महत्त्वाचा घटक ठरला आहे. प्रत्येक समूहाला एक अस्मिता आली आहे; आत्मभान आले आहे. हे आत्मभान संघर्षावर आधारलेले आहे. यामध्ये भावनिक उद्रेक आहे. प्रतीकांचा मुक्तपणे वापर केला जातो; त्यामुळे शहरी भागात नागरी संघटनांपेक्षा जात, धर्म, प्रदेश, जिल्हा अशा घटकांमध्ये शक्ती दडलेली आहे. या शक्तींना नागरी राजकारणाची दिशा दिली पाहिजे; म्हणजेच या घटकांची उपेक्षा न करता हिंसेविना ऐहिक मुद्दांवर आधारित त्यांचे राजकीयीकरण केले पाहिजे. हे स्थानिक राजकीय प्रक्रियेपुढील आव्हान आहे.

३) सत्तेचे सामाजिक निकषांवर आधारित मोजमाप केले जाते. कोणत्या जातीचे किती उमेदवार, किती नगरसेवक, किती जिल्हा परिषद सदस्य किंवा अध्यक्ष हीच राजकारणाची मुख्य चौकट दिसू लागली आहे. ही चौकट कशी पार करायची ही स्थानिक संस्थांपुढे समस्या आहे; याच्या बाहेर पडून शांतपणे सार्वजनिक धोरण निश्चिती, अंमलबजावणी व मूल्यमापन या मुद्यांच्या चौकटीत या सामाजिक शक्तींना ओळखण्याची गरज आहे. जिल्हा हा नियोजन व विकासाचा महत्त्वाचा घटक आहे. पंचायत समिती ही जिल्हा परिषद व ग्रामपंचायती यांना जोडणारा दुवा आहे; तर ग्रामसभा ही लोकशाही विकेंद्रीकरणाचे मुख्य साधन आहे. अशा स्थानिक शासनावर राज्याचे किती नियंत्रण असावे, हा मुद्दा उपस्थित झाला आहे. अनुदान ७६ टक्के म्हणजे नियंत्रण जास्त व स्वायतत्ता कमी असते असे रूप दिसते. सार्वजनिक बांधकाम, शेती, समाजकल्याण, शिक्षण, आरोग्य, पशुसंवर्धन, महिला व बालकल्याण, पाणीपुरवठा संधारण अशा विषय समित्यांनी धोरण निश्चिती, धोरणांची अंमलबजावणी व मूल्यमापनात कृतिशील सहभाग घ्यावा. या समित्यांना कमकुवत, परावलंबी न करता भक्कम नेतृत्व देण्याची गरज आहे. एकेकाळी मंत्री होण्यापेक्षा जिल्हा परिषद अध्यक्ष होणे जास्त महत्त्वाचे समजले जात. तसेच मिनी मंत्रालय सार्वजनिक धोरणांच्याबाबत जिल्ह्यात गेली पंचवीस वर्षे साकारले नाही. शहरांचा, ग्रामीण भागांचा आणि नागरिकांच्या

सुविधांचा प्रश्न स्थानिक पातळीवरच सुटावा हा सबलीकरणाचा मुख्य मुद्दा ठरतो. शहराचे अर्थसंकल्प मोठे आहेत मात्र केवळ ११ टक्के रक्कम विकास कामांमध्ये गुंतविली जाते, यातून स्थानिक राजकीय प्रक्रियेच्या मर्यादा दिसतात.

पंचायत राज्य मूल्यांकनात महाराष्ट्र तेरावा ते तिसरा

७३ व्या घटना दुरुस्तीने पंचायती राज्यव्यवस्था अमलात आली. यामागील उद्दिष्टाप्रमाणे सत्तेचे विकेंद्रीकरण झाले का, यांचे मूल्यमापन ३४ विविध निकषांच्या आधारे करण्यात आले. मूल्यांकनात महाराष्ट्रात तेराव्या क्रमांकावर होता. पंचायत राज्य स्वीकारण्यात आले तेव्हा महाराष्ट्र आठपैकी पहिल्या स्थानावर होता. केंद्र सरकारने मूल्यांकन करून पंचायतींना सबलीकरण व जबाबदारी सुधार योजनेखाली मोजमाप केले जाते. राज्यांना केंद्र सरकार दहा कोटी अनुदान गुणवत्तेनुसार देते. निवडणुका नियमित घेणे, राज्य निवडणूक आयोगाची स्थापना करणे, जिल्हा नियोजन समित्यांची स्थापना करणे या निकषांवर पंचायत राज्यांचा विकास तपासला जातो. केंद्र सरकार ४० कोटी रुपयांचे पुरस्कार देते. २००५-०६ व २००७-०८ या तीन वर्षांत महाराष्ट्राला कोठेही स्थान नव्हते. मात्र, वरील गोष्टी महाराष्ट्राकडे होत्या. प.बंगाल, केरळ व तमिळनाडू या राज्यांनी यामध्ये स्थान मिळविले, महाराष्ट्र यामध्ये काम करत होता. सुसज्ज इमारत, संत गाडगेबाबा ग्राम स्वच्छता अभियान, गौरव ग्रामसभा, पर्यावरण संतुलित समृद्धी ग्राम योजना, घरकुल बायोगॅस अशा विविध योजनांची उद्दिष्टे पूर्ण केली; नवकल्पनांव्दारे हे साध्य केले. त्यामुळे पंचायती सक्षमीकरण आणि जबाबदारी प्रोत्साहन योजनेतंर्गत महाराष्ट्राला १ कोटी रुपयांच्या तिसऱ्या क्रमांकाच्या पुरस्काराने गौरविण्यात आले. ७३ व्या घटना दुरुस्तीनंतर १७ वर्षांनंतर हा पुरस्कार महाराष्ट्राला मिळाला होता. तेराव्या क्रमांकावरून थेट तिसऱ्या क्रमांकावर महाराष्ट्र आला (२०११). यामध्ये सुधारणा करण्याची संधी पंचायती राज्यव्यवस्था यांना उपलब्ध झाली होती; कारण यापुढे प्रगतीचे क्षेत्र आहे. २००९-१० साली केरळ व कर्नाटक यांना अडीच कोटी व तमिळनाडू व पश्चिम बंगाल यांना दीड कोटी रुपयांचा पहिला पुरस्कार मिळाला होता. तसेच ऐंशी व नव्वदीच्या दशकांशी समकालीन दशकातील स्थानिक शासन संस्थेच्या कामगिरीची तुलना करून जनसंमती संपादन करता येते. मात्र, अशी राजकीय प्रक्रिया घडली नाही.

पंचायती राज्याला अधिकार मिळवून देण्याची गरज आहे; कारण राज्याच्या महसुलाच्या ४० टक्के निधी पंचायतींना द्यावा असे दुसऱ्या वित्त आयोगात म्हटले आहे. मात्र, भारताचे नियंत्रक व महालेखापरीक्षक यांच्या अहवालात राज्याच्या महसुलाच्या ४० टक्के निधी पंचायतींना दिला नाही, असे म्हटले आहे.

यावरून आर्थिक परावलंबित्व दिसते. भारतीय राज्यघटनेतील २९ कार्य पंचायती राज्याकडे दिली. त्यांपैकी यांपैकी १५ कार्यांचे अधिकार दिले (२१४ योजना); १६ योजना विना अधिकार दिल्या आहेत. यामुळे देखील पंचायती राज्याच्या पुढे आर्थिक समस्या आहेत.

निष्कर्ष

लोकसभा, विधानसभा आणि स्थानिक शासन संस्था यांच्या निवडणूक प्रक्रियेमध्ये फरक पडतो. लोकसभा निवडणुकीचा विधानसभा निवडणुकीवर परिणाम होतो. तसेच विधानसभा निवडणुकीचा देखील स्थानिक शासनाच्या निवडणुकांवर परिणाम होतो. परंतु, स्थानिक राजकीय प्रक्रिया राजकीय पक्षांच्या मदतीस परिणामकारकपणे येत नाही. स्थानिक शासनामध्ये शिवसेना-भाजपची भागीदारी दोन्ही काँग्रेस पक्षाच्या तुलनेत कमी दिसते. मात्र, २०१४ च्या लोकसभा व विधानसभा निवडणुकीत जास्त जागा भाजप-शिवसेना पक्षांच्या निवडून आल्या आहेत. २००९-२०१३ पर्यंतच्या निवडणुकीत राष्ट्रवादी काँग्रेस पक्ष स्थानिक शासन संस्थांमध्ये वरचढ ठरला असे राज्यनिवडणूक आयोगाच्या आकडेवारीवरून दिसते. मात्र, लोकसभा व विधानसभा निवडणुकीमध्ये स्थानिक शासन संस्थेतील कामगिरी उपयुक्त ठरली नाही. याचा दुसरा अर्थ, स्थानिक पातळीवरील विजयी उमेदवार पक्षनिष्ठा मानत नाहीत. तसेच त्यांचे मतदान आणि पक्ष यांचा सांधा भक्कमपणे जोडला गेला नाही; त्यामध्ये कच्चे दुवे दिसतात. राजकीय पक्ष आणि जनता यांच्यामधील मध्यस्थ म्हणून असलेल्या स्थानिक शासन यंत्रणा सध्यातरी फार महत्त्वपूर्ण ठरल्या नाहीत.

स्थानिक शासन संस्थांना निधी केंद्र सरकारचा येतो. सहकारी संघराज्याच्या प्रारूपामध्ये हा निधी कमी झाला आहे. तसेच स्थानिक शासन संस्थांना निधी देण्याची किंवा वाटपाची भूमिका राज्यसरकारकडे महत्त्वाची म्हणून आली आहे. त्यामुळे राज्य किंवा केंद्र शासनाच्या मध्यस्थ यंत्रणा म्हणून स्थानिक शासन काम करत आहे. त्यामुळे स्थानिक शासनाच्या राजकीय प्रक्रियेमध्ये सहसंबंधांची एक साखळी स्पष्टपणे दिसत नाही. त्याखेरीज नवीन विविध सामाजिक घटक राजकीय प्रक्रियेमध्ये सहभागी झाले आहेत (महिला, ओ.बी.सी., दलित, अनुसूचित जमाती). यामुळे पक्षांमध्ये नवीन सामाजिक घटकांना राजकीय भागीदारीची पुरेशी संधी मिळत नाही. त्यामुळे नवीन सामाजिक घटकांच्या अंतर्गत सत्तासंघर्ष आणि नवीन सामाजिक घटक आणि राजकीय पक्षांचे नियंत्रक यांच्यामध्ये सत्तासंघर्ष आणि सत्तास्पर्धा गेली पंचवीस वर्षे रंगली आहे. या नव्या राजकीय स्पर्धेमुळे नवीन सामाजिक घटक

सहजपणे राजकीय पक्षांच्या नियंत्रणाखालून बाजूला जातात. तसेच नवीन सामाजिक घटक प्रस्थापित राजकीय पक्षांच्या विरोधात बंड देखील करतात; त्यामुळे राष्ट्रवादी काँग्रेस व काँग्रेस यांचे स्थानिक शासनात उमेदवार जादा निवडून येतात. मात्र, ते विधानसभा व लोकसभा निवडणूक प्रक्रियेमध्ये दोन्ही काँग्रेसपासून वेगळे देखील लवकर होतात. स्थानिक राजकीय प्रक्रियेमध्ये राजकारणाचा अर्थ बदलत आहे. राजकारण हे सार्वजनिक निर्णयाचे केंद्र असण्यापेक्षा व्यक्तिगत हितसंबंधांचे केंद्र झाले आहे; त्यामुळे स्थानिक सत्तासंबंध हे स्थानिक हितसंबंधांच्या चौकटीत कृतिशील होतात; यामुळे राजकीय निर्णय निश्चितीचे स्वायत्त क्षेत्र स्थानिक पातळीवर आकाराला येत नाही. ही स्थानिक राजकीय प्रक्रियेची मोठी मर्यादा ठरत आहे; यामुळे देखील स्थानिक पातळीवर व्यक्तिगत हितसंबंध, व्यक्तिगत अस्मिता आणि व्यक्तिगत सत्तासंघर्ष दिसतो. अशा व्यक्तिगत सत्तास्पर्धेतील नेतृत्व विधानसभा व लोकसभा पातळीवर सोईस्कर भूमिका घेते; त्यामुळे राजकीय वातावरणाचा अंदाज घेऊन स्थानिक प्रक्रिया गतिशील होते; यामुळे एकूण स्थानिक शासन संस्थांच्या ताकदीचा फार उपयोग होत नाही, असा निष्कर्ष २०१४च्या लोकसभा व विधानसभा निवडणुकीत मीडियाने काढला होता. या मुद्द्यांचा प्रचार व्यापक पातळीवर झाला. यामुळे स्थानिक राजकीय प्रक्रिया गतिशील करणारे समूह (मास) देखील स्वतंत्रपणे निर्णय घेऊ शकले नाहीत. एकूणच स्थानिक राजकीय प्रक्रिया सार्वजनिक या पातळीवर पोकळ झाली आहे.

संदर्भसूची

मराठी

कुलकर्णी सुहास, १९९१, मंडल आयोग आणि लोकसभा उमेदवारीचे वाटप, समाज प्रबोधन पत्रिका, जुलै-सप्टे.१९९१.

कुलकर्णी सुहास, १९९७, स्थानिक शासन संस्था निवडणूक, पुणे, लोकसत्ता, मार्च १६, रविवार पुरवणी, पृ.१ व ५.

कुलकर्णी सुहास, चंपानेरकर मिलिंद (२०१३), असा घडला भारत १९४७-२०१२, रोहन प्रकाशन, पुणे.

चव्हाण रमेश, २०१०, (संपादक), यशवंतराव चव्हाण यांचे समाजकारण. चव्हाण रा.ना. प्रतिष्ठान, वाई, सातारा, ऑक्टोबर २०१०.

चव्हाण वैशाली, २००७, पश्चिम महाराष्ट्रातील महानगरपालिका राजकारण १९९२-०३ पीएच.डी. शोधप्रबंध, राज्यशास्त्र व लोकप्रशासन विभाग, पुणे विद्यापीठ, पुणे.

चौसाळकर अशोक, २०१०, मार्क्सवाद- उत्तरमार्क्सवाद, प्रतिमा प्रकाशन, पुणे.

पळशीकर सुहास, जात व महाराष्ट्रातील राजकारण, सुगावा प्रकाशन, पुणे.

पळशीकर सुहास, क्रांती, परामर्श, तत्त्वज्ञान विभाग, पुणे विद्यापीठ.

पळशीकर सुहास, बिरमल नितीन-संपादक, साहाय्यक संपादक-पवार प्रकाश, महाराष्ट्राचे राजकारण, राजकीय प्रक्रियेचे स्थानिक संदर्भ, प्रतिमा प्रकाशन, २५ जुलै २००७.

पळशीकर संजय, राज्यसंस्था, परामर्श, तत्त्वज्ञान विभाग, पुणे विद्यापीठ.

पवार शरद, २०१५, लोक माझे सांगाती..., राजकीय आत्मकथा, राजहंस प्रकाशन, पुणे.

पवार प्रकाश, मराठा समाजसुधारकांचे जातीविषयक विचार मराठा समाज, (वास्तव आणि अपेक्षा), जगताप राम, धसकटे सुशील, संपादक २०११, राजहंस प्रकाशन, पुणे.

पवार प्रकाश, महाराष्ट्राच्या नव्या राजकारणाची पुनर्रचना (मतदारसंघाची पुनर्रचना), प्रतिमा प्रकाशन, पुणे.

पवार प्रकाश, २०१४, भारतीय राजकारण आणि नेतृत्वाची वाटचाल : राजकीय धुरीणत्व-वर्चस्व, डायमंड पब्लिकेशन्स, पुणे.

पवार प्रकाश, २०१५, मराठा आरक्षण, सकाळ इयर बुक, २०१५, सकाळ प्रकाशन.

पवार प्रकाश, २०१५, लोकशाही अभ्यासातील सर्वेक्षणांच्या पुढील आव्हाने, मुराळी, ऑगस्ट २०१५.

पवार प्रकाश, २०१४, विधानसभा निवडणूक आणि आरक्षणाचा प्रश्न, परिवर्तनाचा वाटसरू, १ ते १५ डिसेंबर २०१४.

बिरमल नितीन, १९९९, प्रबळ जातीचा प्रादेशिक पक्ष : राष्ट्रवादी काँग्रेस, समाज प्रबोधन पत्रिका, ऑक्टोबर, डिसेंबर.

बिरमल नितीन, २०१४, शहरी वर्चस्वाचे राजकारण, परिवर्तनाचा वाटसरू, १ ते १५ डिसेंबर २०१४.

बिरमल नितीन, राजकीय अर्थकारण, समकालीन राज्यशास्त्र (संपा. प्रकाश पवार), २०१२, डायमंड पब्लिकेशन्स, पुणे.

भाषा सिंह, असंतोष निशाना राहुल टीम, आउटलूक, नवी दिल्ली १-१५ जून २०१४.

भिडे वरुणराज : मागासजाती उद्याच्या राज्यकर्त्याजाती? समाजप्रबोधन पत्रिका एप्रिल, मे, जून १९९४.

भोळे भा.ल. १९८८, महाराष्ट्रातील डावी चळवळ, सुराणा पन्नालाल व बेडकीहाळ किशोर (संपादक), आजचा महाराष्ट्र, पुणे, श्रीविद्या प्रकाशन.

महाराष्ट्राची आर्थिक पाहणी, २०१३-२०१४, महाराष्ट्र शासन.

महाराष्ट्र विधान मंडळ सचिवालय, २०१३, महाराष्ट्र विधानसभा, सदस्यांची आडनावानुक्रमे यादी (१९३७-२०१३), वि. स. पागे, संसदीय प्रशिक्षण केंद्र, विधान भवन, मुंबई/नागपूर.

मोरे सदानंद, २०१४, गर्जा महाराष्ट्र माझा, सकाळ प्रकाशन, पुणे.

राज उदित, २०१४, दलित राजनीति की नई दिशा, दै. जागरण, ३१ मे २०१४.

रेगे मे.पु., १९७४, पाश्चिमात्य नीतिशास्त्राचा इतिहास, समाज प्रबोधन संस्था, पुणे-३०.

लेले जयंत, आजच्या काळासाठी नवीन सामाजिक चळवळींचा पुनर्विचार, समकालीन राज्यशास्त्र (संपा. प्रकाश पवार), २०१२, डायमंड पब्लिकेशन्स, पुणे.

लेले जयंत, १९९०, विधानसभा निवडणूक आणि मराठ्यांचे धुरीणत्व, समाज प्रबोधन पत्रिका - एप्रिल-जून.

व्होरा राजेंद्र आणि पळशीकर सुहास, १९९६, महाराष्ट्रातील सत्तांतर, मुंबई, ग्रंथाली.

व्होरा राजेंद्र, १९९४, मुळशी सत्याग्रह, पुणे, प्रतिमा प्रकाशन.

व्होरा राजेंद्र, १९९८, सामाजिक शास्त्रांचे अध्ययन व अध्यापने, अर्भकाचेसाठी (संपा. सदानंद मोरे), प्रेस्टीज प्रकाशन, पुणे.

व्होरा राजेंद्र, विचारप्रणाली, वर्ग, परामर्श, तत्त्वज्ञान विभाग, पुणे विद्यापीठ.

शिंदे बी.एस., १९८८, महाराष्ट्रातील जिल्हा परिषद निवडणुका, एम.फिल. लघुप्रबंध, पुणे, राज्यशास्त्र व लोकप्रशासन विभाग, पुणे विद्यापीठ.

सुमंत यशवंत, इतिहास, परामर्श, तत्त्वज्ञान विभाग, पुणे विद्यापीठ.

थोरात शंकरराव (लेफ्ट.जनरल निवृत्त), यशवंतराव चव्हाण यांच्या काही आठवणी, लोकराज्य, १-५ डिसेंबर १९९२.

टिप

अ) महाराष्ट्र टाइम्स, लोकसत्ता, सकाळ, पुढारी, लोकमत, गावकरी, देशदूत, सार्वमत, मराठवाडा, जनवाद, नागपूर पत्रिका, इ. दैनिकांतील बातम्यांचा लेख लिहिण्यासाठी वापर केला आहे.

ब) महाराष्ट्र टाइम्स, लोकमत, लोकसत्ता, पुढारी, नागपूर पत्रिकी, जनवाणी, मातृभूमी या दैनिकांचा वापर जाती मिळविण्यासाठी केला आहे.

क) बिरमल नितीन, किशोर ढमाले, विवेक घोटाळे, प्राचार्य व्ही. एच. इंगोले, किशोर म्हेत्रे, पंडित लाबंड, तसेच विविध वाहिन्याचे वृत्तसंकलक यांनी जाती सांगण्यास मदत केली.

इंग्रजी

Arvind Panagadhiya, 2008, India : Emerging Gian, Oxford, New York.

Bagwani Jagdish, Arvind Panagadhiya, 2013, Why Growth Matters: How Economic Growth In India Reduced Poverty and the Lessons for Other Developing Countries, Published in United States of Public Affairs.

Barry Jones R. J., (edited), 2001, Routledge Encyclop(a)edia of International Political Economy, Routledge, New York.

Barry R.Weingart (2006), The Oxford HandBook of Political Economy, Oxford, NewYork.

Barry R. Weingast, Donald Wittman, 2006, The Oxford HandBook of Political Economy. Oxford University Press.

Barry Stewart Clark, 1998, Political Economy: A Comparative Approach, British Library.

Bidyut Chakrabarty 2008, Indian Politics and Society Science Independence Events, Processes and Ideology, Routledge, NewYork.

Birmal Nitin, Lele Jayant, 2015, More on Maratha Politics, EPW, 14 March 2015, Vol.L. No.-11, PP.-66-67.

Bute Swati, India, Encyclop(a)edia of Social Media and Politics, Kemic Harvery (ed.), Sage Puclication, U.K., PP. 667-668.

Carl Boggs, 2000, the End of Politics: Corporate Power and the Decline of the Public Sphere, the Guilford Pubilcation, NewYork, USA.

Christophe Jaffrelot, 2013, Caste and Political Parties in India, Routledge HandBook of Indian Politics, Atul Kohil, Prerna Singh(ed.) Routledge, New York, USA.

Clemens Spiess, 2009, Democracy and Party Systems in Developing Countries : A Comparative Study of India and South Africa, Routledge, New York, USA.

Dahiwale S. M., 1995, Consolidation of Maratha Dominance in Maharashtra, Economic and Political Weekly, Vol. 30, No. 6 (Fec. 11, 1995), PP. 336-342.

Date Vidyadhar, 2007, Politics of Shivaji : The James Laine Affair : Economic and Political Weekly, Vol. 42, No. 20 (May 19-25, 2007), PP. 1812-1814.

Deshpande Rajeshwari, 2004, Kunbi Maratha as OBC : Backward Journey of a Caste : Economic and Political Weekly, Vol. 39, No. 14/15 (Apr. 3-16, 2004), PP. 1448-1449.

E Sridharan (ed.), 2014, Coalition Politics in India, Academic Foundation, New Delhi.

Election Commission of India, 2014. Electoral Statistics, Pocket Book, New Delhi.

Election Commission of India, Statistical Report on General Election, 1990, 1995, 1999, 2004, 2009 and 2016 to the Legislative Assembly of Maharashtra.

Francine R. Frankel, M.S.A. Rao (ed.) 1990, Dominance and State Power in Modern India : Decline of Social Order, Vol.2, Oxford University Press Delhi.

Gavaskar Mahesh, 1994, Bahujans as Vanguards : BSP and BMS in Maharashtra Politics : Economic and Political Weekly, Vol. 29, No. 16/17 (Apr. 16-23, 1994), PP. 895-896.

Ghatak Maitresh and Sanchari Roy, 2014 Modinomic : Do Narendra Modi's Economic Claims Add Up? The Guardian, 13 March, 2014.

Ghatak Maitresh, 2014, A Look in the Mirror, Outlook, 31st May, 2014.

Ghatak Maitresh, 2014, Modi and Gujrat Model of Development, Kashmir Times, 14th April, 2014.

Ghatak Maitresh, 2014, Narendra Modi's Hard Work Vs. P. Chidambaram's Harvad : Hard Fact's Present a Different Reality, Journal of Development Economics, 23rd Feb, 2014.

Guru Gopal, 1995, Gowari Tragedy : Crisis of Maratha Hegemony, Economic and Political Weekly, Vol. 30, No. 6 (Fec. 11, 1995), PP. 303-304.

Jacqui True, 2012, The Political Economy of Violence Against Women, OUP.

Keith Patching and Rocina Chatham, 2011, Corporate Politics for IT Managers: How to get streetwise, Routledge, New York, USA.

Khilnani Sunil, 2012, The Idea of India, Pengvin Book Ltd., London, England.

Kothari Rajni 1964, The Congress System in India, Asian Survey, Vol.-4, No.12, December.

Kumar Mridul, 2009, Reservations for Marathas in Maharashtra : Economic and Political Weekly, Vol. 44, No. 14 (Apr. 4 - 10, 2009), PP. 10-12.

Lele Jayant - Dominance and State Power in Modern India, Cast, Class and Dominance; Political Mobilization in Maharashtra, Decline of a Social Order, Col.II (Edition : Prankel and Rao).

Lele Jayant, Elite Pulralism and Class Rule (Political Development in Maharashtra).

Lele Jayant, 1990, Caste, Class and Power : Political Mobilization in Maharashtra, in Francine Frankel and M.S.A. Rao (eds.), 1990, Dominance and State Power in Modern India, (Vol-III), Delhi. OUP.

Lele Jayant (in conversation with), 2015, Yashwantrao Chavan Refleces on India Society and Politics, Prakash Pawar (edited), Diamond Publications, Pune.

Leonard Brown, The Social Networking HandBook (2010).

Maharashtra:Political, Fragmentation or Social Reconfiguration? In E. Sridharan (ed.), 2007, Coalitions in Indian States, New Delhi, Academic Foundation.

Marjorie Helen Stewart, 1981, Anthropology and Political Process, Anthropos Institute, PP. 441 - 466.

Narain Iqbal (ed.), 1967, State Politics in India, Meerut, Meenakshi Prakashan.

Nirvikar Dingh, Dreze, Jean, Amarty Sen, 2013, An Uncertain Glory, India and It's Contradication, Penguin Group, London, England.

Omvet Gail, 1982, Maratha Melava : Economic and Political Weekly, Vol. 17, No. 6 (Feb. 6, 1982), PP. 185-186.

Pai Sudha, 2007, Political Process in Uttar Pradesh : Identity, Economic, Reforms and Governance Pearson Education, New Delhi.

Palshikar Suhas and Rajeshwari Deshpande, 2003, Maharashtra : Challenges before the Congress System, Journal of Indian School of Political Economy, Vol. 15, 1 and 2, January-June.

Palshikar Suhas, 1994, Politics in Maharashtra : Arrival of the Bahujan' Idiom, The Indian Journal of Political Science, Vol. 55, No. 3, SPECIAL ISSUE ON STATE POLITICS IN INDIA (July - September 1994), PP. 271-284.

Palshikar Suhas, 1994, Sealing the Fate of Non-Maratha Castes: Economic and Political Weekly, Vol. 29, No. 45/46 (Nov. 5-12, 1994), PP. 2944.

Palshikar Suhas, 1999, Shiv Sena : An assessment, Occasional Paper, Series II, No.3, Pune, Dept. of Politics and Public Admn. University of Pune.

Palshikar Suhas, 2013, Election Studies, Indian Democracy (Achin Vanaik-General Editor) Oxford University Press, New Delhi.

Palshikar Suhas, 2014, Maharashtra Assembly Elections, Farewell to Maharashtra Politics, EPW, Vol-XLIX, No. 43-44, 1 November 2014, PP.10-13.

Palshikar Suhas, How Maharashtra voted : Behind BJP, Upper Castes, OBCs and Rich. The Indian Express, 21 Oct., 2014.

Palshikar Suhas, Regional Parties and Democracy.

Palshikar Suhas, Suri K.C., Yadav Yogendra, 2014, Party Competition in India States, Electoral Politics in Post-Congress Policy, Oxford, 2 May, 2014.

Paul R. Brass, 1974, Language, Religion and Politics in North India, Asian Studies, University of Washington.

Sirsikar, V.M.,-1970, The Rural Elite in a Developing Society, New Delhi, Orient Longman.

Sirsikar, V.M.1976, Maharashtra - Politics of Linkage Elities, in Iqbal Narain(ed.) State Politics in India, New Delhi, Meenakshi PP.220-239, Lucian WPye, 1958, The Non-Western Political Process, The Journal of Politics, Vol.20, No.3., The University of Chicago, Press PP.468-486.

Swaminathan R. 2008, Gujart Perspective of the Future, Academic Foundation, New Delhi.

सूची

ध

न

प

व

श

लेखक-परिचय

डॉ. प्रकाश पवार (एम. ए., एम. फिल., पीएच.डी.) हे शिवाजी विद्यापीठ, कोल्हापूर येथे राज्यशास्त्र विभागात प्राध्यापक म्हणून कार्यरत आहेत. राज्यशास्त्र विषयाच्या अध्यापनाचा त्यांना २० वर्षांचा विस्तृत अनुभव आहे. 'भारतातील राजकीय प्रक्रिया' आणि 'महाराष्ट्राचे राजकारण' हे त्यांच्या विशेष अभ्यासाचे विषय आहेत. राज्यशास्त्र विषयावर त्यांनी अनेक पुस्तके लिहिली आहेत, तसेच विविध शोधनिबंधही सादर केले आहेत. चालू राजकीय परिस्थितीसंदर्भात महाराष्ट्रातील आघाडीच्या वृत्तपत्रांमधून ते सातत्याने विश्लेषणात्मक लेखन करत असतात. महत्त्वाच्या वृत्तवाहिन्यांमध्येदेखील राजकीय विश्लेषक म्हणून त्यांचा सहभाग असतो. सेंटर फॉर स्टडी ऑफ डेव्हलपिंग सोसायटीज (CSDS), दिल्ली या संस्थेचा १९९५ सालचा 'बेस्ट फील्ड वर्क' पुरस्कार त्यांच्या नावावर जमा आहे. तसेच 'समकालीन राजकीय चळवळी' या त्यांच्या पुस्तकाला महाराष्ट्र शासनाचा २०१३ सालचा तसेच 'भारतीय राजकारण आणि नेतृत्वाची वाटचाल' या पुस्तकाला २०१४ सालचा 'डॉ. बाबासाहेब आंबेडकर पुरस्कार' प्राप्त झाला आहे.